गुण गाईन आवडी

पु० ल० देशपांडे यांची पुस्तके

तुका म्हणे आता ◆ अंमलदार ◆ भाग्यवान ◆ तुझे आहे तुजपाशी ◆
सुंदर मी होणार ◆ तीन पैशाचा तमाशा ◆ राजा ओयदिपौस ◆ एक झुंज वाऱ्याशी ◆
ती फुलराणी ◆ वटवट वटवट ◆ द्विदल
मोठे मासे छोटे मासे ◆ विठ्ठल तो आला आला ◆ आम्ही लटिके ना बोलू ◆
वयं मोठं खोटम् ◆ नवे गोकुळ ◆ पुढारी पाहिजे

अपूर्वाई ◆ पूर्वरंग ◆ जावे त्यांच्या देशा ◆ वंगचित्रे

खोगीरभरती ◆ नस्ती उठाठेव ◆ गोळाबेरीज ◆ हसवणूक ◆ बटाट्याची चाळ ◆
असा मी असामी ◆ खिल्ली ◆ कोट्याधीश पुल ◆ अघळपघळ ◆ उरलंसुरलं ◆
पुरचुंडी

एक शून्य मी

मुक्काम शांतिनिकेतन

मराठी वाङ्मयाचा (गाळीव) इतिहास

चित्रमय स्वगत

रसिकहो! ◆ मित्रहो! ◆ श्रोतेहो! ◆ सुजनहो! ◆
रेडिओवरील भाषणे आणि श्रुतिका, भाग 1 ◆ रेडिओवरील भाषणे आणि श्रुतिका, भाग 2

चार शब्द ◆ दाद

व्यक्ती आणि वल्ली ◆ गणगोत ◆ गुण गाईन आवडी ◆ मैत्र ◆ आपुलकी ◆ गांधीजी

एका कोळियाने ◆ काय वाट्टेल ते होईल ◆ कान्होजी आंग्रे ◆ टेलिफोनचा जन्म ◆
स्वगत ◆ पोरवय

रवींद्रनाथ : तीन व्याख्याने

पु०ल० : एक साठवण

गुण गाईन आवडी

पु० ल० देशपांडे

मौज प्रकाशन गृह

मौज प्रकाशन ३०७

पहिली आवृत्ती १९७५
सोळावे पुनर्मुद्रण २६ जानेवारी २०१७
पुनर्मुद्रण सप्टेंबर २०१९
पुनर्मुद्रण जुलै २०२३
पुनर्मुद्रण डिसेंबर २०२४

मुखपृष्ठ
साईनाथ रावराणे

किंमत तीनशेपंचाहत्तर रुपये

ISBN 978-93-5079-083-0

प्रकाशक/मुद्रक
मौज प्रकाशन गृह
युनिट नं. ५, ७, ८, पहिला मजला
म्युनिसिपल इंडस्ट्रियल इस्टेट
वी. पी. रोड, विलेपार्ले (प.)
मुंबई ४०००५६

पहिल्या आवृत्तीचे प्रकाशक
देशमुख आणि कंपनी
७३९ बुधवार, पुणे ४११००२

www.moujprakashan.com

प्रिय मधू गानू

आम्हा दोघांचे वाढदिवस तू रक्तपेढीत जाउन एखादे व्रत असल्यासारखे रक्तदान करून साजरे करीत आला आहेस.

असल्या जिवापाड स्नेहभावनेची कधी परतफेड होत नसते.

तेव्हा ही परतफेड आहे असे जरासुद्धा न मानता आजच्या तुझ्या वाढदिवसाची भेट म्हणून ह्या संग्रहाचा स्वीकार कर.

आमचे तू सर्व काही ऐकतोस तसेच हेही ऐक.

तुझा
भाई

१-४-७५

पूर्वसुकृताची जोडी

माझ्या कुंडलीत ज्योतिष्यांना न दिसणारा एक फार मोठा भाग्ययोग आहे. मला प्रत्यक्ष किंवा असामान्य कर्तृत्वाच्या रूपाने अप्रत्यक्ष भेटलेली माणसे हे ह्याच भाग्ययोगाचे फल आहे. त्यांपैकी काही माणसांचे हे गुणगायन आहे. त्यांच्या गुणांची आरास माझ्या अंतःकरणात सदैव मांडलेली असते. पण ज्याच्यामुळे त्यांचे स्मरण अधिक तीव्रतेने व्हावे, असेही प्रसंग येतात. कधी त्यांच्या निधनाच्या दुःखाने गळणाऱ्या अश्रूंच्या जोडीनेच ते शब्दचित्र रेखाटले जाते, तर कधी त्यांच्या पन्नासाव्या किंवा साठाव्या वर्षगाठीच्या दिवशी त्यांना जाहीर अभिवादन करावेसे वाटते. लोहियांवरचा लेख हा त्यांच्या लेखसंग्रहाला प्रस्तावना म्हणून लिहिला गेला आहे. मात्र हे गुणगान केवळ प्रासंगिक नाही. माझ्या मनाने लावलेल्या निकडीतून ही शब्दचित्रे तयार झाली. ह्यांतली अण्णासाहेब फडक्यांसारखी काही माणसे हयात असताना मी त्यांची शब्दमूर्ती घडवायचा प्रयत्न केला. आता अण्णा नाहीत. भास्करबुवा किंवा गडकरी ह्यांना मी कसा पाहणार? पण माझ्या लेखी मात्र ही सारी माणसे जिवंत आहेत. त्यांतल्या एखाद्याच्या कलेतून, निःस्वार्थ जगण्यातून, निरपेक्ष स्नेहातून सुरांतून, ग्रंथांतून, गीतांतून किंवा व्यक्तिमत्त्वाच्या एखाद्या देखण्या पैलूतून मला लाभलेला आनंद जिवंत आहे. त्या अरूप आनंदाला मी रूप देण्याचा प्रयत्न केला आहे.

ह्या गुणवंतांचे स्मरण मला फार मोठी कृतार्थता देत आले आहे. अशा कृतार्थतेच्या क्षणी मी नतमस्तक होऊन अज्ञाताला विचारीत असतो, की असल्या भाग्याची या जन्मी धणी करून देणारे गतजन्मीचे ते माझे कोणते सुकृत होते ते मला सांग. ह्या जन्मी तसले काही तरी करायचा प्रयत्न करीन, म्हणजे पुढच्या जन्मीच्या ह्या असल्या भाग्ययोगाची पूर्वतयारी तरी करता येईल.

१-४-७५ **पु. ल. देशपांडे**

अनुक्रमणिका

केशवराव दाते

केशवराव दात्यांच्या निधनानंतर नाटकाशी संबंध असणाऱ्या सगळ्यांनाच कसलातरी आधार तुटल्याची भावना आली. मराठी रंगभूमीवर अभिनयकलेत अद्वितीय पराक्रम करणारे एक श्रेष्ठ नट गेले, एवढ्यापुरतीच ती हळहळ नव्हती. "'कीचकवधा' त असा भीम पुन्हा दिसणार नाही," किंवा "'सवतीमत्सरा' तला तो राम पुन्हा पाहायला मिळणार नाही," किंवा "'आंधळ्यांच्या शाळे' तला मनोहर बघायला मिळणार नाही," असल्या तपशिलाने त्या हळहळीचे किंवा दुःखाचे कारण शोधता येणार नाही. अगदी आजच्या प्रेक्षकांच्या पिढीला तर त्यांचे हे कर्तृत्व ऐकून किंवा त्यांच्याविषयी लिहिल्या गेलेल्या लेखांतूनच ठाऊक. "नाट्यसृष्टीतला त्यांचा अभाव हा साऱ्या महाराष्ट्राला जाणवेल," अशासारखे भरमसाट विधानही त्यांच्या स्मृतीला श्रद्धांजली वाहताना करण्याची आवश्यकता नाही. रंगभूमीवरचे नट म्हणून दात्यांचे कर्तृत्व फार मोठे. कुठल्याही एकाच छापाच्या भूमिकेचा ठसा त्यांनी उमटवून घेतला नव्हता. 'सवतीमत्सरा' तला सात्त्विक राम, सूडाने पेटलेला गणोजी शिर्के, 'विचित्रलीले' तला विचित्र, 'आंधळ्यांच्या शाळे' तला मनोहर—एकीचा दुसऱ्याशी संबंध नसलेल्या भूमिका. नटाच्या पेशात असल्या विविध भूमिका करायला लाभणे हेच मोठे भाग्य, आणि त्या लाभल्यावर प्रत्येक भूमिकेत त्या त्या भूमिकेला अनुरूप असा अभिनयाचा आविष्कार करण्याचे सामर्थ्य प्रेक्षकांच्या प्रत्ययाला आणून देणे हे तर त्याहूनही मोठे भाग्य. नाना रंगांच्या भूमिकांचे इंद्रधनुष्य उभे करणारे दाते नट म्हणून केवळ अद्वितीय, हे मान्य. परंतु त्यांच्या निधनाचे दुःख रंगभूमीला त्यांनी दिलेल्या ह्या देण्याचे स्मरण होऊनच झालेले नाही. तसे पाहिले तर त्यांच्या ह्या भूमिका पाहिलेली आणि जाणतेपणाने ते कौशल्य उमजलेली माणसेही आता फारशी हयात नाहीत. लौकिकार्थाने ते रंगमंचांवरच्या त्या धगधगीत अग्निरेषेपासून केव्हाच दूर झाले होते. त्यांच्यावरचा तो 'लाइमलाइट' केव्हाच मालवला होता. तरीही नाट्यसृष्टीत त्यांचे अस्तित्व होते. त्या दुनियेत ते अशी एक भूमिका वठवीत होते की, तिला ह्या असल्या प्रकाशाची आवश्यकताच भासत नसते. नाट्यकलेच्या जगात वावरणाऱ्या, त्या जगात लहानमोठे कर्तृत्व करून दाखवण्याची इच्छा असणाऱ्या कलावंतांना आपल्या देशात तरी एकलव्यासारखीच साधना करावी लागते. अशा अनेक एकलव्यांचे ते कसल्याही गुरुदक्षिणेची अपेक्षा न करणारे गुरू होते. त्यांच्या निधनानंतर रंगभूमीशी संबंध असणाऱ्या नट-नाटककारांनाच नव्हे, तर नाटकधंदा करणाऱ्या, पण त्या धंद्यात काही शिस्त आणू इच्छिणाऱ्या निर्मात्यांनादेखील जी हळहळ वाटली ती आपले कला आणि त्या कलेचा व्यवसाय ह्या विषयांचे प्रश्न निर्मम भावाने ऐकणारा ज्येष्ठ स्नेही गेला याची.

आपल्या हितासाठी त्यांची उत्तरे शोधणारा, अनुभवांनी पक्व परंतु कलेच्या ध्यासाच्या बाबतीत वयाच्या ऐंशाव्या वर्षीही तरुण असा आचार्य गेला याची.

केशवरावांनीच एके ठिकाणी म्हटले आहे, "ज्याला नट म्हणून नाट्यक्षेत्रात काही विशेष करून दाखविण्याची आकांक्षा आणि तळमळ आहे, त्याने नाट्यसंस्थेचा मालक होण्याच्या फंदात कधीही पडू नये. ह्या दोन्ही भूमिका सांभाळणे म्हणजे अक्षरशः तारेवरचा नाचच आहे. हा नाच ज्याला जमेल त्याला मी तरी दैवी पुरुष (सुपरमॅन) ह्या नावानेच संबोधीन."

हे उद्गार केवळ त्राग्याचे नाहीत. महाराष्ट्र नाटक मंडळीत अण्णासाहेब कारखानीस ह्यांना दिलेल्या वचनाचे पालन करण्यासाठी त्यांनी दहा वर्षे हा तारेवरचा नाच केला. कुठल्याही कलेची आत्यंतिक ओढ घेऊन जन्माला आलेल्या माणसाची त्या कलेची उपासना आणि चरितार्थाचे साधन म्हणून त्या कलेचा वापर ह्या दोन टोकांना ओढाताण चालू असते. त्या ताणातून कलावंत म्हणून करून दाखविण्याच्या कर्तृत्वाचे रंगरूप ठरवणे हे सर्वस्वी आपल्या एकट्याच्या हाती नाही, हा विचार लौकिक यशाच्या क्षणीही अस्वस्थ करीत असतो. अर्थात कलेच्या क्षेत्रात वावरणाऱ्या सर्वांचाच हा आंतरिक छळ चालू असतो असे नाही. इथेही आत्मसंतुष्टांची भरपूर गर्दी असते. त्यांना बहुधा उत्तम कारागिरी साधलेली असते. तिची मोहिनी गर्दीला प्रसन्नही करीत असते. कला आणि कारागिरी यांमधला भेदही तसा सूक्ष्म असतो. व्यावसायिक यशाला त्यामुळे बाध येत नसतो. काही टाळ्या, काही हशे, काही अश्रू ह्यांच्या जोडीला आर्थिक यश लाभले की संपले, एवढीच त्यांची मागणी असते. पण हे सारे लाभूनही "लाभायला हवे होते, ते यापलिकडले काहीतरी" अशी भावना असणाऱ्या कलावंतांचे हाल असतात. एका थोर गायिकेची मी आख्यायिका ऐकली होती. ख्याल मांडता मांडता एका सुरावर त्या स्थिर झाल्यावर चटकन दाद मिळाली. त्या दादेने प्रसन्न होण्याऐवजी बाई खिन्न झाल्या, आणि म्हणाल्या, "मला लावायचा होता तो हा मध्यम नव्हे. मी इथे त्या मध्यमाच्या उंबरठ्यावर उभी आहे. आतला मध्यम मला दिसतो आहे—पण भेटत नाही." सामान्यजन उंबरठ्यापर्यंत पोहोचले तरी प्रसन्न असतात. कलावंताला मात्र त्या उंबरठ्यातून आतआत दडलेला सूर दिसत असतो. 'वाहवा' मिळाल्याक्षणीही तो अस्वस्थ करीत असतो. कदाचित ती तसली वाहवा अधिकच अस्वस्थ करीत असेल.

नटाच्या जीवनात तर ही अस्वस्थता अधिकच तापदायक. एक तर ही एका लहानमोठ्या संघाने समुदायापुढे उभी करून दाखवायची कला. त्यातून ज्या शब्दांच्या आधाराने उभे राहायचे ते शब्द परक्याचे. त्या नाटककाराचा अभिप्राय, त्याचे प्रयोजन, नाटक उभे करताना त्याने निर्माण केलेले प त्र आणि प्रसंग ह्यांचे तणाव—त्याच्या तारेशी आपली तार ताणून एकजीव करून घ्यायची, त्यानंतर त्यातून जे काही प्रकट करायचे त्याचा विचार. आणि तशी अभिव्यक्ती. हॅम्लेट कळायला लागेपर्यंत पोलोनियसची भूमिका करायचे वय होऊन जाते! वर पुन्हा नाटक करणारा संघ आणि ते पाहणारा समुदाय ह्या दोन्ही घटकांची कलाविषयक ओढ आणि जाणकारी ह्यांचा मेळ जमणे हा

कपिलाषष्ठीच्या योगाहूनही दुर्मिळ योग. नुसत्या टाळ्यांनीही ही जाणकारी सिद्ध होतेच असे नाही. सभागृहाच्या कमालीच्या थंड अशा स्वीकृतीनेही समजदारीचा अंदाज घेता येत नाही. रंगमंचावरच्या झगझगाटासमोर अंधाराची भिंत उभी असते. ती भिंत भेदून समोरच्या त्या गर्दीच्या ठोकळ मनाचा आपण वेध घेतो आहो, की त्या गर्दीची रांगोळी तयार करणाऱ्या प्रत्येक ठिपक्यावर संस्कार करीत आहो, हे कळायला नटाला वाव नसतो. गर्दी तर हवी असते, आणि त्या गर्दीचे अस्तित्व नटाच्या तन्मयतेला, कित्येकदा सद्भावनेनेही, नको त्या वेळी धक्का देत असते. त्यातून नटाची तन्मयता हीदेखील संपूर्ण असून भागत नाही. अभिनयकलेत नटालाच वाद्य, वादक आणि वृंदसंचालक व्हावे लागते. धावणारा घोडाही तोच आणि त्या घोड्याला योग्य गतीने आणि मार्गाने धावायला लावणारा स्वारही तोच.

अभिनयकलेचे हे असे विचित्र त्रांगडे. तरीही एकदा हे कलेचे भूत मानगुटीला बसले की उतरायला तयार नसते. वैतागाचे अनेक क्षण येतात. पण त्या ग्रीजपेंटची ओढ पुन्हा त्या रंगमंदिराकडे खेचायला लागते. त्यातून नट हा त्या कलेची ओढ वगळली तर इतर माणसांसारखा माणूसच. कौतुकाने फुलणारा, पराभवाने खचणारा, देहाच्या इतर साऱ्या गरजांनी पछाडलेला सामान्य माणूस, माणसाचे कुठलेही भोग त्याला सुटलेले नाहीत. परंतु समाजात मात्र तो एक किंवा अनेक प्रतिमा होऊन जगत असतो. रूपजीवी. त्याच्या विविध रूपांचा जनमानसावर ठसा असतो. त्या मुखवट्यांच्या आतला माणूस लोकांना दिसायलाही नको असतो. जीवनात ज्यांना गर्दीसमोर जगावे लागते, त्यांच्या बाबतीत ही प्रतिमा होऊन जगण्याची भयंकर पीडा असते. ती प्रतिमा अभंग राहिली पाहिजे, अशी त्या पाहणाऱ्यांचीही इच्छा असते नव्हे, दुष्ट असा हट्टही असतो. म्हणूनच की काय कोण जाणे, "नटाचे मुख दिवसा पाहू नये," असा पूर्वीच्या हिंदू समाजात दंडक होता. हा एका परीने अन्याय असतो, पण त्याला इलाज नाही. 'प्रख्याती' ने मागितलेला हा मोबदला असतो. अर्न्स्ट टोलरने आपल्या आत्मचरित्रात एके ठिकाणी म्हटले आहे की, जर्मनीचा महाबलाढ्य कैसर बादशहा शौचाला कसा बसत असेल याचे आपल्याला लहानपणी कुतूहल होते. कैसर बादशहाच्या प्रतिमेत चारचौघांसारखे शौचाला लागणे बसतच नाही. रंगभूमीवरून नानाप्रकारच्या माणसांची दर्शने घडविणाऱ्या नटांच्या बाबतीतही अशीच चमत्कारिक अवस्था होते. हळूहळू त्या व्यवसायातल्या माणसांनाही आपल्याला मिळणाऱ्या ह्या निराळ्या वागणुकीची सवय व्हायला लागते. इतकेच नव्हे; त्यातून इतरांहून नाटक सोडून इतर वेळीदेखील आपण निराळे आहोत असे भासविण्याची नटांना आणि इतर कलांच्या क्षेत्रांतल्या कलावंतांनाही चटक लागते. नट कालांतराने 'नाटक्या' होतो, तो हा असा.

आणि रंग पुसून बाहेर पडल्यावर तिथले निराळेपण विसरून समाजाच्या सर्व आशा-आकांक्षांशी मिळालेपण हवे, त्या समाजाची सुखदुःखे जाणतेपणाने समजून, न्याहाळून, मनात ती घोळून पुन्हा कलावंताच्या निराळेपणाने त्याच समाजापुढे कलेचे नवे नवे आकार आणि आशय घेऊन ती दाखविली पाहिजेत, ही जिद्द संपते. ते दायित्वच

नाकारून तो ढोबळ मनोरंजन करू लागतो. रंगभूमी ही त्याची समाजावर करायच्या कलापूर्ण शरसंधानाची जागा न होता झगझगाटात लपून बसायची गुहा होते. त्याचे समाजातून उफाळून येणाऱ्या कलेशी नाते तुटते. कारागिराच्या कसबातून करायच्या उपजीविकेचे ते साधन होते. कलेचे चैतन्य आणि शील टिकवणे, आणि धंद्याच्या तडजोडीची मर्यादा सांभाळणे हे द्वंद्व त्याला छळीत नाही. कारण आपली कला ही बाजारात मांडण्याची एक वस्तू आहे अशी त्याने सोयिस्कर समजूत करून घेतलेली असते.

पण ज्यांना हे द्वंद्व जाणवत असते त्यांची मात्र पंचाईत होते. खुद्द केशवरावांना काही ह्या द्वंद्वातून तारून नेणारा मंत्र सापडला होता असे नाही. पण त्यांचा मोठेपणा होता तो त्या द्वंद्वाची नाट्यक्षेत्रातल्या लोकांना सतत जाणीव करून देण्याचे व्रत पाळण्यात. हे द्वंद्व किंवा हा झगडा निरनिराळ्या काळांत निरनिराळी रूपे धारण करतो. ती रूपे निर्भयपणाने पाहण्याचे डोळ्यांत सामर्थ्य हवे. नाइलाज म्हणून स्वीकारलेली तडजोड ही एक तडजोड आहे याचे समाजालादेखील विस्मरण होते. 'स्त्री' पार्ट घेणारे पुरुष ही अशीच एक तडजोड होती. एखादा बालगंधर्व निघाला ह्या समाधानात मराठी रंगभूमीवर प्रेक्षकदेखील, दुसऱ्या बालगंधर्वाची वाट पाहत की काय कोण जाणे, पण स्त्रीपार्टी नावाचे महाहिडीस दृश्य कोडगेपणाने सहन करीत होते. अशा काळात काही काळ स्वतः स्त्रीपार्ट करणाऱ्या आणि बराच काळ इतर स्त्रीपार्ट्यांबरोबर काम करणाऱ्या केशवराव दात्यांनी त्या भयंकर तडजोडीविरुद्ध बंड उभारले. निबर चेहऱ्याच्या आणि रंगभूमीवरच्या प्रकाशात दाढीचे खुंट दाखविणाऱ्या स्त्रीपार्ट्यांमुळे कलेचे शील बिघडते हे न समजणाऱ्यांनी, रंगभूमीवर स्त्रिया गेल्या की समाज नीतिभ्रष्ट होऊन रसातळाला जाईल अशी हाकाटी सुरू केली. खुद्द रंगभूमीवर नावलौकिक मिळविलेल्या मोठमोठया नटांनाही ह्या कलाहीन तडजोडीचा त्रासच होत नव्हता. कारण नाटक करणे म्हणजे नाटककाराने लिहिलेली आणि तालीममास्तरांनी घोकून घेतलेली वाक्ये सर्वांना स्वच्छ ऐकू जातील अशा आवाजात आणि योग्य अंगविक्षेप करून फेकणे यापलीकडे आणखी काही ह्या नाट्यकलेच्या संदर्भात आपल्यावर जबाबदारी आहे, असे मानायला फारसे कोणी तयार नव्हते. रंगमंचावरून वाक्यांच्या टोपल्या टाकून, कंपनीचे पिठलेभात खाऊन आडवे व्हायचे ते दुसऱ्या रात्री पुन्हा रंगपटात जाईपर्यंत. देह आडवा नसला इतका वेळ, तरी बुद्धी आडवीच असायची. व्यसन, निद्रा आणि कलह यांचेच अधिराज्य होते.

अशा ह्या काळात ह्या कलेच्या भवितव्याची चिंता करणारे केशवराव मला महाराष्ट्रातल्या इतर समाजसुधारकांएवढेच थोर वाटतात. केशवरावांचे डोळे हे त्यांचे मोठे शस्त्र होते. त्यांच्या आवाजातली किंवा उंचीतली उणीव ते डोळ्यांनी भरून काढीत. पण त्या चर्मचक्षूंपेक्षाही, ह्या कलेच्या क्षेत्रात सतत नव्याने उभ्या राहणाऱ्या अज्ञानाच्या भिंती पार करण्याचे सामर्थ्य असलेले त्यांचे अंतश्चक्षू अधिक भेदक होते. गीतेने चिंतनशील मुनीचे वर्णन 'तस्यां जागर्ति संयमी' असे करताना 'संयमी' हा मोठा

सूचक शब्द वापरला आहे. 'संयमी' हे चिंतनशील मुनीचे वर्णन केशवरावांना अचूक लागू पडते. 'तारेवरची कसरत' संयमाशिवाय शक्य होत नाही. समोर गर्दी दिसत असताना तिच्या आहारी न जाता आपण देऊ तोच कलेचा आहार तिने स्वीकारला पाहिजे, हे धोरण सांभाळायला नटाने संयमीच असायला पाहिजे. कलेच्या क्षेत्रात क्रांती घडवितानाही हे अखंड सावधपण आणि संयम केशवरावांनी दाखविला. त्यासाठी 'नित्य नवा दीस जागृतीचा' मानला.

केशवराव दात्यांच्या भेटीत प्रत्यय यायचा तो ह्या त्यांच्या जागृतीचा. वास्तविक त्यांना शालेय शिक्षणसुद्धा अर्ध्यावर सोडून द्यावे लागले होते. इंग्रजी भाषेचे ज्ञानही त्या काळी जुजबीच होते. एका डॉक्टरांच्या दवाखान्यात कपौंडर म्हणून आयुष्यातल्या पहिल्या कमाईला सुरुवात केली होती. आणि त्यांच्याच शब्दांत सांगायचे म्हणजे "जरा निराळे आणि वैचित्र्यपूर्ण असे क्षेत्र दृष्टीपुढे आले," म्हणून ते नाट्यव्यवसायात शिरले. पुढले सारे आयुष्य मात्र ह्या क्षेत्रातले निराळेपण आणि वैचित्र्य नेमके कशात आहे, ह्याच्या चिंतनात आणि चिंतनातून केलेल्या प्रयोगांत त्यांनी घालविले. त्यांच्या सुदैवाने मराठी नाट्यकलेचे फिरते विद्यापीठ असलेल्या महाराष्ट्र नाटक मंडळीतच त्यांनी ह्या कलेच्या अभ्यासाला प्रारंभ केला. नाटक मंडळी हा काही कुठल्या त्यागी किंवा योगी लोकांचा 'आश्रम' नाही, याची त्यांना पुरेपूर जाणीव होती. त्याग किंवा ध्येयनिष्ठा हे शब्द कुठल्या मर्यादेपर्यंत नाटक कंपन्यांच्या संदर्भात वापरावे, याचा त्यांच्या मनाने तरुण वयातही पक्का अंदाज बांधलेला होता. आयुष्याच्या प्रवासात ह्या मर्यादांची केशवरावांना इतकी पक्की जाणीव दिसते की, परंपरा आणि प्रगती यांची सांगड कुठल्या क्षणी घालावी याचे धोरणही त्यांनी सतत सांभाळले होते. ह्या धंद्यात यशःप्राप्ती बरोबर विसरली जाणारी एक भूमिका मात्र त्यांनी कसोशीने सांभाळली आणि ती म्हणजे विद्यार्थ्याची.

नाट्यव्यवसायाच्या चढउतारांतले गौरव आणि यातना त्यांनी भरपूर भोगल्या. नाटक कंपनी म्हणजे नानाढंगी आणि नानारंगी माणसांचा मेळावा. अस्थिरतेच्या भयाने पछाडलेला. एक तर नाटक हेच मुळी भिन्नरुचीच्या लोकांच्या अपेक्षापूर्तीसाठी वापरलेल्या नाना अर्कांतून तयार केलेले रसायन. तिथे उदात्तापासून आचरटापर्यंत अनेक लीळांचे दर्शन. आणि ते दर्शन घडविणारी मंडळीही! कलेच्या उच्चतम सामर्थ्याची जाणीव झालेला एखादा. हुकमेहुकूम काम करणारे लोकच अधिक. ह्या लोकांशी मिळवून घेऊन हा नाट्यसंसार उभा करणे प्रात असते. साहजिकच दात्यांना असूया, मत्सर असल्या अवगुणांतून निर्माण होणारे वातावरण सहन करावे लागले. परंतु ह्या बाह्य आघातांतून त्यांच्यातला अभ्यासू नट मात्र आपली जागा सोडून पळाला नव्हता. नाटक मंडळ्यांचे संसार अंतर्गत उणिवांमुळे आणि बाह्य परिस्थितीमुळे धडाधड कोसळले. अशा काळात एकनिष्ठतेच्या स्थूल कल्पना डावलून ते चित्रपटात गेले. तिथेही त्यांनी यशच संपादन केले. महाराष्ट्र नाटक मंडळीत असताना व्यवसायाच्या जोडीने कलेविषयी सतत चिंतन करणारे गणपतराव भागवत किंवा अण्णासाहेब कारखानीस यांचा सहवास त्यांना जसा लाभला तसा प्रभात कंपनीच्या सुरुवातीच्या

काळात ह्या नव्या माध्यमाचा अभ्यास करणाऱ्यांचा गटही भेटला. या माध्यमाच्या ताकदीचाही दाते डोळसपणाने अंदाज घेऊ लागले. स्टुडियोत नोकरी करताना काय, किंवा प्रापंचिक ओझी वाहताना काय, त्यांच्या अंतःकरणातली अभिनयकलेच्या आराधनेची वीणा अक्षय्य वाजत होती. परिस्थितीने तो रंगमंच दगडाविटांच्या थिएटरातून उचलून त्यांच्या अंतःकरणात आणला होता. सतत नवी नवी देशी आणि विदेशी नाटके वाचीत बसलेल्या दात्यांच्या मनातल्या रंगमंचावर किती नाटकांचे प्रयोग झाले असतील ह्याचे गणित कोणी मांडावे? ही प्रयोगसंख्या कोणी मोजावी?

प्रत्यक्षात रंगभूमीवर गाजलेल्या त्यांच्या भूमिकांपैकी मला स्वतःला त्यांच्या फार थोड्या भूमिका पाहायला मिळाल्या. 'आंधळ्यांच्या शाळे' तला मनोहर, 'भाऊबंदकी' तला तुळोजी, आणि 'सवाई माधवराव' तला केशवशास्त्री. माझ्या सुदैवाने पाश्चात्य रंगभूमीवरचे सर जॉन गिलगुड, सर राल्फ रिचर्डसन, सर मायकेल रेडग्रेव, चार्ल्स लॉटन, जर्मन नट हेर हास किंवा ब्रेष्टचा जामात हेर शाल यांच्यासारखे फार श्रेष्ठ नट मला पाहायला मिळाले. त्यांचा अभिनय पाहताना सतत वाटे की, जागतिक कीर्तीच्या ह्या नटांच्या पंक्तीत केशवराव कमालीच्या सहजतेने बसले असते.

व्यक्तिशः माझ्यावर दात्यांच्या अभिनयातल्या 'ऐकण्याच्या अभिनया' चा परिणाम अधिक झाला. नाटकातल्या अभिनयात नटाची खरी गुंतवणूक ही बोलताना जितकी असते, त्याच्याहून कित्येक पट अधिक इतर पात्रांनी बोललेले ऐकण्यात असते. नटाचे 'बोलणे' नाटककाराने दिलेले असते. पण त्याचे ऐकणे मात्र अभिनयाच्या अनाक्रमक, संयमित आणि अत्यंत कलापूर्ण अशा कुठल्या सीमेवर आणून ठेवायचे, ते त्याचे त्यालाच ठरवावे लागते. त्या बाबतीतले दात्यांचे अभिनयपटुत्व मी पाहिलेल्या मराठी रंगभूमीवरच्या सर्व नटांत मला श्रेष्ठ वाटत आले आहे.

त्या ऐकण्याच्या अभिनयातला एक अविस्मरणीय अनुभव त्यांच्या मनोहराच्या भूमिकेत बिंबाचे गीत ऐकण्याच्या वेळचा. संगीत रंगभूमीवरच्या पात्रांना, गाणाऱ्या पात्राच्या बाजूला असताना ते गाणे ऐकण्याचा अभिनय अपवादानेच जमला आहे. बालगंधर्वांच्या जोडीला उभे असणारे कच, धैर्यधर वगैरे फार तर त्यांचे गाणे ऐकत असत, त्यातील सांगीतिक माधुर्याने हरवूनही जात असत, पण त्या सुरांच्या लडीतून ओसंडणाऱ्या भावांची प्रतिक्रिया त्यांच्या अभिनयात दिसल्याचे मला तरी स्मरत नाही. किंबहुना, नाट्यसंगीतातल्या हरकती-मुरक्या, आलापी आणि ताना ह्या त्या पदातल्या भावनेच्या अभिव्यक्तीला पूरक संवादासारखी जोड देत आहेत, असा अनुभव ह्या गाणाऱ्यांपैकीही फारसा कोणी दिला नाही. आणि ज्यांनी तो थोडाफार दिला त्यांचे गाणे संवादांसारखे जोडीच्या पात्रांनी ऐकलेही नाही. हा अभिनयाच्या क्षेत्रातला कलापूर्ण आनंद ज्योत्स्नाबाईंचे गाणे ऐकताना मिळत असे. आणि तोही केवळ सुंदर शब्दरचनेमुळेच नव्हे, तर त्यातील संयत स्वरविलासामुळे आणि ते स्वर तहानेल्या माणसासारखे पिणाऱ्या केशवरावांच्या मूक अभिनयामुळे. बिंवा आणि मनोहर ही दोघेही मिळून ती नाट्यानुभूती देत असत.

असे हे 'ऐकणे' रंगभूमीवर नाट्यप्रयोग चालू असताना त्या अवकाशात घडणाऱ्या आपल्या स्वतःच्याच नव्हे, तर सगळ्याच पात्रांच्या नाटककाराने निर्माण केलेल्या प्रारब्धाशी तन्मय झाल्याखेरीज संभवतच नाही. बहुतेक नटांची नाटकात आपल्या भूमिकेपुरती 'पार्शल इन्व्हॉल्वमेंट' असते. ते आपापल्या वाक्यापुरते किंवा फार तर ढोबळ प्रतिक्रियेपुरते जिवंत असतात. तो क्षण संपला की क्रिकेटच्या खेळात चेंडू एका विशिष्ट क्षणी 'डेड' होऊन पुन्हा बोलरच्या हाती जाईपर्यंत त्याच अवस्थेत राहतो, आणि बोलरच्या डिलिव्हरीबरोबर पुन्हा एकदा सजीव होतो, तसे हे नट आपले वाक्य म्हणून झाले की 'डेड' होऊन फक्त नव्या वाक्याच्या डिलिव्हरीच्या वेळी सजीव होतात. बोलणाऱ्या पात्राकडेच श्रोत्यांचे लक्ष मुख्यतः असते हे खरे; परंतु न बोलणारी पात्रे अभिनयदृष्ट्या जिवंत आहेत की मृत आहेत, हे जाणत्या नजरा टिपत नाहीत असे नाही. सतारीच्या पडद्यावरच्या तारेवर कामगत चालू असली आणि तीच प्रामुख्याने ऐकू येत असली, तरी खालच्या तरफा वाजत असतात. त्यांचा नाद सुरांना सतत आणखी एक परिमाण देत असतो. वृंदवादनात सगळेच वादक सतत वाजवीत नसतात, परंतु न वाजवणाऱ्या वादकांची त्या सगळ्या स्वरमेळातून त्या क्षणी मुक्तता झालेली नसते. एकाच लयीने तोही अंतर्यामी अप्रकट रीतीने बांधलेला असतो. रंगमंचावर दिसणारा प्रत्येक नट—मग तो बोलत असो, ऐकत असो, वा ते बोलणे त्याच्या कानी पडत नाही असाही प्रसंग असो - तो त्या साऱ्या सिंफनीशी एका लयीने बांधला गेलेला आहे हे विसरून चालत नाही. हजार वेळा नाटकात बोललेली वाक्ये नव्यानेच बोलण्याचा आवेश आणणे अवघड नाही. परंतु रोज रात्री नाटक करताना नव्याने ऐकण्याचा ताजेपणा अभिनयातून टिकवणे अवघड आहे.

ऐकणाऱ्याची भूमिका दुय्यम मानण्याकडे प्रवृत्ती होण्याचे एक महत्त्वाचे कारण म्हणजे या ना त्या कारणाने लोकप्रिय झालेली व 'स्टार व्हॅल्यू' लाभलेली व्यक्ती सतत स्वतःलाच नाटकाचा केंद्रबिंदू मानते हे आहे. अजाण गर्दीदेखील नाटकात असले 'वन् मॅन शो' पाहायला जाते. नाटकात अभिनयाच्या मापात दुय्यम काहीच नसते. कारण नाटकात कुणीही निरालंब किंवा एकटा नसतो-मोठा म्हणूनही नसतो की छोटा म्हणूनही नसतो. ते मोठेपणदेखील कुठल्यातरी पात्राच्या वा प्रसंगाच्या अकल्पिततेतून लाभलेले असते. ऑथेल्लोची गाठ डेस्डिमोनाशी आणि इतर सर्व पात्रांशी मारलेली असते. परिस्थिती आणि त्या परिस्थितीत सापडलेली नाना प्रवृत्तींची माणसे ह्यांनी निर्माण केलेल्या तणावातून नाट्याचा पट विणला जातो. ह्या सूत्रातला कुठलाही धागा सैल पडला तर ते वस्त्र विळविळीत होऊन जाते. मराठी रंगभूमीचा इतिहास वाचताना नाट्यवस्त्रातल्या प्रत्येक सूत्राविषयीची ही चिकित्सा महाराष्ट्र नाटक मंडळीत सर्वांत अधिक होत असावी, असे दिसते. कै० गणपतराव भागवत, कै० अण्णासाहेब कारखानीस आणि तत्कालीन नाट्याभ्यासी प्राध्यापक हे सतत ह्या चिकित्सेत गढलेले आढळतात. गंधर्व नाटक मंडळीत स्वतः बालगंधर्व हे नाट्यमार्गावरही श्रद्धाळू भक्तिमार्गी होते. श्रद्धेचे म्हणूनही एक फळ मिळते; नाही असे नाही. परंतु श्रद्धेला

डोळस केल्याशिवाय प्रगती होत नाही. श्रद्धेलाच जर नेतृत्व दिले, तर मागिलांची पुनरावृत्ती करणारी एक दुय्यम नकला काढणाऱ्यांची पिढी निर्माण होते. असल्या नटांचे लक्ष या ना त्या कारणाने रंगभूमीवर प्रेक्षकांच्या पसंतीच्या टाळ्या मिळवून गेलेल्या नटांची तंतोतंत नक्कल करून 'रेडिमेड रिस्पॉन्स' मिळविण्याकडे असते. कलेतला वरपांगी यशस्वी होणारा 'लो एम' तो हाच.

'नॉट फेल्युअर बट लो एम इज ए क्राइम' हे महाराष्ट्र मंडळीचे बोधवाक्य होते. तशी बहुतेक संस्थांना चांगली बोधवाक्ये असतात. त्यांच्याकडे फार गंभीरपणाने कुणी लक्षही देत नसते. जुन्या नाटक मंडळ्यांत 'बोधवाक्य' असणारी ही एकच मंडळी दिसते. बाकी बहुतेक 'अमकेश्वर किंवा तमकेश्वर प्रसन्न' किंवा 'श्रीमंत राजे. अमुक अमुक महाराज यांच्या आश्रयाखालील '! एखादा केशवराव भोसल्यांसारखा. नटाच्या पेशातल्या 'जी हुजुरी वैतागलेला तडफदार नट' खास लोकाश्रयाखालील 'म्हणणाराही होता. बोधवाक्यांना तसे महत्त्व दिले नाही, तरी त्यांतून, संस्था सुरू करणाऱ्या लोकाच्या मनात सुरुवातीला कसली ईर्ष्या होती ह्याचा थोडासा अंदाज बांधता येतो. संगीताच्या जादूने गर्दीला चटकन भारता येते हे ठाऊक असूनही गद्य नाटके करण्याचा आग्रह धरणारी महाराष्ट्र नाटक मंडळीचे नेतृत्व करणारी माणसे नाटकातल्या अभिनयालाच इतर कुठल्याही गोष्टीपेक्षा महत्त्व देत होती. त्यांना सुरांच्या साहाय्याने होणाऱ्या परिणामापेक्षा निखळ गद्यातून भावाविष्कार करून दाखविण्याची जिद्द होती. एकदोन उत्तम तानबाजी करणारे सुरेल नट घेऊन लोकप्रियता मिळविणे हा त्यांना कुठेतरी 'लो एम' वाटत होता. कदाचित नाटकातले संगीत म्हणजे अभिनयकलेशी दुसऱ्या एका कलेचा संकर होतो, तीही एक लोकप्रियतेसाठी केलेली तडजोड होते, असेही त्यांना वाटत असेल. त्यांच्या 'हाय एम' विषयीच्या कल्पना त्यांच्यापुढेही स्पष्ट नसतील. परंतु रंगमंचावर चटकन परिणाम करणारी नृत्य, गायन किंवा ट्रिक सीन्सची संमोहने वापरायची नाहीत, हा मात्र त्यांचा कटाक्ष होता. याचा अर्थच असा की नाट्यकलेतले श्रेष्ठ काय, कनिष्ठ काय, ह्याची चिकित्सा करणारी ही माणसे एकत्र आली होती.

'नाटक' हा कॉलेजमध्ये शिकविण्याचा साहित्यप्रकार म्हणून प्रतिष्ठा मिळवून होता. परंतु त्याच नाटकाचा प्रयोग करणाऱ्या मंडळींना मात्र प्रतिष्ठा नव्हती. आणि दुर्दैवाची गोष्ट म्हणजे ही प्रतिष्ठा आपल्याला लाभली पाहिजे, त्यासाठी आपणही 'नाटक' नावाच्या साहित्यप्रकाराचा आणि त्या साहित्याला रंगमंचावर जिवंत करणाऱ्या नाट्यकलेचा डोळसपणाने अभ्यास केला पाहिजे, याची जाणीवही त्या व्यवसायातल्या फारच थोड्या माणसांना होती. महाराष्ट्र नाटक मंडळी मात्र ह्या चिकित्सेला भीत नव्हती. आज्ञाधारकपणा हा गुण खरा. परंतु बुद्धी गहाण ठेवून चालणार आज्ञाधारकपणा गुलामांना जन्म देतो. गुलामांना प्रश्न विचारण्याची मुभाच नसते. दात्यांना कुणीकुणी थट्टेने, किंवा कदाचित मनापासूनही असेल, पण 'संशयात्मा' म्हणायचे. गीतेतल्या 'संशयात्मा विनश्यति' ह्या धाकामुळे आपण शंका घेणे हेच पाप मानून प्रगतीच्या वाटाच थांबविल्या आहेत. गीतेत श्रीकृष्णाने ते कुठल्या अर्थाने म्हटले आहे, मला

ठाऊक नाही. कारण त्याच गीतेत ज्ञान मिळविण्याच्या मार्गात 'परिप्रश्नेन 'हाही मार्ग सांगितला आहे. आणि प्रश्न हा संशया शिवाय संभवतच नाही. माणूस निरुत्तर झाला तर बिघडत नाही, पण निष्प्रश्न झाला की संपलाच. माणसाची सारी प्रगती त्याच्यापुढे सतत प्रश्न उभे राहण्यातून घडली आहे. अनुभवाची आंधळी स्वीकृती हे मैंदपणाचे लक्षण आहे. किटलीवरचे वाफेचे झाकण उडाल्यावर हे कुठल्या रेट्याने उडाले असेल हा प्रश्न मानवी इतिहासात बाष्पयुगाला जन्म देऊन प्रगतीच्या हजार वाटा दाखवून गेला. मराठी रंगभूमीच्या ह्या, तुलनेने चिमुकल्या, जगात दाते हे असंख्य प्रश्नांची उत्तरे शोधीत बसणारे शोधक होते.

व्यवसायात बहुतेकांपुढे "'माझे' कसे होईल?" हा एकच प्रश्न असतो. उलट दाते ज्या नाट्यसृष्टीत वावरत होते त्या "नाट्यकलेचे आणि व्यवसायाचे कसे होईल?" ह्या प्रश्नाला आणि त्यातून उगवणाऱ्या असंख्य उपप्रश्नांना घेऊन बसत असत. आयुष्याच्या अखेरीपर्यंत त्यांचे प्रश्न आणि चिकित्सा संपली नव्हती. त्यांच्या बिऱ्हाडी त्यांना भेटायला गेले, की परत येताना आपली 'बॅटरी' चार्ज करून आल्यासारखे वाटे. नवे बी पेरताना जमिनीची खुरपणी करतात. दात्यांशी संवाद करताना ह्या खुरपणीचा अनुभव यायचा. आणि ही चिकित्सादेखील कसल्या विलक्षण आनंदी उत्साहाने ते करीत! म्हातारपणात एक प्रकारचा उगीचच करवादत राहण्याचा दोष जडतो. नापसंती योग्य असली, तरी ती अशा काही शब्दांत व्यक्त होते की, त्या नापसंतीच्या खरेपणाशी सहमत होणेदेखील नको वाटते. दात्यांच्या बोलण्यात हा करवादल्याचा बेसुरेपणा कधीही आढळायचा नाही. कारण ते रंगभूमीचे प्रियकर होते.

'अमेच्युअर' चा अर्थच मुळी 'प्रेमिक' असा आहे.

दात्यांच्यातला हा नाना तऱ्हांनी प्रणयाराधन करणारा प्रियकर सतत जागा होता. दिवाकरांच्या 'कारकून' नाटिकेतल्या कारकुनाची भूमिका करण्याची इच्छा त्यांच्या काळातल्या दुसऱ्या कुठल्या मोठ्या नटाला झाली नाही. ते काही 'धंदा' करणारे मोठे नाटक नव्हते. पण दिवाकरांचा तो 'कारकून 'हा अभिनयकलेला आव्हान देणारा आहे, असे दात्यांना वाटले. 'बेबंदशाही' सारख्या अतिनाट्याने किंवा 'आग्र्याहून सुटके' सारख्या ढोबळ ठोकताळ्यांनी भरलेल्या नाटकांत काम करणाऱ्या दात्यांना तिथल्या यशाने संतुष्टता लाभली नव्हती. त्यांना दिवाकरांचा तो त्या चिमुकल्या नाटिकेतला 'कारकून' नेमका दिसला. हे सारे त्यांना काही अपघाताने भेटत नव्हते. त्यांचा शोध चालू होता. आणि म्हणूनच 'नाट्यमन्वंतर' ह्या विशीपंचविशीतल्या तरुणांनी उभ्या केलेल्या संस्थेत ते वयाने, अनुभवाने आणि यशाने खूपच वरिष्ठ असूनही अगदी सहजतेने जाऊन मिसळले. जुन्या रंगभूमीवरची केवढी पुण्याई आणि कीर्ती त्यांच्या गाठी होती. परंतु ही सारी दौलत त्यांनी कालप्रवाहात सोडून दिली, आणि ह्या तरुणांबरोबर तितक्याच उत्साहाने पुनश्च हरिः ॐ म्हटले. विद्यापीठातले उच्च शिक्षण लाभलेले ते तरुण होते. बुद्धिमान होते. इतरत्र चांगल्या नोकऱ्या मिळाल्या असत्या. वकील झाले असते. प्रोफेसर झाले असते. स्वतः नाटककार वर्तक जबर व्यासंगी

आणि विलक्षण चिकित्सक. के० नारायण काळ्यांच्या कलोपासनेला पांडित्याची जोड. आळतेकरही सतत नव्याच्या ध्यासात. केशवराव भोळे संगीताच्या क्षेत्रातली आंधळी गुरुबाजी न मानणारे. ह्या मेळाव्यात जुन्या वातावरणातले फक्त केशवराव दाते. बाकीच्यांना जुने पूल जाळण्याचा प्रश्नच नव्हता. ह्या ताफ्यात आल्यावर "दाते शिंगं मोडून वासरात आले," अशीही त्यांच्यावर कुत्सित टीका झाली होती. पण ह्या टीकाकारांनी केशवरावांचे चिरतारुण्य जाणलेच नव्हते.

जुन्या नाटक मंडळ्या आणि नाट्यमन्वंतर ह्यांच्या उभारणीच्या तत्त्वांतच मूलभूत फरक होता. जनतेशी आश्रितभावाने वागण्याची खोड जडलेल्या रंगभूमीवरच्या रहिवाशांना समाजात त्यांचे स्वतःचे आणि रंगभूमीचे समाजातल्या इतर संस्थांइतकेच बरोबरीचे आणि जबाबदारीचे स्थान आहे, हे पटविण्याची वेळ आली होती. नटाने समाजापुढे लाचारीने किंवा खुशामत्याच्या अजिजीने उभे राहण्याचे युग संपले, हें सांगण्याची ती घटिका होती. हे मन्वंतर केवळ नाटकापुरतेच नव्हते; तर युरोपात झालेल्या राजकी क्रांतीतून उभ्या राहिलेल्या लोकशाहीने त्या मन्वंतराची जाणीव तिथल्या लेखकांकडून लोकांना करून दिली होती. राजेशाही आणि भिक्षुकशाही यांच्या आश्रयाने वाढत गेलेल्या कला आणि त्या कलांवर जगणारे कलावंत ह्यांच्यात आश्रितभाव होता. भारतात तर ही लाचारी फार. ब्रिटिशांच्या ताटाखालची मांजरे झालेले संस्थानिक आमच्या नटांचे आश्रयदाते. त्यांनी कलावंतांना 'पदरी बाळगणे' हा लांछनास्पद शब्दप्रयोग त्या जुन्या नटांतल्या फक्त केशवराव भोसल्यांना जाचला होता. पण दुर्दैवाने हा माणूस अल्पायुषी ठरला. केशवराव दात्यांनी मात्र ह्या नव्या विचारात सहज प्रवेश केला. युरोपीय रंगमंचावर इब्सेनने नव्या विचारक्रांतीची ज्वाला पेटविली होती. नवा नट हा केवळ रात्री तोडाला रंग फासून अमीर-उमरावांची आणि बघ्यांची करमणूक करणारा कसबी कारागीर नाही, नाटककाराने लिहून दिलेली संथा उच्च रवात आणि वेधक हातवाऱ्यांनी अभिनीत करणारे ते एक बाहुले नाही, तर नाटककाराच्या निर्मितीच्या मागे असणाऱ्या प्रेरणांचा शोध घेऊन त्याची ती निर्मिती रंगमंचावर सजीव करणारा डोळस कलावंत आहे, रंगभूमीवरचा त्याचा प्रवेश आणि वावरच नव्हे, तर त्याचे सारे जीवन ह्या जबाबदारीच्या जाणिवेतून झाले पाहिजे, याची जाण ह्या तरुणांनी इब्सेन,शॉ किंवा स्तानिस्लावस्की यांच्या अध्ययनातून स्फूर्ती घेऊन मराठी रसिक समाजाला प्रथम करून दिली.

पूर्वीच्या नाटककारांना ही सामाजिक जबाबदारीची आणि विचारपरिवर्तनाची जाणीव नव्हती असे मुळीच नाही. मराठी रंगभूमीच्या सुदैवाने समाजातल्या ज्ञानाच्या नाना क्षेत्रांत आघाडीवर असणारी विद्वान आणि त्यागी माणसे नाटककार म्हणून तिला लाभली होती. खाडिलकर, कोल्हटकर, वासुदेवशास्त्री खरे, सावरकर ह्यांना सामाजिक अभ्यूदयाची जाणीव नव्हती, असे कोण म्हणेल? समाजात त्यांना केवढी प्रतिष्ठा होती! परंतु त्यांना नाटककार म्हणून प्रतिष्ठा मिळवून देणारे नट मात्र अप्रतिष्ठित होते. आणि दुर्दैवाची गोष्ट अशी की, त्यांतल्या बहुतेकांची मने इतकी मुर्दाड झाली होती, की

असली उपेक्षा हा ते ह्या धंद्याचा अविभाज्य घटक मानून जगत होते. ज्या क्षेत्रात आपण आलो आहोत, त्या कलेच्या उपासनेत पाठांतरापलीकडे आपली जबाबदारी आहे, याची जाणीवही त्या जीवांना नव्हती. ते फक्त नाटकांतली सोंगे सजवीत चिकित्सेचा कंटाळा करीत. नाटक मंडळ्यांची बिऱ्हाडेच मुळी अभिनयकलेच्या डोळस अभ्यासाला पारखी होती. त्यांतली गाणारी मंडळी संगीताचा थोडाफार रियाझ करीत; परंतु तिथेही अभिनयाच्या संदर्भात आपले गाणे कुठल्या अलंकारांनी नटवावे, याचा विचार क्वचितच झाला. आपल्या कंपनीतर्फे होणाऱ्या नाटकापलीकडे इतरांनी लिहिलेली नाटके वाचण्याचे कष्ट घेण्याचीदेखील त्यांना आवश्यकता वाटत नसे. नाटक कंपनीचे बिऱ्हाड ही एक कळाहीन माणसांची फिरती वस्ती असायची. पन्नाससाठ लोकांच्या तांड्यात दोनचार धडपडणारे जीव असायचे. बाकीचे मात्र उत्तम नाटक झाल्याच्या आनंदाने कधी फुलून आले नाहीत, की फज्जा उडाल्याच्या दुःखाने कधी व्याकुळ झाले नाहीत. गंधर्व कंपनीतलेच एक जुने नट मला म्हणाले होते, "आमच्या कंपनीचे नाटक बघायला येणारा प्रेक्षक रुपयातल्या चौसष्ट पैशांतला एक पैसा काही आम्हांला पाहावं, म्हणून खर्च करीत नाही. ते चौसष्टच्या चौसष्ट पैसे नारायणरावांसाठी. तो सत्यनारायण. आम्ही फक्त केळीचे खुंट. पूजा संपल्यावर कचऱ्याच्या ढिगाऱ्यात जाऊन पडणारे." जुन्या एकखांबी तंबू असणाऱ्या कंपन्यांतल्या बहुतेक नटांची हीच भावना असावी.

खुद्द केशवराव दात्यांच्याच आयुष्यातली एक आठवणआहे. 'शिवसंभव' नाटकाचा प्रयोग चालू होता. केशवराव शहाजीची भूमिका करीत होते. रंगमंचावर पाळण्याचा प्रवेश चालला होता. शहाजी आणि लखुजी जाधव यांची दिलजमाई झाल्यानंतरचा प्रसंग. लखुजीची भूमिका कंपनीतले एक लोकप्रिय नट करीत होते. प्रवेश (खूप रंगला होता. प्रेक्षागार तुडुंब भरले होते. प्रसन्न होते. केशवराव हलकेच त्या नटवर्यांना म्हणाले, "असा ऑडियन्स हवा!" दाते यांच्या उत्साहाशी यत्किंचितही तद्रूप न होता ते नटवर्य अत्यंत थंड मुद्रेने आणि पडेल स्वरात उद्गारले, "मग आमचा पगार वाढवा की–"

जणू काय नाटकाचा प्रयोग हे कंपनीच्या मालकाच्या घरचे कार्य. त्याविषयीचा जो काही उत्साह वगैरे तो त्याचा त्याला लखलाभ असो. आपण मांडववाल्याचे नोकर किंवा बोहल्यावर यांत्रिक रीतीने मंत्र बडबडणारे भटजी, याहून त्या कार्यातल्या शुभाशी आणि मांगल्याशी आपला संबंध नाही, अशा दृष्टिकोणातून वागणाऱ्या माणसांच्या तांड्यात केशवरावांची किती विलक्षण कुचंबणा होत असेल? जीवनात वाट्याला आलेली नटाचीच नव्हे तर प्रापंचिकाची जबाबदारीसुद्धा, आपण कलावंत असल्यामुळे बेफिकिरी हा आपला जन्मसिद्ध हक्क आहे असे मानून, डावलण्याकडेच झुकण्याची अनेकांची प्रवृत्ती असते. 'कलावंत' ह्या शब्दाभोवती एक मोठे रोमँटिक बेजबाबदार–पणाचे वलय पूर्वापार फिरत राहिलेले आहे. कलावंताला जीवनातल्या रहदारीचे नियम काटेकोरपणाने लावू नयेत, असाही एक समज आहे. त्याने आपल्या जीवनाचा रथ बेफामपणे हाकावा आणि त्याखाली चिरडल्या जाणाऱ्या त्यांच्या अवलंबितांनी त्याला दूषणे देऊ नयेत, असाही एक लोकभ्रम आहे. किंबहुना, कलावंतांची अफू-दारूचा

व्यसने हाही कौतुकाचा भाग आहे. त्या कौतुकाच्या खुद्द कलावंतांनाही सुखद गुदगुल्या होत असतात. समाजातल्या इतर माणसांसारखी त्यानेही सामाजिक किंवा कौटुंबिक जबाबदारी घेतली असल्यास तीही नीटपणाने पार पाडली पाहिजे असे मानणे हे अरसिकपणाचे मानले जाण्याचे भय असते. त्याच्या व्यसनांचे कौतुक करून ती वाढीला लावण्यासाठी हातभार लावणारी धनिकवणिक बाळे त्याचे कलाजीवन धोक्यात आणीत असतात. राजेरजवाडे आणि अमीरउमराव यांची नाटकांतून आणि नाचगाण्यातून करमणूक करणारे 'बंदे' ह्या भूमिकेत आमचे कलावंत शतकानुशतके जगत आले आहेत.

लोकशाहीच्या कल्पनेचा प्रसार होऊ लागल्यानंतर राजेशाहीतल्या सगळ्याच संस्थांना हादरा बसला. धर्म किंवा देवळांना बसला, तसाच कला आणि त्या कलेची उपासना करणारी माणसे यांनाही बसला. नव्या समाजरचनेतल्या आपल्या स्थानाची आणि त्या स्थानपरत्वे येणाऱ्या नव्या जबाबदाऱ्यांची जाणीव त्या त्या क्षेत्रातल्या विचारवंतांना झाली. शिक्षणाच्या क्षेत्रातली धर्मगुरूंची मालकी जशी नष्ट झाली तशीच कलेच्या क्षेत्रातली ह्या उल्लू अमीरउमरावांची मालकीही नष्ट झाली. समाजातले आश्रयदाता आणि आश्रित हे नातेच संपले. सर्व क्षेत्रांतले संपले, तसेच कलेतलेही संपले. ह्या नव्या भूमिकेची जाणीव नाट्यमन्वंतरच्या काळात मराठी रंगभूमीवर प्रथम आली.

मराठी रंगभूमीशी संबंधित असणाऱ्यांवर दात्यांचे सर्वात मोठे उपकार त्यांनी करून दिलेल्या ह्या नव्या भूमिकेच्या जाणिवेचे आहेत. त्यांचे सहकारी सुशिक्षित, विद्याविभूषित होते. त्यागी होते. ध्येयनिष्ठ होते. गुणीही होते. परंतु त्यांच्या गाठी रंगभूमीवरचा पराक्रम नव्हता. त्यांच्या मताला असामान्य कर्तृत्वाची पार्श्वभूमी नव्हती. ते तरुण होते. त्यांचे प्रत्यक्ष कर्तृत्व घडायच्या मार्गावर होते. परंतु दात्यांसारखा जुन्या रंगभूमीवरचा, आपल्या अभिनयकौशल्याने हजारो प्रेक्षकांना मंत्रमुग्ध करणारा नटश्रेष्ठ जेव्हा ह्या नव्या भूमिकेशी तन्मय झाला, त्या वेळी शिलारूप होऊन पडलेली मराठी रंगभूमी अहिल्येसारखी पुन्हा एकदा चैतन्यमय होऊन उभी राहिली. मराठी रंगभूमीवरची त्यांची रामाची ही दुसरी भूमिका ह्या कलेचाच उद्धार करून गेली. नाटक मंडळीच्ये बिऱ्हाड आता त्या कळकटपणातून आणि विटलेपणातून नवे रूप धारण करून नव्या संसाराची उभारणी करू लागले. मराठी रंगभूमीवर दात्यांचे हे चिरंतन स्मरण ठेवावे असे ऋण आहे. विशेषतः अभिनयकलेचे दालन मोकळे केल्याबद्दल नाट्यकलाप्रेमी स्त्रियांनी आगरकर-कर्व्यांसारखेच दात्यांचे स्मरण ठेवावे.

चूल पेटती ठेवण्यासाठी करावी लागणारी धडपड कुणालाच सुटली नाही. परंतु सारे जीवन जणू काय त्याच धडपडीसाठी आहे असे मानून जगणे आणि विशेषतः कलेच्या क्षेत्रात जगणे हे केवळ अभागीपणाचे लक्षण आहे. नित्यनूतन निर्मितीच्या नादात राहण्याचे भाग्य जिथे लाभते त्या क्षेत्रातले भाग्याचे क्षणही टिपता येऊ नयेत हे दुर्दैव. परंतु अशा अभागी लोकांचीच जिथे गर्दी असते अशा त्या मेळाव्यात दात्यांना ते

भाग्याचे क्षण दिसत आणि ते सोबतीच्या सहकाऱ्यांना दिसावे ही त्यांची तळमळ असे.

त्यांनी हे भाग्याचे क्षण रंगभूमीवर टिपले, तसेच आपल्या टापटिपीच्या संसारातही. 'विजयनगर' हे मोठे नाव धारण करणाऱ्या दादरमधल्या एका चाळीतल्या चौथ्या मजल्यावर त्यांचे घरकुल होते. दोनअडीच खोल्यांची जागा. पण तिथली टापटीप नानांचे आणि वहिनींचे सोज्वळ चारित्र्य सांगून जाई. नित्याच्या परिष्करणामुळे जसे त्यांच्या मनावर मालिन्य चढले नव्हते, तसेच त्यांच्या संसारावरही. वहिनींनी तोंडभर हसून आत येणाऱ्या आप्तसुहृदाकडे पाहिले, की स्वागताचे सगळे सोपस्कार व्हायचे. अभ्यागतांत नव्या मराठी रंगभूमीवरचे तरुण असायचे आणि जुन्या प्रेमाने आलेले वृद्धही. गृहस्थ म्हणून दोघांनाही तीच जवळीक; पण नव्या रंगभूमीवर धडपडणाऱ्यांचे अधिक उत्साहाने स्वागत. तिथे नानांना त्यांचे तारुण्य गवसायचे. "आमच्या वेळचे ते राहिले नाही," असे चुकूनसुद्धा ज्याच्या तोंडून आले नाही, असा हा असामान्य म्हातारा. ह्या बाबतीत त्यांच्यात आणि चिंतामणराव कोल्हटकरांच्यात फार साम्य. उगीचच कुठल्या तरी दिवंगत गुरूच्या नावाने गहिवर काढ, मधूनच "विठ्ठला, पांडुरंगा" कर, असल्या वार्धक्यसुलभ कुठल्याही खोडी ह्या दोघांनाही जडल्या नव्हत्या. ज्ञानमार्गी माणसाला असल्या मंत्रतंत्रांची आवश्यकता नसते. ह्या मार्गावर मुळी हुश्श करणेच नाही. वयाबरोबर अपरिहार्यपणाने येणा-या शारीरिक व्याधींना न जुमानता ते नाटके पाहायला जात. वयाचे गणित विसरून रंगभूमीवर धडपडणाऱ्या तरुणांच्या मेळाव्यात घुसत. युरोपीय रंगभूमीवर होणाऱ्या नव्या नव्या प्रयोगांचा अभ्यास करीत.

मुंबई मराठी साहित्य संघाच्या 'भाऊबंदकी' च्या तालमी त्यांनी अशाच उत्साहाने घेतल्या. 'सवाई माधवरावाचा मृत्यू' ह्या नाटकाचा जीर्णोद्धार केला. त्यातला त्यांचा केशवशास्त्री मी बऱ्याच वेळा पाहिला. परंतु दिल्लीला झालेला प्रयोग पाहायलाही मी हजर होतो. दात्यांनी एंट्री घेतली, आणि मला चर्र झाले. त्यांच्या डोळ्याचे ऑपरेशन झाले होते. डोळ्यांना गॉगल लावून केशवशास्त्र्यांची भूमिका त्यांना करावी' लागली होती. ज्या डोळ्यांत त्यांचे सारे सामर्थ्य त्यांच्यावरच ढापणे लावलेली. रंगमंचही खुला. त्यामुळे नेहमीचे पडदे लावणे शक्य नव्हते. आधुनिक नाटकात जशा फक्त निरनिराळ्या लेव्हल्स रचतात, तशा तराफ्यांनी रचलेल्या लेव्हल्स. ह्या नवीन सेटिंगमध्ये केशवराव काय कमालीच्या सहजतेने वावरले! डोळ्यांची उणीव आवाज, बेअरिंग, हात या साधनांनी भरून काढली. केशवरावांचा आवाज खणखणीत नव्हता. खरे म्हणजे नुसत्या खणखणीत आवाजाला काही अर्थ नसतो. आवाजाला पेच असणे महत्त्वाचे. शब्दांचे वजन पेलण्याला खरी किंमत असते. केशवरावांच्या वरपांगी चिरणाऱ्या आवाजाला वाक्यांच्या नेमक्या उच्चारातून आणि योग्य फेकीतून येणारे, त्यांच्या त्या त्या व्यक्तिमत्त्वाचे दर्शन घडण्याला योग्य असे रेखीव वळण होते. स्पष्टपणाच्या चुकीच्या कल्पनांनी नामवंत गणले गेलेले नटदेखील 'माउथिंग' करतात. खणखणीतपणा असूनही वाक्यांना लडबडीतपणा असू शकतो. केशवराव हे संवादाचे तणाव आणि लय केवढ्या डौलाने सांभाळीत असत.

दात्यांचे श्रेष्ठत्व त्यांच्या सदैव जागरूक असण्यात होते. त्यांना मी निष्क्रिय असे पडलेले फक्त रुग्णशय्येवर पाहिले. मधल्या एका आजारात ते भयंकर खचले होते. पण घटकाभरात ते उठून बसले. देह खूपच रोडावला होता. पण डोळ्यांतली शोधकता तशीच ताजी होती. शरीराच्या दुर्बलतेमुळे रंगमंचापासून प्रेक्षक म्हणूनही त्यांना दूर राहावे लागले होते. तशा अवस्थेत त्यांनी बोलणे सुरू केले. हे जुने झाड चैतन्याने पाहता पाहता फुलून आले. नाटकाच्या व्यवसायाला न परवडणाऱ्या जाहिरातींविषयी बोलणे सुरू झाले. नाट्यकलेतल्या ज्या श्रेयाच्या मागे ते रंगभूमीवर शोध घेत जगले, तिला पुन्हा एकदा जीवघेण्या चढाओढीत सापडणाऱ्या बाजारपेठेची कळा आल्याची भीती उत्पन्न झाली होती. रंगभूमीवरचे भाग्य हे वर्तमानपत्रात विकत घेतलेल्या जाहिरातीच्या जागेत, नावामागे पोकळ शब्दांच्या पदव्यांची बिरुदे चिकटविण्यात नसते, ह्याचा विसर पडू लागल्याचे दुःख व्यक्त होत होते.

'सत्त्वपरीक्षा' नाटकातले, "किमतीहून अधिक कष्ट धन्याच्या घरी केले, असे सहज उद्गार आमच्या मालकांच्या तोंडून निघू देत," हे दात्यांचे आवडते वाक्य. दात्यांचा धनी प्रेक्षक नव्हता. नाट्यकला ही त्यांची धनीण. ती आपल्याला कुठल्या कष्टांनी प्रसन्न होईल? त्या श्रेयाचा मार्ग कुठला? ह्या प्रश्नांची उत्तरे शोधण्यात त्यांनी हयात घालविली. केशवसुतांची 'हरपले श्रेय' ही त्यांची अतिशय आवडति कविता. त्यांचे 'ओढे आणि वनराजी' मात्र रंगभूमीवरच होती. आणि ही रंगभूमी म्हणजे लोकांनी दैनंदिन जीवनातून पळून येऊन बसायची दारूच्या गुत्त्यासारखी जागा नसून ह्या भव्य समाजमंदिरातलेच ते एक दालन आहे, ही त्यांची भावना. त्या दालनाने मूळ जोत्याचा, त्या वाड्याच्या शीलाचा आधार सोडता कामा नये. एकाच वास्तूत कुटुंबाचे देवघर आणि वरच्या माडीवर वेश्यावृत्तीने बसायची खिडकी असणे हे ह्या गृहस्थाला मानवणारेच नव्हते. नट हा समाजाच्या औदार्यावर जगणार माधुकरी म्हणूनही त्यांना जगायला नको होता आणि समाजपुरुषाच्या हीन अभिरुचीचे भांडवल करून ते शोधून फुगणारे बांडगूळही व्हायला नको होता. नटाच्या प्रतिष्ठेच्या त्यांच्या कल्पनेत केवळ अधूनमधून होणारे सत्कार आणि सरकारी पदवीदान बसत नव्हते. त्यांना हवी होती ती नाटक नावाच्या गोष्टीची, समाजाच्या अभिवृध्दीला आवश्यक अशी घटना म्हणून नट-नाटककारांनी आपल्या कर्तृत्वाने मिळविलेली मान्यता. जी प्रतिष्ठा सहजतेने पंडिताला लाभते, डॉक्टरांना लाभते किंवा संशोधकाला लाभते, ती प्रतिष्ठा ह्या मानवी मनाच्या विलक्षण गुंतागुंतीच्या व्यापारात घुसून आपल्या अभिनयकलेतून समाजापुढे प्रकट होणाऱ्या नटांना का लाभू नये? सतत न्यूनगंडाने पछाडलेला, बाजारू जाहिरातींतून मिरवू पाहणारा, आतून अस्थिरतेच्या भयाने गांजलेला पण वरून बेछूटपणाचा आव आणणारा, हेच त्याचे दर्शन त्यानेही पुन्हा पुन्हा का घडवावे? लोकप्रियतेतली अंतरीची खूण ओळखून त्या कौतुकाच्या उन्मादाने हुरळून न जाता कठोर आत्मपरीक्षणाला किंवा जाणत्या समीक्षकाच्या चिकित्सेला तोंड की देऊ नये? सगळेच व्यवसाय कमीजास्त प्रमाणात लोकाश्रयीच असतात. मग कलेनेच त्या लोकाश्रयाची याचना केल्यासारखे का

असावे? कलेला आपण आश्रय देतो, असा भ्रम असलेल्या लोकांनाही चांगले पाहायला लावण्याची जबाबदारी कोणाची? नाटककारांच्या शब्दांना हिऱ्यामाणकांच्या मोलाने मोजणाऱ्या केशवरावांना जाहिरातींतल्या शब्दांच्या बेफाट उधळपट्टीमुळे अस्वस्थता आली होती. दर आठवड्याला एकेकाला एकदम सम्राटपदाला पोहचविणारी जाहिरातबाजी प्रेक्षकांची तर फसगत करतेच, परंतु त्या नटाला किंवा नटीलाही गुंगी आणीत असते, हा धोका त्यांना भयंकर वाटत होता.

केशवरावांशी गप्पागोष्टी करण्याचा जितक्यांदा म्हणून योग आला, तितक्या तितक्या वेळी एक गोष्ट प्रकर्षाने जाणवायची. केशवराव कधीही रंगभूमीविषयक कुठलीही चर्चा उगीच गमतीदाखल करीत नसत. बोलणे खूप रंजक असायचे, पण धडपड मात्र काहीतरी उकलण्याची असायची. मग ती चर्चा एखाद्या नाटकाच्या रचनेच्या बाबतीतली असो, की जाहिरातीतल्या भरमसाट मजकुराबाबतीतली असो. आणि म्हणूनच केशवराव हा नाट्यमार्गी लोकांना एक विसावाही होता आणि ताजेतवाने करणारे ते एक तीर्थही होते. त्यांच्याकडून रेडिमेड उत्तरे मिळत नसत. एक तर ते स्वतःच प्रश्नांची मोहोळे उठवीत. त्या प्रश्नांच्या दंशांना भीत नसत. जाहीर भाषणे करायला ते आतुर नसत. परंतु त्यांच्याजवळ बसून चालणाऱ्या उपनिषदांचा आनंद द्यायला आणि घ्यायला मात्र ते सदैव उत्सुक असायचे. प्रत्येक भेटीत अमुक इंग्रजी नाटक वाचलेत की नाही, हा प्रश्न असायचाच. आणि मग त्या नाटकाचे सुंदर विवरण चालायचे. भोवताली रंगभूमीवरच्या एवढ्याएवढ्याशा यशाने आत्मसंतुष्ट होऊन फुगलेले अनंत बेडूक डरावडराव करीत असताना, जाहीर मुलाखतींची घाई करीत असताना, यशाच्या उंच शिखराची हवा खाल्लेला हा थोर नट कलेच्या क्षेत्रातल्या त्या यशापलिकडल्या आनंदाच्या शोधात होता. कलेच्या क्षेत्रात स्वतःला वगळून निर्मम भावाने त्या कलेचा ठाव शोधण्यात गढलेला कलावंत लाखांत एखादा. त्या क्षेत्रात वावरणाऱ्या माझ्यासारख्या माणसाला नकळत, हळुवारपणाने ठेंगणेपणाची जाणीव करून देताना, उंच होण्याचा मार्ग बंद झाला नाही असा आत्मविश्वासही ते निर्माण करीत. मार्गावरचे धोके दाखवीत, ते तो मार्ग सोडावा म्हणून नव्हे, पावले कशी टाकावी हे सांगण्यासाठी.

आणि हे सारे कसे तरुण स्नेह्यासारखे. जुन्यांच्या यशाचे मर्म ठाऊक असूनही, त्यांच्या पूर्वकालीन पराक्रमाबद्दल योग्य आदर असूनही ते नव्याशी चटकन नाते साधायचे. संवाद सुलभ व्हायचा. तो 'संवाद' असायचा. ते लेक्चर देताहेत आणि आपण ऐकतोय, असे नसायचे. एक तर ते, मी याआधी उल्लेख केल्याप्रमाणे, खरे? खरीच साध्या गोष्टीदेखील जिवाचा कान करून ऐकताहेत, असे वाटे. त्यांचे ऐकणे आणि समोरचे पाहणे ह्या दोन्ही क्रिया फारच सुंदर—आणि ते खरोखरच खूप बारकाईने पाहत. एकदा कुठल्याशा नटीच्या प्रमादाबद्दल तिच्यावर खूप रागावले. ती रडू लागल्याबरोबर तिच्या ओठांची रडताना थरथर होत होती, त्या थरथरीतून होणाऱ्या अकृत्रिम आणि अभावित सौंदर्याने मुग्ध होऊन ते आपला राग कशाविषयी होता हेच विसरून बसले.

जीविताची साधना हेच ज्या वेळी जीवन होऊन बसते, त्या वेळी कलावंत हादेखील 'चंदनाचे हात पायही चंदन' झालेल्या संतांसारखाच होतो. असल्या अलौकिक साधनेसाठीच जणू काय त्यांनी रंगभूमीवर पहिली 'एंट्री' घेतली. त्यांचा पहिला प्रवेश जितका लक्षणीय होता, तितकीच काळाच्या पडद्याआड झालेली त्यांची 'एक्झिट' ही. रंगभूमीवर उत्तम अभिनयाचे दर्शन घडविणाऱ्या नटाच्या निष्क्रमणानंतर प्रेक्षागारात एक प्रकारचा सन्नाटा पैदा होतो. उत्तम गाण्यानंतरही होतो. नव्हे, अलौकिकाच्या साक्षात्कारानंतर ते समोरून दृष्टीआड अगर श्रवणाआड झाले, की आपण मूकच होतो. केशवरावांचे निधन झाल्यानंतर मराठी नाट्यजगतात केवळ दुःखच नव्हे, तर असाच एक सन्नाटा पसरला. रोजच्या वाटेवर येताजाता पाहायची सवय झालेला वृक्ष तिथून नाहीसा झाला, म्हणजे जसे ते दृश्यच बाकीची घरे, रहदारी हे सगळे काही असून एकाएकी पोकळ दिसायला लागते, एकदम अपरिचित होते, तसे वाटू लागले. ह्या विलक्षण पोरकेपणाची भावना नेमक्या शब्दांत व्यक्त करणेही अशक्य आहे.

आयुष्यात अनेक आधार सुटतात, नवे सापडतात. पण आपल्या डोक्याला छळणाऱ्या प्रश्नांचे ओझे ज्याच्यापुढे नेऊन निर्धास्तपणाने ठेवावे, असा स्नेहशील गुरू फारफार क्वचित भेटतो. दाते हे असे गुरुपदाची यत्किंचितही जाणीव न होऊ देत, त्या प्रश्नांच्या नांग्या मोडून सरळ करण्याचे कष्ट घेणारे. रक्ताच्या नात्याहून आपल्या चेहऱ्याला रंगमंचावर लागणाऱ्या रंगाचे नाते अधिक घट्ट आहे, असे क्षेत्रातल्या लहानमोठ्यांना वाटायला लावणारा, नाट्यकलेतल्या श्रेयाचा अनन्यसाधारण शोधक. ज्ञानोपासक. पण नाट्यकलेतल्या ज्ञानाच्या त्या किरणांना चंद्रकिरणांची शीतलता होती. आता जपायच्या त्या चांदण्यातल्या, नशिबाने लाभलेल्या सहलींतल्या, कृतज्ञतेने अंतःकरण दाटून आणणार्याय आठवणी.

माझे एक दत्तक आजोबा

माळव्यात धारला माझे एक आजोळ आहे. ते मला अचानक लाभले. तिथे माझे एक आजोबा राहतात. कुठल्याही रक्ताच्या नात्याने जोडले गेलेले नव्हे. त्याहूनही जवळच्या. सुमारे पंधरा वर्षांपूर्वी मला हे आजोबा गवसले. धारच्या खंडेराव टेकडीवर.

एका सुंदर भुईकोट किल्ल्याच्या भोवती ही टुमदार धारानगरी वसली आहे. तिच्या उशाशीच ही खंडेराव टेकडी आहे. पुण्याच्या पर्वतीपेक्षाही ठेंगणी आणि ठुसकीही. त्या टेकडीवर एक चिमुकले मैदान आहे. मैदानाला वृक्षांची खडी ताजीम आहे. मध्यावर एक पुरातन वटवृक्ष आहे. त्या वटवृक्षाच्या सावलीतच एक आउट- हाउसवजा घर आहे. तिथून हाकेच्या अंतरावर आणखी तीनचार तशीच चिमुकली दुपाखी घरे आहेत. त्या वटवृक्षाखाली एक घोडा बांधलेला आहे. गेली कित्येक वर्षे तो एका जागी खिळून उभा आहे, कारण तो माझ्या ह्या आजोबांनी छिन्नी-हातोड्याने दगडातून घडवला आहे. गेली तीसबत्तीस वर्षे माझे हे आजोबा आणि त्यांचे चार शिष्य ह्या टेकडीवर राहतात. माझ्या ध्यानीमनी नसताना मला हे आजोबा सापडले. खाष्ट, प्रेमळ, उतावळे, कठोर, हळवे अशा आजोबा व्हायला आवश्यक अशा सर्व लक्षणांनी युक्त.

त्रेपन्न-चोपन्न सालची गोष्ट आहे. होळकर कॉलेजच्या स्नेहसंमेलनाला प्रमुख पाहुणा म्हणून मी इंदूरला गेलो होतो. मांडवगडची सहल हा एक संमेलनाच्या कार्यक्रमातला भाग होता. मला इंदूरला तीन आकर्षणे होती. इंदूरला रामूभय्या दाते, देवासला कुमार गंधर्व आणि धारला अण्णासाहेब तथा शिल्पकार रघुनाथ कृष्ण फडके. चौपाटीवरच्या लोकमान्यांच्या पुतळ्याच्या ह्या शिल्पकाराचे दर्शन हा धारला जाण्याचा हेतू होता. एरवी धारविषयी मला काहीच कुतूहल नव्हते आणि माहितीही नव्हती. धारला पुढे जी माहिती मिळाली तीही फारसे बरे वाटावे अशी नव्हती. धारच्या त्या सुंदर किल्ल्यात म्हणे दुसऱ्या बाजीरावाचा जन्म झाला.

प्रमुख पाहुण्याच्या अधिकारात मी येता येता धारवरून शिल्पकार फडक्यांना भेटून येऊ अशी इच्छा व्यक्त केली. त्याप्रमाणे धारला निरोपही पाठवला. आता कॉलेज मधलीच मुले ती; मांडवगडावर गेल्यावर वाराच प्याली. त्यात प्रमुख पाहुणेही सामील. धारच्या वाटेला लागता लागता दिवस मावळला आणि वर पुन्हा आमच्या त्या 'निजी' आणि 'आरक्षित' इत्यादी बसने अर्ध्या वाटेवरच बसकण मारली.

शिल्पकार फडक्यांना मी भेटायला जाणार आहे, हे ऐकल्यावर इंदूरच्या काही मंडळींनी काळजीच्या स्वरात "जरा बेतानंच घ्या–" वगैरे सुचवले होते. 'नील' किंवा ज्याला शनीचा खडा म्हणतात तो घेताना "पाहा हो, एखाद्याला लाभतो; एखाद्याला नाही लाभत," अशा थाटात स्नेहीसोबती बोलतात. फडक्यांविषयी त्या सुरातदेखील

उद्गार निघाले. एकूण दुर्वासाच्या भेटीला निघालेल्या महाभारतकालीन माणसाकडे त्या काळी जसे-कसे पाहिले जात असेल, तसे माझ्याकडे पाहण्यात आले. "माणूस मोठा अफलातूनच यार, पण भलता तेज-मिजाज–" आता असल्या सगळ्या सर्टिफिकिटांमुळे आधीच माझ्या पोटात बाकबूक होती. त्यात असा हा उशीर झालेला. त्या बसला धारच्या वळणावर आणी-आणीपर्यंत चांगला तीनचार तास उशीर झाला होता. "अण्णासाहेबांपुढं आता उभं राहणं मुष्किल आहे, भय्या–" वगैरे वाक्ये ऐकू येत होती. अशात आम्ही त्या खंडेराव टेकडीच्या माथ्यावर जाऊन पोहोचलो.

बसमधून उतरलो. स्वागताला स्वतः अण्णासाहेब आणि इतर एकदोन कोणीतरी होते. उशीर झाल्यामुळे सारेजण फिकिरीत होते. उशिराचे निरनिराळे अन्वयार्थ लावले गेले होते. आमच्या शोधार्थ 'रेस्क्यू पार्टी' पाठवण्याचीही तयारी झाली होती. धारच्या हॉस्पिटलमध्ये खाटा रिझर्व्ह केल्या नव्हत्या, एवढेच. बाकी सर्व तयारी होती. मला मामला एकूण गरम वाटला. तेवढ्यात कुणीतरी उखडेलपणाने आमच्या ह्या उशिराबद्दल कानउघाडणी केल्याच्या स्वरातही बोलून घेतले. 'बस' नावाचे वाहन कधी मोडू शकते, ह्यावर त्यांचा विश्वास नव्हता. ("अरे, काय सांगून राहिला तुम्ही बस... कशाला मोडेल!" इ० इ०)

"गावातली चांगली प्रतिष्ठित मंडळी तुमची वाट पाहून निघून गेली–"

"पण मी प्रतिष्ठित मंडळींना भेटायला थोडाच आलो होतो. मी फक्त अण्णासाहेबांच्या दर्शनाला आलो होतो." मी उलट बजावले.

अण्णासाहेबांच्या सदरेत मैफिलीची तयारी होती. तवले-तंबोरेही वाट पाहून कंटाळल्यासारखे सुस्तावले होते. मी पेटी ओढून घेतली आणि कृष्णराव मुझुमदारांना गाण्याची विनंती केली. कृष्णराव मुझुमदार व्यवसायाने एंजिनियर आहेत. पण त्यांना रजबअलींची तालीम मिळाली आहे. अभिजात संगीत तर पद्धतशीर गातातच; पण नारायणराव बालगंधर्वांची गाणी फार सुरेख म्हणतात. त्यांच्या गळ्याला नाजूक हलकी फिरत आहे. तंग वातावरणावर सुरांचे गुलाबपाणी पडले. आमच्या टोळीतही सोंगे कमी नव्हती. नेहमीप्रमाणे मुख्य सोंगाड्याची भूमिका माझ्याकडे आली. एका तापलेल्या तंग वातावरणाची हसतीखेळती मैफिल झाली. त्या घराचा असा काय माझ्यावर परिणाम झाला, मला कळत नाही, पण अण्णांचा आणि माझा कसला तरी अज्ञात अनुबंध आहे असे मला वाटले. "नकल्यांच्या संगतीत झोपेचं खोबरं" असा एक आम्हांला धडा असे. अण्णांच्या झोपेचे आम्ही खोबरे केले नसावे कारण तिथून निघताना रात्रीचे दोन वाजून गेले होते तरीही मैफिलीची जवानी कमी झाली नव्हती. सत्तरीजवळच्या अण्णांनी थकावटीचे कुठलेही लक्षण दाखवले नव्हते. नारायणराव बालगंधर्व, गोविंदराव टेंबे यांखेरीज आम्हांला जोडणारे जिव्हाळ्याचे काही धागे सापडले. माझा मित्र अनंत वर्तक हा त्यांचा नातू, हे मला ठाऊक होते. पण अण्णांचे परम मित्र वामनराव दुभाषी ह्यांचा मी नातू आहे हे जेव्हा त्यांना कळले त्या वेळी त्यांच्या अनंत वर्तक आणि उषाकिरण ह्या दोन नातवंडांत त्यांनी आणखी एकाला जमा करून घेतले.

त्यानंतर धारला जाण्याचे वारंवार असे योग आले नाहीत. पण पत्रव्यवहार मात्र गेली कित्येक वर्षे सतत चालू आहे. अण्णा मला खट्याळपणाने "प्रिय पुरुषोत्तमाय नमः" असा मायना लिहितात. पत्राला वेळेत उत्तर गेले नाही की लगेच दुसरे पत्र. मागोमाग तार! त्यांच्या त्या अत्यंत सुरेख अक्षरातल्या पत्रांना उत्तर लिहिताना मला जर कसला संकोच वाटत असेल, तर कुठलेही वळण लावून घ्यायला राजी नसणाऱ्या माझ्या हस्ताक्षराचा.

गेल्या इतक्या वर्षांत अण्णांच्या भेटीला जाण्याचे योग तीनचार वेळाच आले. अण्णा तर धार जाऊ द्या, पण ती खंडेराव टेकडीही उतरायला तयार नाहीत. फक्त इंदूरच्या डॉक्टर मुखर्जींचे समन्स आले की जातात. वयोमानामुळे प्रकृती कधीकधी अतिताप देते. डॉक्टर मुखर्जी अण्णांना ताब्यात घेतात आणि दुरुस्त करून पाठवून देतात. पुन्हा तब्येत बिघडेपर्यंत मुक्काम खंडेराव टेकडी. एक मात्र खरे, धारला जेव्हा जेव्हा गेलो आहे, तेव्हा तेव्हा आठआठ, दहादहा तास अव्याहत गप्पा मारीत आम्ही त्यांच्या कुटिरात बसलो आहो. एकेका बैठकीला अण्णांच्या किमान अर्धा डझन काड्यापेट्या रिकाम्या होत असतात. अण्णा विड्या ओढण्याऐवजी काड्याच अधिक ओढतात. तोंडात विडी असते आणि हातात पेटती काडी असते. (वास्तविक अण्णांची विडी त्यांच्या तोंडच्या शब्दांच्या ठिणग्यांवरसुद्धा पेटायला हरकत नाही.)

खुद्द अण्णांची मूर्ती घडवताना मात्र ब्रह्मदेवाने ती मोठ्या नाजूक हातांनी घडवली आहे. तोंडभरून जिला 'लाइफ साइज' म्हणावे एवढीदेखील उंची धरली नाही. रुंदी 'टीच' ह्या मापात मोजता येईल. चेहऱ्याला मंगोलियन आकार आहे. तोकडासा पायजमा आणि शर्ट घालून, पाठीत जरासे पोक काढून, जवळ जवळ पावले टाकीत चालताना ते थेट व्हिएटनामी माणसासारखे दिसतात. कपाळावर कितीतरी बोलक्या रेषा आहेत. चष्म्याआडून लुकलुकणारे त्यांचे ते ढापणे असलेले डोळे समोरच्या माणसाचे जणू काय सारखे स्नॅप शॉट्स घेत असतात. एवढीएवढीशी पावले आहेत. हातही तसेच, पण बोटे मात्र लांब आणि एखाद्या शाळकरी पोरीच्या बोटांसारखी नाजूक. त्या बोटांनी हातोडी-छिन्नी धरली असेल हे पटत नाही. फुलाच्या पाकळीपाकळीवरून उड्या मारणाऱ्या यक्षिणीच्या जादूच्या कांड्यांसारखी ती बोटे आहेत. कांती फिकट गुलाबी गोरी. रागाची लाल बत्ती लागलेली झटकन कळते. पारदर्शक कांती. त्यामुळे चेहरा त्यांच्याशी फितुरी करतो. विजेचा दाब किती आहे ते लगेच दाखवतो. एखादी गोष्ट न आवडल्याची छटा पटकन उमटते. वादात प्रतिपक्षाचे पितळ उघडे करायला टाकलेला पेचदार प्रश्न साळसूदपणाचा कितीही आव आणून टाकला, तरी चेहरा मधूनच दगा देऊन त्यांचा हेतू सांगून जातो. अण्णांची ही दर्शनी मूर्ती घडवताना ब्रह्मदेवाने जरी चिनी, जपानी, व्हिएतनामी, वगैरे रेफ़स्सेस डोळे, वर्ण, हातपाय, उंची ह्यांच्यासाठी वापरले असले, तरी त्यांचा पिंड घडवताना मात्र वाल्मीकी आणि दुर्वास ह्यांना आळीपाळीने मॉडेल्स म्हणून बसवले असावे. चांदणे आणि वणवा ह्यांची पाठशिवणी चालू असते!

माझी आणि अण्यांची पहिली भेट झाली, तेव्हा त्यांच्या जीवनातल्या अनेक लढाया जिंकून आणि हरून झाल्या होत्या. वयाने सत्तरीशी सलगी केली होती. पण म्हणून शर आणि शाप ह्यांचा सर्वस्वी त्याग झाला नव्हता. आता ऐंशी पार झाले तरीही नाही. "कीप दू पावडर ड्राय" असा सैनिकाला उपदेश असतो. अण्णांच्या विचारांचा दारूगोळा आजही भडका उडवील असा कोरडा आहे. नाही त्या ममत्वाने भिसून लिबलिबलेला नाही. वार्धक्याने शरीरावर सारखे हल्ले चढविलेले आहेत. ब्लडप्रेशर, चक्कर, गरगरणे, छातीचे-पोटाचे नाना तऱ्हेचे विकार येतात, जातात. ती झुंज चालू आहे. "प्रकृती कशी आहे, अण्णा?" ह्या प्रश्नाला त्यांचे उत्तर एकच : "प्रकृती हा एक कंटाळवाणा विषय आहे ; त्याविषयी फक्त आयल्या डॉक्टरपाशी बोलावं," स्वतःच्या व्याधीविषयी बोलण्याचा इतका तिटकारा असलेला असा म्हातारा विरळा! नाही तर वार्धक्यात दमा, पोटातल्या निरनिराळ्या गाठी, ब्लडप्रेशर वगैरेंचे कोण कौतुक असते! अण्णांच्या व्याधी त्यांना जेरीला आणतात, पण बुद्धी मात्र तोंडातल्या विडीसारखी धगधगती आहे. आजही तोंडून कधी "विठ्ठला पांडुरंगा–" वगैरे असहाय उद्गार नाही. भक्ति-विभक्तिचे अण्णांचे प्रत्यय फार निराळे आहेत. अण्णांना हरिनामाची आवडीबिवडी काही नाही. जीवनातल्या विविध अनुभवांना बुद्धीच्या कसावर घाशीत बसणे हाच त्यांचा धर्म, पूजा, सगळे काही! 'धार' हे काही केवळ त्यांच्या गावाचे नाव नाही. त्यांच्या साऱ्या व्यक्तिमत्वाचे लक्षणच 'धार' हे आहे, पाहण्यात, बोलण्यात, लिहिण्यात, वागण्यात भलतीच धार आहे, आणि ती बोथट होण्याच्याही जागा आहेत. पण त्या त्यांनी मोठ्या खुबीने दडवलेल्या आहेत. तुळई पोखरणारा भुंगा मिटल्या कमळाची पाकळी पोखरून बाहेर येऊ शकत नाही, असे ज्ञानदेवांनीच म्हणून ठेवलेय. अशी काही त्यांच्या जिव्हाळ्याची (आता जवळजवळ सर्व) काळाच्या पडद्यामागे गेलेली कमलपुष्पे आहेत. बोलता बोलता त्या स्मृतिकोशात गेले की अण्णा त्यांच्या त्या किंचित व्याकुळ अवस्थेमुळे आणि चिमण्या देहयष्टीमुळे शाळकरी मुलासारखे वाटायला लागतात. मग ती धार पाण्याची होते. शीतल आणि सुंदर!

पण अण्णा मूळचे धारचे नव्हेत. वसईचे. वसईला फडके, वर्तक, मराठे, शेंडे अशी फार जुनी घराणी आहेत. चिमाजीआप्पांच्या फौजेबरोबर येऊन स्थायिक झाली असतील. आता अण्णा धारचे झाले. तीसपस्तीस वर्षांपूर्वी महाराजांचा अश्वारूढ पुतळा घडवायला आले. महिन्या-दीड महिन्यासाठी आले आणि तिथेच स्थायिक झाले. का राहिले ते त्यांनी मला कधीच सांगितलेले नाही. अण्णांचे स्वतःच्या पूर्वायुष्याविषयीचे बोलणे पाने हरवलेल्या कादंबरीसारखे असते. रंगात येतात आणि हातातल्या पेटल्या काडीला झटका देतात. काडीबरोबर कहाणीही विझते. शोभेच्या जलाशयातले मासे जसे सुळकन् अनपेक्षित पलटी घेतात, तसले त्यांचे हे आत्म-चरित्रपर बोलण्यातले विषयांतर असते. चंद्र दिसता दिसता ढगाआड जातो.

पण एकदा आपल्या वडिलांबद्दल बोलताना चंद्र ढगाआड लपायचे विसरला. वसईच्या त्यांच्या वडिलोपार्जित घराची त्यांना काही विल्हेवाट लावायची आहे,

त्यासंबंधीचे बोलणे निघाले. पाऊणशे वर्षांपूर्वीच्या वसईत अण्णा गेले. त्यांच्यासारख्या कणखर वृद्धाला एखाद्या पितृहीन बालकासारखी आजच्या घटकेलाही पोरकेपणाची भावना असू शकते हे त्या दिवशी मी पाहिले. त्यांचे ते वसईचे घर. घर कसले? ते घर, ती वाडी, ती आळी, ती वसई त्यांच्या बाळपणीचे सारे स्मृतिशिल्पच बोलता बोलता उभे राहिले होते.

अण्णांचे वडील कृष्णाजीपंत वसईच्या कोर्टात नाझर होते. पापभीरूपणाने अब्रू नावाच्या–जो मानतो त्याच्या उरावर बसणल्या-भावनेला जपत कुटुंबाचे पोषण करीत होते. आणि कोर्टातून आले, की दारची फुलबाग जोपासत होते. फुलबागेचे इतके वेड की वसईच्या कोर्टातून ठाण्याच्या कोर्टात बढती मिळाली, तर दारच्या फुलांची संगत सुटेल म्हणून प्रमोशन नाकारून वसईत खालच्याच पदावर राहिले. "कांदा मुळा भाजी अवघी विठाबाई माझी" म्हणणाऱ्या सावता माळ्यासारखी कृष्णाजीपंत फडक्यांची फुलबाग त्यांची विठाबाई होती. वसईची भूमी आधीच फुलबागांनी आणि शेतमळ्यांनी समृद्ध. आम्हा मुंबईकरांचे जेवूच्या पानापासून ते खाऊच्या पानापर्यंत सारे काही वसईहून ते ऋषिकुमार-छाप तांबडी टोपी घालणारे वसयवालेच आणायचे. अशा ह्या मातीतून अण्णांचे वडील जातीजातीची फुले फुलवीत. विकण्यासाठी नव्हे, केवळ आनंदासाठी. अनेक वर्षांपूर्वी वडलांच्या हातून फुललेल्या बागेच्या स्मृतिगंधाने अण्णांना गुंगी आली, आणि बालपणीच्या कथा सांगण्यात ते रंगून गेले.

बामणाचे पोर असल्यामुळे रघुनाथाच्या हाती प्रथम लेखणी येणे आणि बोटे शाईत बुडणे हे कुळधर्माला अनुसरूनच झाले. पण आणखीही एका नादात बोटे नाचायला लागली. डोक्यावर घेरा राखण्यासाठी नियमाने येणाऱ्या त्यांच्या नापिताच्या फुंकरीत केवळ वस्तऱ्याने होणाऱ्या जखमेवर इलाज करण्यापलीकडे आणखीही काही निर्माण करण्याची जादू होती. नाना न्हाव्याची फुंक सनईतून सुरांची जादू करीत असे. गोटा करण्यासाठी गुडघ्यावर धरण्याऐवजी नानाने फडक्यांच्या ह्या रघूला हाताशी धरला आणि तबल्याचे धडे द्यायला सुरुवात केली. हे गणपतराव पिराजी पंडित नामवंत सनईवाले खरे, पण त्यांना तबल्याची चांगलीच जाणकारी होती. काळ विपरीत नसता, तर सनईच शिकवली असती. पंचाहत्तर वर्षांपूर्वीचा तो काळ. वसईसारखे सनातनी गाव. त्यातल्या एका घरंदाज कोकणस्थाच्या कुटुंबातला मुलगा पाठशाळेत जाऊन 'सहस्रऽशीऽर्षा पुरुषः' करण्याऐवजी गावातल्या सहस्र शीर्षांचे मुंडण करणाऱ्या जातीतल्या माणसाच्या दारी 'ना धिं धिं ना' करायला जातो, ही घटना तशी गंभीरच होती. पण इथे मला वाटते, अण्णांची ती टिल्ली उंची आणि ते लहानखोरपण मदतीला आले असावे. खुंटाएवढ्या उंचीचा हा फडके नाझराचा रघू कथाकीर्तनांत तबल्यावर करामती करतो हा कौतुकाचा विषय झाला. अण्णांच्या वडिलांनीदेखील तो आनंद आपल्या पोराचे तोंडी कौतुक करायचे नाही ह्या तत्कालीन रूढीला धरून कसा दडवला असेल, याची मला कल्पना आहे. आजही अण्णांच्या तालमीत तयार झालेला शंकर तबल्यावर सफाईदार हात चालवीत असताना अण्णांच्या तोंडून चुकून दाद जात नाही.

फारच अवघड तुकडा सफाईने गेला, तर मैफलीतल्या जाणकाराच्या चेहऱ्याकडे सपकन पाहतात. एरवी सारा बनाव आपल्या कानी तो तबला पडतच नाही असा असतो. आपल्या जवळच्या माणसाचे कौतुक चारचौघांत करायचे नाही, असा एक जुना दंडक होता. वडिलांची कीर्ती सांगणारा तो एक मूर्ख, हे समर्थ म्हणून गेले. मुलांची आणि शिष्याची चारचौघांत तारीफ करणारा त्यांनी शतमूर्खाच्या लक्षणासाठी राखून ठेवला असावा. अण्णांची बोटे तबल्याशी हितगुज करीत असताना वडलांची बोटे मातीतून फुलबाग फुलवीत. अशाच मातीशी एके दिवशी रघुनाथाची बोटे खेळून हजारो डोळ्यांना थक्क करणारी निर्मिती करणार आहेत, ह्याची त्यांना काय कल्पना! तूर्त तरी ती बोटे शाळेत कागदावर पुस्त्या गिरवीत होती आणि फावल्या वेळी तिरीकड् धिरकिड् साफ करीत कातड्यावर नाचत होती.

अण्णांची बोटे तबल्यावरून उठून मातीशी केव्हा खेळायला लागली ह्याचा इतिहास मला तरी ठाऊक नाही. एक तर शिल्पकलेविषयी त्यांच्याशी बोलायची सोयच नाही. कारण त्या विषयाचा प्रस्ताव "आम्ही शिल्पकारच नव्हे," इथून होतो. युरोपीय शिल्पकार आणि त्यांची साधना ह्याच्यावर अण्णांची निखालस श्रद्धा आहे. नुसता 'घोडा' हा विषय घेऊन त्याच्यामागे आयुष्य उधळणाऱ्या शिल्पकारांच्या हकीकती त्यांच्या तोंडून ऐकाव्या.

"...घोड्याच्या हालचालीत एवढासा फरक पडला की कुठली शीर कशी फुगते, नाकपुड्यांचं प्रसरण आणि आकुंचन कसं होतं, कां होतं, डोळे कधी विस्फारतात, कान कसे टवकारतात, पाहिलंय तासन् तास बसून आम्ही कोणी?" आयुष्यात ज्यांच्या हातून काही पाहण्यासारखे घोडे उभे राहिले आहेत असे हे शिल्पकार फडके जेव्हा "अरे, घोडा म्हणजे काय ते आम्हांला कळलंच नाही!" असे म्हणतात, तेव्हा मला थिरकवासाहेबांच्या एका उद्गाराची आठवण येते. एका मैफिलीत बेजोड त्रिताल वाजवून उठले. जाणकारांनी डोक्यावर घेतले होते. कुणीतरी बेफाट तारीफ केल्यावर सत्तरीतले खांसाहेब म्हणाले होते, "बेटा, अभी अभी तितालेका अंदाज आ रहा है!" आताआताशा कुठे त्रितालाचा अंदाज येऊन राहिला आहे. अण्णासाहेबांचे शिल्पकलेविषयीचे बोलणे ह्याच ठेक्यावर चालते. त्यांचे लक्ष चामड्याकडून मातीकडे केव्हा गेले, कोण जाणे! पण एके दिवशी त्यांनी गणपती घडवून शिल्पकलेचा श्रीगणेशा केला. पेणप्रमाणे वसईचे गणपती प्रसिद्ध. तबल्यावरची बोटे मातीत खेळायला लागली आणि त्यांना श्रीनिवासराव हरपनहळ्ळी नावाचे अलौकिक प्रतिभेचे गुरू भेटले. अण्णांना आपल्या वडलांच्या जोडीने स्मरण येत असते ते ह्या हरपनहळ्ळींचे. गुरूच्या नावाने कान पकडून गहिवर काढणाऱ्या संप्रदायातले अण्णा मुळीच नाहीत. पण अण्णांच्या अंतःकरणात एक पंचायतन बसवलेले आहे. त्यात अण्णांचे वडील, सनईवादनकार नाना, हरपनहळ्ळी, लोकमान्य बाळ गंगाधर टिळक आणि भास्करबुवा बखले अशी पाच दैवते आहेत.

ह्या हरपनहळ्ळींच्याच आग्रहामुळे अण्णांनी आपण केलेला एक पुतळा बॉंबे आर्ट

सोसायटीच्या प्रदर्शनात धाडला. त्याचे नाव होते 'तत्त्वशोधक' आणि त्या सोसायटीच्या इतिहासात न घडलेला चमत्कार झाला. शिल्पाला आजवर सुवर्णपदक मिळाले नव्हते. पण रघुनाथ कृष्ण फडके नावाच्या तिशीतल्या अप्रसिद्ध तरुणाला ते मिळाले. आणि फडक्यांच्या नावावर 'शिल्पकार' हा शिक्का फार मोठ्या सन्मानाने बसला. वडील दोनच वर्षे आणखी जगते, तर मुंबईच्या गव्हर्नराकडून टाऊन हॉलमध्ये झालेला रघूचा गौरव त्यांनी दूर गर्दीत उभे राहून पाहिला असता. हा गौरव पाहायला अण्णांची आईही नव्हती, वडीलही नव्हते आणि पत्नीही नव्हती. म्हात्रे, गोरेगावकर, तालीम ह्या मातबर नावांत आता फडके हेही नाव घेतले जात होते. त्यांतच पुढे करमरकरही आले.

वसईचे फडके आता मुंबईचे फडके झाले. स्टुडियो उभा राहिला होता. त्या स्टुडियोत धनिक आणि राजेरजवाडे ऑर्डरी नोंदण्यासाठी येतजात असत. पण तिथे खरा आदर होत होता तो कवी, नाटककार, कादंबरीकार ह्यांचा ('साहित्यिक' हा शब्द रूढ व्हायचा होता. लिहिणारा म्हणजे 'ऑथर' किंवा 'कवी'). नाना पंडितांनी अण्णांची बोटे तबल्यात गुंतवली, हरपनहळ्ळींनी शिल्पाकडे नेली आणि आता 'रत्नाकरा' च्या आप्पासाहेब गोखल्यांनी ती साहित्याकडे खेचली. शिल्पकार फडके यांचा आता टीकाकार फडके म्हणून लौकिक व्हायला लागला. ह्या साऱ्या पन्नास वर्षांपूर्वीच्या कथा. भारतावर त्या वेळी इंग्रजांचे राज्य असले, तरी महाराष्ट्रावर बाळ गंगाधर टिळक आणि बालगंधर्व यांचे राज्य होते. बळवंतराव करतात त्याला लोक विचार म्हणत होते, आणि नारायणराव करतात त्याला नाटक म्हणत होते. मुख्यतः मध्यमवर्गाने आपले मंगळवार आणि शुक्रवार बळवंतरावांच्या 'केसरी' ला दिले होते आणि शनिवार, रविवार आणि बुधवारची काळजी नाटकवाले घेत होते.

ह्याच काळात अण्णांनी ते आपले मेणाच्या चित्रांचे हालते प्रदर्शन सुरू केले. त्या वेळच्या 'टाइम्स ऑफ इंडिया' च्या ब्रिटिश संपादकाने फडक्यांच्या मूर्तिकलेची तुलना मादाम तुसॉदच्या जागतिक कीर्तीच्या प्रदर्शनाशी केली होती. एकोणिसशे अठरा सालापासून सत्तावीस सालापर्यंत नऊ वर्षे हे प्रदर्शन भरत होते. बालगंधर्वांच्या नव्या नाटकासारखी फडक्यांच्या दरवर्षीच्या प्रदर्शनातल्या नव्या चित्रांची लोकांना उत्कंठा असे. भारतीय कीर्तीचे पुढारी न चुकता ह्या प्रदर्शनाला भेट देत. त्या मेणाच्या चित्रांची इतकी सुरेख हालचाल कशी होते, हे कोडे मी-मी म्हणणाऱ्या यंत्रविशारदांना सुटले नाही. उत्पन्नाच्या दृष्टीने तर ती एक सोन्याची खाण होती.

अण्णांनी ह्या विद्येत एका गरीब कुटुंबातील दोन भावंडांना तयार केले. प्रदर्शनाचे वारेमाप कौतुक होत होते. विषयदेखील अफाट असत. त्याच सुमाराला महात्माजींचे ऑपेंडिसायटिसचे ऑपरेशन झाले होते. ते सारे दृश्य अण्णांनी मेणाच्या प्रदर्शनात उभे केले होते. त्या प्रदर्शनात लोकमान्य टिळक स्वराज्याचे आख्यान लावून कथेकरी म्हणून उभे आहेत आणि ऐकायला समोर दादासाहेब खापर्डे वगैरे थोर पुढारी मंडळी बसली आहेत, हाही देखावा असे. त्या वेळच्या लाल, बाल, पाल यांच्या सारख्या पोलादी माणसांना अण्णांनी मेणातून सजीव केले होते. अण्णांनी मांडलेले ते प्रदर्शन म्हणजे

मेणातून केलेली मयसृष्टी होती. गमती तर अनेक. दारातच सूटबूट घातलेला पारसी रिसेप्शनिस्ट टेबलाशी बसवलेला असे. तो टेलिफोनचा रिसीव्हर उचलून कानाशी लावून पुन्हा नीट ठेवायचा. मग मान वर करून समोरच्या माणसाकडे पाहायचा. प्रेक्षक हमखास तिथे फसून त्याच्यापाशी चौकशी करायचे. हे प्रदर्शन शेवटी इंग्लंड-अमेरिकेचा दौरा करून आले, आणि स्वतःला चटकन आत कुठेतरी दडवून टाकण्याच्या सवयीला अनुसरून स्वतः इंग्लंडला न जाता अण्णांनी मुलांसारखा प्रतिपाळ केलेल्या त्या शिष्यांना धाडले. परदेशातही त्या प्रदर्शनाचा फार मोठा गौरव झाला. कुठल्याही कलावंताच्या आयुष्यातल्या चढउताराकडे पाहताना वाटते की, एकेका लहानमोठ्या बालगंधर्वाचे एक एक लहानमोठे 'स्वयंवर' असते–धन, कीर्ती, कौतुक ह्यांचा वर्षाव करणारे. मेणाचे हालते प्रदर्शन हा अण्णांच्या आयुष्यात घडलेला असाच एक चमत्कार होता. कौतुकाचा कोलाहल चालला होता. त्यात एकच विसंवादी सूर काढला तो बी०जी० हॉर्निमन यांनी. भारताच्या केवळ राजकीयच नव्हे, तर साऱ्या पुनरुत्थानाला आपल्या तेजस्वी लेखणीचे बळ देणारा हा गोरा संपादक. त्याने जळजळीत शब्दांत फडक्यांना समज दिली–"फडके, तुम्ही शिल्पकार आहात. मेणाची बाहुली बनवणारे कसबी कारागीर नाही." हॉर्निमनची ही जळजळीत शब्दांतली कळकळ अण्णांना झोंबून गेली. मेणाच्या प्रदर्शनातून येणारा गल्ला मोजायला सवड नसे. तोलून घेत म्हणतात. पण फडके शिल्पकार होते. त्यांची कीर्ती त्यांनी केलेल्या त्या 'तत्त्वशोधका'च्या पहिल्या दर्ज्याच्या शिल्पाच्या परंपरेतल्या कलाकृतींनी व्हायला हवी होती, नुसते 'हुबेहूब' एवढेच कौतुक असलेल्या मेणाच्या चित्रांनी नव्हे. फडके लोकप्रियतेच्या शिखरावर असून अस्वस्थ झाले. आजही अण्णांना आठवते, ती असंख्य मुखांतली स्तुती नाही, हॉर्निमनने घातलेले अंजन! त्या मेणाच्या हालत्या बाहुल्या पाहून अजाणत्यांनी केलेल्या कौतुकाची ती मेणाची पुटे हॉर्निमनच्या टीकेने वितळली. त्यात त्यांचे ते दोन शिष्यही कृतघ्न निघाले. अण्णांच्या मनात कुठेतरी उबग आला. त्यांनी ते पैशाचे झाड मुळासकट उपटून फेकून दिले. सत्तावीस साली ते प्रदर्शन बंद केले. गेल्या चाळीस वर्षांत अनेकदा विपन्नावस्था आली. मित्रांनी मेणाच्या हालत्या चित्रांच्या त्या कामधेनूची आठवण करून दिली. पोक्त सल्ले दिले. अण्णांना तो स्वधर्म वाटेच ना. बोटे त्या दिशेला वळेनात. लोकमान्यांनी त्या बोटांवर पुण्यातल्या शिवाजी मंदिरातला शिवाजी करायची जबाबदारी टाकली होती. इतक्या दगदगीच्या आणि धावपळीच्या जीवनातून वेळ काढून फडक्यांना आपले 'हेड्' करायला सिटिंग दिले होते. त्या ब्रॉंझमधल्या लोकमान्यांच्या डोळ्यांशी डोळा भिडवताना आजदेखील भीती वाटते. हरपनहळ्ळी मास्तरांनी त्या बोटांतून अभिजात शिल्पकलेचे नमुने निर्माण व्हावेत, म्हणून आपली विद्या दिली होती. एका गोऱ्या साहेबाने अण्यांना 'स्वधर्मे निधर्म श्रेयः' ह्याची जाणीव करून दिली. मनस्वी स्वभावाच्या अण्णांनी प्रसिद्धीकडे आणि द्रव्याकडे नेणारा पूल जाळून टाकला.

ह्याच काळात अण्णांच्या लेखणीलाही विलक्षण जोष आला होता. हातात छिन्नी,

लेखणी किंवा तबला ह्यांपैकी कांहीतरी असायचे. 'रत्नाकरा' च्या रसिक संपादकांची टोचणी होतीच. 'नवजीवन' मासिकाच्या नारायणराव मोर्यांणचा घनिष्ठ संबंध जडला होता. 'मनोरंजना' चे काशिनाथ रघुनाथ मित्र, 'रत्नाकरा' चे आप्पासाहेब गोखले, 'यशवंत 'चे गणेश महादेव वीरकर ही रत्नपारखी माणसे. मराठी वाङ्मयावर ह्या माणसांचे फार उपकार आहेत. बुडीत खाती चालणारा धंदा केवढ्या हौसेने केला ह्या संपादकांनी! 'रत्नाकर' त अण्णांचा ना० सी० फडक्यांशी स्नेह जमला. ना० सी० फडकेदेखील त्या काळात मराठी भाषेवर एक आधुनिक साज चढवीत होते. त्यांचेही पहिले सुरेख लेखन 'रत्नाकरा' तूनच झाले. त्या आणि ह्या फडक्यांचा स्नेह जमला. लहानमोठ्या साऱ्या मतभेदांवर मात करून तो आजतागायत टिकून आहे. ह्याच मैफिलीत गोविंदराव टेंबे होते. चित्रकलेच्या क्षेत्रातले गणपतराव लाड तिथे येत. अण्णांचा स्टूडियो म्हणजे साहित्यातल्या, संगीतातल्या, चित्र-शिल्पकलेतल्या, ज्योतिषविद्येतल्या, नाटक कंपन्यांतल्या लोकांचे विसाव्याचे स्थान होते. सुभद्रेच्या लग्नाच्या मांडवाचे वर्णन करताना अण्णा किर्लोस्करांनी म्हटले आहे, "उत्सव बहु थोर होत! मिळतिल भूपाल अमित । सुरनरमुनि सर्व येत । नटनर्तक सकळ जमत । न मिळे अशि मौज पुन्हा पाहण्या नरा–" अण्णांच्या स्टूडियोतील मौज अशीच होती. अण्णांचा संसार त्यांचा हा रसिक परिवार नांदता-गाजता ठेवीत होता. मैफिलीतला हुक्का कधी विझला नाही. आज या वयातही त्यांना माणसे हवी असतात. एकांतात चिंतन करीत बसणारा हा कलावंत नव्हे. पण थोडे बारकाईने पाहिले म्हणजे मात्र वाटते की, ह्या गलबल्यातदेखील हा माणूस एकला आहे. तसा त्याचा संसार तर एकट्याचाच. वयाच्या सोळाव्या वर्षी त्यांचा विवाह झाला. आणि रघुनाथाच्या त्या सीतेने आयुष्याची विशीही पाहिली न पाहिली इतक्यात अहेवपणी जाण्याची घाई केली. भातुकलीच्या वयात सौभाग्यलेणी ल्यालेली ती चिमुकली सून संसार मांडायची तयारी करीत होती. आणि दृष्ट लागली. तेरा सालची गोष्ट. वर्षप्रतिपदा होती. घराघरांवर आनंदाच्या गुढ्या उभारल्या जात होत्या. आणि अण्णांच्या घराचे घरपण संपले होते. आता वर्षप्रतिपदा येते आणि दोन वृद्ध डोळ्यांना ओले करून जाते. अण्णांच्या यंदाच्याच एका पत्रात एक ओळ आहे–"प्रिय पुरुषोत्तमाय नमः पत्र आत्ताच पोहोचलं. तेही वर्षप्रतिपदेला. माझ्या पत्नीवियोगाची ही चौपन्नावी वर्षगाठ!..." अण्णांनी हा सारा एकाकीपणा मनाशीच ठेवला आणि मैफिल रंगती ठेवली. परवा सहज मी त्यांच्याशी मांडवगडाच्या निसर्गशोभेविषयी बोलत होतो. अण्णा स्वगत बोलल्यासारखे बोलले, "हवी असलेली सोबत असली तर सगळंच सुंदर असतं!" एवढा मोठा शिल्पकार, कवी, रसिक, पण 'सौंदर्य' वगैरे कैवल्यात्मक गोष्टींवर कधीही बोलत नाही. मला पुष्कळदा वाटते, अण्णांनी नाटककार व्हायला हवे होते. माणसे आणि त्यांचे करणीतून आणि वाणीतून निरनिराळ्या प्रसंगी घडणारे दर्शन ह्यात एखाद्या नाटककारासारखी अण्णांना ओढ आहे. मुंबईतल्या जवळजवळ तीसबत्तीस सालपर्यंतच्या त्यांच्या वैभवाच्या काळात दारावर कोणाची थाप पडेल ते सांगणे कठीण होते. स्वतःचा पुतळा करू इच्छिणाऱ्या

संस्थानिकापासून ते नाटक कंपनीच्या बिऱ्हाडातून वळकटी उचलून आलेल्या नटापर्यंत कुणाचीही ती थाप असे. एखादे दिवशी "मास्तऽऽर" अशी हाक ऐकू यायची. ते साक्षात भास्करबुवा बखले असायचे. भास्करबुवांचे गाणे ही तर अण्णांच्या मर्मबंधातली ठेव आहे. अण्णांच्या आयुष्यातला अत्यानंदाचा क्षण, त्यांना ते बाँबे आर्ट सोसायटीचे सुवर्णपदक मिळाले, किंवा आता सारे जग आपल्याला विसरून गेले असे वाटत असताना सत्तरी उलटल्यावर 'पद्मश्री' मिळाली, किंवा धारच्या खंडेराव टेकडीवर येणाऱ्या वळणदार रस्त्यावर त्यांच्या डोळ्यांदेखत 'शिल्पकार फडके मार्ग' ही पाटी लागली, ह्यांतला कुठलाही नाही. अण्णांचे डोळेच काय, पण सारे व्यक्तिमत्व लखलखून उठते एकाच दिवसाची आठवण सांगताना—भास्करबुवा बखल्यांबरोबर तबल्याच्या साथीला बसायचा योग आला त्या दिवसाची. मग मात्र बोलताना भान हरपते. वास्तविक त्यांनी खुद्द बाळकृष्णबुवा इचलकरंजीकरांची साथसंगत केली आहे. लयकार आग्रेवाल्यांची मैफिल रंगविली आहे. भेंडीबाजारवाले अमानअलीखां त्यांना तबल्याला घेत होते. पण अण्णांचा जीव रमला तो भास्करबुवांच्या लयकारीच्या चरणी. हे सारे वाजवणे विनामूल्य असायचे. बोलता बोलता भास्करबुवा, बालगंधर्व, तिरखवाँ, दत्तारामजी नांदोडकर, बळवंतराव रुकडीकर, गोविंदराव टेंबे, अंजनीबाई मालपेकर, ताराबाई शिरोडकर, अल्लादियाखांसाहेब, केसरबाई, मोगूबाई अशी स्टेशने घ्यायला सुरुवात होते. काडी मागून काडी विझत असते. मधूनच "जाऊ दे! जुन्या गोष्टी!" असे तुटकपणाने म्हणून गप्पही होतात. अण्णांच्या तोंडून ह्या साऱ्या कथा ऐकताना वाटते की, अण्णा वसईचेही नाहीत की धारचेही नाहीत. अण्णा चाळीस-पंचेचाळीस वर्षांपूर्वीच्या मुंबईतले आहेत. देहाने आज ते धारला आहेत. पण तेहतीस साली धारला आलेले अण्णा त्या नगरीत रुजले नाहीत. तो जुना सांधा जमला, तरच अण्णांशी जमते. म्हणून काय त्या काळातल्या सगळ्याच गोष्टींची वारेमाप स्तुती चालते असे मुळीच नाही. उलट, आधुनिकांचे फार मोठे कौतुक आहे.

अण्णांच्या हिशेबी मोजमापापलिकडली व्यक्ती एकच : लोकमान्य वाळ गंगाधर टिळक. अण्णा त्या असामान्यत्वाने संपूर्ण भारले होते. आजही ती नशा उतरलेली नाही. टिळक हे त्यांचे उपास्य दैवत. त्यांच्या तोंडून दत्ताबद्दल किंवा मारुतीबद्दल .यावेत तसे उद्गार येतात—"टिळक मला पावले. नेहमी पावले." चौपाटीवर आज अण्णांच्या शिल्पकलेतल्या मोठेपणाची ग्वाही देत उभा असलेला टिळकांचा तो पुतळा अण्णांनी आपल्या टिळकभक्तीने भरलेल्या अंतःकरणाच्या मुशीतून ओतून काढला आहे. टिळकांच्या पुतळ्याची ती 'ऑर्डर' त्यांनी स्वीकारली नव्हती. शिल्पकलेतल्या तपश्चर्येतले सारे पुण्य एकवटून अण्णांनी दिलेले ते अर्घ्य आहे. सागराच्या तीरावर एका शिल्पकाराचा सारा पुण्यसंचय ब्राँझमध्ये लोकमान्यांचे रूप घेऊन उभा आहे. त्या पुतळा-कमिटीचे सदस्य मातीचे मॉडेल पाहून म्हणाले होते, "का हो, एक पुतळा करायला एवढी किंमत? अशी किती माती लागते?"

"ही माती तशी महाग नसते. पण त्या मातीत आम्हांला आणखी एक माती

मिसळावी लागते, ती फारच महाग असते." अण्णा म्हणाले.

"कुठली माती?"

"आयुष्याची!" अण्णांनी हे म्हणताना ती पेटती काडी कशी झटकली असेल ते माझ्या डोळ्यांपुढे येते!

आयुष्यभर पाठीच्या कण्याला बाक येऊ न देता जगणारी ही दुर्मिळ माणसे. खुशामतीचे शब्द त्यांना कुठल्याच धड्यात गेले नाहीत. आपली रसिकतादेखील दडवून आस्वाद घ्यायची सवय. त्यामुळे अण्णांनी बोटांत लेखणी घेतली, तिचीही गोफण झाली. टिळकांच्या ह्या अनन्यसाधारण भक्ताने पहिला हल्ला चढविला नाट्याचार्य खाडिलकरांवर. 'सवतीमत्सर' नाटकावर शिल्पकार फडक्यांची टीका प्रसिद्ध झाली आणि हलकल्लोळ उडाला. हादरले नाहीत फक्त खाडिलकरच. त्यांनी नाटक हे लोकजागृतीचे साधन मानले होते. रामायण असो की महाभारत, त्यातल्या व्यक्ति-विभूतींना ते आपल्या कार्याला उपयुक्त असलेले पोशाख चढवीत होते. नारायणराव बालगंधर्वांसारखा चमत्कार हाताशी होता. राष्ट्रीय चळवळी हा लोकप्रिय विषय होता. महाभारत समोर होते. हिंदी चिजांवर भास्करबुवा, गोविंदराव टेंबे ह्यांच्या इच्छेनुसार मराठी अक्षरे चिकटवली जात होती. मूळ कथानकाला डकवलेले विनोदाचे अस्तर तर केवळ भयानक होते. हे सारे काही होते, तरी त्या काळच्या नाटक कंपन्यांच्या भाषेत सांगायचे म्हणजे काकासाहेबांच्या नाटकाला 'आड्यन्स' होते,'वन्स मोर' होते. अर्थ कळला नाही, तरी 'मदविलसितनदगता पंकयुता मुखमलिनाधना' किंवा 'कुवलयमुख अजि तिला तुला मला ह्याला त्याला' हे पुन्हा पुन्हा ऐकायला लोक येत होते. खाडिलकर आणि बालगंधर्व ह्या समीकरणातून 'लोकप्रियता' हे उत्तर येत होते. अण्णांनी 'कीचकवध', 'विद्याहरण', 'एकच प्याला' अशा अनेक लोकप्रिय नाटकांवर कमालीची जळजळीत टीका केली. ह्या मूर्तिकाराच्या हाती आलेल्या लेखणीने मूर्तिभंजनाचे कार्य केले. लोकांना अण्णांचे मुद्दे योग्य आहेत हे कळत होते; पण पावले मात्र तीच नाटके पाहायला वळत होती. अण्णांचा साहित्याच्या क्षेत्रात दबदबा निर्माण झाला. टीकाकारांच्या नशिबी असलेली अप्रियता लाभली. त्या काळात त्यांनी विनोदी लेख लिहिले. गंभीर कविताही लिहिल्या. आज त्यांच्या त्या गंभीर कविता त्या लेखांपेक्षा अधिक विनोदी वाटतात. काव्यविषयक मते आग्रही वाटतात. पण खाडिलकर, कोल्हटकर आणि गडकरी ह्यांच्या नाटकांवरच्या टीका मात्र उगीचच 'जहाल' म्हणून उपेक्षिण्यासारख्या नाहीत. त्यांचा 'नाट्यपरामर्श' हा संग्रह वाचताना बालगंधर्वांच्या गायनाचा आणि अभिनयाचा हा जाणता भक्त ती सारी जादूगिरी डोळ्यांआड करून इतक्या अलिप्त आणि विचक्षण बुद्धीने त्या टीका लिहू कसा शकला याचे मला अधिक नवल वाटते. अण्णा शिल्पकार झाले नसते, तर उत्तम सर्जन झाले असते; वकील झाले नसते. त्यांची चतुराई डावपेचांची नाही. दूषित वाटते ते छाटणाऱ्याची आहे. दगडावर छिन्नी चालवून चालवून मूर्ती दडवणारा अनावश्यक दगड काढून टाकायची त्यांना सवय जडली आहे. लिखाणात काय, गाण्यात काय, भरताड आले की त्यांचे पित्त

भडकते. "गडकरी अती लिहायचे!" हा त्यांचा गडकऱ्यांच्यावर फार मोठा आक्षेप.. गाण्यावाजवण्यात 'काटछाटी' ला फार महत्त्व आहे.

"भास्करबुवांच्या गाण्याचं वैशिष्ट्य काय होतं हो अण्णा?" मी एकदा विचारले.

"बुवांच्या गाण्यात पसारा नव्हता. अतिशय प्रमाणबद्ध गाणं."

पसारा नसावा. जिथे सुरुवात हवी, तिथे सुरुवात आणि जिथे शेवट हवा तिथेच शेवट. जुन्या अनेक नाटककारांच्यावर त्यांचा आरोप अत्युक्तीचाच आहे'. लोकमान्य देखील त्यांना आवडण्याचे मुख्य कारण "त्यांना जे काही म्हणायचं ते थोडक्यात आणि सरळ म्हणत" ("घोळ नाही"). त्यांना युरोपीय चित्रकार आवडतात तेदेखील "चार रेषांत कॅरेक्टर उभी करतात" म्हणून. सरळ, नेमके, स्पष्ट हे सारे न खपण्याची एकच जागा म्हणजे धंदा. फडक्यांची सरळ, स्पष्ट, नेमक्याची ही आवड धंद्याच्या आड आली. एकोणिसशे तेहतीस साल उजाडतानाच अण्णांसाठी विलक्षण संकटे घेऊन आले. वयाला एकोणपन्नासावे वर्ष लागत होते. लोकमान्यांच्या पुतळ्याचे काम मिळाले होते. आणि एकाएकी विपरीत दाने पडू लागली. व्यवसायात खोट आली. तडाखा मोठा नव्हता. कुणीही नड भागवली असती. पण तोंडून याचनेचा शब्द जाईना. अर्ध्या रात्री डाव उद्ध्वस्त झाला. मुंबई सोडावी लागली. ना० सी० फडक्यांनी कोल्हापूरला नेले. इकडे चौपाटीवर लोकमान्यांचा पुतळा उभा राहत होता. हजारो नजरा त्या पुतळ्यावर खिळल्या होत्या. पण तो घडविणाऱ्या शिल्पकाराच्या नशिबात काही विपरीत योग होते. वास्तविक ज्योतिषशास्त्राचा त्यांनी खोल अभ्यास केला आहे. अक्षरशः हजारो कुंडल्या तपासल्या आहेत. पण त्यांना स्वतःची कुंडली एक तर पाहता आली नाही, किंवा पाहिली असेल आणि स्वधर्माला स्मरून तीबद्दल मौन पाळले असेल. तेवढ्यात धारचे बोलावणे आले. आणि अण्णा अकिंचनावस्थेत धारानगरीत महाराजांचा अश्वारूढ पुतळा घडवायला एकोणिसशे तेहतीस साली जे गेले ते तिथेच राहिले. तिथे त्यांच्या मोठेपणाची पारख करणारे धारचे दिवाण सर नाडकर होते. इकडे 'नवजीवन' मासिकाच्या संपादकांनी (नारायण रामचंद्र मोरे ह्या त्यांच्यावर जिवापाड प्रेम करणाऱ्या स्नेह्याने) 'फडके विशेषांक' प्रकाशित केला होता.. आणि तिकडे अण्णा एका अनोळखी गावात एका टेकडीवर लोकमान्यांचा पुतळा घडविल्यावर 'पुनश्च हरिः ॐ' म्हणून आयुष्यातला नवा अध्याय सुरू करीत होते.

अण्णा धारलाच का राहिले, हे मला त्यांनी कधीच सांगितले नाही. मुंबईला नेणारा पूलही त्यांनी जाळला. तरुण वयात पत्नी गेली; पुन्हा तो खेळ खेळले नाहीत. मेणाचे प्रदर्शन एकदा मोडले ते पुन्हा उभे केले नाही. का? ह्याचे उत्तर नाही. अण्णांचे असे अनेक कप्पे आहेत. ते दाखवीदाखवीपर्यंत मिटतात. अध्यात्म विषयावर अत्यंत अधिकाराने लिहिणारे पनवेलचे 'नवयुगधर्ममाला' कार डॉ० सदाशिव कृ. फडके हे अण्णांचे वडील बंधू हे मला परवा कळले. गेल्या अनेक वर्षांत दोघाही भावांची भेट नाही. म्हणून अण्णा कुटुंबाशी तुटून वागले आहेत, असेही नाही. एखादी लग्नपत्रिका येते आणि अण्णांकडून रीतसर अहेर जातो. साडी पाठवली तर त्यात कुंकवाची पुडी

घालायला विसरत नाहीत. अण्णांचा देवाधर्मावर विश्वास आहे की नाही, मला ठाऊक नाही. त्यांच्या तोंडून मी कधीही म्हाताऱ्या माणसांच्या तोंडी असणारे 'विठ्ठला पांडुरंगा' किंवा 'प्रभूची कृपा' असले शब्द ऐकले नाहीत. पण म्हणून देवावर विश्वास नसेलच असे नाही. गाण्याचे इतके प्रेम असणार्याक अण्णांना कुणी कधी गुणगुणताना ऐकले नाही. इतकेच कशाला? घरी आलेल्या गवयाला आपण होऊन कधी 'गा' म्हणत नाहीत. त्याची तैनात मात्र नवाबासारखी ठेवतात. ते दातृत्व अगदी चारुदत्तासारखे आहे. मुंबईच्या स्टुडियोत बालगंधर्वांचे येणेजाणे असे. त्यांचा त्यांनी एक बस्टही केला होता. पण आयुष्यात एकही नाटक फुकट पासावर पाहिले नाही. धारला आल्यागेल्याला पाहुणचाराने गुदमरून टाकतात. पण कधी इंदूरला गेले, तर इतके स्नेही असून मुक्काम हॉटेलात! जातीबितीवर मात्र त्यांचा विश्वास नाही. पत्नीच्या निधनानंतर ते मुंबईहून तडक निघाले आणि तीन महिने बडोद्याला नानांकडे राहिले. चौपन्न वर्षांपूर्वी ब्राह्मणाच्या मुलाने नापिताच्या घरी राहणे म्हणजे 'अब्रह्मण्यम्!'

मुंबईतून धारमध्ये येऊन राहायचे म्हणजे विजनवास होता. पण इथे अण्णांच्या एकाकी जीवनात एक मजेदार घटना घडली. खंडेराव टेकडीवर तीनचार छोटीछोटी कॉटेजेस होती. एकीत अण्णांनी बाडबिस्तरा टाकला. एका कॉटेजचा स्टूडियो झाला. अण्णा मूर्ती घडविण्यात रंगलेले असत. एकदा एक तरुण आला. चांगला क्रिकेटर म्हणून माळव्यात त्याची ख्याती होती. त्याने बॅट फेकून मातीच्या गोळ्यांना आकार द्यायचे वेड घेतले. अण्णांच्या बोटांत माती फिरताना पाहून तो वेडा होऊन जाई. एकलव्यासारखी त्याने साधना सुरू केली. ह्या द्रोणाचार्यांनी अंगठा मागितला नाही. उलट, बोटे हाती धरली. त्या चिमुकल्या बोटांना माती फिरवायची जादू दाखवली. राजाभाऊ कुटिरात राहू लागला. थोड्याच दिवसांत शंकर आला. त्याला तबल्याचे वेड होते. त्याने त्या कलेतले शिष्यत्व-पत्करले. आणखी दोन मुले आली. त्या झोपड्यांचा आश्रम झाला. घणांचे ठोके आणि तबल्याचे ठेके अहोरात्र सुरू झाले. दगडांना जीव आला. कातडी बोलायला लागली. राजाभाऊ, शंकर, दिनकर, श्रीधर ह्यांच्याकडे सेवेखेरीज देण्यासारखे काही नव्हते. विद्यादानात कशी वर्षे गेली, अण्णांना कळले नाही. आज पंचविसांवर वर्षे झाली, ह्या शिष्यांनी आपले जीवन गुरुचरणी अर्पण केले.

पुण्या-मुंबईचे जुने स्नेही इंदुरात आले की धारला येऊन अण्णांना भेटतात. त्र्याऐंशी वर्षांचे अण्णा थकले असतील, स्मरणही पूर्वीसारखे नसेल, वगैरे कल्पना घेऊन येणाऱ्यांना अण्णांचा ताजेपणा पाहून धक्का बसतो. पूर्वी ते प्रत्यक्ष मुंबईत होते. आता वर्तमानपत्रांतून मुंबईत असतात. धार्मिक मुसलमानांचे मक्केकडे लक्ष असावे, तसे त्यांचे फक्त , मुंबईत काय होत असते इथे लक्ष असते. वर्तमानपत्रांतून, मासिकांतून, मित्रांकडून अण्णा ही बदलती मुंबई शोधीत असतात. जुन्या स्नेहीसंबंधी लोकांपैकी कधी हिराबाई बडोदेकर जातात. क्वचित मांडवगडावर जाणारे धारला फडक्यांना पाहायला येतात. ("तिकडले जुने दगड पाहून झाले की हाही एक तुटका दगड पाहून जातात." इति अण्णा.) कधी देवासहून कुमार गंधर्व जातात. येणाऱ्याजाणाऱ्यांचा

राबता असतो. पण अण्णांचा जीव रमतो तो त्यांच्या मक्केहून येणाऱ्या मित्रांशी! कधीमधी मी जातो. मग त्या कुटिरातले दिवे तीनतीन वाजेपर्यंत पेटते राहतात. अण्णा नाना तऱ्हेचे प्रश्न विचारून भंडावून सोडतात. त्यांची केशवसुतांसारखी 'चतकोराने मला न सूख' अशी अवस्था असते. मग त्यांचे हे चार शिष्य सुगरिणींनी लाजेने मान खाली घालावी अशी पाकसिद्धी करतात. ताटाभोवती रांगोळी असते. उदबत्त्या असतात. आणि ताटातल्या पदार्थांची केवळ रुचिसंगती नव्हे, तर रंगसगतीही सांभाळली जाते. पानावर हात वाळले, तरी गप्पा आवरत नाहीत. अण्णा चिमूट-चिमूट जेवतात. पण अन्नदेवतेची पूजा यथासांग हवी. डावी-उजवी आघाडी सांभाळणारी ताटे हवीत. पानाचे तबक फिरते. पुन्हा एकदा अण्णा मुंबईत शिरतात. त्या मुंबईतच ते आहेत. मध्यभारतात इतकी वर्षे आहेत, पण तोंडाला हिंदीचा स्पर्श होऊ दिला नाही. अजून बोलण्याच्या घाटणीत तोच खास वसईच्या कोकणस्थांचा आघात आहे. शिष्यवृंद अस्सल माळवी मराठी बोलून राहिला, राहतो, पण अण्णांच्या तोंडी 'भय्या' नाही, 'यार' नाही, 'बढिया' नाही, 'मुष्किल आहे' नाही. ते सरळ जातात किंवा येतात– जाऊन जात नाहीत, की येऊन येत नाहीत! अण्णांची मुंबई–त्या मुंबईत शांतारामाच्या चाळीत टिळकांचे व्याख्यान आहे; बालगंधर्वांचा स्वर ऑपेरा हाउसमध्ये काळी चारच्या टिपेला लागला आहे; 'रत्नाकरा' च्या नव्या अंकाची तयारी चालू आहे; लोकमान्यांनी सिटिंग द्यायचे कबूल केले आहे; भास्करबुवांबरोबर साथीला बसायचे आहे; बुवांची साथ करण्याच्या कल्पनेने मन फुलून आले आहे, पण बोटांना घाम फुटला आहे; चौपाटीवरचा पुतळा पाहिज्यावर हॉर्निमन म्हणेल, "फडके, आता तुला मी शिल्पकार म्हणेन–स्कल्पटर फडके ; बाहुल्या करणारा नव्हे..."

त्या समाधीतून अण्णांना बाहेर काढताना मनात कालवाकालव होते. मी हळूच म्हणतो, "अण्णा, उद्या निघावं म्हणतो–"

"तुम्हांला कोण सांगतंय 'रहा' म्हणून! तो अनंताही असाच येतो... पुन्हा बोटभर पत्र नाही. ती उषाही तशीच..." एकेका उद्गारात एकेका नातवंडाची आठवण उफाळून आलेली असते.

मी हळूच उठतो. अण्णांच्या त्या स्टूडियोत जातो. तिथे अण्णांना पहिले बक्षीस मिळवून देणाऱ्या त्या वृद्ध तत्त्वशोधकाची प्रतिकृती आहे. आणखी कुणा एका वृद्धाचे 'हेड' आहे. टिळक आहेत. टागोर आहेत. अण्णांच्या अंगुलिस्पर्शाने उद्धार झालेल्या कितीतरी शिळा आहेत. त्या बोलक्या शिळांचा निरोप घेऊन मी बाहेर येतो. शेजारच्या कुटिरात नेहमीची वर्दळ. तिथे साईबाबांचा पुतळा करण्यापूर्वी केलेले एक मॉडेल आहे. गावात ही वार्ता फुटली. आता तिथे जत्रा असते. माणसांची नेहमी रीघ. ती मूर्ती हॉर्निमनला आवडली नसती, पण भक्तांना भुलवणारी आहे. उठून बोलायला लागेल इतकी हुबेहूब आहे. पण हॉर्निमन दाराशी थबकला असता. तिथे अण्णांनी ठळक अक्षरात पाटी लावली आहे, "मूर्तीपुढे पैसे वगैरे ठेवू नये." ठेवले तर परत उचलावे लागतात.

अण्णासाहेब तेहतीस सालापुढे आले नाहीत. 'साईबाबा' हा किती चलतीचा धंदा आहे, हे अण्णांना ठाऊक नाही.

अण्णांचा निरोप घेणे कठीण असते. चक्क निरोपाचे विडे येतात. अण्णा डोक्यावर उंच दिवाळाची टोपी चढवतात. शिष्यांपैकी कोणीतरी पुष्पगुच्छ देतो. पाहुणेमंडळींत सुवासिनी असली, तर तबकातून कुंकवाचा करंडाच काय, पण खणानारळाचा ओटी देखील येते.

टांगा हलतो. अण्णांची ती चिमुकली मूर्ती पाठमोरी वळून अती थकल्यासारखी पुन्हा कुटिरात शिरू लागली, की आणखीनच चिमुकली वाटते. दारीचा वटवृक्ष, त्या खालचा तो अण्णांनी घडवलेला दगडी घोडा, त्यामागची चिमणी घरे ... सगळे काही दूर दूर जाते. टांगा वळण घेतो. आता खंडेराव टेकडी पाठीशी राहते. मनाशी एक प्रश्न रुंजी घालतो—असले निरपेक्ष प्रेम लाभायचे योग कुंडलीत कुठेशी असतात? पुढल्या पत्रात—अण्णांनाच विचारायला हवे!

भास्करबुवा बखले

काही कारणाने माझ्यावर देव प्रसन्न झाला आणि म्हणाला, "गेल्या शंभर वर्षांतल्या तू न पाहिलेल्या तीन व्यक्तींचं दर्शन तुला पुन्हा घडवतो. तस्मात् वत्सा, सांग, तुला कोणाला भेटावंसं वाटेल–"

क्षणाचाही विलंब न लावता मी सांगेन, "भगवन्, शांतारामाच्या चाळीत भाषण करीत असलेले लोकमान्य टिळक, कुठल्याही बैठकीत गात असलेले भास्करबुवा बखले आणि हॅम्लेटच्या भूमिकेतले गणपतराव जोशी ह्यांचं दर्शन मला घडवा."

उशिरा जन्माला आल्याबद्दल माझ्या मनाला जर कशामुळे रूखरूख वाटत असेल तर महाराष्ट्रातल्या ह्या तीन महापुरुषांच्या दर्शनाला मुकलो एवढ्यामुळे! आपापल्या क्षेत्रातील ही तीन अलौकिक माणसे. नुसता नामोल्लेख झाला की आदराने मस्तक नमते. लोकमान्य निदान त्यांच्या ग्रंथांतून तरी भेटतात. त्यांचे 'केसरी' तले अग्रलेख म्हणजे स्वातंत्र्यवेदातल्या ऋचा. 'केसरी' 'च्या जुन्या अंकांतून त्यांचे पठण करता येते. त्यांनी उलगडलेल्या गीतेचे रहस्य त्यांच्या ग्रंथातून वाचताना त्यांना भेटल्याची धन्यता वाटते. पण भास्करबुवा आणि गणपतराव ह्यांच्या मात्र उरल्या आहेत त्या त्यांना पाहायला आणि ऐकायला मिळालेल्या भाग्यवंतांनी लिहिलेल्या श्रुतिस्मृती. त्यांतून त्यांना भेटल्याचा परोक्ष प्रत्यय येण्याऐवजी न भेटल्याच्या वेदनाच अधिक तीव्र होतात.

टेप रेकॉर्डर किंवा बोलपट ह्यांचा प्रसार होण्यापूर्वीच गणपतराव जोशी गेले. त्यांच्या अभिनयाच्या सूक्ष्मातिसूक्ष्म छटा आणि त्यांचा काळजाचा ठाव घेणारा आवाज हा त्यांच्या जीवनज्योतीसोबतच मालवला. नटवर्य नानासाहेब फाटकांच्या तेजःपुंज आवाजावर मोहित होऊन त्यांच्याविषयी वाटणारा आदर व्यक्त करायला जावे तर ते म्हणतात, "गणपतरावांच्या आवाजापुढं आमचा गळा दुबळा म्हणावा लागेल." अशा वेळी हाती उरते ते गद्यातून स्वरसाम्राज्य निर्माण करणाऱ्या गणपतरावांच्या आवाजाची फक्त कल्पना करीत बसणे. मास्तर कृष्णराव आणि बालगंधर्व ही आमची आदरस्थाने. त्यांनी ठायीठायी स्मरण करायचे ते भास्करबुवांचे आणि समोरची मैफिल जिंकूनही मनात हळहळायचे बुवांच्या गाण्याचा पल्ला गाठता येत नाही म्हणून.

माझ्या वडिलांना तर भास्करबुवांचा एवढा अभिमान की, कुठल्याही गायकाचे गाणे आम्ही ऐकून आल्यावर त्यांचे ठरलेले वाक्य असायचे, "तू भास्करबुवांना ऐकायला हवं होतंस." भास्करबुवांचे हे नामस्मरण मी गाण्याच्या बैठकीला जायला लागलो, तेव्हापासून माझ्या कानी पडते आहे. श्रीगणेशाच्याच जोडीजोडीने मी सारेगम

गिरवायला लागलो होतो. मी ज्या गायनक्लासात पेटीच्या पट्ट्यांतून दडलेला 'कृष्ण मुरारी' हुडकण्याच्या खटाटोपात होतो, त्या क्लासचे नाव भास्करबुवा बखल्यांच्या

स्मरणार्थ 'भास्कर संगीतालय' असे ठेवले होते. माझे गुरुजी कै० दत्तोपंत राजोपाध्ये हे गुंडोपंत वालावलकर आणि गोविंदराव टेंबे यांचे शिष्य. ते एके काळी गंधर्व कंपनीतही होते. त्यामुळे मला उगीचच मी भास्करबुवांच्या पठडीतला आहे असे वाटे. हे म्हणजे ताजमहाल हॉटेलमधल्या कपबश्या विसळणाऱ्याने आपला पत्ता 'ताजमहाल हॉटेल, अपोलो बंदर, बाँबे' असा सांगण्यापैकी आहे. पण भास्करबुवांच्याशी नावापुरता त्या गायन-क्लासमुळे संबंध होता. क्लासात पुणे-कोल्हापूर भागातले गवयी, पेटीवाले, तबलजी जमत. त्यांच्या बोलण्याचा विषयही 'भास्करबुवा' हाच असायचा. त्यानंतर गेल्या तीसपस्तीस वर्षांत भास्करबुवा ह्या विषयावर अनेक जाणकारांशी बोलण्याचा योग आला. विशेषतः धारचे शिल्पकार अण्णासाहेब फडके ह्यांच्याशी. अण्णांचा आणि भास्करबुवांचा दाट स्नेह. किंबहुना, अण्णा बुवांच्या तबल्याच्या साथीला बसत. त्यांच्याकडून बुवांच्याविषयी मी जे ऐकले त्यावरून भास्करबुवांचा गळाच नव्हे, तर एकूण व्यक्तिमत्त्वच अत्यंत सुरेल होते, असे मला वाटत आले आहे. चिंतामणराव कोल्हटकरांच्या बरोबर नाटकात असताना इचलकरंजी मुक्कामी मंडळींनी 'संशयकल्लोळ' करायचे ठरवले. त्यात जलशात गायला मला बसवले होते. मी गवयी असल्याचा संशय निदान गाणे सुरू होण्यापूर्वी तरी लोकांना यावा, म्हणून मला त्यांनी गाणाऱ्याने कशा डौलाने दोन तंबोऱ्यांत बसावे ही पोज शिकवताना म्हटले होते, "गवयानं दोन तंबोऱ्यांच्या मधे भास्करबुवांसाररवं बसलं पाहिजे. ते अशा डौलात बसत की, त्या ठाणातच मैफिल शरण जायची." मी ती 'पोज' घेतली नाही. कारण ती पोज आणि माझे गाणे म्हणजे सिंहाचा मुखवटा लावून 'चिवचिव चिमणी छताऽऽत' म्हणण्यापैकी प्रकार झाला असता. चिंतामणरावांप्रमाणेच गोविंदराव टेंबे, केशवराव भोळे, ना० सी० फडके ह्या साऱ्यांनी त्यांच्या गायनाइतकीच त्यांच्या एकूण व्यक्तिमत्त्वची तारीफ केली आहे.

तुकोबाने आपल्या इहलोकी येण्याच्या प्रयोजनाविषयी म्हटले आहे :

आम्ही वैकुंठवासी   आलों याचि कारणासी
बोलिले जे ऋषी   साच भावे वर्ताया

भास्करबुवांविषयीच्या आठवणी, लेख, चित्रकार नी० म० केळकरांनी परिश्रमपूर्वक लिहिलेले त्यांचे चरित्र हे सारे वाचून किंवा नारायणराव बालगंधर्व, मास्तर कृष्णराव ह्यांच्या तोंडून त्यांच्या संगीतातल्या अधिकाराविषयीच्या हकिगती ऐकून असे वाटते की, वैकुंठवासी तुकोबाप्रमाणे भास्करबुवाही 'गायन' हे निश्चित प्रयोजन घेऊनच इहलोकी आले होते. ते गवयी झाले हा अपघात नव्हता; ती विधियोजनाच असावी. जीविताचे प्रयोजन देऊनच त्यांची इहलोकी पाठवणी करण्यात आली होती.

१७ ऑक्टोंबर १८६९ रोजी बडोदे संस्थानातल्या, 'कठोर' नावाच्या गावी भास्करबुवांचा जन्म झाला. त्यांचे वडील रघुनाथराव बखले हे गायकवाडीत

महसूलखात्यात कारकून होते. बखल्यांचे कुलदैवत गोव्याची म्हाळसा-नारायणी. म्हणजे गोमंतकीय कलाक्षेत्राच्या मातीशी रक्ताचे नाते. महाराष्ट्राचा आणखी एक प्रतिभासंपन्न पुत्र राम गणेश ह्यांच्यासारखा गुजरातेत जन्म, आणि कर्तृत्व अखिल भारतात. १९२२ साली त्यांचे पुण्यात निधन झाले. अवघ्या त्रेपन्नाव्या वर्षी.

गाणाऱ्या माणसाने जन्म घ्यावा असे जरी त्या बिचाऱ्या गावाचे नाव नसले, तरी भास्करबुवांची तपश्चर्या आणि त्यांना जीवनात सोसावे लागलेले आघात पाहिल्यावर त्या जन्मग्रामाला 'कठोर' हेच नाव साजून दिसते. बाकी त्या काळातल्या बाळकृष्णबुवा इचलकरंजीकर, रामकृष्णबुवा वझे, भास्करबुवा बखले ह्यांच्यासारख्या गायकांनी कलासिद्धीसाठी केलेली तपश्चर्या पाहिली, म्हणजे त्यांची तुलना प्राचीन ऋषींशीच करावी असे वाटते. अलौकिक वेडाने पछाडलेल्या बालयोग्यांसारखे वयाच्या तेराव्या आणि चौदाव्या वर्षी ह्यांना लागलेले हे ध्यास पाहून मन थक्क होऊन ज्ञाते. ब्रिटिश सत्तेशी लढणाऱ्या राष्ट्रभक्तांच्या वाट्याला येणारा 'कारागृही वास' हा भोगवटा वगळला, तर 'बहु कष्ट जीवास, दुष्टान्न उपवास, निंदजनी त्रास' हे सारे भोग ह्याही लोकांनी भोगले. दूरदूरच्या गावी असणाऱ्या गुरुगृहांपर्यंत पोहोचण्यासाठी कसल्या विलक्षण यातना ही माणसे सोशीत होती. वझेबुवा तर रेल्वेच्या प्लॅटफॉर्मवर पंचा पसरून गाऊन चारचार आणे जमवून मजल-दरमजल करीत गुरुग्रामी पोहोचले होते, म्हणतात. स्वरांचा एकेक अलंकार गळ्यावर चढावा म्हणून आपला देह तपाच्या भट्टीतून ह्या महाभागांनी भाजून काढला. भूगंधर्व रहिमतखाँच्या मनोविकाराची कथा ऐकताना वाटते की, देहातल्या साऱ्या शक्ती केवळ सुरांच्या सिद्धीसाठी एकवटल्यामुळे त्यांच्या मेंदूवर अजस्त्र ताण पडून तर त्यांची तशी अवस्था झाली नसेल? ज्ञानदेवांना एकएक रसिक अक्षर मिळवायला अचाट योगसाधना करावी लागली, तशी स्वरांची साधना करणाऱ्या ह्या महान कलावंतांना एकेक रसिक स्वर मिळवण्यासाठी अशीच दुर्धर साधना करावी लागली. ह्या साधनेचे सुख आणि दुःख 'जावे त्याच्या वंशा तेव्हां कळे!' जे प्रत्यक्ष पाण्यात सूर मारून घुसलेच नाहीत, असले काठावरचे पर्यकपंडित आचरटपणाने बडबडतात की, "इतकं साधं गाणं समजा-उमजायला इतके कष्ट कशाला करावे लागतात? आमची बेबी आणि बाब्यादेखील किती छान गाणी म्हणतात." असल्या विधानांतून अज्ञानात केवढे सुख असते ह्याचाच आणखी एक पुरावा मिळतो. नकलाकार नाही का गवयाची नक्कल करीत? पण अखंड मैफिल नाही निभावून नेत! मूळ चित्रावर चौकटी आखून महान चित्रकारांच्या कलाकृतींच्या नकला नाही का चितारी लोक रेखीत? पण त्या रागाचे विश्वरूपदर्शना सारखे दर्शन घडलेला कलावंत मात्र त्या अपार नादब्रह्मापुढे सदैव शिष्यस्तेऽहम् ह्या भावनेने नतमस्तक होऊन बसतो. भास्करबुवांसारखा त्या नादसमुद्राच्या लाटांवर आपली अवघी जीवननौका घेऊन संचार करणारा गायक आयुष्याच्या अखेरीला म्हणतो काय–तर "संगीताची काहीच सेवा माझ्या हातून घडली नाही." गोविंदराव टेंब्यांसारखा स्वरांचा निस्सीम भक्त उद्गारतो, 'नच पार नादनिधिला.' केवळ दुय्यम दर्जाचे कलेतले

कारागीरच आपल्या कामगिरीचा आढावा अखेरच्या दिवसांत घेताना खोट्या दिमाखाने आपल्या जमेच्या बाजूचे आकडे फुगवून दाखवीत असतात. आणि मग कधीकधी 'शातलूसमान मिळतो फडक्यास मान'. साहित्य काय किंवा संगीत काय, आयुष्याच्या अखेरीला हेच सांगते की, "सितारों केः आगे जहाँ और भी है." बेटा, ह्या तुला दिसलेल्या तारामंडळाच्या पलीकडेही शेकडो तारामंडळे आहेत. शिल्पकार अण्णासाहेब फडके म्हणाले होते, "अरे, आम्हांला शिल्पकार म्हणणं हा त्या शब्दाचा अपमान आहे. अजून घोड्यासारखा घोडा नाही आम्हांला करता येत–त्याच्यावरचा माणूस तर दूरच राहिला!" भास्करबुवांच्या स्वभावातली सारी नम्रता आणि तपश्चर्येविषयीची सारी ओढ त्यांना झालेल्या ह्या संगीतकलेच्या विराट स्वरूपाच्या साक्षात्कारातून आली होती.

बालपणी पिंगळेबुवांकडून मिळालेल्या भजनांच्या जोरावर, निसर्गदत्त आवाजावर किंवा किर्लोस्कर कंपनीत भाऊराव कोल्हटकरांसारख्या लावणी अंगाचे असामान्य गानचातुर्य दाखवणाऱ्या माणसाच्या सहवासातून लाभलेल्या भांडवलावर भास्करबुवा आजन्म गुजराण करू शकले असते. पण संगीताच्या ह्या बालस्वरूपामुळे मोहित होऊन दोन वेळच्या भोजनाचीही भ्रांत असलेला भास्कर तिथेच थांबून राहिला नाही. त्या बालस्वरूपाने त्यांना आता विराटस्वरूपाची ओढ लावली होती. वास्तविक यशाचा गुंगी आणणारा वारा फार लहानपणी त्यांच्या अंगावरून वाहिला होता. बालपणी ते कीर्तनकाराच्या मागे साथीला उभे राहत. त्यांची दोन पदे ऐकून बडोद्याला लष्करातला एक इंग्रज कप्तान इतका खूष झाला की, त्याने भास्करचे चिमुकले मनगट तीन तोळ्यांच्या सोन्याच्या कड्याने भूषविले. बखल्यांचा भास्कर पदे म्हणायला आहे हे ऐकून कीर्तनाचा सभामंडप फुलून येई. पण त्याच काळात बडोद्याच्या संस्कृत पाठशाळेत शिकत असताना रामायणातल्या सुंदरकांडातला रामदूत हनुमंताचा श्लोक त्याच्या अंतःकरणात शिरला असावा :

अनिर्वेदः श्रियो मूलं अनिर्वेद; परं सुखम् ।
तस्मादनिर्वेदकरं यानं चेष्टे ह्यनुत्तमम् ॥

साऱ्या श्रेयाचे मूल अनिर्वेदात आहे. न कंटाळता उत्तमाच्या मागे धडपडण्यात आहे. एकदा 'उत्तमातें धरिजे' हे मनात बिंबले की अल्पसंतोषाला जागा नाही. त्या रामभक्त धूर्त वैष्णव गायक हनुमंताप्रमाणे संगीतातल्या 'उत्तमा' ची ओढ ह्याही बालकाच्या मनात घर करून बसली होती. ते चिरंजीव जन्मताच सूर्यबिंब ग्रासायला निघाले होते. अशी अलौकिक जिद्द असणे हाच खरा ईश्वरी प्रसाद. इतिहास सर्व महात्म्यांच्या जीवनात असले प्रसंग दाखवीत असतो. एका पाणक्याला सावकाराची भिकबाळी दिसते, पाण्याची धार चुकते, सावकार अपमान करतो, तो घाव घेऊन एक पाणक्या निघतो, आणि न्यायमूर्ती रामशास्त्री प्रभुणे होऊन त्याच शहरात परत येतो.

न्यायासनाचे वैभव वाढवतो. नाटक-कंपनीत घोटभर दूध नाकारले जाते. भास्कर रघुनाथ बखले नावाच्या आवाज फुटलेल्या नटाचा अपमान होतो. आणि तो अपमान घेऊन बाहेर पडलेला भास्कर संगीतातल्या चार टाळ्या आणि दोन वन्स मोअरांचे श्रेय नाकारून उत्तम श्रेयाच्या मागे जातो आणि त्याच नाटक-कंपनीत भास्करबुवा बखले म्हणून संगीत-गुरूच्या गादीवर येऊन मानाने बसतो. त्या न मिळालेल्या दुधाच्या धारेच्या बदल्यात चिरंजीवी अशा स्वरांच्या अमृतधारा आणून केवळ कंपनीलाच नव्हे, तर नाट्यसंगीताला नवसंजीवन देतो. हलक्या ठरलेल्या नाट्यसंगीताचे कुळसंबंध अभिजात संगीताच्या कुळाशी जुळवून आणतो, आणि उभय कुलांचा उद्धार करतो. अनेकांच्या जीवनात असले आकाशाएवढे उंच होण्याचे क्षण येतात आणि तसेच निघून जातात. त्या क्षणांचा परीस करून अवघ्या जीवनाचे सोने एखादा रामशास्त्री करतो, किंवा एखादा भास्करबुवा करतो; आपले जीवन उजळतो एवढेच नव्हे, 'अवघाचि संसार सुखाचा' करतो.

आज असंख्य गायनप्रेमी लोक ज्याला त्यांनी कधी पाहिलेही नाही आणि ऐकलेही नाही अशा भास्करबुवा बखले नामक गाणाऱ्या माणसाच्या जन्मशताब्दीचा सोहळा एका अनाम कृतज्ञतेच्या भावनेने साजरा करीत आहेत. असे काही भोवती होताना आढळले म्हणजे वाटते की, माणसांची दैवी गुणांविषयीची ओढ संपूर्णपणे संपलेली नाही. कुठल्याही कागदपत्रात सहीने गुंतलेली ही ऋणे नव्हेत. तरीही ती मान्य करून या ना त्या प्रकारे त्यांची फेड करावी ही इच्छाच किती चांगली आहे. ती फेडण्यात जी धन्यता वाटते, तीतच मानवजातीच्या उज्ज्वल भविष्याच्या आशांची बीजे आहेत. विध्वंसाच्या कड्यावर उभ्या असलेल्या, असुरप्रवृत्तीचे थैमान चाललेल्या ह्या जगात आजही सुरांचे अधिष्ठान कायम आहे. ती केवळ उत्सवप्रियता नव्हे. मनुष्य उत्सवप्रिय आहेच आणि तसा तो असावाही. जगातली कुठलीही संस्कृती उत्सवाला पारखी नाही. आपल्या देशात देवांचे उत्सव आहेत. देवभक्तांचे आहेत. देव न मानणाऱ्या कम्युनिस्ट देशांतही नवेनवे उत्सव आहेत. सगळेच उत्सव काही सरकारी आदेशानुसारच होतात असे नाही. काही माणसांची कर्तृत्वेच एवढी थोर की त्यातून अशा उत्सवांचे जणू युद्धाच्या आव्हानासारखे आव्हान मिळते. भास्करबुवांच्या जन्मशताब्दीचा उत्सव हा असा संगीतप्रेमी भारतीयांच्या अंतःकरणातून उमटलेल्या आव्हानातून साजरा होतो आहे

बुवांचे चरित्र म्हणजे स्वरांच्या सिद्धीसाठी केलेल्या तपश्चर्येचा इतिहास. ब्राह्मण कुटुंबातल्या शंभर वर्षांपूर्वीच्या कर्मठ संस्कारांत वाढलेला हा मुलगा. सोवळ्याओवळ्याचे कडक निर्बंध असायचे. प्राण कासावीस झाला तरी चालेल, पण कर्मकांडात तडजोड नाही. अशा काळात गाणे शिकणे म्हणजेच अब्रह्मण्यम् मनुस्मृतीने तर गवयाच्या हातचे अन्नदेखील खाऊ नये, असा दंडक घातला आहे. श्राद्धाच्या भोजनालादेखील गाणे शिकणाऱ्याला बोलावणे म्हणजे पाप. चोरी करणे, कर्ज बुडवणे आणि गायननर्तन शिकणे ही तिन्ही पापकर्मे त्या भगवान मनूने एकाच कलमात टाकली

आहेत. (हा मनू भलताच कूड असावा.) शिवाशीव, विटाळ कालवणे वगैरे बाबतींत आजही जिथे आपला बराचसा समाज त्या प्राचीन मूर्खपणाला कवटाळून बसला आहे, तिथे ऐशीनव्यद वर्षांपूर्वी काय भयंकर परिस्थिति असेल. अशा काळात हा ब्राह्मणाचा मुलगा संस्कृत पाठशाळेतून नाटक-कंपनीत गेला आणि नाटक- कंपनीतून मुसलमान उस्तादांच्या घरी त्यांची सेवा करून गायन शिकू लागला. वृद्ध उस्तादांना खोकल्याची उबळ अनावर झाल्यावर ह्या शिष्याने तो कफ आपल्याओंजळीत धरला होता. त्या घरातल्या चालीरीती निराळ्या, संस्कार निराळे, आहार निराळा. पण भास्करला तिथे अर्जुनाला जसा पोपटाचा डोळाच दिसत होता तसा फैज महंमदखाँचौसाहेबांचा गाता गळा दिसत होता. त्यांची विद्वत्ता दिसत होती. संस्कृत संगीतशास्त्राशी त्यांचा उत्तम परिचय होता. पण सामान्यांच्या दृष्टीने ते फक्त मुसलमान आणि त्या घरात राहणारा हा ब्राह्मणाचा मुलगा. कसल्या विलक्षण मानसिक यातना त्यांना त्या कोवळ्या वयात भोगाव्या लागल्या असतील! त्यातून ते अगदीच उमेदवार नव्हते. खाँसाहेबांच्या घरी येण्यापूर्वी रंगभूमीवर थोडीबहुत कीर्ती त्यांना मिळाली होती. हल्ली आकाशवाणीच्या वृंदगायकांच्या ताफ्यात एकदोनदा आवाज मिसळलेल्या ताऱ्याला किंवा चांदणीला आकाश ठेंगणे होते. भास्करबुवा त्या मानाने खरोखरीच नामवंत होते. पण गुरुगृही जाताना त्यांनी हे थोडक्यात मिळालेले नाव आपल्या हाताने पुसून टाकले, आणि तालीम घ्यायला सुरुवात केली. स्त्रीपार्ट्यांचे लांब केस जितक्या सहजतेने त्यांनी कापून टाकले, तितक्याच सहजतेने त्यांनी त्या क्षेत्रातून मिळालेल्या प्रसिद्धीचाही संबंध सोडला. हे दोर कापून टाकणे ही एक कर्मकठीण गोष्ट आहे. ध्येयाची ओढ कमालीची उत्कट असल्याखेरीज हा त्याग संभवतच नाही. भास्करबुवांच्या डोक्याने त्या लहान वयात हा ध्यास घ्यावा हे संगीतकलेचे सौभाग्य. ह्या ना त्या नाटक कंपनीत त्यांना प्रवेश मिळाला असता. फुटलेला आवाज सुधारेपर्यंत चार दिवस दुय्यम भूमिका केल्या असत्या; थोडीफार तडजोड करून जमले असते. पुन्हा मस्त स्वच्छंदी जीवन. पण आता बुवांना संगीताची हिमशिखरे साद घालीत होती. तिथे पोहोचायचे कष्ट काय आहेत हे त्यांना ठाऊक होते. पण आता निश्चय ठरला होता : अभिजात गायनकलेची सिद्धी प्रात करून घ्यायची.

गुरुशिष्यसंबंधाचे कोणीही कितीही गोडवे गाइले, तरी प्रत्यक्षात ते नाते सासू सुने सारखेच असे. क्वचित काही अपवाद सोडले, तर शिष्य म्हणजे फुकटात राबणारा गुलाम. त्यातून बहुतेक शिष्य गुरुदक्षिणा श्रमरूपानेच देऊ शकत असत. गायनाचा व्यवसाय करणाऱ्या ज्या शिष्या होत्या त्यांना मात्र गुरूंची निरनिराळयातर्हे ने खातिर करता येत असे. बटूंना ते शक्य नसायचे. 'आमच्या सासूबाईंनी आम्हांला छळले, म्हणून आम्ही आमच्या सुनेला छळणार,' असा कायदा इथेही असे. भास्करबुवांना फैज महमदखाँसाहेबांचे प्रेम सहजासहजी लाभले नाही. दुर्मिळ चिजा ते आपल्या मुलांना गुपचूप शिकवीत. बेटा भास्करला बाजारात धाडीत. पुढे खाँसाहेबांच्या पत्नीच्या लक्षात नवऱ्याचा हा क्षुद्रपणा आला. आपल्या नवऱ्याची गायनपरंपरा हा बम्मनका

छोराच अधिक उज्ज्वल करील, अशी अम्माजानना खात्री होती. ती माउली एके दिवशी स्वयंपाकघरात चक्क संपावर गेली. चूल थंड. खाँसाहेबांना तिने निर्वाणीची अट घातली की, विद्यादानाच्या बाबतीत भास्करला आपला बेटा मानून सारी इलम त्याच्यापुढे मोकळी करीत असाल तरच आयंदा घरमें रवाना पकेगा. नाहीतर चूल थंड राहील!

भास्करबुवा बडोद्याला काही काळ मौलाबक्षांच्या सरकारी गायनशाळेत शिकल्यामुळे खाँसाहेबांची मर्जी खफा होती. मौलाबक्षांच्या नोटेशने वगैरे केलेल्या चिजांचे संग्रह मी पाहिले आहेत. त्यावरून तरी ते अगदीच क्लासातले क्लासिकल शिकवीत असावेत, अशी माझी कल्पना आहे. भास्करबुवांनादेखील तिथे शिकायची हौस कुठे होती? पण भिकाऱ्याने दुधाचा हट्ट धरणे मुश्किल, तिथे सायीचा हट्ट कुठला धरायचा! जिथे सोय झाली तिथे हा गरीब ध्येयवेडा तरुण गेला, आणि आपल्या जन्मजात तीव्र बुद्धीने त्या कोष्टकांतूनही काही उपयोगाचे ज्ञानकण झोळीत साठवू लागला. सहा महिन्यांनंतर फैज महंमदखाँकडे वर्णी लागली, तर तिथे मुख्य काम शेळ्या चारणे आणि शेणाने अंगण सारवणे. तेही त्याने केले. त्या तपाला वरदान मिळाले ते गुरुपत्नीकडून. त्यात बडोद्याचे एक मातबर अधिकारी आणि भास्करवर प्रेम करणारे,बाळशास्त्री तेलंग नावाचे गृहस्थ निघाले. त्यांनी फैज महंमदखाँसाहेबांची सौम्य हजेरी घेतली आणि ग्रहण सुटले. मग मात्र खाँसाहेबांनी शिष्य घढवायला घेतला. पण कालांतराने भास्करबुवांकडे जेव्हा गुरुपद आले त्या वेळी त्यांनी मात्र ही सासू-सुनेची दुष्ट साखळी तोडली आणि आपल्या शिष्यांना उदार हस्ताने विद्या दिली. मास्तर कृष्णरावांनी बुवांचा दरारा आणि त्याहून शतपट असणारा मायेचा उबारा दाखवणाऱ्या अनेक आठवणी वारंवार सांगितल्या आहेत. तपश्चर्येने त्यांना रुक्ष न करता मेणाहून मऊ केले होते. त्यांच्या आख्यायिका ऐकल्या, म्हणजे त्यांची जी मूर्ती डोळ्यांपुढे उभी राहते ती सुरांचा आनंद उधळण्यासाठी सदैव आतुर असलेल्या कलावंताची. बैठकीला येणारा माणूस जाणता असो वा नेणता, परत जाताना त्याच्या पदरात आनंदाचा थोडा तरी प्रसाद पडल्याच्या समाधानातच त्याने जावे, ह्याची त्यांना विलक्षण ओढ असावी. आणि म्हणूनच संगीतशास्त्रातल्या आणि कलेतल्या अत्युच्च शिखरापर्यंतचा प्रवास करूनही संस्कृतातला वेदान्त सामान्यांना कळावा म्हणून तो सोप्या मराठीतून देणाऱ्या संतांप्रमाणे त्यांनी अभिजात संगीताचा ठेवा मराठी नाटकांतल्या पदांतून सुलभ करून मराठी सामान्य रसिकांना दिला. तो सुलभ करताना त्यातल्या मनोहारी सौंदर्याची बीजे कायम ठेवली. ती फुलवायला भरपूर वाव ठेवला. सोप्या ओव्याअभंगातही साहित्यकलेचे सौंदर्य असतेच. प्रौढ भाषेतल्या साऱ्या अलंकारांचा तिथेही खजिना असतो. बुवांनी मराठी पदांत ते अलंकार कायम ठेवले. सोपे आणि शालोपयोगी ह्यांत पुन्हा फरक आहेच. अभिजात संगीतात तर भास्करबुबा 'अवघडदास' होते; पण बुवांना सुरांच्या आनंदाचे अगदी सुलभ सोपानमार्गही

ठाऊक होते. भारतीय संगीताच्या जवाहिरखान्यात एक रत्न असे नव्हते की, जे बुवांच्या संग्रही नव्हते. ख्यालापासून ते गुजराती गर्ब्यापर्यंत अनेक चिजा त्यांच्यापाशी

असत. गाणाऱ्याच्या भाषेत सांगायचे म्हणजे बुवा केव्हा कुठली पुडी सोडतील, हे सांगणे अवघड असे. 'द्रौपदी' नाटकात एक धावा आहे. मुसलमान लोक मशिदीत जो अल्लामियाचा धावा करताना 'सोज' गातात त्याच्या आधारावरून त्यांनी ह्या द्रौपदीच्या धाव्याची स्वरयोजना केली.

आणि हा जवाहिऱ्या मोठा योजक होता. त्यांनी नारायणराव बालगंधर्व आणि मास्टर कृष्णराव ह्या दोघांच्याही गळ्यावर सुरांचे साज चढवले, पण किती चतुराईने! कुठली स्वरमाला कुणाच्या गळ्याला साजून दिसेल, ह्याचा किती सूक्ष्म विचार केला! शिष्यांच्या भवितव्याविषयी किती आस्था त्यांनी बाळगली. केशवराव भोसल्यांसारख्या कडक बिजलीच्या जोडीने बालगंधर्वांची शारदीय चंद्रकळेसारखी मवाळ गायनकला नाटकाला आवश्यक असणारा प्रभाव चटकन पाडू शकणार नाही, म्हणून बालगंधर्वांनी 'संयुक्त मानापमानाचा' प्रयोग करू नये असे त्यांना वाटत होते. अतिशय निर्मळ आणि निरहंकारी नजरेने बुवा गायनकलेकडे पाहत असत. आपल्या बैठकीत आपल्या आधी एक लावणी गाणारी बाई गाऊन उठली, हे कळल्यावर आमच्या बऱ्याचशा बुवा मंडळींनी त्या बैठकीवर गोमूत्र शिंपडले असते, आणि स्वतःच्या डोक्यात राख घातली असती. भास्करबुवा मात्र अशाच एका प्रसंगी तिथे मोठ्या मजेने ख्याल गायला बसले, एवढेच नव्हे, तर भाऊराव कोल्हटकरांच्या संगतीत त्यांनी जे लावणीअंगाचे गाणे आत्मसात केले होते त्याचा काय सुंदर दर्जा होता ह्याचे त्यानंतर स्वतः 'पंचकल्याणि घोडा अबलख' ही. प्रसिद्ध लावणी गाऊन प्रात्यक्षिक घडविले. सुरलयीच्या विश्वात काहीही मोठे नाही, नि काहीही धाकटे नाही.

विष्णू दिगंबरांनी गायनकलेत फार थोर कार्य केले. परंतु त्यांनी कलेला भक्तिमार्गावरूनच चालण्याचा आग्रह धरला. भास्करबुवांनी नवरसांनी आपली गायनकला नटवली. देवभक्ती हे जीवनातल्या अनेक अंगांपैकी

एक अंग झाले. कला एकांगी राहूच शकत नाही. मध्यंतरी काही लोकांनी गाण्याला देशभक्तीला जुंपले होते, हल्ली बिचारे टूथपेस्ट आणि डोकेदुखीच्या गोळ्या विकायला बाजारात येते! हे सगळे दुराग्रह झाले. सतत भजनातच गुंतवले तर संगीतकला कायमचीच 'रा-म' म्हणायची. मला तर वाटते की, आमच्या संगीताला रामापेक्षा 'कृष्ण' अधिक जवळचा. गोपींच्यासह रास खेळण्यापासून ते कुरुक्षेत्रावर गीता सांगण्यापर्यंत जीवनाच्या अनेक अंगांनी रंगलेला कृष्ण किंवा नृत्यगायनप्रिय डमरू वाजवणारा, त्याबरोबर अशिवाचा नाश करणारा शंकर हे संगीतकलेला अधिक जवळचे. ज्यांना सुरलयीचा आनंद घेता आला ते "आम्ही फक्त शास्त्रीय संगीतच ऐकतो," असे वाक्यही उच्चारणार नाहीत. सुरांचा सुगंध कुठून चटकन दरवळेल सांगता येत नाही. महत्त्व आहे ते शब्दांची आवरणे फेकून आतल्या निस्संग रीतीने जुळलेल्या सुरलयीच्या लीलारतीला; ती ज्याला दिसली, त्याला गाणे दिसले. उगीचच सुरांच्या मुंड्या मुरगाळीत आणि लयीच्या मात्रेमात्रेला थपडा मारीत एखाद्या ख्यालाच्या, रागाच्या आणि शास्त्रीय शुद्धतेच्या नावावर चाललेल्या दोन तंबोर्यामधल्या बेसुऱ्या

कुंथण्याला शास्त्रीय संगीत म्हणणाऱ्यांनी ह्याही क्षेत्रात वर्णाश्रमपद्धती सुरू केली; आणि इतरांना 'अब्रह्मण्यम्' म्हणण्यापलीकडे दुसरे काही केले नाही. बेचव गाण्यांचे रतीब घातले आणि पांडित्याची झूल पांघरली. सप्तसुरांच्या मनोहारी इंद्रधनुष्यांनी जे कधी स्वतःच वेडे झाले नाहीत ते दुसऱ्याला काय वेड लावणार? मोकळा स्वर लावणे आणि आग लागल्यासारखे ओरडणे ह्यांतला फरक ज्यांना कळला नाही, प्रत्येक रागरागिणीच्या तवियतीशी ज्यांची ओळख झाली नाही, सुरांचे स्नान ज्यांना घडले नाही, त्यांनी संगीतातल्या शुचितेच्या काय कथा सांगाव्या?

एखादी बेगम अख्तर येते आणि कजरीच्या नुसत्या मुखड्याने अंगावर अष्टसात्त्विक भाव निर्माण करून जाते. आणि ह्यांच्या चिजेत राम असून गाण्यात मात्र राम नसतो. भास्करबुबा शब्दांची वस्त्रे ल्यालेल्या सगुणातून ख्यालाच्या निर्गुणाकडे जाणाऱ्या साऱ्या पायऱ्या चढत चढत वर गेले होते. (खूप वर गेले होते; पण पायठणीच्या पहिल्या पायऱ्यांचा त्यांना विसर पडला नव्हता. बालपणी त्यांनी नाट्यकलेशी असलेले संगीताचे नाते ओळखले होते. मनुष्यस्वभाव हा नाना भावनांचा रंगीबेरंगी गोफ खेळू इच्छितो, हे त्यांना उमजले होते. म्हणून ते ख्यालाच्या दुरभिमानाने पछाडले नव्हते, आणि शब्दप्रधान गायनापासून दूरही पळाले नव्हते. मैफिलीच्या ताटातली श्रीखंडाची जागाही त्यांना ठाऊक होती आणि चटण्या-कोशिंबिरींचे महत्त्वही ते ओळखीत होते. मनात येईल त्या क्षणी समाधीच्या अवस्थेत जाणारे रामकृष्ण परमहंस बालकांबरोबर राधाकृष्णांची गाणी म्हणताना रमायचे. त्यांच्या निकटच्या शिष्यवर्गात अध्यात्ममार्गावरचे साधक होते, आणि सदैव मद्याच्या धुंदीत राहणारे पण अभिनयकलेत सिद्धी मिळवलेले गिरीशबाबूही होते. अगदी कालपरवाचेच उदाहरण. तळहातावर शिर घेऊन राष्ट्रासाठी देह झिजवणारे सेनापती बापट वयाची सत्तरी ओलांडल्यावर देखील गल्लीतल्या पोरांबरोबर विटीदांडू खेळताना पोरासारखे भांडातंडायचे. ह्या साऱ्या लीलांना हरिलीला मानणारे रामकृष्ण काय, किंवा सेनापती काय, किंवा ख्यालाच्या अथांग स्वरसागराच्या दर्शनानंतर दुसऱ्या क्षणी मजेदार लावणी गाऊन ही सारी स्वरलीला आहे असे मानणारे भास्करबुवा काय, हे श्रेयाचा अंतिम साक्षात्कार झालेले महापुरुष! स्वरलयीचे असे भव्य दर्शन झाल्यावर घराण्याचे अभिमान गळतात आणि द्वेष, मत्सर कुठल्या कुठे नाहीसे होतात. स्वरांच्या शब्दप्रधान सगुण स्वरूपाची आणि रागाच्या कैवल्यरूपाची त्यांना उत्तम ओळख झालेली असते.

बुवांच्या गायनाविषयी अनेकांनी लिहिले आहे. परंतु पुण्यातल्या गोपाळ गायन समाजाच्या गोविंदराव देसायांनी जे उदगार काढले आहेत ते मला अतिशय मार्मिक वाटले. गोविंदरावांनी म्हटले आहे, "त्यांचे गायन ऐकून घमेंड, दुष्टपणा, हेवा, ईर्ष्या, निंदा इत्यादी विकार नाहीसे होत." साधे, किंचित भोळेभाबडे वाटणारे उद्‌गार खरे, पण अतिशय सूचक आहेत. 'सतारीचे बोल' ऐकून केशवसुतांनीही

तो मज गमले विभूति माझी
स्फूरत पसरली विश्वामाजी
दिक्कालांसहि अतीत झालों,
उगर्मी विलयीं अनन्त उरलों

अशा सारे ममत्व, सारे अहंकार गळलेल्याच अवस्थेचे वर्णन केले आहे. गोविंदराव देसायांनी हेच साध्या शब्दांत म्हटले आहे. चांगल्या कलेच्या साक्षात्काराने अशी भावावस्था होणे मुळीच अशक्य नाही. इथली सारी नाती सुटली असे वाटते–उच्च् आनंदाच्या क्षणी एकच भावना उरते; ती म्हणजे त्या क्षणी अनंतात विलीन होऊन जाण्याची. भास्करबुवांच्या गाण्याच्या परिणामाविषयी लिहिताना एकानेच नव्हे, तर कितीतरी श्रोत्यांनी "अश्रुधारा वाहू लागत" असे वर्णन केले आहे. "रडू फुटणारे कसले हे गाणे!" म्हणत गेलेल्या शिल्पकार फडक्यांना आपले अश्रू आवरेनात. त्या अश्रूंनी न्हालेल्या अवस्थेला 'रडू फुटणे' हा अतिव्यावहारिक शब्दप्रयोग त्यांना कठोर वाटला. मैफिलीत एखाद्या क्षणी असा रंग जमून जातो की, ऐकणाऱ्याच्याच काय पण गाणाऱ्या किंवा वाजवणार्याव कलावंताच्या डोळ्यांत त्याला कळण्यापूर्वी अश्रू तरारतात. कित्येकदा तर तंबोऱ्याचीजोडी अशी जमते की, सुरांचे ते अलौकिक अद्वैत डोळ्यांत अश्रू उभे करून जाते. असा अनुभव सूर ज्या वेळी स्वतःचे मर्मस्थान पकडतात त्या वेळी येत असतो. तसा सर्वसाधारण सुरेलपणा असतो. पण सूरदेखील एखाद्या क्षणी अशा अनवट स्थानी जाऊन बसतो की वाटते, तिथून त्याने हलूच नये. श्रुतींचे गणित ह्या अनुभवाची चिकित्सा कशी करते ते मला ठाऊक नाही. परंतु हा अनुभव मी स्वतः घेतला आहे, तसा अनेकांनी घेतला असेल. पुण्याला डॉ० सोमणांनी बालगंधर्वांचे गाणे केले होते. 'जोहार मायबाप' म्हणताना नारायणरावांचा शुद्ध धैवत एकदा असा विलक्षण लागला की, सारी मैफिल क्षणभर निःसंग झाली. गायनक्षेत्रातल्या एक श्रेष्ठ तपस्विनी अंजनीबाई मालपेकर कुमार गंधर्वांना एक भैरवीची चीज शिकवीत होत्या. शिकवता शिकवता म्हणायच्या, की "भैरवीचे जे सूर दाखवायला हवेत ते दिसताहेत, पण गळ्यातून निघत नाहीत." त्या काळी त्या ऐशीच्या आसपास होत्या. गाता गाता त्या वृद्धेच्या गळ्याला हवा असलेला तो भैरवीतला मध्यम येऊन बिलगला. तो अनुभव सांगताना कुमार म्हणाले, "माईचा तो मध्यम असा मुष्किल होता की, पुढले काही क्षण आम्ही बेहोष म्हणजे खरोखरीचे बेहोष झालो. मला तर बाकीचे सूर दिसेचनात. तो मध्यम तसा एकदाच भेटला."

अशाच एका मैफिलीत मी खुद्द कुमार गंधर्वांच्या गळ्यातून सोहनी-भटियारातला कोमल रिषभ उमटलेला ऐकला आहे. रविशंकर आणि अली अकबर एकदा सतारसरोदवर जोडीने ललत वाजवीत होते. खूप जमले होते. पहाटे चारपर्यंत जमलेल्या मैफिलीचा रंग मागे उभा होता. चार वाजता ललत सुरू झाला. सुरांच्या मयखान्यातले शराबीही असे जमले होते की, सूर्यानेही उगवताना घाई केल्याबद्दल शरमिंदा व्हावे.

रविशंकर सतारीवर कमालीची तलम कामगत करून शुद्ध मध्यमावरून कोमल मध्यमावर अलगद उतरले, आणि अली अकबरांनी तेवढा कोमल मध्यम सरोदातून त्या मध्यमाला आणून जुळवला. अली अकबरांचा तो कोमल मध्यम इतका जीवघेणा होता की, रविशंकर एखाद्या सुंदर मूर्तीकडे पाहत राहावे, तसे त्या अपार्थिव मध्यमाकडे पाहत राहिले होते. समोरच्या कित्येक डोळ्यांचे काठ ओले झाले होते. असे क्षण क्वचित येतात. गेल्या तीस-चाळीस वर्षांतल्या माझ्या मैफिली ऐकण्याच्या अनुभवात फार तर तीस-चाळीसच क्षणांचे संचित माझ्यापाशी असेल. पण ते क्षण आजही इतर कालप्रवाहातून सुटून माझ्या मनाला चिकटले आहेत. एखाद्या वेळेला त्यांच्या नुसत्या स्मरणाने डोळे भरून येतात. अशा क्षणांची जेव्हा गाठ पडते, त्या वेळी 'अहं' 'चे अस्तित्वच संपते. गोविंदराव देसाई साध्या शब्दांत हेच महान सत्य सांगून गेले. भास्करबुवांच्या मैफिलीत अशा क्षणांची अनुभूती अनेकदा येत असावी, म्हणूनच ते ऐकून अहंकाराची वस्त्रे गळून, घमेंड, ईर्ष्या, दुष्टपणा हे विकार नाहीसे होत. हे केवळ अंधश्रद्धेने केलेले विधान असणे शक्य नाही. बुजुर्ग म्हणत, 'एक सूर साधे, सब सूर साधे.' 'सूर साधणे' म्हणजे काय ते अशा वेळी अनुभवाला येते. बहुतेकांची अवस्था सूर दिसतो, पण गळ्याला येऊन बिलगत नाही, अशी असते. भास्करबुवांची तपश्चर्या एवढी थोर की, तिथे हे सूर सेवेला उभे असत. त्यांची तपश्चर्याच गात असे. तो गवईच स्वरमय अलगज होऊन जाई. अशा गाण्याला अश्रूंच्या नजराण्याहून अधिक मोलाचा नजराणा दुसरा कोणता असणार? आणि भास्करबुवांच्या देहातले रंध्र-रंध्र ज्या वेळी अशा सुरांची धुंदी अनुभवीत असेल, त्या वेळी द्वेषमत्सराला शिरायला जागा तरी कुठली उरणार? हे कैवल्याचे रोप माणसाला आकाशापर्यंत घेऊन जाते स्वर्ग धरेला चुंबायला येतो तो अशा क्षणी!

भजने, पदे, अशा मार्गाने सुरलयीच्या रंगतीचा अनुभव घेत आणि देत भास्कर बुवांनी ख्यालाच्या कैवल्यस्वरूपापर्यंत मजल मारली. गाण्यातली प्रमाणबद्धता, आशय (ज्याला 'बात पैदा करना' म्हणतात), सौंदर्यस्थळांची निवड, त्यांचा योग्य क्षणी आणि योग्य स्थळी होणारा न्यास, शब्दांची सुंदर फेक, कलात्मक उत्कंठा, ती अतियोग्य तेवढीच ताणून तिचे केलेले विसर्जन, नाट्यमय मोहकता निर्माण करणारा अपेक्षाभंग आणि मनाला शांती देणारी अपेक्षापूर्ती अशा नानाविध गुणांच्या सुंदर मिश्रणातून त्यांचे गाणे हवी ती रंगत हमखास साधून जात होते. दिल आणि दिमाख दोहोंचा तोल सांभाळून वाढत होते. त्यांच्या ख्यालाविषयी जे ऐकले आहे त्यावरून असे वाटते की, लयीच्या संगतीने चाललेली प्रत्येक स्वरयोजना त्या ख्यालाच्या भव्य शिल्पातला आवश्यक घटक होऊन येत असावी. एखादी सुरावट वगळली तर सारे शिल्प कोसळेल अशी बेजोड मांडणी करायला लयसूर आणि रागतालांची चलने ह्यांच्यावर केवढी हुकमत हवी!

त्यांच्या जीवनातली प्रत्येक महत्त्वाची हकिगत एकाच सीमेवर येते आणि सांगते की ह्या माणसाने गाण्यालाच सर्वस्व मानले. लाडकी मुलगी वारल्याच्या दुखवट्याला

जमलेल्या आप्तेष्टांना ते कळवळून म्हणाले होते, "अरे, मला गाऊ द्या–" त्यांचे खरे ऋणानुबंधी होते भूप, बिहाग, हमीर, बागेश्री यांसारखे राग. तपश्चर्येसाठी आठवलेल्या रक्ताने जुळलेले हे नाते होते. सांसारिक आपत्तीच्या क्षणीही ह्या आप्तांचा विरह त्यांना सहन होत नव्हता.

विधात्याने ही मूर्तीही अशी घडवली होती की, सुरांच्या नंदनवनात एखाद्या गंधर्वासारखा त्यांनी संचार करावा. रूप, वर्ण, बांधा, उंची, डौल 'सारखेच प्रसन्न. आजही त्यांच्या फोटोवरून त्यांच्या रुबाबदार व्यक्तिमत्त्वाची कल्पना येते. कलावंताचा .लहरीपणा वगैरेची पिसे त्यांनी आपल्या फेट्यात कधीही खोचली नाहीत. कारण त्यांचे प्रेम गाण्यावर होते, गायनावर होते; आपण गवयी आहोत ह्या गोष्टीवर नव्हते. दुय्यम गायकांनीच असला कलाबाह्य लहरीपणा किंवा घराण्याच्या आणि अध्यात्म्याच्या टिळेमाळांचे उपरे वैभव मिरवावे. ज्यांच्यामुळे आपली गानविद्या बिघडेल अशा कुठल्याही व्यवसायाला भास्करबुवांनी आपल्यावर मात करू दिली नाही. बालपणी ज्यांची ज्यांची ऋणे होती, ती त्यांनी फेडली. गुरुपत्नीच्या वात्सल्याचे कृतज्ञतापूर्वक स्मरण ठेवून उस्तादांच्या निधनानंतर त्या कुटुंबाच्या योगक्षेमाची व्यवस्था केली. मैफिल हेच त्यांचे मंदिर होते, आणि सुरलयीच्या विविध लीलांमध्ये रमणे हीच त्यांची पूजा होती. उगीचच आपले तंबोरे त्यांनी सोवळ्यात गुंडाळून नेले नाहीत. ख्याल ख्यालाच्या धर्माने मांडला, ठुंबरी ठुंबरीच्या चालीने खेळवली. म्हणूनच जाणते आणि नेणते ह्यांनी त्यांच्यावरून जीव ओवाळला. कुठे पुणे नि कुठे जालंदर! भास्करराव नावाचा हा मऱ्हाठा गायक त्या पंजाबच्या रसिकांना इतके वेड लावून गेला की, त्याच्यावर लोकांनी शेकडो रुपयांची फुले उधळली. ते जिथे उतरत त्या घरावरून जाताना देवाच्या गाभाऱ्यापुढून गेल्याच्या भावनेने लोक पायांतले जोडे हातात उचलून घेऊन चालायचे! कलेचा केवढा हा सन्मान! चिजांमधून तानसेनाच्या आणि हद्दूहस्सूखाँच्या जोडीने भास्करबुवांचे नाव गुंफले गेले आणि ह्या बेटा भास्कराच्या अकाली निधनाची वार्ता ऐकून स्वतः अल्लादियाखाँसाहेब कळवळून म्हणाले, "बेटा भास्कर, तू गेलास–मी माझं गाणं कुणाला ऐकवू?" मुसलमान गायक सहसा हिंदू गवयाची तारीफ करीत नाहीत, असा एक प्रवाद आहे. मला त्यात तथ्य वाटत नाही. हिंदू गवयीही एकमेकांचा भरपूर दुस्वास करतात. द्वेष, असूया सर्वत्र आहे. पण ज्याला कलेचा साक्षात्कार झाला, तो असल्या क्षुद्रतेपलीकडे जातो. मग तो हिंदू असो, वा मुसलमान. बालगंधर्वांचे गाणे ऐकून अल्लादियाखाँसाहेब नव्हते का वेडे होत? कराचीच्या मुक्कामातली भास्करबुवांचीच हकिगत आहे : गामणखॉ म्हणून मातबर गवयी होते. त्यांचे मुरारअली, बिब्बेखाँ आणि मुबारकअल्ली हे तीन मुलगे मैफिलीत आधल्या रात्री अतिशय तयार गाऊन गेले होते. गामणखाँ जाणकार होते. त्यांनी आपल्या मुलांना भास्करबुवांचे गाणे ऐकण्याची ताकीद दिली. हे तरुण गायक 'महाराष्ट्रातला हा कोण भास्करराव आणि आपल्या अफलातून तयारीच्या गाण्यानंतर काय उजेड पाडणार आहे ते पाहू या!' अशा भावनेने भास्करबुवांच्या बैठकीला गेले. भास्करबुवांनी हमीर रागातली अस्ताई सुरू

केली. आणि पहिल्या समेला अशा विलक्षण डौलाने आले की मुबारकअल्लीच्या मुखातून "सुभान अल्ला" ही दाद केव्हा गेली हे त्याचे त्यालाच कळले नाही. त्यानंतरच्या मुक्कामात ही पोरे बुवांची मालीश करण्यात धन्यता मानू लागली.

सुरांच्या दिव्यदर्शनानेच हे कलावंत क्षुद्र रागद्वेषांच्या पलीकडे जातात. बुवा केवळ चांगले गायक नव्हते, उत्तम श्रोते होते. मैफिलीत बालकाच्या भावाने बसणारा जाणकार, गायकाला केवढे स्फुरण देतो! चांगल्या रसिकाला उद्देशून चांगले गायक नेहमी म्हणतात, "मी गायलो नाही, तुम्ही गाववून घेतलंत!" "बघू या हे विद्वान काय गाताहेत!" असा खडूस चेहरा करून बसणारे लोक कानाने नाइलाज म्हणून गाणे ऐकतात. त्यांच्या मनाची दारे अहंकार सांभाळण्यासाठी बंदच असतात. बुवांची एक आठवण सांगतात., तिच्या खरेपणाबद्दल मला शंका वाटत नाही. एकदा म्हणतात की, त्यांचे गाणे ऐकून बाई सुंदराबाई बुवांकडे आल्या आणि म्हणाल्या, "बुवा, तुमचं गाणं मला शिकवा."

लावण्यांच्या क्षेत्रातल्या त्या अनभिषिक्त राणीला बुवा म्हणाले, "बाई, आमचं गाणं तुम्ही गाऊ लागल्यावर आम्ही गाणं ऐकायला कुठं जायचं? तुमची गायकी कमी मोलाची मानू नका!"

कलेविषयी एवढा व्यापक दृष्टिकोण ठेवणारा हा कलावंत होता म्हणूनच जिथे जिथे सौंदर्य दिसेल, तिथे तिथे तो ते टिपीत गेला आणि गानदेवतेची अनेक प्रकारांनी पूजा बांधली.

दुर्दैव हे की, ह्या असामान्य गायकाच्या त्या सुरांची एक ओंजळदेखील त्यांच्या मागून उरली नाही. एक साधी तीन मिनिटांची फोनोग्राफाची रेकॉर्डसुद्धा नाही. त्यांचे शिष्य मास्तर कृष्णराव. बुवांच्या मागून मास्तरांनी संगीताची विविध दालने समृद्ध केली. गुरूचे ऋण फेडले. गुरुमाउली म्हणावे अशा प्रेमाने आणि योग्य त्या वेळी चापट्या मारून बुवांनी मास्तरांना विद्या दिली. मास्तरांच्या आवाजाचा धर्म, श्वासाचा तोकडेपणा ध्यानी घेऊन त्यांच्या गळ्याला सुंदर दिसेल अशी तालीम दिली. कुणी म्हणतात, "मास्तर बुवांचे गाणे गात नाहीत." मी बुवांचे गाणे ऐकलेच नाही, त्यामुळे ह्या मतात किती तथ्य आहे ते मला सांगणे शक्य नाही. पण एक मात्र निश्चित. त्यांनी मास्तरांना मैफिलीच्या रंगतीचा मार्ग उत्तम दाखविला असला पाहिजे. हमखास रंगत हा गुरूचा गुण ह्या शिष्योत्तमातही आला आहे. वार्धक्याचा जोरदार हल्ला होण्याआधीच्या काळात मास्तरांची मैफिल म्हणजे "मधु मनिष्ये, मधु जनिष्ये, मधु वक्ष्याभि, मधु वदिष्यामि" असा संकल्प सोडल्यासारखी चालायची. क्षणभरही गोडवा सुटत नसे. "श्रोतृदेवो भव" ह्या भावनेने गाणारे मास्तर स्वतःचा खानदानीपणा सिद्ध करायला उगीचच चेंगटपणा करीत सुरांचे रवंथ करीत बसत नसत. श्रोत्यांचा कल अभिजात संगीताकडे दिसला, तर तीनचार ख्याल पेश करायचे. रंगत ठेवून गाण्याचा गुरुजींचा गुण सोडला, तर बाकीचे त्यांचे गाणे स्वतंत्र आहे, असे म्हणतात. असे जर असेल, तर भास्करबुवांना फार वरच्या दर्जाचे गुरू मानले पाहिजे. त्यांनी आपल्या शिष्याला

स्वतःच्या गाण्याचा टंकलेखक न बनवता स्वतंत्र गायक कसे व्हावे ते शिकविले. शिष्याच्या स्वतंत्र प्रतिभेलाच अधिक महत्त्वाचे मानले. कारण गाण्याची नक्कल करायला लावणारा गुरू हा छापाचे गणपती करणारा कारागीर म्हणावा लागेल. तो शिल्पकार नव्हे.

भास्करबुवांच्या गाण्याची परंपरा आज नेमकी कोणत्या स्वरूपात जिवंत आहे हे सांगणे अवघड आहे. नारायणराव बालगंधर्व आणि मास्तर कृष्णराव हे दोन्ही कलावंत स्वतंत्रपणाने फुलले. गुंडोपंत वालावलकर, गणपतबुवा पुरोहित आणि गोविंदराव टेंबे ह्यांना गळ्याची अनुकूलता नव्हती. हार्मोनियममधून त्यांनी भास्कर- बुवांची गायकी प्रकट करण्याचा सुंदर प्रयत्न केला. पण ते वाद्य अपुरे. ताराबाई शिरोडकर ह्या त्यांच्या शिष्येने अकाली गायन सोडले. बापूराव केतकरांचे गायन रंजक होते; परंतु बुवांच्या दमदारपणाचा अनुभव त्यांच्या गाण्यातून येत नसे. मात्र बुवांची विद्यादानाची परंपरा त्यांनी सांभाळली. हे सर्व खरे असले, तरी त्रिवेणीसंगमात गंगायमुनेच्या जोडीला गुप्त असणाऱ्या सरस्वतीचे अस्तित्व आपण मानतो, त्याप्रमाणे 'स्वयंवर' , 'विद्याहरण' आणि 'द्रौपदी' ह्या नाटकांतून वाहणारी भास्करबुवांच्या गानप्रतिभेची सरस्वती महाराष्ट्रातील गवयांच्या ख्यालगायकीतून गुप्तपणाने वावरत आहे यात शंका नाही. आमच्या गायकांचा भीमपलास 'स्वकुलतारक सुता' मधल्या बालगंधर्वाच्या अंगाचे दर्शन घडवतोच. मांडात 'नरवर कृष्णासमान' आढळतो आणि पहाडीत 'विराट ज्ञानी' दिसतो. आमच्या गायकीत भास्करबुवांची प्रतिमा अशी कणाकणाने वसली आहे. ही जाणीव असलेल्या महाराष्ट्रातल्या गायकांना आपल्या मागे उभ्या असलेल्या भास्करबुवांच्या पुण्याईचे स्मरण आहे. जाणकार रसिकांच्या मनात ही कृतज्ञता आहे.

भास्करबुवांचा काळ आणि आजचा काळ ह्यांत पुष्कळ फरक पडला आहे. आकाशवाणीमुळे सुरांचे संस्कार, इच्छा असो वा नसो, आपल्या कानावर होत असताना नव्या दमाचे आणि नव्या विचारांचे चांगले गायक आणि गायिका येत आहेत. "पूर्वीसारखे गवयी राहिले नाहीत" वगैरे विधाने भरमसाटपणाची आहेत. कुमार गंधर्व, भीमसेन, वसंतराव देशपांडे वगैरे आजचे गायक किंवा माणिक वर्मा, किशोरी आमोणकर, प्रभा अत्रे ह्या आजच्या गायिका कमी तोलाच्या मुळीच नाहीत. पूर्वी ग्वाल्हेर गायकी ऐकायला ग्वाल्हेरपर्यंत जावे लागे, आणि बनारसी ठुमरी ऐकायला काशीयात्रा करावी लागे. आज जगातले गाणे घरी बसून ऐकावे अशी परिस्थिती आहे. पण त्यातून काही धोकेही निर्माण होतात. मिठाईच्या दुकानातून आपल्या तबियतीला मानवेल असा कुठला पदार्थ उचलावा ह्याचा संभ्रम पडतो, तसे आपल्या गळ्याला आणि बुद्धीला मानवणारे गाणे कोणते हे शोधणे गायनाचा अभ्यास करणाऱ्याला अवघड पडते. एखादे चटकदार गाणे ध्वनिमुद्रिकेमुळे लोकप्रिय होते आणि लॉटरी फुटावी तशी प्रसिद्धीची आणि नावलौकिकाची लॉटरी फुटते. मग गाण्याची साधना तसल्याच करामती करून लोकप्रिय होण्याच्या भोवऱ्यात सापडते. अशा वेळी त्याया भोवऱ्यातून बाहेर पडून सुरांच्या मागे लागून संगीतातली दिव्य पुष्पे मिळवण्याची जिद्द

संपते. वाढ खुरटते. भास्करबुवांची महती अशा परिस्थितीत मोठी वाटते. ते सुरुवातीला लाभलेल्या लोकप्रियतेच्या भोवऱ्यातून बाहेर पडले. जरा चार पदे बरी म्हणता आली की कार्यक्रम ठरू लागतात. ध्वनिमुद्रिका निघतात. रेडिओची कंत्राटे येतात. मुंबईच्या वाढत्या गिऱ्हाइकीकडे पाहून कच्ची केळी जशी कृत्रिम रीतीने उबवून पिकलेली म्हणून बाजारात येतात, तसे अनेक कच्चे कलावंत 'मार्केट' मध्ये येतात. भोवताली असंख्य सांस्कृतिक? कार्य करणाऱ्या संस्थांचे पेव फुटलेले. त्यांना अहवालभरतीसाठी कार्यक्रम करावे लागतात. आणि मग कित्येकदा सब घोडे बारा टक्के अशी परिस्थिती होते. अनुभवाने शहाणा झालेला गुरू हा शिष्याचा केवळ मार्गदर्शकच नव्हे, तर कठोर समीक्षक असे. आज गायनक्लासातल्या गुरूंचा तर छापाच्या गणपतींचा घाऊक कारखाना आहे. ते पदव्या आणि सर्टिफिकिटे देण्याच्या घाईत! वृत्तपत्रीय समीक्षेतून जाहीर दोषदिग्दर्शन असल्यामुळे कलावंतांना समीक्षक आपल्या हितासाठी हे दोष दाखवीत आहे, असे वाटत नाही. गुरु-शिष्यसंबंधात दोषदिग्दर्शन हे आस्थेपोटी येई. एखाद्या वैद्याने रोगाची दोषचिकित्सा केल्यावर जसा रोग्याला हा आपली बदनामी करीत नसून आपल्या आरोग्याच्या हितासाठी हे सांगतो आहे असे वाटते, तशा प्रकारची स्वतःच्या गायनाची चिकित्सा स्पष्टपणाने करणारे जाणकार स्नेही नव्या गायकांनी जोडले पाहिजेत. आज अनेक प्रगत देशांत असे चिकित्सक आहेत. खानदानी गायनालाही आता गुरूप्रमाणे अशा योग्य चिकित्सकांची आवश्यकता आहे. जाहीर रीतीने आपल्या दोषांची चर्चा झालेली कुणालाच रुचत नाही. परंतु आस्थेने जर अशी चर्चा तो गायक किंवा ती गायिका आणि चांगला जाणकार चिकित्सक ह्यांच्यांत झाली, तर ती उपकारकच ठरेल.

भास्करबुवांची एक हकिगत नारायणराव बालगंधर्वांनी सांगितली होती : नारायणरावांना नाटकातले एक पद बसवून बुवा जिना उतरून खाली जात होते. त्याच सुमाराला कृष्णा मास्तरांना त्यांनी एक खानदानी चीजही शिकवली होती. बुवा गेले अशा समजुतीने नारायणरावांनी ती चीज म्हणायला सुरुवात केली. खाली उतरलेले बुवा जिना चढून परत वर आले आणि म्हणाले, "अरे नारायण, ही चीज काही तुझ्यापासून लपवायची म्हणून तुला मी शिकवली नाही, असं समजू नकोस. तुला नाटकात गायचं आहे; कृष्णाला मैफिलीत गायचं आहे. तू ही गायकी गायलास, तर तुझ्या गळ्याचें वळण बिघडेल." अशा प्रकारच्या हकिगती ऐकल्या म्हणजे वाटते की, भास्करबुवा नुसते गुरू नव्हेत, तर गुरूंचे गुरू होते. (खूप गावे, खूप शिकावे, आणि खूप शिकवावे,) हेच प्रयोजन घेऊन जगणाऱ्या ह्या कलावंताच्या स्मरणार्थ यंदा जन्मशताब्दी सोहळा सुरू होत आहे. बुवांच्याविषयी कृतज्ञता व्यक्त होईल. त्यांच्या गुणांचे संकीर्तन होईल. ह्या सोहळ्यातून नवीन फुलणारे कलावंत स्फूर्ती घेतील. निराशेच्या प्रसंगी त्यांना तपस्वी गायकांचे स्मरण धीर देईल. तप करायची उमेद वाढेल. आज ना उद्या संगीताच्या दिव्य स्वरूपाचे आपल्यालाही दर्शन घडेल असे त्याला वाटेल. जो समाज भास्करबुवांना स्मरतो, तो आपले तपही जर तितकेच तेजस्वी असेल

आणि त्या तपाचा प्रसाद जर आपणही समाजाला 'इदं न मम' ह्या भावनेने वाटत असू, तर आपल्यालाही योग्य ती दाद दिल्याशिवाय राहणार नाही, असा आत्मविश्वास त्याला वाटेल. हा समाज 'मज मोकलील ऐसें नाहीं' ह्याच भावनेने तो आपली साधना चालू ठेवील. तपोभंगाच्या आड येणाऱ्या प्रसिद्धीच्या अप्सरांपासून त्याला भय राहणार नाही. आणि ज्या क्षणी त्या साधनेत तो खऱ्या अर्थाने रमेल, त्या क्षणी त्याचे जीवन आणि लयसूर ह्यांचेच अद्वैत होईल. भास्करबुवांच्या जीवनात असे अद्वैत निर्माण झाले होते. हे विभूतिमत्त्व मिळविलेल्या भास्करबुवांचे जीवितकार्य प्रत्यक्ष पाहायला मिळो वा न मिळो, त्यांच्या स्मरणानेही स्फूर्ती लाभते.

भास्करबुवांच्या जन्मशताब्दीचा सोहळा म्हणजे अशी स्फूर्ती लाभावी म्हणून साऱ्या संगीतप्रेमी समाजाने एकत्र वेळ केलेली भव्य प्रार्थना आहे. ज्या कुणा कलावंताच्या देहाच्या कणाकणातून ती प्रार्थना उमटत असेल, तोच उद्याचा भास्करबुवा बखले होईल.

हे देवाघरचे लेणे

यावज्जीवहि "काय मी" न कळलें आप्तांप्रतीं नीटसें
मित्रांतेंहि कळे न गूड–कळे माझे मलाही तसें
अज्ञाता! मरणोत्तर प्रकट तें होईल तुतें कसें
कोठें आणि कधींतरी जगतिं मी होऊन गेलों असें.

वाग्वैजयंतीत गडकऱ्यांनी स्वतःविषयीच ह्या चार ओळी लिहिल्या आहेत. संवेदनांच्या असंख्य तारा ज्यांच्या मनात सतत झणकारत असतात, त्यांना नेहमीच हा संभ्रम पडत असतो : कोऽहम? शेवटी आपण आहोत तरी कोण? सामान्य माणसे बिचारी एकतारेच्या तुणतुण्यासारखे जीवन जगत असतात–एकसुरी! त्यांना असले प्रश्न पडत नाहीत. जगापुढे सतारीवर एक गत वाजत असते; पण पडद्यांवर दाबल्या किंवा खेचल्या जाणाऱ्या तारांखाली तरफेच्या तारांचा एक कल्लोळ चाललेला असतो. चारचौघांना दिसतात पडद्यावरच्या तारा, आणि ते चकमकीत पितळी पडदे. त्यांना पडद्यामागल्या त्या तारांची ती कंपने दिसतही नाहीत, की तो कल्लोळ ऐकूही येत नाही. मात्र त्या स्वर-कल्लोळाचे सुख आणि दुःख त्या वादकालाही गोंधळात टाकीत असते. राम गणेश गडकरी ही एक अशीच झपाटलेली सतार होती. अनेक तारांनी कंपन पावणारी. ह्या कल्लोळातून एक गडकरी शोधून काढणे खुद्द गडकऱ्यांनाही जमले नाही. पण म्हणूनच की काय कोण जाणे, गडकऱ्यांना शोधून काढायचा इतरांचाही नाद संपत नाही. त्यांच्याच 'राजसंन्यास' नाटकातला साबाजी म्हणतो, "आज आठ वर्षे झाली, अजून राजांच्या नावाची .नशा उतरत नाही." त्याच चालीवर म्हणायचे म्हणजे, "आज पन्नास वर्षे झाली, गडकऱ्यांच्या नावाची नशा उतरत नाही."

पन्नास वर्षे! पन्नास वर्षांत जग काय झपाट्याने बदलले! नुकत्याच सरकलेल्या वर्षाने तर जाता जाता माणूस चंद्रापासून अवघ्या एकोणसत्तर मैलांपर्यंत जाऊन पोहोचलेला पाहिला. 'फर्गसन कॉलेज' एवढ्या नामोच्चाराने राम गणेश गडकरी नावाचा विशीतला पोरगा महिरून जात होता. आज जिथे दोन गुऱ्हाळेसुद्धा धड चालत नसतील, अशा ठिकाणी कॉलेजे जाऊन पोहोचली. जिथे 'चंद्र' ह्या शब्दातलीदेखील जादू संपत आली, तिथे 'कॉलेज' भोवतालचे वलय मालवले ह्यात नवल काय? सारी सुंदर वलये मालवण्याचाच काळ आहे हा. गोपाळ कृष्ण गोखल्यांनी हस्तस्पर्श केल्यामुळे पुनीत झालेला आपला हात अंगापासून चंदनाचा ओला लेप लावल्यासारखा अलगद धरून चालणाऱ्या गडकऱ्यांच्या काळात 'पुढारी' ह्या संस्थेकडेही माणसे आकाशातल्या नक्षत्रांकडे पाहावे तशी पाहत. पुढाऱ्यांतील मतभेद म्हणजे

'आकाशातल्या नक्षत्रांच्या शर्यती' वाटत. आज "पळा, पळा कोण पुढें पळे तो" आणि सत्तेच्या खुर्चीवर "पाहूं बरें कोण बसून घेतो" असे त्या शर्यतीचे नवे स्वरूप आहे. सारेच फार बदलले. काही बदल चांगलेही झाले, काही वाईटही झाले. पण गोविंदाग्रजांचे कृष्णाकाठचे "कुंडल आतां पहिलें उरलें नाही," हे खरे. कालकृष्णेचे पाणी (खूप वाहिले. गडकऱ्यांच्या जमान्यातला मराठी माणूस आणि आजचा मराठी माणूस ह्याच्या आसपासच्या वातावरणात, विचारांत, आचारांत फार फरक पडला. पण तरीही एखाद्या एकांताच्या क्षणी "गाणें मंजुळ तें झुळझुळतें तुझिया वाळ्याभवतें" ही ओळ ओठाशी रुंजी का घालायला लागते? आपल्या लेखी आणि बोली भाषेने अनेक अलंकार आणि भरजरी वस्त्राभरणे आधुनिक युवतीप्रमाणे फेकून देऊनही गडकऱ्यांची, ती हिऱ्यांसारखी चमचमणारी वाक्ये अशी खुणावतात का? रंगभूमीवर इतके तऱ्हेतऱ्हेचे संभाजी येऊनही, "तुफान दरियात मरणाचा नेम नसल्यामुळे काळाचा एकच पाश आपल्या दोघांच्या कंठात आहे त्याचीच लगीनमाळ करून, डोंगरलाटेच्या बोहल्यावर, मावळत्या देवाच्या साक्षीने, मरणाचा मुहूर्त साधून, रायगडचा राजा, मनाच्या मुक्या मंत्राने तुळशी तुझ्याशी लग्न लावीत आहे," म्हणणारा गडकऱ्यांचा संभाजी जीव असा अर्धाअर्धा का करतो? पुरुषांशी हरेक क्षेत्रात स्पर्धा करणाऱ्या विदुषीचे पराक्रम पाहून मन स्तिमित होत असताना, "हे चरण जिथं' असतील तोच माझा स्वर्ग, तोच माझा वैकुंठ, आणि तोच माझा कैलास," म्हणून दारूबाज पतीच्या लडबडत्या चरणांना विळखा घालून बसणारी सिंधू आकाशाएवढी उंच का वाटते? तसे पाहिले तर पन्नास वर्षांपूर्वीचे काय उरले आहे? मग हे गडकरी असे का उरतात? ह्या काळात कितीतरी नाटककार आले, कवी आले, विनोदी लेखक आले, मग ह्या राम गणेशाचीच अशी काय किमया आहे, की त्याच्या शिवांगीची मोहिनी लवमात्र कमी होत नाही, त्याचा धुंडिराज आजही काळजाचा ठाव घेतो आणि त्याचा इरसाल जिवाजी कलमदाने हलकटपणाचीसुद्धा एक कलात्मक उंची गाठून जातो? इतरींच्या ठायी अतिनाट्य वाटावे आणि गडकऱ्यांची मात्र ही सारी मोहक जादुगिरी वाटावी, अशी काय आहे ही गडकऱ्यांची किमया?

ज्याने हे लेणे आम्हा मराठी माणसांना दिले, तो आम्हा मराठ्यांचा देव गडकऱ्यांकरवी साहित्यात काय विलक्षण सुंदर कोडी घालू गेला! साहित्यातल्या पंडितांचे ही कोडी सोडवता सोडवता फक्त चष्म्यांचेच नंबर वाढले. गडकरीमास्तरांच्या स्नेहाचा लाभ घडलेल्यांनी अत्यंत भक्तिभावाने त्यांच्या शैलीच्या नकला उतरल्या. ताजमहाल आणि ताबूत इतका त्या अनुकरणांत फरक आहे, हे त्यांचे त्यांनाही जाणवल्यावाचून राहिले नसेल. कठोर टीकाकारांनी त्यांच्या दारू पिण्यापासून ते विवाहसंबंधापर्यंत अनेक खऱ्याखोट्या दोषांच्या आधारांनी, गडकऱ्यांच्या अंगावर रसिकांनी चढवलेली मायेची पांघरुणे खेचून त्यांना उघडे करण्याचे प्रयत्न केले. कुणी त्यांच्या फक्त भाषाप्रभुत्वाचे कौतुक करण्याच्या मिषाने 'शब्दसंग्रहाचा स्वामी' ह्यापलीकडे गडकर्यांच्यात फारसा राम नव्हता, असेही सुचवून पाहिले. बरेवाईट सारे सोपस्कार झाले. पण आज पन्नास वर्षांनंतर गडकरी मात्र ह्या साऱ्या निंदास्तुतीतून तरून दशांगुळे उरलेच आहेत.

हे काय कोडे आहे? ह्या कोड्याचा शोध आज कसा घ्यायचा? त्यांच्या प्रकाशित आणि अप्रकाशित वाङमयातून? त्यांच्या प्रत्युत्पन्न मतीच्या किस्सेकहांण्यातून? त्यांच्या सहवासातल्या मंडळींना ते जसे वाटले त्या आधारावर त्यांनी तयार केलेल्या शब्दचित्रांतून? पण सापडले, सापडले असे वाटणारे गडकरी चिमटीत पकडलेल्या चांदण्यासारखे निसटून जातात, म्हणूनच गडकऱ्यांना 'अमुकवादी' किंवा 'तमुकवादी' हे लेबल लावणे अशक्य होते. केशवसुतांचा सच्चा चेला गोविंदाग्रज सुधारणावादी की सिंधूची मूर्ती घडवणारा गडकरी परंपरावादी? म्हणूनच वाटते की, चांदण्यासारखी गडकऱ्यांची प्रतिभा जिथे जशी वाट्याला येईल तशी भोगावी. "माझ्या रानफुलाचा रंग जरा भडक आहे, पण वास नाजूक आहे. मनाची मोठी कोवळी जात आहे." असे गडकऱ्यांच्या रायाजीने शिवांगीचे वर्णन केले होते. गडकऱ्यांची प्रतिभाही त्या शिवांगीसारखीच आहे. "मनात असेल ते बोल, मनात नसेल ते बोल," म्हणून रायाजीशी हट्ट धरणारी. त्याच्यावर फक्त उत्कट प्रेम करणारी. गडकऱ्यांनी जगताना सामोऱ्या येणाऱ्या प्रत्येक घडीवर असाच आपला जीव ओवाळला. त्या घडीघडीत त्यांना जगण्यासारखे सापडत होते. भीती होती ती एकच. न जगण्यासारखी घडी आलीच दुर्दैवाने तर काय करावे ह्याची. म्हणूनच बोलून गेले की "जगण्यासारखे जोपर्यंत जवळ काही आहे तोपर्यंतच मरणात मौज आहे." जीवनातला पळन् पळ आसुसल्यासारखा भोगणारे गडकरी. नाटक कंपनीतल्या अनाम अशिक्षितापासून ते नामदार गोखल्यांसारख्या महापंडितापर्यंत जे जे त्यांच्या सामोरे आले त्यांना त्यांना आपल्या प्रतिभेच्या डोळ्यांनी ते आरपार पाहत गेले. त्या पाहण्यातून जे लाभले, ते पुन्हा घडवीत गेले. मोठे मनस्वी जीवन. ताडकन उसळणारे. रसरसून फुलणारे. मरणाआधी अवघा अर्धा तास 'भावबंधना' चा शेवटला अंक पुरा करणारे गडकरी नुसते जाता जाता नव्हे तर हे जग सोडून जाता जाता तीच मनस्विता टिकवून होते. त्या विपरीत क्षणातसुद्धा त्यांच्यातला तो विविधस्वरूपी गडकरी तसाच फुललेला होता. धुंडिराजाच्या तोंडी असलेले "अहो–घनश्याम झाला तरी आमच्यापैकीच" हे वाक्य ऐकताना आजही प्रेक्षकांच्या डोळ्यांत खळकन पाणी तरारते. लगेच "...आमच्या धनेश्वराचा मुनीम..." म्हटल्यावर त्या भाबड्या मनाच्या माणसाकडे पाहून लोक गदगदल्या अंतःकरणाने हसतात. ते अश्रू ओसरण्यापूर्वी महेश्वराच्या "अखेर पेशवाईत त्रिंबकजी डेंगळ्यानेसुद्धा इतका घोटाळा माजवला नसेल," ह्या वाक्यातून मोठा लोभस हास्यकल्लोळ उठतो–हे सारे शरीराचे रंध्रन् रंध्र असह्य वेदनेने ठणकत असताना लिहिणारे गडकरी. शेवटला दीस असा गोड करण्याचे भाग्य केवढे मोठे!

पण हा शेवटला दीस इतक्या लवकर आणण्याची नियतीला एवढी का घाई व्हावी? अवघे चौतीस वर्षांचे आयुष्य. त्यातली सुरुवातीची वर्षे विपरीत परिस्थितीशी झगडण्यात गेली. सुखाचा वारा लागेलागेपर्यंत नानाविध विकारांनी पाठपुरावा केला. बरे, भोवताली व्यवसायातील मालक मंडळी अशी की, ह्या लेखकाला एक आण्याचे विडीचे बंडल देतानादेखील मोठ्या इष्टेटीची वाटणी दिल्याच्या यातना. पण येतानाच

ते असे काही घेऊन आले होते आणि जाताना असे काही ठेवून गेले की, एखाद्याला वाटावे, जणू ह्या चौतीस वर्षांतले पळन् पळ निरखीत-पारखीत जगले. एकीकडून पाहावे, तर अतितरल बुद्धिमत्ता; दुसरीकडून अगदी भाबडा. विलक्षण स्वाभिमानी, तितकाच नम्र. चिंतामणी द्वारकानाथ देशमुख म्हणजे त्या काळी मॅट्रिकला पहिला आलेला एक मुलगा; पण त्या मुलाला भेटायची इच्छा व्यक्त करणारे पत्रदेखील रिझर्व्ह बँकेच्या भावी गव्हर्नरला लिहिल्यासारखे, स्वतःकडे पराकाष्ठेचे गौणत्व घेऊन लिहिले आहे. मला तर त्यांच्या देशमुखांवरील त्या प्रासंगिक कवितेपेक्षा ते पत्रच अधिक हृद्य वाटते. त्या मुळातल्या इंग्रजी पत्राचा मराठी तर्जुमा सामान्यतः असा होईल :

प्रिय कुमार देशमुख,

एका सर्वस्वी परक्या माणसाला ह्या चार ओळी लिहिण्याची परवानगी द्यावी. ह्या ओळीच काय बोलायचे ते बोलतील. जातीय दृष्टिकोणापलीकडे जाऊन बोलण्याइतका मी बराचसा कॉस्मोपॉलिटन आहे. अपवादात्मक प्रसंग फार क्वचित येतात. आणि मला आनंद वाटतो की, त्यांतला फार डोळ्यात भरण्याजोगा हा एक प्रसंग आहे. निदान माझा हिशेबी तरी. मर्यादाभंग होत असेल, तर मला क्षमा असावी. कवी वेडे असतात, असे म्हणतात. आणि तुमच्या परवानगीने मीदेखील काहीशा आगाऊपणाने स्वतःलाही त्यांतलाच एक मानून स्वार्थासाठी कवीच्या त्या वेड्या वंशात स्वतःचीही जिम्म करून घेईन. एवढ्यात जर मुंबईला येणार असलात, तर तिथे तुमची भेट घेण्याची धिटाई दाखविली तर चालेल का? ह्या चार शब्दांतून माझ्या हातून काही उणे-अधिक घडले असले तर मी त्याबद्दल अत्यंत दिलगीर आहे.

आपला स्नेहांकित

गोविंदाग्रज

(किंवा कोण ते कळावे ह्याची आवश्यकता वाटत असली, तर–)

राम गणेश गडकरी

गडकरी कायस्थ कुटुंबात जन्माला आले होते, आणि देशमुखही, हा एक योगायोग. ह्यातून काही सिद्धही करायचे नाही, की खोडूनही काढायचे नाही. पण हा योगायोग उभयतांची आपुलकी अधिक वाढवणारा. 'जातीय' ह्या शब्दाला त्या काळात राजकीय दुर्गंधी सुटली नव्हती. माणसांना जात लपवावी, असे वाटत नव्हते. आजही आपण जात विसरलो नाही; सोयिस्कर रीतीने लपवतो. परंपरेची ही अदृश्य नाळ अशी तोडू म्हणून तुटत नाही. प्रांतापलीकडे किंवा जातीपलीकडे जायला हवे, हे बुद्धीला पटूनही रक्तच बंड करून उठते. कित्येकदा आपली आपल्यालाही लाज वाटते. मॅट्रिकला पहिला नंबर येण्याचा किंवा जगन्नाथ शंकरशेट शिष्यवृत्ती पटकावण्याचा मान आपल्या ज्ञातीतल्या मुलाने किंवा मुलीने मिळवला, तर आजही गुदगुल्या होतात, जातीचे नाव वर नेले, असे वाटते. पन्नास-पंचावन्न वर्षांपूर्वी गडकऱ्यांच्या हातून देशमुखांवर आशीर्वादपर कविता लिहिली गेली, किंवा "कायस्थाचें इमान फिरवी रक्ताचा फेर" अशी ओळ उमटली किंवा चिमुकल्या खंडोबल्लाळाला साबाजीने "...बाळ, तुला

बाळाजी बाबांचं नाव लावायचं आहे, आणि बाजी देशपांड्याची जात सांगायची आहे. कायस्थांच्या इमानापासून चळू नकोस," म्हणून जातीची आठवण दिली, तर त्याच्यात जातीय दुरभिमानापेक्षा त्या जातीवर पूर्वजांच्या पराक्रमांनी टाकलेल्या जबाबदाऱ्यांची जाणीव करून देणे हाच मुद्दा महत्त्वाचा होता. भंडाऱ्यालाही ब्राह्मणाने दारू प्यालेली पसंत नसे. प्रत्येक जातीने स्वतःच्या आचारसंहिता तयार केल्या होत्या. बदलत्या भौतिक परिस्थितीप्रमाणे त्यात इष्ट फरक करता येईनासे झाले आणिः खेळाचे नियमच जाचक होऊन खेळ बंद पडायची वेळ आली जातीवर प्रेम करणारे गडकरी त्या जातीत जन्माला आलेल्या पूर्वजांच्या पराक्रमावर प्रेम करीत होते—नव्हे, कुठल्याही अलौकिक पराक्रमाचे ते पूजक होते. म्हणून त्या पराक्रमाच्या तपशिलांत न जाता त्या पराक्रमाचे शील त्यांना आकर्षित होते. संभाजीचे नाटक लिहिणारे गडकरी म्हणूनच मक्केचा ताईत मराठ्यांच्या राणीच्या गळ्यात दिसल्यावर तिला मुलगी मानून जवळ घेणाऱ्या औरंगजेबाची पितृवत्सल मूर्ती डोळ्यांपुढे आणू शकतात. 'धर्म' नावाच्या कल्पनेच्या वेडापायी आयुष्याची तीस वर्षे मराठ्यांच्या मुलखात ठाण मांडून बसणारा औरंगजेब त्यांच्या कविमनाला ओढून घेतो. वसुंधरेसारखी पातिव्रत्याची मूर्ती उभी करणारे गडकरी तुळशीही उभी करतात. नामर्द नवऱ्याच्या नावाने भरलेला चुडा तुफान दर्यात फेकलेल्या नावेवरच फोडून मर्द मनगटाशी सलगी करणारी तुळशी लौकिकात व्यभिचारिणी ठरली असती; कलेच्या अलौकिक क्षेत्रात तिला तळपत्या सौदामिनीची उंची लाभते. टिळक आणि आगरकर ह्या विरुद्ध विचारांच्या महानुभावांमध्ये त्यांना आकाशातल्या नक्षत्रांच्या शर्यती दिसतात. कुठल्याही महाकवीला आकर्षण असते ते असल्या उत्कट उदात्ताचे! आणि म्हणूनच ही माणसे तात्कालिकाच्या पलीकडे झेप घेऊन जातात. गडकऱ्यांची कृष्णा भूगोलाच्या पुस्तकातून वाहत नाही. त्यांचा इतिहास कागदपत्रे आणि दप्तरे ह्यांच्या धुरळ्याचे ठसके खात खोकत बसलेला नाही. ऐतिहासिक नाटके आणि कादंबऱ्यांच्या शेवटी आलेली संदर्भग्रंथांची यादी पाहिली की मला हसू येते. सिंहगडावर देवलदेवीही नव्हती आणि कमलकुमारीही नव्हती. पण हरिभाऊ आपट्यांच्या सिंहगडावर ती होती. नाटककार, कवी किंवा कादंबरीकार ह्यांना पडते ते इतिहासाचे स्वप्न. वास्तवातली माणसे स्वप्नभूमीत शिरतात, म्हणून तर आपण त्यांना पुस्तकात किंवा रंगमंचावर मनाने कडकडून भेटतो. सुधाकराची सनद मुन्सफाने रद्द केल्याचे ऐकल्यावर विधिपंडित गडकऱ्यांच्या विधिविषयक अज्ञानाला हसले. पण साध्या प्रेक्षकाला मात्र चिंता लागते ती बेकारीचे भूत आता सुधाकर-सिंधूच्या संसाराला खाणार, ह्या विधिघटनेची! ऐतिहासिक नाटकातला औरंगजेब महाराष्ट्रात मराठी बोलतो आणि मद्रासेत तामिळ. तिथल्या तिथल्या पाहणाऱ्याला त्यात काहीच गैर वाटत नाही. कारण समर्थ नाटककार त्याला इतिहासातल्या औरंगजेबापलिकडली एक औरंगजेब नावाची वृत्ती दाखवीत असतो, व्यक्ती नव्हे. तानाजीचा मुलगा रायाजी हा सेनासागर होता की नव्हता, हे भारत इतिहास संशोधक मंडळाच्या रुमालांत आवळलेल्या इतिहासाला ठाऊक असो की नसो, शिवांगी ज्याच्यावरून जीव ओवाळून

टाकते तो रायाजी सेनासागर होता. डेन्मार्कच्या इतिहासात हॅम्लेट नावाचा राजपुत्र आणून बसवला शेक्सपिअरनामक इंग्लिश प्रतिभावंताने, डेन्मार्कच्या इतिहासकारांनी नव्हे.

गडकऱ्यांचे 'राजसंन्यास' हे माझे अत्यंत आवडते नाटक आहे. किंबहुना, गडकऱ्यांचे 'राजसंन्यास' आणि वासुदेवशास्त्री खर्यांचे 'शिवसंभव' ह्या दोन नाटकांत माझी मराठी ऐतिहासिक नाटकांची बरीचशी आवड संपते. शास्त्रीबुवांनी 'राजसंन्यासा' ला ते नाटक अपुरे राहिले म्हणून चंद्रकोरीची उपमा दिली आहे. पण मला तर ते गडकऱ्यांच्या मृत्यूमुळे अपुरे राहिले हे दुःख सोडले, तर ते अपुरे म्हणूनच अत्यंत सुंदर वाटते. कोरीव लेण्यातल्या भग्नमूर्ती रसिकतेला एक वेगळेच आव्हान देत असतात. केशभूषा पुरी झाल्यानंतरच्या चित्रापेक्षा केशभूषा करीत असलेल्या रमणीचे चित्रच जसे अधिक मोहक वाटावे तशी काहीशी ह्या नाटकाची स्थिती आहे. मी ते असंख्य वेळा वाचले आहे. कित्येकदा मनाने साबाजी आणि हिरोजी यांचा गुडगुडीचा प्रवेश पुरा करून ती चंद्रकोर पापड फेकून पूर्ण करायचा वेडेपणाही केला आहे. दूध पिता पिता मातेच्या स्तनाशी लागलेले चिमणे ओठ उगीच विलग होतात. उगीचच ते पोर आईचे मुख न्याहळू लागते. अपुऱ्या दुग्धपानाचे ते दृश्य जसे विलक्षण विलोभनीय, तसेच हे अपुरे 'राजसंन्यास' आहे. नियतीने ते अपुरे ठेवले ही त्यामागली मनाला कष्टविणारी घटना आहे. पण आजही ही अपुरी ठेव भारी मोलाची आहे. काही वर्षांपूर्वी आम्ही काही लेखक रणभूमीचे दर्शन घ्यायला लडाखमध्ये गेलो होतो. हिमालयाच्या डोक्यावर प्रचंड वाळवंट आहे. ह्या महापर्वताने अशी राख डोक्यात का घातली, देव जाणे! जीपने त्या रखरखाटातून जात होतो. त्या वाळवंटातून जीपचे ते गचके खात जाताना मी, भावे आणि माडगूळकर मोठमोठ्याने 'राजसंन्यास' म्हणत होतो आणि त्या वाळवंटाचा बगीचा झाला होता. त्या वाळवंटात, भर उन्हात, प्राणवायूच्या अपुरेपणामुळे धापा लागत होत्या. पण गडकऱ्यांच्याच भाषेची नक्कल करून सांगायचे, म्हणजे नाकापासून श्वास तुटला तरी मुखातून गडकरी फुटायचा काही थांबत नव्हता. राम गणेशांनी आम्हांला झपाटले होते.

मला तर गडकऱ्यांची ही जादुगिरी विलक्षण गोंधळात टाकते. अनेकांना टाकते. परवाचीच गोष्ट आहे. के० नारायण काळ्यांच्या घरी मी, माझे स्नेही आनंद नारळकर आणि स्वतः काळे गडकऱ्यांच्या 'एकच प्याला' विषयी बोलत होतो. काळे काही आमच्यासारखे 'पुंडलीक वरदा' म्हटले की एकदम 'हारि विठ्ठल' करणारे नव्हते. पण 'एकच प्याल्या' बद्दल बोलताना त्या साहित्यकृतीतल्या अमाप आनंदाच्या ठेव्याच्या नुसत्या स्मरणाने काळे गदगदून आले होते. तळिराम हा सुधाकराच्या वाड्याला लागलेला 'रॅट' कसा आहे, घुशीसारखा तो त्याचा संसार कसा पोखरतो, जीवनातल्या उदात्ताची हे असे एवढे-एवढे उंदीर विटंबना कशी करतात, ह्यावर काळे भाष्य करीत होते. गडकऱ्यांच्या 'एकच प्याला' नाटकाने काळ्यांना धुंदी आणली होती. त्या धुंदीत दिग्दर्शक म्हणून 'एकच प्याल्या' शी आपण किती निराळ्या तऱ्हेने मुकाबला घेऊ,

याचे स्वप्न काळे रंगवीत होते. जीवनाची सारी सारी सुंदर मूल्ये मातीमोल होत चाललेल्या ह्या काळात पातिव्रत्याची केवळ सुवर्णमूर्ती असलेल्या सिंधूची पुन्हा एकदा कशी कलात्मक प्राणप्रतिष्ठा करता येईल, हे काळे आम्हांला सांगत होते आणि वेळेचे भान हरपून आम्ही ऐकत होतो. माझ्या आयुष्यातली गडकऱ्यांच्या प्रतिभेचे पुनर्दर्शन घडवणारी ती एक अविस्मरणीय संध्याकाळ आहे.

गेल्या पन्नास वर्षांत गडकरी रसिक मराठी मनात असे झिरपत झिरपत गेले आहेत. अशा अनेक सुंदर गोष्टी झिरपत जातात, आणि माणसांच्या पिंडांना विशिष्ट रंग आणि आकार येतात. आपल्या मातीची एक निराळी ओढ ह्यातूनच तयार होते. कॉस्मॉपॉलिटन वगैरे केवळ सामाजिक सोयीसाठी बुद्धीने स्वीकारायचे तत्त्वज्ञान आहे. मी शेक्सपिअरच्या समाधीशी वाकलो, पण ज्ञानदेवाच्या समाधीपुढे माझे भान हरपले. माझ्यातल्या हजारो वर्षांपासून चालत आलेल्या कोणाला तरी त्या दर्शनाने रंध्रारंध्रातून जागवले. दोन क्षणांची अनुभूती असेल, पण विजेच्या झटक्यासारखी अंगातून गेली. आमची कसली जीवने! साध्या हरळी. वटवृक्षांचा आकार कुठला लाभायला? पण हरळीचे नातेदेखील वटवृक्षांच्याप्रमाणे मातीशीच असते. मी जर्मनीत पाश्चात्त्य संगीतातल्या महान रचनाकारांच्या संगीत-कृती ऐकल्या. फार मोठे स्वरवैभव. पण तो आनंद विलायती सेंटसारखा घटकेत उडून जातो. पण जर्मन माणूस बेटोव्हनच्या स्मरणाने फुलतो. तसेच मलाही रात्री बिछान्याला पाठ लागलेली असताना दूरच्या देवळातून ऐकू येणारी मृदंगाची थाप आणि 'जयजय रामकृष्ण हरी' चा गजर तिथे उचलून नेतात. ह्या मातीतूनच येणाऱ्या मंत्रप्रभावापुढे करणार काय? "अरे, ह्या मातीत एक तुकोबा अशाच अनेक रात्री थयथया नाचला होता," असे ही माती सांगायला लागते आणि कळण्यापूर्वी हात जुळतात आणि डोळे अश्रू गाळायची परवानगी मागत नाहीत. दुर्दैव एवढेच की, आमची ही उत्कटता क्षणाची. गडकरी जाणतेपणाची सारी वर्षे ही उत्कटता घेऊन जगले. म्हणूनच त्या मातीतून त्यांना मिळालेले मंत्र त्यांच्या मनावाटे उफाळून यायचे. मग ते मन बाळ गंगाधर विलायतेला जायला निघाले त्या वेळी त्यांना भवानी तलवारीची आठवण करून द्यायला उफाळले असेल, किंवा कविकुलगुरू कालिदासाचे नाव घेऊन निघालेली किर्लोस्कर मंडळी मोडू देणार नाही ह्या जिद्दीने उफाळले असेल. मातीत रोपाचे एकच मूळ जात नाही, अनेक जातात. काही (खूप खोल जातात; काही वरवर असतात; पण पोषण घेतात ते मातीचेच. असल्या मनस्वी जीवनाच्या वेलीवर फुललेली फुले दीर्घकाल रंगगंध टिकवून धरतात.

दोनतीन वर्षांपूर्वीची गोष्ट आहे : मुंबईतल्या एल्फिन्स्टन कॉलेजमधल्या विद्यार्थी-विद्यार्थिनींना मी 'राजसंन्यास' नाटक वाचून दाखवले. माझ्या सुदैवाने ह्या नाटकाची संथा मला गडकऱ्यांच्या प्रतिभेला ज्यांनी साक्षात सरस्वती मानले त्या नटवर्य चिंतामणराव कोल्हटकरांकडून मिळाली होती. पण मला त्या माझ्या कारागिरीचे प्रदर्शन करायचे नव्हते. बी० ए० च्या वर्गात पोहोचल्यावरदेखील साडीऐवजी फ्रॉक किंवा शलवार-कमीज घालणाऱ्या मुली आणि तंग विजारी आणि आखूड शर्ट घालणारे

मुलगे 'राजसंन्यास' कसे स्वीकारतात, ते मला पाहायचे होते. ही पिढी गडकऱ्यांच्या स्वप्नातही नसेल असल्या वातावरणात वाढणारी होती. अडीच-तीन तास, ती सर्वस्वी निराळे संदर्भ घेऊन जगणारी पिढी गडकऱ्यांच्या मृत्यूनंतर जवळजवळ सेहेचाळीस वर्षांनी ते 'राजसंन्यास' रंगून ऐकत होती. जिवाजीच्या इरसालपणाला हसत होती. शिवांगीच्या उद्‌गारांनी व्याकुळ होत होती. वाचन संपल्यावर मी काही मुलांना विचारले,

"का रे, आवडलं का तुम्हांला–"

एक मुलगा म्हणाला, "सर, सगळं समजलं नाही; पण आपण काहीतरी ग्रेट ऐकतोय असं सारखं वाटत होतं–"

'राजसंन्यासा' तून गडकऱ्यांची प्रतिभा इतिहासातल्या घटनांना ज्ञाताच्या कुंपणा पलीकडे उंच घेऊन जाते म्हणून ती कालनिरपेक्ष होऊन लखलखते.

ही केवळ भाषेची भुलभुलावणी नव्हे. साहित्यातल्या समीक्षकांनी 'भाषाप्रभू' म्हणून गडकऱ्यांना डाव्या हाताने सलाम करण्याचा प्रकार केला आहे. त्यातला 'प्रभू' वरचा श्लेषही तसा सूचक आहे. जणू काय गडकऱ्यांना भाषेची अंगलट कळत नव्हती, फक्त अंगावर झगमगणारेः दागिने चढवणेच कळत होते! गडकऱ्यांच्या मराठी भाषेत मराठीची असंख्य रूपे दडलेली आहेत. त्यांची भाषा संत, पंत आणि शाहीर अशी तिन्ही वळणे लीलेने घेते. आणि ती लीला इतकी सहज असते की, तीत यत्किंचित अट्टाहास दिसत नाही. गडकरी कवीही होते, आणि सर्वोत्तम विनोदी लेखकही होते. भाषेतले पितळ कुठे आणि कसे उघडे पडते हे त्यांच्यातल्या बाळकरामाला उत्तम कळत होते. एक तर मराठी संत, पंत आणि शाहिरी वङ्मया इतकाच इंग्रजी वाङ्मयाचाही त्यांचा व्यासंग दांडगा. 'लेखन' ही 'मिशन' मानणारा हा माणूस होता. त्यामुळे 'शब्द' हा गडकऱ्यांच्या जिव्हाळ्याचा विषय होता. 'पुण्यप्रभाव' नाटकात त्यांची लेखणी वारा प्यालेल्या वासरासारखी धावली. तरुण गडकऱ्यांच्या अंगोपांगांत संत-पंत-वाङ्मयाचे वारे त्या काळी संचारलेले होतेच. मराठी भाषेच्या ह्या समृद्ध भांडाराचा ठेवा कुठे उधळू न् कसा उधळू, असे त्यांना होऊन गेले असणार. श्रीपाद कृष्णांच्या शब्दचमत्कृतीच्या आतिषबाजीचा तो जमाना. श्रीपादांच्या कलावती वाणीची त्या जमान्यात कोण जरब! त्यातूनच गडकऱ्यांचे मानी मन दारिद्र्यामुळे किती ठिकाणी दुखावले जात असेल, त्यांचे त्यांनाच ठाऊक. अशा वेळी भीमपराक्रमाने डोळे दिपवायचे तरः भाषेच्या चमत्कारांनीच, असे ह्या तरुणाला वाटले तर त्यात गैर काहीच नाही. प्रतिभेचा आम्रवृक्ष कोट्या-प्रतिकोट्या, प्रासानुप्रास असल्या मोहराने फुलला होता. 'पुण्यप्रभावा' तल्या भाषेची शोभा ही असल्या मोहराची शोभा आहे. हळूहळू प्रगल्भता वाढायला लागली. कविता, नाटके आणि विनोदी लेख ह्यांतून एकाच गडकऱ्यांची गोविंदाग्रज, राम गणेश आणि बाळकराम ही विषयाप्रमाणे भाषा वळवणारी रूपे दिसायला लागली. इतकेच नव्हे, तर सोने आणि बेगड ह्यांतल्या फरकाची जाणीव त्यांनी आपले साहित्यगुरू श्रीपाद कृष्ण कोल्हटकर ह्यांनाही करून द्यायला मागेपुढे पाहिले नाही.

ज्या कोल्हटकरांचे पदवंदन करून त्यांनी नाट्यलेखनाला प्रारंभ केला त्या

गुरुचरणांना त्यांनी एका पत्रातून सुरेख चिमटाही काढला आहे. 'वधूपरीक्षा' ह्या श्रीपाद कृष्णांच्या नाटकासंबंधी त्यांनाच पत्र लिहिताना गडकऱ्यांनी लिहिले आहे : "... पुस्तकाचे बहिरंग इतके सुंदर साधले आहे की, प्रथम एखादे इंग्रजी पुस्तक आहे, असा भास होतो. आजवर आपल्या नाटकातील इंग्रजी वळणाविचारांची वाक्ये वाचतानाच काय तो असा ग्रह होत असे. 'वधूपरीक्षे' च्या बाबतीत बहिरंगापासून या ग्रहाचा जन्म होतो. नाटक चमत्कृतिपूर्ण असले पाहिजे या आपल्या लाडक्या तत्त्वाच्या दिग्दर्शनाची प्रस्तावनेपासूनच सुरुवात केल्यासारखी दिसते.. ." इ० इ०

स्वतःच्या गुरूची इंग्रजी वळणाची चमत्कृती गडकऱ्यांना दिसायला लागली होती. चमत्कृतीची ओढ गडकऱ्यांनाही होती. पण त्यांच्या ठिकाणी ती चमत्कृती सहजधर्म होऊन येई. विजेचा सहज घडणारा लखलखाट जितका अकृत्रिम तितकीच ती शब्दलीला अकृत्रिम होऊन जाई. असामान्य साधेपणा हीदेखील एक चमत्कृतीच आहे. एखाद्या इसापाला ती साधून गेली. पण म्हणून ज्ञानदेवांच्या उपमा-उत्प्रेक्षांची चमत्कृती कृत्रिम वाटत नाही, कारण ज्ञानदेवांच्या ठायी ती सहजतेने प्रकटते. अभिव्यक्तीला मानवत नसते ती ओढाताण. ओढाताणीची चमत्कृती करणाऱ्यांची गडकऱ्यांनीही अनेक ठिकाणी थट्टा केली आहे. किंबहुना, गडकऱ्यांना विनोदाच्या तृतीय नेत्रामुळे भाषेतले सोने आणि बेगड फारच चांगले ओळखता येत होते.

दुर्दैवाने 'नाटक' हा एक अत्यंत धोकेबाज कलाप्रकार आहे. एका परीने हा सारा मामलाच अतिअवघड असतो. नाटक हे दृश्यकाव्य तर खरेच. पण त्याचे दर्शन नुसते बाहेरच्या डोळ्यांना घडवून भागत नाही. आतल्या डोळ्यांना घडवावे लागते. एवढ्याचसाठी केवळ तात्कालिकाचे हुबेहूब दर्शन घडविणारी नाटके तात्पुरतीच टिकतात. इतकेच नव्हे, तर तात्कालिक चळवळीवर आधारलेली नाटके तत्कालीन वास्तवाला उगीचच अतिसुलभ करून जातात. तात्कालिकामागले काव्य दाखवीत नाहीत. वरेरकरांच्या नाटकांतून तात्कालिकाचे हे काव्याचा अभाव असलेले दर्शन सतत घडते. म्हणूनच वर्तमानाशी वाजवीपेक्षा जास्त सलगी साधणारी नाटके वर्तमानपत्राइतक्या लवकर कोमेजून जातात. शेक्सपियर उरतो आणि एवढा बुद्धिमान शॉ कालवश होतो. त्याची 'माय फेअर लेडी' जेव्हा गाऊ लागली आणि त्या नाटकातल्या ब्रिटिश समाजातल्या उच्चनीचतेच्या कल्पनांवरील शॉचे कोरडे गाण्यातून गोड होऊन आले आणि ती कथा शेवटी एका भाबड्या पोरीची प्रेमकथा झाली, म्हणजे 'पिग्मॅलियन' च्या मूळ ग्रीक कथेशी अधिक जवळ गेली, तेव्हाच शॉच्या त्या नाटकाला नवा जन्म लाभला. ह्यामागले सत्य हेच आहे की, नाटकाला दर्शनी वास्तवापेक्षा त्यामागे संतत झुळझुळणाऱ्या काव्याची ओढ अधिक. तथाकथित सामाजिक किंवा राजकीय सुधारणाविषयक नाटके फॅशनेबल पोशाखासारख्या फॅशनेबल विचारसरणीमुळे त्या त्या काळात लोकप्रिय होतात. पण गडकऱ्यांच्या नाटकांतून त्या काळातल्या कुठल्याही लोकप्रिय, सामाजिक, राजकीय वा धार्मिक चळवळीचे बटबटीत दर्शन घडत नाही. इतकेच काय, पण आपल्या लेखनातून तसे घडल्याचा आरोपही त्यांना सहन होत नसे.

रा० खरे नावाच्या गृहस्थांनी नूपुर आणि कंकण ही अनुक्रमे नेमस्त आणि जहाल यांची चित्रे आहेत असे स्वतःचे मत व्यक्त केल्याबद्दल गडकऱ्यांना जे वाटले त्याची त्यांनी आपल्या डायरीत नोंद केली आहे : "... (ही) विक्षिप्त कल्पना ऐकून मनाला जितके आश्चर्य वाटले, तितकेच वाईट वाटले. अशा भलत्या कल्पना मजवर कोणी लादणे निंद्य आहे."

लोकमान्य विलायतेला जातानादेखील "स्वराज्य नलगे" परंतु "घेउनि यावी श्रीशिवबाची भवानि तलवार," अशी विनवणी त्यांनी केली आहे, त्यांना स्वराज्या पेक्षाही ज्या दैवी गुणांच्या पायावर स्वराज्याची श्रीशिवबांनी उभारणी केली होती त्या सनातन सुंदर मूल्यांची जाणीव करून देणारी स्फूर्तिदायी भवानी तलवार महत्त्वाची वाटत होती. कवीला वाटाघाटी, युक्तिवाद ह्यांत रस नसतो; त्याला जीवनातल्या .साऱ्या आशयातली 'मूर्ती' दिसते–ती पुन्हा घडवण्याची त्याची धडपड असते. एवढ्याचमुळे गडकऱ्यांना हा महाराष्ट्र देश 'राकट आणि कणखर' म्हणूनही आवडतो, आणि 'कोमल आणि नाजूक' म्हणूनही आवडतो. कवी एकपक्षी असूच शकत नाही. त्याला कधी गुलाबाखालचे काटे दिसतात, तर कधी काट्यांवरचा गुलाब! आणि शेवटी ह्या द्वंद्वापलीकडे वसणारे आणखी काही! निवृत्तीला प्रवृत्तीची जरतारी किनार असणारा भगवा झेंडा गडकऱ्यांना साऱ्या मानवी जीवनाची कृतार्थता शिकवणारा झेंडा वाटत होता! पिंडी नीट पाहता आले नाही, तर ब्रह्मांडी काय आहे ते कळत नाही. माणूस आपल्या मातीचा निस्सीम पुजारी झाल्याशिवाय त्याला कोणाच्याच मातीच्या पूजेचा अर्थ कळत नाही. तात्कालिकाकडे वरवर पाहणारे लाटांवरच प्रेम करतात. ज्या अथांग जीवनसागराच्या त्या लाटा आहेत, त्याची खोली पाहत नाहीत. नुसती प्रचारी नाटके त्या त्या विचारप्रणालीची चतुर वकिली करतात. कलेचे नाते मूर्ती घडवण्याशी असते, मूर्तीची वकिली करण्याशी नव्हे. म्हणूनच 'एकच प्याला' हे दारूबंदीच्या प्रचाराचे नाटक न राहता ती सुधाकर-सिंधूच्या संसाराची करूण कविता होते. त्यातून नियतीने टाकलेल्या कोड्यात सतत फसणाऱ्या माणसाला जीवनातले खोल कारुण्यच अधिक पटते. अर्थात त्याच नियतीने दिलेल्या विनोदाच्या देण्याची जोड नसली, तर ते कारुण्यही वेळीअवेळी मुसूमुसू करणाऱ्या वाङ्मप्रमाणे चेष्टेचाही विषय होऊ शकते. भलत्या ठिकाणी रडणाऱ्याला माणसे हसतात. एखाद्याच्या लेखनाला विनोदाचे अस्तर आहे असे म्हटलेले ऐकले की, मला मौज वाटते. विनोदाचे असले चिकटविलेले अस्तर खाडिलकरांच्या नाटकात आढळते. मूळ कापड आणि अस्तर वेगवेगळेच राहते. विनोदाने त्या वस्त्रातलाच धागा होऊन यावे लागते. गडकऱ्यांचा तळीराम किंवा धुंडिराज असाच धागा होऊन येतात म्हणून त्या नाटकातल्या इतर व्यक्तींप्रमाणे टिकून राहतात. एवढेच कशाला? जिवाजी-तळिरामांसारखे पाजी लोकही आपल्याला पटतात. महेश्वर त्याच्या साऱ्या उल्लूपणासकट आपल्याला हवाहवासा वाटू लागतो. फटकळ गीताही गोड वाटते. वृंदावनाची असूया काव्याची उंची गाठते. आणि कंकणाचा सरळसोट आडदांडपणा बालकासारखा निरागस वाटायला लागतो.

गडकऱ्यांच्या नाटकी दुनियेतली पात्रे काव्याचे आणि विनोदाचे अंगभूत धागे होऊन येतात, म्हणून ती किमया चमत्कृतिपूर्ण असूनही आपल्याला आवडते. नित्याच्या व्यवहारात जिकिरीला आलेल्या माणसाला अचानकपणे खिडकीतून चंद्रकोर दिसावी, दैनंदिनातून त्याचे मन एकदम लक्ष-लक्ष कोसांच्या पलीकडे जावे, आणि हे सारे आहे तरी काय, ह्या वरपांगी अव्यवहारी परंतु अतिउदात प्रश्नाने त्याला आकाशाएवढे करावे, तशी आपल्या मनाची अवस्था करणारे हे राम गणेश! त्या चंद्रकोरीसारखीच त्यांची एखादी ओळ मनात अचानक प्रकटते, अस्वस्थ करते. नाटकातून जीवनातली द्वंद्वे दाखवता दाखवता द्वंद्वातीत होणारे गडकरी, त्यांचे त्यांनाच कळले नाहीत. आपल्यालाही कळतात आणि कळत नाहीत. त्यांच्या लतिकेसारखेच तरल. हसता हसता रडविणारे आणि रडता रडता हसविणारे.

पन्नास वर्षांपूर्वी पुण्यातल्या कसबा पेठेतल्या एका घराच्या माडीवरून हलते पिंपळपान न्याहाळणारे गडकरी गेले. आज तो पिंपळ आहे. त्याची पिंपळपाने तशीच हलतात. प्रवासात असताना अचानक एखादा पिंपळ दिसतो, पिंपळपानांची सळसळ ऐकू येते, आणि गोविंदाग्रजांची आठवण जागी करून जाते. संस्कृतीची स्वरूपे पालटतात. वैज्ञानिक नाना तऱ्हांचे चमत्कार करून दाखवतात. माणसांचे वेष बदलतात, वाहने बदलतात, उत्पादनाची साधने बदलतात. पण आजचे विसाव्या शतकातले पिंपळपान मात्र प्रलयकाळानंतर उरलेल्या त्या एकु लल्या एका पिंपळपानाशीच नाते टिकवून धरते. आजचा माणूसही आदिकालातल्या पहिल्या- वहिल्या मानवाशी हे असेच आपले नाते टिकवून असतो. पाने गळतात; तो तर निसर्गाचा नियमच आहे. पण मराठी साहित्यात नव्या निर्मितीची पाने फुटतील ती गडकऱ्यांना गवसलेल्या त्या मनुष्य स्वभावातल्या काव्य-विनोदातून पोषण घेणाऱ्या सनातन पिंपळाचे नाते तोडून फुटणार नाहीत. गडकऱ्यांच्या दारचा तो कसबा पेठेतला पिंपळ त्यांच्या मनात फुलला होता. त्याचे नाते मऱ्हाटीला अमृताची पैज घ्यायला लावणाऱ्या ज्ञानदेवांच्या मनी फुललेल्या सोन्याच्या पिंपळाशी होते. गडकऱ्यांनी ज्ञानदेवांची नक्कल केली नाही. गडकऱ्यांची नक्कल कोणी करू नये. परंतु ज्या सनातन तत्त्वांच्या रसांतून गडकऱ्यांच्या प्रतिभेने पोषण घेतले त्यातून न पोसलेल्या प्रतिभेला जिवंत पानेही फुटणार नाहीत. परंपरा ह्याचा अर्थ आंधळी पोपटपंची नव्हे; आणि नवता ह्याचा अर्थ नुसतीच जुन्याची मोडतोड नव्हे. पिकली पाने गळतातच. नाही गळली, तर खुडावी लागतात; पण झाडाला इजा न करता. केशवसुत जेव्हा, 'जुने जाऊं द्या मरणालागुनि' म्हणतात, त्या वेळी ते कुजले ल्या पाल्यापाचोळ्यासंबंधी म्हणतात. मराठी साहित्याच्या परंपरेत केशवसुत, गोविंदाग्रज, बी, बालकवी यांच्यासारख्यांनी हा नवा फुलोरा परंपरेतली पोषक द्रव्ये घेऊन आणला. ही नवता "चला, आता आपण थोडी नवता आणू या," म्हणून लेखकांचे संघ स्थापून येत नाही, की तिची कृत्रिम आयात करता येत नाही. ज्ञानदेव कसा येतो, कळत नाही. देहूसारख्या आडगावी तुकोबा कसा निर्माण होतो, कळत नाही. गडकरीही कसा लाभतो, ते कळत नाही. म्हणून ही देवाघरची लेणी म्हणायची.

मात्र तो महान दाता ही दिव्य लेणी परत नेण्याची असली अभद्र घाई का करतो, तेही कळत नाही!

गडकऱ्यांनीच म्हटले आहे :

हें देवाघरचें लेणे ।
नशिबानें देणें घेणें ।
कुणितरी कुणास्तव रडणें ।
तीं रडणारीं, रडतिल धायीं धायीं ।।

—मागिलांनी असेच कधीतरी व्याकुळ होऊन रडायचे.

काही वर्षांपूर्वीची गोष्ट आहे : माझ्या एका मुसलमान मित्राच्या घरी आम्ही पाचसात जण गप्पा मारीत बसलो होतो. साहित्यप्रेमी मंडळींची मैफिल होती. शेरोशायरी चालली होती. बोलता बोलता 'आई' विषयी अतिशय सुंदर असे कुठल्या वाङ्मयात काय लिहिले गेले आहे, याची चर्चा सुरू झाली. कुणी उर्दू कवितेतली ओळ सांगितली; कुणाला गार्कीची 'मदर' आठवली; कुणी प्रेयसीकडे आईचे काळीज कापून नेणाऱ्या प्रियकराची ती फ्रेंच कहाणी सांगितली. तेवढ्यात माझा मुसलमान मित्र म्हणाला, "आईविषयी गडकऱ्यांनी जी ओळ लिहिली आहे तिला तोड नाही–" मी चमकलो. आमचा हा मित्र काव्याचा षौकिन आहे. त्याने लगेच ती ओळ म्हटली–

तें ह्रदय कसें आईचें । मी उगाच सांगत नाही!
जें आनंदेंही रडते । दु:खांत कसें तें होई–

आनंदेही रडणारे आईचे ह्रदय! इतक्या सोप्या सहजतेने एक सुंदर सनातन सत्य सांगणारे गडकरी. अतिपरिचयामुळे आईसारखे गडकऱ्यांनाही आपण कधी कधी विसरतो. त्या दिवशी त्या भिन्न संस्कृतींच्या मित्रांच्या मेळाव्यात गडकऱ्यांच्या ह्या ओळीने सगळ्यांच्या मनांचा एकदम ठाव घेतला. भाषा, प्रांत, देश, धर्म, काळ– सगळ्या कुंपणांवरून गडकरी उड्डाण करून गेले होते.

आमच्यासारख्या लहानग्या जिवांना अभिमान इतकाच की, हा माणूस मऱ्हाटी होता. ही असली जाणीव जरा अधिक जवळीक घेऊन येते. आणि म्हणूनच केशवसुतांप्रमाणेच मरणानंतरही गोविंदाग्रज गातचि बसले हे ठाऊक असूनही ह्या अशा पन्नासाव्या स्मृतिदिनाच्या प्रसंगी पुन्हा एकदा मन भरून येते, त्यांच्या साहित्यनिर्मितीच्या आनंदेही ते मन रडू लागते. अभिमानाने मान उंचावतेही. आणि आदराने लवतेही.

बाबा आमटे : एक विज्ञानयोगी

“Of life’s two chief prizes, Beauty and
Truth, I found the first in loving heart
And the second in labourer’s hand.”

—खलिल जिब्रान

“कुर्यात् सदा मङ्गलम्” मी मंगलाष्टके म्हणायला सुरुवात केली. माझ्या आयुष्यातला तो एक अदभुत अनुभव होता. बाबा आमट्यांच्या आनंदवनात महारोगातून मुक्त झालेली आठ जोडपी उभी होती. एका मुहूर्तावर आठ लग्ने लागत होती, अणि अचानकपणे मंगलाष्टके म्हणणाऱ्या भटजीची भूमिका माझ्याकडे आली होती! जरीकाठी धोतराचा लांबच लांब अंतरपाट धरला होता. हातात वरमाला घेऊन आठ रोगमुक्त वधू उभ्या होत्या आणि समोर आठ रोगमुक्त वर होते. सुंदर मांडव सजला होता. पण गर्दी खुपू दाटली होती. त्यामुळे शेकडो माणसे उघड्यावर आकाशाच्या छताखाली बसली. आनंदवनातल्या गायींच्या खिल्लाराने मुहूर्त गोरज आहे हे गोठ्यात परतताना उडवलेल्या धुळीतून सिद्ध केले होते.

वरोडा गावातली प्रतिष्ठित माणसे कार्य घरचे आहे ह्या भावनेने आली होती. आनंदवन हे तर चांगले हजारांवर माणसांचे कुटुंब. कॉलेजमध्ये शिकवणारे प्राध्यापक, एन्० सी० सी० चे लष्करी अंमलदार यांच्यापासून महारोगाने आपली क्रूर छिन्नी चालवून तोडलेल्या चारपाचशे जिवंत मानवी शिल्पांपर्यंत तऱ्हेतऱ्हेची माणसे होती. मी “गंगा सिन्धु सरस्वती च यमुना गोदावरी नर्मदा” ह्या पुण्यमयी मातांचे स्मरण करीत असताना मोठ्या प्रयासाने डोळ्यांबाहेर फुटू पाहणाऱ्या आनंदाच्या गंगायमुनांना आवरत होतो.

रस्त्याच्या कडेला म्युन्सिपालटीच्या कचऱ्याच्या ढिगाऱ्यासारखी जी माणसे पडलेली असतात, भिकेसाठी असह्य स्वरांत आक्रंदत असतात, मैल्यासारखे ज्यांना फळकुटांच्या गाड्यांवरून ओढत नेतात, ज्यांच्या दर्शनाने केवळ किळस निर्माण होते, असल्या मानवी देहाच्या कचऱ्याच्या ढिगार्या”तून आठ जोडपी शापमुक्त होऊन विवाहाच्या मंगल वेदीवर उभी राहिली होती. भिक्षेला पसरण्यापलीकडे ज्या बोटे गळून पडलेल्या हातांचा अन्य उपयोग कोणी पाहिला नव्हता, अशा वधूंच्या उरल्यासुरल्या बोटांत त्यांनी वरमाला धरल्या होत्या. हाकेच्या अंतरावर त्यांनी त्या तसल्या हातांनी राबून पिकवलेली शेती होती. सुंदर कुटीरे उभी केली होती. परसात बाग होती. दारीचा मोगरा फुलला होता. हे सारे प्रेमविवाह होते. शारीरिक आणि मानसिक वेदनांचा समान

भोग भोगता भोगता त्यांची एकमेकांशी नव्या आशांनी पालवलेली मने जुळली होती. बाबा आमटे नावाचा त्यांचा धर्मपिता नि साधना आमटे नावाची धर्ममाता आनंदाश्रूंचे उदक सोडून ह्या पोरींचे कन्यादान करीत होती! "शुभमंगल सावधान" ह्या मंत्रघोषाला आज केवढा विराट आशय लाभला होता! मांडवाच्या पार्श्वभागी एका निळ्या पडद्यावर कुष्ठरोगातून ज्याच्या उजव्या हाताची बोटे वाचली अशा आनंदवनातल्या पेशंटने भव्य असे शिवशंकराचे चित्र रंगवून लावले होते. एका बाजूला शिवशंकर होते, दुसऱ्या बाजूला तिरुपतीचा बालाजी होता.

"आली लग्नघडी वधूवरशिरी टाका सुमंत्राक्षता–" मंगलाक्षतांचा वर्षाव झाला. एके काळी केवळ क्षतांनी भरलेल्या शरीरावर आज साताठशे लोकांच्या समुदायाने मंगलाक्षतांची वृष्टी केली. अंतरपाट दूर झाला. आठ लग्ने एकदम लागली.

क्रांतीच्या माझ्या कल्पनेत रक्त, मुडदे, बंदुकीच्या गोळ्या, आगी लावणे वगैरे बसत नाही. "कुर्यात् सदा मंगलम्" हा क्रांतीचा खरा मंत्र आहे. मनुष्यप्राण्यांतल्या 'मनुष्या' ला मंगल घडावे आणि घडवावे ही ओढ असते. पण त्यांच्यातला 'प्राणी' बलवत्तर झाला की मग रक्त, मुडदे, जाळपोळ ही भाषा सुरू होते. दुर्दैवाची गोष्ट हीच आहे, की अजून मनुष्यप्राण्यातल्या प्राण्याला लवकर जागवता येते. द्वेषाच्या झेंड्याखाली माणसे फार लवकर जमतात. एरवीचा सौम्य माणूस कुणाचा तरी 'मुर्दाबाद' करीत निघाला, की फुत्कारणाऱ्या विराट सर्पासारख्या मोर्च्यात विषारी सापाचाच अंश होऊन चालतो. असल्या ह्या प्राण्याच्या हातून जेव्हा मंगल कृत्ये होतात तिथे मला क्रांतीचे दर्शन घडते. थोड्या वेळेपुरता असेल, पण त्याच्यातल्या प्राण्यावर मनुष्यत्वाने विजय मिळविलेला असतो. काशीची गंगा तृषार्त गाढवाच्या मुखी जेव्हा एकनाथ महाराजांच्या हातून जाते, तेव्हा तिथे मला क्रांती दिसते. आदिवासी घरट्यांतून बालआवाजीत वाचलेला धडा माझ्या कानी पडतो, तो क्रांतीचा मंजुळ सूर मला आवडतो. कॉलेजातला फॅशनेबल तरुण बसस्टॉपवर अनोळखी म्हातारीला हात देऊन बसमध्ये वर चढवतो आणि क्यूमधला स्वतःचा नंबर खुशीने गमावतो हे दृश्य मला मोठ्या शहरात दिसते, तेव्हा मला क्रांतीचे स्मित पाहायला मिळते. आजारी मोलकरणीला जेव्हा एखादी मालकीण "तू चार दिवस विश्रांती घे; मी भांडी घाशीन," असे सांगताना मला आढळते, तेव्हा गोपद्मासारखी क्रांतीची पावले तिच्या दारी उमटलेली मला दिसतात. क्रांतीचा आदी, मध्य आणि अंत माणसाने माणसाला जवळ घेण्याच्या क्रियेतून झाला पाहिजे, असे मला वाटते. असल्या क्रांतीचे संपूर्ण दर्शन जाऊ द्या, पण कुठे अंधुक दर्शन घडले, कुठे जराशी पावले दिसली, तरीसुद्धा "सोनियाचा दिवस आजी अमृतें पाहिला" असे होऊन जाते.

त्या आनंदवनात मंगलाष्टके म्हणताना मनात आनंदाचे आऊर दाटले होते, ते क्रांतीच्या अशाच एका सुदर्शनाने! बाबा आमटे ह्या माणसाने एक अलौकिक प्रयोग सुरू केला. नुसता मानवतावादाचे शांतिपाठ गाणाऱ्या प्रवचनकाराचा नव्हे. आमच्या देशात जिवंतपणे जगणारे कमी आणि जीवनाचे भाष्यकार रगड. बाबा आमटे तसले

योगी नव्हेत. त्यांनी माणसाने माणसाला जवळ घ्यावे, "शिवी कोणा देऊं नये, कोणासगे भांडू नये" चा बाळबोध केला नाही. ते माणसाच्या जवळ गेले. एका नाही, अनेक. अशा माणसांच्या जवळ गेले, की ज्यांना आधार देऊन उचलावे म्हटले, तर धरण्यापुरतासुद्धा हात नव्हता. श्वासाची भोके होती, नाके नव्हती. डोळ्यांत अळ्या होत्या. रस्त्याकाठी सडलेला कचरा होऊन पडलेल्या जिवंत प्रेतांना जवळ घेणारा हा क्रांतिकारक!

बाबांना मी प्रथम भेटलो त्याला तीनचार वर्षे झाली. पण कुष्ठरोग्यांचा आश्रम चालवणारे वऱ्हाडातल्या चांदा जिल्ह्यात कुणी आमटेगुरुजी आहेत हे मात्र मी ऐकले होते. 'गुरुजी,' 'आचार्य', 'पूज्य' वगैरे मंडळींच्या मी फार जवळ जाऊ शकलो नाही. सदैव उपदेशाच्या पवित्र्यात असणारी किंवा सखोल व्यासंगाच्या आठ्यांचे कायमचे गंध कपाळावर ओढलेली थोर इत्यादी मंडळी हे मला रुचणारे खाद्य नव्हे. अतिशुद्ध माणसाचा अतिशुद्ध माणसाइतकाच ताप असतो! दारुबाजापेक्षा दारुबंदीवाल्याला चढणारी नशा अधिक उपद्रवी. ही असली माणसे सदैव स्वतःचीच टांग गळ्यात घालून बसल्यासारखी मला वाटतात. उगीचच हळू बोलतात आणि भेटीला आलेल्या माणसाला मोकळ्या आवाजात "या, बसा" म्हणत नाहीत. 'आमटेगुरुजी' ह्या नावाने माझ्या डोळ्यांपुढे असलेच चित्र आले होते. त्यांच्या कुष्ठरोगी-पुनर्वसनाच्या कार्याविषयीची माफक माहिती ऐकून फक्त मनातल्या आदरखात्यात नोंद करून ठेवली होती आणि वही मिटली होती.

आणि अचानक 'बाबा आमटे' आणि 'मराठी शब्दांकन : रमेश गुप्ता' अशा जोडनावाखाली छापलेली एक कविता माझ्या वाचनात आली. त्यातल्या पहिल्या चार ओळींनी मला सरसरून आले :

> क्रांती ही सीतेसारखी आहे.
> *तिची पावले वनवासी रामाची साथ करीत असतात.*
> *पण तो मर्यादित पुरुषोत्तम जेव्हा राज्यारूढ होतो*
> *तेव्हा ती पृथ्वीच्या पोटात गडप होते!*

उपनिषदांतल्या एखाद्या वचनाने मानगुटीला बसावे, तसा ह्या ओळींनी छळ सुरू केला. मर्यादित पुरुषोत्तम! राज्यारूढ पुरुषोत्तमाचीदेखील लिमिटेड कंपनी! पराक्रमाची सुवर्णसंधी प्राप्त करून देणारी सीता. व्रतधारी जीवन. दर्भासनावरून सिंहासनावर गेलेला राम. कोदंडधारी नव्हे, राजदंडविभूषित. आणि ज्या व्रतस्थ चरणांच्या स्पर्शाने जमिनीतून एका पतिव्रतेला पुनर्जन्म लाभला, ते चरण राजवाड्यातल्या गालिच्यावर चालू लागल्यावर पुण्याई संपली. जमिनीतून वर येणे कुठले? जिच्या सहवासात वनवासातल्या काट्यांची फुले झाली ती सोबतीण भूमिगत झाली.. .छे! त्या कवितेने माझा पिच्छा पुरवला :

पण कवीचा कंठ दाबून जेव्हा गीते ठार केली जातात
आणि हातोड्याने सदोहराचे डोके ठेचले जाते
तेव्हा कोसळून पडतात ती कलेवरे तिचीच असतात!

ह्यातली 'ती' महान रशियन क्रांती आणि स्टॅलिनच्या हुकूमशाही नेतृत्वाखाली तिची झालेली शकले दिसायला लागली. फारा दिवसांनी कुठल्यातरी जमिनीत उगवून आकाशाला चुंबायला निघालेल्या असामान्य प्रतिभेचा मराठी काव्याला स्पर्श होऊन ती 'मी एक मुंगी तू एक मुंगी' च्या मरगळीतून उठून उभी राहिल्यासारखी वाटू लागली. नुसत्या अफाट कल्पना नव्हेत. नुसती आतषबाजी नव्हे. त्या आवेगाला आणि आवेगातून उठलेल्या आवाजाला अनुभवाची आधार असलेली कविता लिहिणारा आमटेगुरुजी हा नुसता 'रघुपति राघव राजाराम' वाला गुरुजी असणे शक्य नाही याची खात्री पटली. हा 'रामा' ची देखील मर्यादा पक्की ओळखणारा गुरुजी. ही वस्तू पाहिली पाहिजेच असे मनाने घेतले आणि गो० नी० दांडेकरांनी तो योग आणला. श्री० गो० नी० दांडेकर आपल्या पिशवीतून कोणत्या क्षणी काय आणतील ते सांगणे अवघड. एखादे दिवशी पुटकन आपल्या पिशवीतून "मंडळी, ही बघा हिटलरची मिशी!" म्हणून तीही वस्तू दाखवतील. कदाचित कुण्या भाग्यवंताला दाखवलीही असेल!) दांडेकरांमुळे बाबांचा परिचय झाला. तत्पूर्वी दांडेकरांनी माझ्या घरी आम्हा दोन श्रोत्यांसमोर 'आनंदवन' ह्या विषयावर रसाळ प्रवचनही केले होते.

बाबा आमटे ह्या माणसाचे काव्य आणि हा माणूस ह्यांत फरक नाही. उत्कट भव्य घेणारा, मिळमिळीत अवघेची फेकणारा! झकासपैकी थोराड, मात्र ओबडधोबड नव्हे. त्याचा देह घडवताना देवाने वऱ्हाडी औदार्य स्वीकारले आहे. लहान टॅक्सीत बसताना अडचणच वाटावी अशी उंची आहे. उंचीत साम्य नसले, तरी वर्णात माझ्याशी साम्य आहे याचे मला समाधान झाले. तिळकुटापेक्षा उजळ आणि बाजरीच्या पिठापेक्षा काजळ असा वर्ण आहे. बोटाच्या पेराइतक्या उंचीच्या केसांची काळीपांढरी चहासाखर झाली आहे. रुंद खांदे आणि पावले टाकायची ती पद्धत यांवरून देह कुस्त्यांच्या होद्यात लोळला आहे हे जाणकार ओळखतात. पण पोट मात्र छातीच्या बाहेर नाही. हाताचा पंजा जबरा आहे. ज्या कुणाच्या कानफटीत बसला असेल त्याने खुणेनेच पाणी मागितले असावे. डोळ्यांना पाहण्यापेक्षा शोधण्याची सवय अधिक आहे. गुरुजीपणाचे बिरुद चिकटण्यासारखी एकच गोष्ट होती, म्हणजे अंगात खादीचे कपडे होते. पण तोही लेंगा आणि सदरा होता. बोलताना आपल्या पत्नीचा उल्लेख करीत होते. मुलांच्याही काही गमती सांगत होते. स्वतःच्या त्या मुलांनाही महारोगी वस्तीत आपल्याबरोबरच ठेवीत होते. म्हणजे इतरांची मुले 'हिंदी पढेंगे' नि आपली कॉन्वेंटमध्ये, असलाही मामला नव्हता. आणि सर्वांत कळस म्हणजे धरण फुटल्यासारखे हसत होते. ही काही 'क्लास वन गुरुजी' ची लक्षणे नव्हेत. मी निर्धास्त होऊन आनंदवनात येण्याचे कबूल केले.

त्याप्रमाणे मी आनंदवनात गेलो. पण अगदी ओझरता. वणीला गेलो होतो, तिथून

वरोड्याला जाऊन बाबांना नुसता 'हॅलो' म्हणून आलो. वेळ नव्हता. त्यानंतर 'ज्वाला आणि फुले' हाती आली. खलील जिब्रानच्या जातीची ही चिंतने. फावल्या वेळी करमणुकीचा विंझणवारा घालणारी ही कविता नव्हे. ही कविता डोक्याला झिणझिण्या आणते. जिच्या प्रत्येक चरणाला आचरणाचा आधार आहे असली ही कविता. इतके असून नुसतीच बोधप्रद नव्हे, प्रतिमासौंदर्याच्या जडावाने लखलखणारी. त्या 'ज्वाला आणि फुलें' ह्या संग्रहाने मला बाबा आमट्यांची भूत बाधा झाली.

दोन-अडीच वर्षांपूर्वी पाठीच्या मणक्यांना कसलीशी दुर्धर व्याधी जडल्यामुळे बाबांना मुंबईच्या हॉस्पिटलमध्ये येऊन दाखल व्हावे लागले. डॉक्टर गिंड्यांसारख्या जागतिक कीर्तीच्या शल्यवैद्याने त्यांच्यावर शल्योपचार केला होता. आजार अतिशय गंभीर होता. मेंदूचीच शल्यक्रिया ती. मी त्यांना भेटायला गेलो त्या वेळी डोक्याला पट्ट्या होत्या, मानेला पट्टा होता. बघवत नव्हते. पण त्या सगळ्यांना न जुमानता तोंडाचा पट्टा चालू होता. नव्या योजनांची आणि नव्या कल्पनांची नुसती कारंजी उडत होती. आजार किती गंभीर होता. वेदना असह्य होत्या. असातसा माणूस पार खतम होऊन गेला असता. पण बाबा मात्र डॉ० गिंडे ह्या माणसाला लोकांचे मेंदू आणि मणके खोलून पाहण्याचा षौक असल्यामुळे केवळ त्यांना बरे वाटावे म्हणून त्यांच्या ऑपरेशन-टेबलावर आपण जरासे आडवे झालो, अशा थाटात त्या प्रसंगात वावरत होते. "पाहा हवं तर आमचा मेंदू, मणके वगैरे. तुमचं काम झाल्यावर जागच्या जागी ठेवून द्या म्हणजे झालं," असे त्यांनी डॉक्टर गिंड्यांना सांगितले नसेलच, असे नाही. त्यांच्या रुग्णशय्येजवळ एक युरोपीय परिचारिका होती. वार्धक्याच्या उंबरठ्यावरच्या त्या बाईंची आणि आमची बाबांनी ओळख करून दिली. साधनाताईंच्या पत्रातून बाबांच्या आजाराची हकीकत वाचल्यावर काकूबाई स्वित्झर्लंडहून थेट मुंबईच्या हॉस्पिटलचा पत्ता शोधीत बाबांचे बेडपॅन साफ करायला आली होती.

"किती दुरून येण्याची तकलीफ घेतलीत आपण!" मी सहज म्हणालो.

"मिस्तर देसपांदे-" मोडक्या इंग्रजीत एकेक शब्द उच्चारीत ती दयेची देवता मला म्हणते, "भाऊ आजारी आहे हे ऐकल्यावर तो किती मैलांवर आजारी आहे त्याचा विचार बहीण कधी करीत बसते का?"

त्रैलोक्यमोलाच्या पितांबराची चिंधी कृष्णाच्या कापलेल्या करंगळीला बांधणाऱ्या द्रौपदीची आम्हांला फक्त कथा माहिती आहे. ही द्रौपदी स्वित्झर्लंडमधून आली होती. विमानतळावरून थेट जे० जे० हॉस्पिटलचा पत्ता शोधीत आली आणि लघ्वीची आणि शौचाची भांडी साफ करायला लागली. भेटीला येणाऱ्यांनी आणलेल्या फुलांची सुंदर रचना करून, भाऊरायाला गोड वाटावे म्हणून धडपडत होती. साधनाताईंना सक्तीने विश्रांती घ्यायला लावीत होती आणि फुरसदीच्या वेळी पुटपुटून खिस्ताला आळवीत होती. क्रांतीचे हे एक सौम्य, सुंदर प्रेमस्वरूप. "शूर मर्दाचा पोवाडा शूर मर्दानं ऐकावा" म्हणतात, तसे जीव गहाण टाकून पीडितांसाठी राबणार्यास कृतिशूरांची चाड आणि इज्जत तसल्या कृतिशूरांनी भरलेल्या युरोप- अमेरिकेतच अधिक आहे. इथे बाबा

आमटे हे नाव आणि त्यांचे कार्य अजून महाराष्ट्राला अपरिचित–तिथे बाकीच्या भारताचे कौतुक काय वर्णावे!

किती अद्‌भुत आयुष्य! वऱ्हाडातल्या गोरजे गावच्या सधन इजारदार घराण्यात छपन्न वर्षांपूर्वी जन्माला आलेला हा मुरलीधर आमटे. चांदीच्या चमच्याने उष्टावण झालेला. शेकडो एकर उत्पन्नाच्या जोडीला वडलांना मानाची सरकारी नोकरी. बाबांच्या आईने तर लहानपणी त्यांना बोंडल्यातून दुधाऐवजी धाडसच पाजलेले दिसते. ह्या माणसाला भीतीचा स्पर्शच नाही. नुकती पन्नाशी उलटलेल्या ह्या माणसाने आयुष्यात नरभक्षक वाघांपासून ते नरराक्षस गुंडांपर्यंत कुणाकुणाशी कसाकसा मुकाबला केला, ह्याचा वृत्तांत 'टारझन' च्या कथेपेक्षाही अधिक रोमांचकारी आहे. त्यांच्या गणगोतात नॉर्मा शिअररसारख्या सौंदर्यसम्राज्ञीपासून ते शरीराचे सारे शिल्प ढासळून पडलेल्या महारोग्यापर्यंत माणसांचे अनेक प्रकार आहेत. गांधी, टागोर, विनोबा यांचा सहवास घडला आहे. आणि त्यांच्याशी मतभेदही झाले आहेत. टागोरांच्या सान्निध्यात त्यांना नृत्यसंगीताची गोडी लागली, पण तिथे शब्द केवळ घुंगूर होऊन नाचताहेत असे त्यांना वाटले आणि ते ह्या माणसाच्या तब्येतीला मानवेना. गांधी आणि गांधीवादाच्या मर्यादा त्यांनी पाहिल्या आहेत. मोठमोठ्या संस्थानिकांकडेच असणारी रेसर गाडी स्वतः बाळगून कराचीच्या मोटार रेसमध्ये भाग घेणारा हा तरुण सर्वसंगपरित्याग करून, डोक्यावर घाणीची पाटी घेऊन हिंडला आहे. होलीवुडच्या नटनटींना त्यांच्या चित्रपटांविषयी परीक्षणे लिहून पाठवली आहेत. आजदेखील बाबा आमट्यांच्या चंद्रमौळी घरात भिंतीवर पुढारी लटकलेले नाहीत. सुरेख तसबीर आहे ती नॉर्मा शिअररची. ती असामान्य नटी व तिचा अभिनय हा आजही बाबांच्या गप्पांचा आवडता विषय आहे. ज्या हातांनी त्यांनी शिकार केली, त्याच हातांनी त्यांनी महारोग्यांच्या जखमा धुतल्या आहेत. विनोबांच्या 'गीताई' चे गठ्ठे डोक्यावरून वाहून विकले आहेत आणि धनाढ्य, धंदेवाईक बुक-डेपोवाल्यांना अधिक कमिशन, आणि दारोदार नेऊन 'गीताई' पोचवणाऱ्या अर्धपोटी बाबाला आणि ताईला फडतूस कमिशन देणारे सर्वोदयी गणित न समजल्यामुळे जे मिळाले तेही फेकून दिले आहे. अहिंसा, सत्य, अस्तेय इत्यादी व्रतांचे त्यांनी खडतर पालनही केले आहे. त्यामुळे असल्या व्रतांच्या मर्यादा ते ओळखून आहेत. आणि वनवासी भिल्लांना रानडुक्कर मारून स्वतः भाजून देऊन खाऊ घातला आहे. हा माणूस आहे की वेताळ असे वाटावे, असल्या धाडसाने भरलेले हे आयुष्य. ह्या गर्भश्रीमंत तरुणाचे पूर्वायुष्य आणि आजची त्याची आनंद- वननिर्मिती ह्यांच्यामागे एकच प्रवृत्ती होती. ती म्हणजे मनाला पटले ते प्राण पणाला लावून करण्याची! पेटायचे ते कापरासारखे सर्वांगाने पेटायचे. नुसता फुटबॉल खेळायचा म्हटले, तरी जीवनमरणाचा लढा आहे, अशा ईर्ष्येने खेळणारा हा खेळाडू. आणि म्हणूनच त्याचे कार्य पाहायला कुणी आले काय, न आले काय, बाबांची धुंदी उतरत नाही.

आपल्या देशातल्या थोर माणसांची नावे आपल्या राजकीय गोटात पोहोचायला थोडा उशीर लागतो. त्यातून कुठलेही उत्तम कार्य स्वतःच्या अंतःप्रेरणेने जाऊन

पाहण्याची आमच्या पुढाऱ्यांना आता सवयच उरलेली नाही. त्यामुळे देशोदेशीचे अँबॅसेडर्स, पत्रकार, टेलिव्हिजनचे लोक, मिशनरी, शेतकीतज्ज्ञ, कुष्ठरोगतज्ज्ञ 'वरोडा' हे गाव कुठे आहे व हा बाबा आमटे कोण आहे हे शोधत आले, तरी आमच्या नेत्यांना असल्या गोष्टींना सवडच नाही. भारत-सुंदरीच्या मस्तकावर बेगडाचा सुवर्णमुकुट चढवायला जायला त्यांना सवड आहे, पण आनंदवनात जायला सवड नाही. "तुमच्या काय अडचणी आहेत त्या सांगा" हे स्वतः विचारणे तर सोडाच, पण लाल फितीचा आधार घेऊन उत्तम कार्याला जखडून त्याची हालचाल बंद करण्याचा दुष्टपणा चालू आहे. अशा काळात बाबा आमटे किस झाडकी पत्ती!

कुस्ती आणि खादीची बुनाई ह्या विषयांवर एका दमात कुणी बोलेल? मोटारच्या शर्यतीत उतरलेला माणूस पदयात्रेत चार तीर्थे करून आला हे खरे वाटेल? 'मोटार' हे तर ह्या गतिप्रिय माणसाचे व्यसन आहे. आणि फुरसदीच्या वेळी हा माणूस जंगलात वाघ न्याहाळायला जातो. वास्तविक असली माणसे पोलिसात किंवा फॉरिष्टात जातात, पैसे खातात, आणि रिटायर होताना शहराबाहेर मोठा बंगला बांधतात. दिवाणखान्यात वाघांची, बायसनची मुंडकी टांगतात. कपाटात मेडल्स, कप्स वगैरे ठेवतात. बंगल्यापुढल्या हिरवळीवर व्हिस्की पीत संध्याकाळ घालवतात. जोडीला कुणी असले, तर त्यांना आपल्या सर्व्हिसमधल्या खऱ्याखोट्या मर्दुमक्या सांगून कंटाळा आणतात. त्यांच्या बायका वृद्धत्वीदेखील आपल्या तारुण्याला जपतात. चेहऱ्यावरच्या सुरकुत्या रंगीत रोगणांनी लिपतात. बाबा आमटे ह्या गृहस्थाची असल्या ह्या रेशीमकाठी जीवनाची व्यवस्थित पूर्वतयारी होती. वकिलीची परीक्षा झाली होती. धंद्यात उत्तम जम बसत होता. समाजात फारसे काही न करता प्रतिष्ठा लाभावी असले इंग्रजी वक्तृत्व, खेळाडूपणा इत्यादींचे भांडवल होते. असल्या ह्या माणसाला समर्थ रामदासांसारखी भूतबाधा झाली! तुकोबा म्हणाले, "आम्ही बिघडलों तुम्ही बिघडा ना–" मुरलीधरपंत आमटे बिघडले. सारी सुखे सोडली आणि वनवासाला निघाले. आजतागायत त्या वनवासाची धुंदी उतरत नाही. झपाटल्यासारखा वावरतो आहे. उपेक्षितांच्या जीवनात अपेक्षा निर्माण करतो आहे.

आणि भाग्य असे की, ह्या भणंगावर भाळलेली एक गौरीही त्याच्या जोडीने जीवनातल्या साऱ्या ज्वालांना फुले मानीत चालते आहे. बाबा, साधनाबाई, त्यांची मुले, सारीजणे टुमदार बंगला, टुमदार गाडी, टुमदार बगीचा असल्या चौकटीत काय मजेत बसली असती. ते सोडून अभाग्याचे अश्रू पुसणे हा आमटे घरण्याचा एकमेव कुळाचार असल्यासारखे हे सारे कुटुंब राबते आहे. बाबांच्या निर्भयपणाचे आता चोहीकडे कौतुक आहे. पण आपल्या तान्ह्या पोरांना घेऊन गावाबाहेर त्यक्त, बहिष्कृत अशा अवस्थेत, दोनदोनशे-चारचारशे महारोग्यांच्या संगतीत राहणाऱ्या साधनाताईंपेक्षा दक्षप्रजापतीचा महाल सोडून स्मशानवासी, नररुंडधारी, बंभोलानाथाशी संसार करणारी गौरी आणखी काय निराळी होती? मला ह्या जोडप्यात शिवपार्वतीचे दर्शन झाले आहे. मुरलीधर आमटे नावाचा सर्वसंगपरित्यागी, साहसी, कलाप्रिय, बुद्धिमान, तरुण आणि

ज्या घुले घराण्यात चांगले आठ महामहोपाध्याय झाले, अशा व्युत्पन्न कुळातली आणि जिला रेशमाशिवाय दुसऱ्या सुताची वसने लेऊ दिली नाहीत असल्या धनत्तर वडिलांची इंदू घुले नामक कन्यका ही दोन्ही व्यक्तिमत्त्वे मिळून 'बाबा आमटे' ह्या नावाचे अद्वैत वावरते.

भारतीय संस्कृतीत आम्ही शिवपार्वती, सीताराम, राधाकृष्ण, विठ्ठलरखमाई असे प्रकृतिपुरुषांचे संपूर्ण मिलन झालेले व्यक्तिमत्त्व आदर्श मानीत असतो. पूर्णत्वाची आमची कल्पना अर्धनारीनटेश्वराची आहे. पुरुषाच्या पराक्रमाला स्त्रीची करुणा लाभली नाही, तर त्या पराक्रमाचे क्रौर्यात रूपांतर होते. वादळवाऱ्यातून, आगवणव्यातून बाबांच्या जोडीने चाललेली त्यांची पत्नी खऱ्या अर्थाने त्यांची सहधर्मचारिणी आहे. त्यांचा भयंकर वनवास हा आनंदवनवास झाला त्याचे कारण त्या वनवासातला त्यांचा आश्रम हा सर्वश्रेष्ठ असा गृहस्थाश्रम आहे आणि म्हणूनच बाबा आमट्यांची क्रांती आग लावा, जाळा, तोडा-फोडा, पेटवा, घेराव, बंद ही भाषा बोलत कैदाशिणीसारखी येत नाही.

इथे अग्नी अन्न शिजवतो, बसेस जाळत नाही. जखमा केल्या जात नाहीत, बऱ्या केल्या जातात. हातांना मुठी उगारणेही शिकवले जात नाही, भिकेसाठी पसरणेही नाही. गृहस्थधर्मात ते बसत नाही. इथे बोटे गळून पडलेले हातदेखील शेते पिकवतात. इथे आस्वादाला प्रतिबंध नाही, अनावश्यक संग्रहाला आहे. इथे त्यागाची आणि भोगाची आत्यंतिक भाषा नाही. जीवनाचे पात्र कळकू नये म्हणून अनावश्यक भोगांच्या त्यागाची त्या पात्राला कल्हई लावावी लागते. आनंदयज्ञाचा संकल्प सोडून शुचिर्भूत होऊन राहिलेले हे जोडपे आहे. दांपत्याशिवाय यज्ञ होऊच शकत नाही. इंदूताईंचे सासरचे नाव 'साधना' असे बाबांनी ठेवले, तरी त्यांना ते स्वतः आणि इतर सर्वजण इंदूताईच म्हणतात.

हातभर दाढी वाढवून उघड्याबंब देहाने वावरणाऱ्या ह्या पहाडाएवढ्या भणंगाशी लग्न करताना आपण हातात हिरव्या चुड्याच्या जोडीला दारिद्र्याचा वसा घेत आहोत, हे त्या जाणत होत्या. एका झंझावाताशी संसार करायला चंदनी गाभाऱ्यात जपलेली ज्योत निघाली होती. अशीतशी असती, तर केव्हाच विझली असती. अनेक युगांपूर्वी अशीच' एक विदर्भकन्या कृष्ण नावाच्या गवळ्याबरोबर राजमंदिर सोडून पळाली होती!

त्या काळी बाबांची पावले गांधींच्या मागून पडत होती. गांधींचे मोठेपण पटत होते; पण गांधीवाद खटकत होता. बाबांची विज्ञाननिष्ठा गांधीनिष्ठेच्या आड येत होती. त्यातून भूतदयेवर आधारलेल्या कार्याची बाबांना आतूनच उबग आहे. गांधींच्या भोवती राजहंस थोडे नि बगळेच फार, अशी स्थिती होती. बाजूचे योगी भोगी तरी होत किंवा हठयोगी तरी होत. विज्ञाननिष्ठ उद्योगी होणारा कोणी भेटेना. जंगलात रात्रंदिवस भटकलेला हा माणूस. माणसाच्या जगातही जंगलचा कायदा अजून गैरलागू झाला नाही, हे त्यांचा व्यासंग आणि अनुभव सांगत होता. गुंडांशी झुंजलेला, त्यांचे सुरे पोटात घेतलेला आणि त्यांची टाळकी सडकणारा हा माणूस. आगगाडीच्या डब्यात गोऱ्या

सोजिरांनी कुण्या नवपरिणीतेची छेड काढलेली पाहून चवताळून त्या सोजिराला बाबांनी शिंगावर घेतले होते. बाबा एकटे होते. बाईचा दादला संडासात लपला. बाकीच्या सोजिरांनी बाबाला कुबलून स्टेशनाबाहेर फेकला. हाडे मोडली होती. (तसे पाहिले, तर अपवादात्मक काही हाडे वजा केली, तर ह्या धिप्पाड देहात अखंड हाड कुठेही नाही.) रक्तबंबाळ अवस्थेत बाबा फलाटावर पडले. ती बाई बाबांचे पाय आसवांनी धूत होती. स्टेशनवरच्या गर्दीपुढे नवऱ्याला म्हणाली, "अरे जा मुडद्या, तुझ्याशी नांदण्यापेक्षा पुढल्या गाडीखाली जीव देते!"

बाबांनी सोजिराविरुद्ध तक्रार नोंदवली. हातभर लांब दाढी आणि जटाजूटवाला बाबा फर्डे इंग्लिश बोलणारा फौजदारी वकील आहे, हे पाहून स्टेशनमास्तरला फेफरे आले. इंग्रजांचे राज्य होते. पाचसहा महिन्यांनी बाबा आमट्यांच्या नावे लष्करी अधिकाऱ्याचे क्षमेचे पत्र आले. सोजिरांना कोर्टमार्शल करण्यात आले होते. ह्या झाल्या परक्या गुंडांशी मारामाऱ्या. देशी आणि विशेषतः राजकारणातल्या आणि सामाजिक क्षेत्रातल्या प्रतिष्ठित गुंडांशीही बाबांना झगडावे लागले आहे. आजही लागते आहे. त्यातून बाबांचे प्रयोगही अचाट. त्यांनी वकिलीत असतानाच साम्यकुलाचा प्रयोग सुरू केला. भंगी, चांभार ह्यांच्या जोडीने एकत्र कुटुंब स्थापन केले. आमटे वकिलाला लोकांनी आचरटात काढले. "चर्मकारेभ्यो नमः, कुलालेभ्यो नमः" ह्या रुद्रातल्या प्रार्थना तशा पवित्र वगैरे ठीक आहे; म्हणजे काय त्यांच्याबरोबर राहायचे?

एके दिवशी आमटे वकील डोक्यावर भाजीची टोपली घेऊन निघाले आणि मंडईत जाऊन भाजीवाल्याच्या शेजारी बसले. दारी स्वतः उगवलेली भाजी. सानेगुरुजींना स्मरून धंदा सुरू केला. भाजीचा भाव सांगायचा नाही. गिऱ्हाइकाला योग्य वाटेल तो त्यांनी द्यावा. गिऱ्हाईक टिकवील त्या पैशावर भाजीवाल्या आमट्यांनी समाधान मानावे. आजूबाजूचे भाजीवाले भडकले. पण हा भाजीवाला तसा तगडा. भडकून हाणलेच एखाद्या अच्छेराचे वजन टाळक्यात तर काय घ्या, म्हणून नुसत्या शिवीगाळीचा कार्यक्रम चालू होता. गावातल्या प्रतिष्ठितांनी "ए भाजीवाला पागल वकील" म्हणून पोरांच्या टोळ्या मागे लावल्या. एके दिवशी गावातल्या धनिक शेठजींनी बाबांपुढची चांगली पाचसहा रुपयांची वांगीबिंगी उचली आणि फक्त दोन पैसे टिकवले! शेठजीचा नोकर होता त्याला हा अन्याय पाहवेना. शेठजीचे लक्ष नाही असे पाहून त्याने कडोसरीची अधेली "बाबाइले दिल्ही" आणि इतर भाजीवाल्यांच्या कानी ही कथा सांगितली. दुसऱ्या दिवशी दोन पैशाला पोतेभर वांगी उचलायला चटावलेले शेठजी पुन्हा आले. माल उचलून दोन पैसे टिकवीत होते. बाजूच्या भाजीवाल्यांनी "मेहनतीचा मालं हरामात खावावाले सरम वाटत नाही, मुर्दाडा" म्हणून शेठजीची भर मंडईत चरबी घुसळली. अर्थात असला हा तुकारामाचा व्यापार बाबांना सोडावा लागला. पण असल्या प्रयोगांतून बाबा माणसांना सूक्ष्मदर्शकाखाली घालून पाहत होते.

ह्या विज्ञानवादी माणसाला निराशा ठाऊक नाही. मात्र विज्ञानाला जशी तडजोड मंजूर नसते, तशी बाबांनाही नसते. शिखरे धुंडाळण्याच्या वेडाने पछाडलेल्या क्यूरी

पतिपत्नींसारखे, एडिसनसारखे हे जोडपे आहे. त्यांच्याच शब्दांत सांगायचे तर "दारू प्याली, तेव्हा घड्यांनी! प्रेमविवाह केला, त्यासाठी गुंडांच्या सुऱ्यांचे वार छातीवर घेतले. नवरदेव पलिस्तरे मारून वेदीवर बसले होते. लग्नापूर्वी सुऱ्यांच्या वारामुळे रक्त ओकीत होते." डॉक्टर म्हणाले, "तुम्ही फारसे जगण्याची आशा नाही." तरीही लग्न करायचे दोघांनीही ठरवले. आणि एका पत्रात बाबांनी तिला लिहिले–"असे जगू आपण की एक एक क्षण म्हणजे एक एक दिवस ठरावा आणि एक एक दिवस म्हणजे एक एक आयुष्य व्हावे."

या लग्नाने बाबांच्या अस्वस्थ भ्रमंतीला संरक्षक कुंपणाचे एक क्षितिज घातले. एक वादळ हळूहळू माणसाळले जाऊ लागले. प्रळयंकर महादेवाचा रुद्रावतार संपला. शिवपार्वतीने संसाराचा सारीपाट मांडला. आता जीवनातल्या साऱ्या प्रयोगांना गृहस्थी संस्कारांचे स्वरूप लाभले. म्हणून धाडस संपले नाही. ते संपणार नाही. साम्यकुलाचा प्रयोग फसला; निराशेचा स्पर्श नाही. बाबांनी सुज्ञ, विवेकी इत्यादी उपदेशकांना सांगितले, "अरे, हे मूल अजून चालता येत नाही म्हणून पडले आहे ते पुन्हा उठून धावण्यासाठी!"

बाबांची असली ही अभयसाधना चालू होती. अनेक प्रकारांनी. जंगलात ढाण्या वाघाच्या गुहेत हा माणूस एकटा घुसला होता. डोक्यावरून मैल्याची पाटी वाहिली होती. आता जोडीला तशीच निर्भय जोडीदारीण आली होती. लोक मधुचंद्राला हिलस्टेशन्सवर जातात. हॉटेलमधल्या खोल्यांतून थोडीशी हिल, थोडी सृष्टिशोभा पाहतात. बाबा आणि इंदूताई साऱ्या गोव्यात पायी हिंडत होते. रस्त्याच्या काठी, पिंपळाच्या पारावर, कुठल्यातरी वडातळी "पाय टाकुनी जळी" रात्र गुजरत होते, चांदण्या मोजीत होते, दगडांच्या चुली मांडून काय मिळेल ते शिजवून खात होते. असल्या प्रेमाचा अलख जागवायला उमर खय्यामची उपनिषदे वाचलेली, नव्हे पचलेली असावी लागतात. जीवनातली क्षणभंगुरता समजली तरच माणूस हाती गवसलेला एकेक क्षण अशा उत्कटतेने जगतो.

जीवनात आता भरपूर तपःसाधना झाली होती. अंगी सामर्थ्य एकवटले होते. पाणी, कोळसा, वाफ भरून एंजिन स्टेशनात सज्ज होते. आत आग धगधगत होती. दिशा मिळाली नव्हती. दिशा ठरत नव्हती, म्हणून गती नव्हती. गती मिळाली नसती, तर सारी वाफ फक्त तोंडावाटे भल्यालांब शिट्या फुंकण्यात दवडली गेली असती. नेमक्या ह्याक्षणी बाबांचे जीवितकार्य दाखवायला परमेश्वरच जणू काय डोळ्यांत अळ्या पडलेल्या उद्ध्वस्त मानवी लोळ्यागोळ्याच्या रूपाने, अंगावर कोसळणारी मुसळधार घेत, रस्त्याच्या कडेला पडलेला दिसला. पूर्वी तपाची परीक्षा घ्यायला अप्सरा येत. बाबांचे तपःसामर्थ्य अजमावायला महारोगी आला होता. अप्सरा ऋषींना नृत्य करून काममोहित करीत. हा महारोगी रस्त्यात सडलेले एक भयानक प्रश्नचिन्ह होऊन विचारत होता,

"बोला! ब्रह्मचर्य, सत्य, अस्तेय वगैरे व्रतं केलीत! एका युवतीच्या प्रेमासाठी

सुऱ्याचे वार सोसलेत! दारिद्र्याचं भय जिंकलंत. डोक्यावर घाणीची पाटी वाहून अहंकार जिंकलात–त्या घाणीत वळवळणाऱ्या किड्यासारखा, एक मानवी देहाची लक्तरं उरलेला हा मी जंतू. मला हात लावायचं आहे सामर्थ्य? घेता मला जवळ? जिंकलं आहे हे भय?"

ह्याचे उत्तर बाबांच्या शब्दांत सांगायला हवे : "माझ्यातल्या घृणेने मी स्वतःवरच गिळगिळलो आणि भीतीलाच भ्यालो. त्या कुष्ठपीडिताच्या वाहत्या शरीरावर कोसळणाऱ्या पावसापासून संरक्षण देण्यासाठी ज्या क्षणी एक तरट मी झाकलं, त्या क्षणापासून माझी खरी अभयसाधना सुरू झाली."

बाबांच्या आयुष्यात तो दिव्य क्षण आला आणि बाबांनी तो घट्ट पकडला. बाबांच्याच कशाला, मी तर म्हणतो, भारतीय इतिहासात हा क्षण कायमचा नोंदवावा. मानेच्या एका झटक्याने नजर दुसरीकडे फिरवून, हरहर म्हणून अपार अनुकंपेचा एक निःश्वास टाकून, देव किंवा दैव ह्यांपैकी कोणाला तरी दोष देऊन बाबांनी तो क्षण त्या अनंत भूतकालाच्या दिशेने निसटू दिला असता, तर आज आनंदवनात "कुर्यान सदा मङ्मलम" चा गजर झाला नसता. सहाशे-सातशे माणसांसारखी माणसे उकिरडा होऊन पडली असती. कितीतरी संसार फुलले नसते आणि 'सेवेऐवजी सामर्थ्य' ह्या संजीवनी-मंत्राचा जन्म झाला नसता. जगात महाप्रचंड शोध लागले ते असल्या दिव्य क्षणी प्रयोगशील ज्ञानविज्ञानयोगी गाफील राहिले नाहीत म्हणून!

'सेवेऐवजी सामर्थ्य,' 'दान नादान करते', 'अपना हाथ जगन्नाथ' ही केवळ बोधवचने नाहीत. त्या अंगुलिहीन हातांच्या खुंटांनी हजारो मण धान्याची शेते फुलवली, त्या कृतीतून हे मंत्र उमटले आहेत. इथे मज्जाव आहे तो भिकेला आणि भीकमाग्यांना आणि भीकमाग्यांच्या भीकमाग्या नेतृत्वाला. इथले महारोगी मालक आहेत. कुणाच्या धर्मादायावर जगत नाहीत. त्यांचा बाबा वाघाच्या शेपटीशी खेळणारा बहाद्दर आहे. तो त्यांना जगण्याच्या नव्यानव्या विद्या शिकवतो. नुसत्या छपरावरून पडणाऱ्या पावसाच्या पाण्याच्या पागोळ्या बाबांनी धरून ठेवल्या आणि त्या पाण्यावर अंगणात तांदूळ पिकवून दाखवला. पायांची बोटे झडलेले दूर शेतापर्यंत चालणार कसे! शेतालाच त्यांच्या दारी आणले. भिकेच्या उष्ट्या पत्रावळीवर जगण्याचे ललाटीचे लेख पुसून आता उलट महारोग्यांनी आपण केलेल्या उत्पादनातून संस्थेला मदत करायला सुरुवात केली आहे. इथे शरीराने मोडलेल्या बाया तसल्याच मोडक्यातोडक्या नवऱ्याच्या जोडीने हायब्रीड धान्य काढायची आणि फेकून दिलेल्या डाल्डाच्या टिनांतून देखणे दिवे करायची 'टेक्नॉलॉजी' शिकून, खाईन तर तुपाशी अशा जिद्दीने आणि कुणाच्या बापाचे खात नाही, पोटी जाणारा घास "म्या घाम गाळून मिळवलाय" म्हणून जगताहेत. पीडितांचे असले पराक्रमी साम्यकुल जगात अन्यत्र कुठे नसेल. आणि म्हणूनच सुरुवातीच्या धडपडीच्या काळात बाबांच्या कार्याची मूर्खपणात जमा झाली होती.

आज आनंदवन कसे गोकुळासारखे नांदते-गाजते आहे. चांदा जिल्ह्यातल्या वरोडा गावाजवळची एक भरड जमीन, सहा रोगी, एक लंगडी गाय, चौदा रुपये आणि बाबा

आणि ताई हे झपाटलेले जोडपे एवढ्या भांडवलावर सुरुवात झाली होती. कलकत्त्याला जाऊन हा वकील कुष्ठरोगावरील उपचाराचे तंत्र शिकला. मेडिकल कॉलेजचा पोस्ट ग्रॅज्युएट कोर्स. आमटे वकिलाला अडमिशन नव्हती. असंख्य खटपटी करून ती मिळवली आणि अठ्ठावीस एम० डी० झालेल्या डॉक्टरांच्यामध्ये परीक्षेत एम० डी० आमटे पहिला आला. आज जगातल्या निरनिराळ्या देशांतल्या कुष्ठरोगतज्ज्ञांची त्यांचा सल्ला विचारणारी पत्रे येतात.

मला एकलव्याची कथा आठवली. जंगली हिंस्त्र पशू मारून गायीगुरांचे रक्षण करायचे ह्या ध्येयाने तो धनुर्विद्या शिकला. अर्जुनाला महाधनुर्धर ही पदवी हवी होती. बाबांना कुष्ठरोग्यांना बरे करायचे होते म्हणून हे शास्त्र ते शिकत होते. त्यांना पदवी लावून, प्रॅक्टिस करून, श्रीमंत व्हायचे नव्हते. त्यांच्या नावाची आद्याक्षरे एम० डी० अशीच आहेत. ती पुढे लावण्याला त्यांच्या हिशेबी किंमत नव्हती. आजही आनंदवनात कुष्ठरोगतज्ज्ञ (क्वालिफाइड) म्हणजे पदवीची आद्याक्षरे लावणारा डॉक्टर नाही, म्हणून त्यांना काही ठराविक सरकारी ग्रँटस मिळत नाहीत. आमचे पदवीधर डॉक्टर तेथे यायला तयार नाहीत. महारोग्यांना तपासणार नाही, या अटीवर यायला तयार आहेत. पगाराच्या आणि इतर अटी निराळ्या. बाबांनी रोग्यांना इंजेक्शने स्वतः दिली. त्यांनी बरे केलेले रोगी आता इतर रोग्यांची उत्तम देखभाल करून अत्यंत आधुनिक पद्धतीची उपाययोजना करतात. येथे जर्मनी, स्वित्झर्लंड, अमेरिका ह्या देशांतली अत्याधुनिक औषधे आहेत. तिथे विज्ञाननिष्ठेची वाचाळता नाही. शरीरावरच काय, पण शेतामळ्यांवर आधुनिक विज्ञानाचे संस्कार आहेत. 'उद्धरेदात्मनात्मानम' हा मंत्र इथे कोणी जाणत नाही. बरे झालेले रोगी आपल्यासारख्या व्याधीने पछाडलेल्या दुसऱ्याला बरे करताना त्या मंत्राची जिवंत मूर्ती दिसते.

आनंदवनाला ध्येयवादी डॉक्टर हवेत. ध्येयवादी म्हणजे अर्धपोटी पगारावरचे नव्हेत. रोग्याला बरे करण्यासाठी अव्याहत आपल्या ज्ञानात भर घालणारे. बाबांनी खूप धडपड केली. मिशनरी डॉक्टर ख्रिस्ताच्या नावाने कुठेही जातात. डॉ० श्वाइटझ गेला; त्याच्या मागे सारी ख्रिश्चॅनिटी उभी राहिली. त्याचे कार्य व बाबा आमट्यांचे कार्य एकाच उंचीचे. दोघांनीही भय जिंकलेले. बाबा आमटे यांच्या कार्याचा युरोपात, विशेषतः स्वित्झर्लंडमध्ये, गवगवा होऊ लागला आहे. एखादे दिवशी बाबा आमटे आणि इंदूताई यांना नोबेल प्राइझ मिळेल. मी हे जीवनात मला जे अत्यंत पवित्र वाटते त्याला स्मरून लिहितो आहे. आणि नोबेल प्राइझ मिळाल्यानंतर आमच्या देशाचे लक्ष बाबा आमटे यांच्याकडे जाईल. पण बाबांना आणि ताईंना याहूनही मोठी बक्षिसे आधीच मिळाली आहेत!

श्रावणझड लागली आहे. झोपडीचे छप्पर गळते आहे. आठदहा महारोग्यांनी बाबांच्या खोपटात आश्रय घेतला आहे. तशात वस्तीवरची एक गर्भवती बाई अडली आहे. गावातून डॉक्टर यायला तयार नाही. कंदिलाखेरीज उजेड नाही. अशा अवस्थेत इंदूताई सुईण होतात, बाबा वॉर्डबॉय होतात आणि त्यातल्या त्यात चार बोटांनी धड

असलेली महारोगी बाई मदतीला येते. गरम पाणी करायला झडणाऱ्या पावसापुढे चूल पेटत नाही. लाकडे ओली. या सगळ्या संकटांतून पोर पहिला 'ट्याँ' करते. सुखरूप सुटका होते. कंदिलाच्या प्रकाशात खोपटातल्या महारोग्यांच्या भग्न चेहऱ्यावर हास्य उमटते. त्या तसल्या अवस्थेत चिमूट-चिमूट साखर सगळ्यांच्या मुखी जाते. बाबांचा आणि ताईंचा गौरव त्या तसल्या चेहऱ्यावर उमटणाऱ्या स्मितांनी होतो. ही स्मिते मेली होती. पुनर्जन्म होऊन त्यांतून चैतन्यफुले उमलली. हीच यांची नोबेल प्राइझे!

आता बाबांच्या घरात दोन डॉक्टर होताहेत. त्यांचे दोन मुलगे आता मेडिकल कॉलेजात आहेत. स्वतःची ऑमलेटे करायला लोकांच्या पोरांना अंड्यासारखे फोडणाऱ्या पुढाऱ्यांच्या जातीतले बाबा आणि ताई नाहीत. त्यांची मुले महारोग्यांच्या वस्तीवर वाढली. बाबा आमटे हा अव्यवहारी माणूस आहे. "तुमच्या तान्ह्या अर्भकांच्या जिवाशी खेळ करण्याचा तुम्हांला अधिकार नाही." अशी निर्भर्त्सना करणारी त्यांना पत्रेही येत असत. आज बाबांची मुले नागपूरच्या मेडिकल कॉलेजात आहेत. त्यांनी अद्याप सिनेमा पाहिला नाही. पण ते ट्रॅक्टर चालवतात. शेतीची त्यांना उत्तम माहिती आहे. महारोग्यांच्या जखमा ते धुतात आणि सोमनाथच्या निबिड अरण्यात बाबांचा प्रकाश हाती बंदूक घेतल्याशिवाय हिंस्त्र श्वापदांची गंमत बघायला रात्रभर एकटा हिंडतो. आई-वडलांनी त्यांना निर्भयता दिली आहे. यापेक्षा आणखी मोठी कोणती इस्टेट हवी?

आनंदवनाचा आता खूप विस्तार झाला आहे. आर्टस-सायन्स कॉलेज आहे. एन० सी० चे केंद्र आहे. कुष्ठरोग्यांचा फर्निचरचा कारखाना आहे. हातमागावर लुगडी निघताहेत. शेती आहे. पोल्ट्री आहे. द्राक्षाचे मळे आहेत. छापखाना आहे. रोगमुक्तांची कॉलनी आहे. रोगग्रस्तांची आहे. एक काळ असा होता की बाबा, ताई आणि रोगी धडपडत होते. आता धावताहेत. आनंदवनातले दूध विकत घेणे सोडूनच द्या, इथे दूध विकत द्यायला लोक तयार नव्हते. गोशाळेतल्या गायीचे दूध इंदूताईना काढावे लागे. तीसतीस, चाळीसचाळीस गायींचे दूध! आता इथल्या दुधाला मागणी आहे. जनावरांना महारोगाची बाधा होत नाही.

अनेक अडचणी येतात, आणि मार्गही निघतात. बाबांच्या स्वप्नीही नव्हते अशा वेळी स्वित्झर्लंडचा अँबॅसेडर आला. पत्र्याचे दिवे करण्याचा कारखाना उभारायचे भांडवल स्विस जनतेने दिले. आता नव्या कॉलनीला घरांच्या बांधणीचे पैसे देण्यासाठी स्वित्झर्लंडमधल्या लोकांनी एक दिवस उपास केला आणि द्रव्य पाठवले. घरे उठवली ती रोगमुक्त पेशंट्सनी. बाबांनी स्वतः ट्रक चालवून खडीच्या आणि रेतीच्या खेपा केल्या. महारोगांच्या पुनर्वसनाचे कार्य जणू काय पुरत नाही म्हणून त्यांनी आंधळ्यांच्या पुनर्वसनाची जबाबदारी स्वीकारली आहे.

एवढीएवढी आंधळी पोरे. वाटेत फेकून दिलेली. भीक मागून गुंडांची भर करणारी. बाबा आणि ताई या पोरांचे धर्मपालक होऊन राहिले आहेत. महारोग बरा करणे परवडले, पण त्यांचे पुनर्वसन अवघड. महारोगी बापाला मुलगा जवळ करत नाही की

बायकोला नवरा. बाबांनी ही दरी बुजवीत आणली आहे. आनंदवनात आता कुटुंबीयांचे मिलन होत आहे.

दुर्दैवाने ह्या रोगाची सारी कोडी अद्याप सुटली नाहीत. मात्र माणूस रोगमुक्त झाला, हे कळण्याची पॅथॉलॉजिकल टेस्ट आहे. परंतु खबरदारी म्हणून विवाहेच्छू रोगमुक्ताचे निर्बीजीकरण करावे लागते. कारण तिथे विज्ञान अजून चाचपडते आहे. प्लॅस्टिक सर्जरी त्यांना सुंदर नाक बसवून देते. रामबाण विदेशी औषधे डोळ्यांतल्या अळ्या मारतात, क्षते जातात; पण संततीला धोका आहे की नाही, कळत नाही. आणि इथे तर त्या जोडप्यांनी दृष्ट लागावी असे संसार मांडले अहेत! दोन खोल्या, ओसरी, अंगण, परसदार, वेलीवर जाईजुई बहरली आहे, परसात भोपळ्याएवढ्या पपया आहेत, वांगी आहेत, कोबी आहे, सगळे आहे. पण वात्सल्याचा वर्षाव कुठे करायचा? बाबांनी त्याचाही विचार केला आहे. ती आंधळी मुले वात्सल्यासाठी भुकेली आहेत. त्या पोरांचे उद्या हे धर्मपालक होणार आहेत. त्या आंधळ्यांच्या गायी हे शापमुक्त श्रमर्षी राखणार आहेत.

त्या पोरांपैकी कुणाच्या हाती बाबांनी बासरी दिली आहे. कुणी वेतकाम करताहेत. कुणी ब्रेलमधून धडे वाचताहेत. काहींना कॉलेजात जायचे आहे. आजवर हातावरची भिकेची भाकर खायची सवय लागलेल्या पोरांना ताईंनी, पाटीवर श्रीगणेशा गिरवायला हात धरून धरून शिकवतात, तसे ताटावर हात धरून "इथं भात, इथं भाजी, इथं पोळी" असे जेवायला शिकवण्यापासून सुरुवात केली आहे. बाबा त्या पोरांच्या बागकामासाठी बिनकाट्यांचा गुलाब शोधताहेत. एखाद्या गुलाबचंदाला किंवा रोझ सोसायटीला ही थॉर्नलेस व्हरायटी ठाऊक असली, तर त्यांनी बाबा आमट्यांना कळवावे. आंधळ्या पोरांना गुलाब लावायचे आहेत. त्यांना काटे बोचतात, म्हणून ते गुलाबाला भितात आणि फार मोठ्या सुगंधाला मुकतात. अशा वेळी साधे दोन डोळे आपल्याला आहेत ही निसर्गाची केवढी कृपा वाटते!

बाबांच्या बरोबर आनंदवनातून हिंडताना कळते की, इथल्या प्रत्येक उभारणीमागे विचारांचे आणि परिश्रमांचे पहाड उभे राहिले आहेत. स्विस लोकांनी तर आनंदवनातल्या वनवासीयांना आपली भावंडे मानली आहेत. मात्र बाबा तिथून मदत घेतात ती फक्त उत्पादनाच्या साधनांची. बाबांच्या योजनांच्या मळ्याला कुंपण नाही. बाबांच्या अंगात ताप असो (ताप हा त्यांचा पुरातन स्नेही आहे. एकशे दोन-तीन ताप ते लीलेने अंगावर खेळवतात.), पाठीचे मणके जीवघेण्या वेदना देत असोत, बाबा आमट्यांचा आणि त्या आंधळ्या पोरांचा खेळ दहा मिनिटे तरी झालाच पाहिजे. ही लहान, अंध मुले म्हणजे ताई आणि बाबांपुढली आणखी काही प्रश्नचिन्हे आहेत. महारोग्यांच्या जीवनातला अंधार लाक्षणिक होता. इथे सर्वार्थांनी अंधार आहे.

बाबांबरोबर आनंदवनातली ही नवनवी प्रश्नचिन्हे पाहत मी हिंडत होतो. बाबांच्या तोंडी ह्या खेपेला सारखे सोमनाथ, सोमनाथ येत होते. बाबांचा हा नवा संकल्प. चांद्यापासून सुमारे पंचवीस-तीस मैलांवर 'मूल' नावाचे गाव आहे. छोटेसे रेल्वेस्टेशन

आहे. तिथून पाच मैलांवर हे सोमनाथाचे जंगल सुरू होते. जीपमध्ये सामान भरत होतो, इतक्यात ती नवविवाहित आठच्या आठ जोडपी बाबा आणि ताईंना जोडीने पाया पडायला आली. मग उखाणे सुरू झाले. त्या लाघवी वऱ्हाडी बोलीत थट्टा सुरू झाल्या. नरभक्षक रोगाने केलेल्या घावांच्या खुणा माझ्या डोळ्यांवर आघात करीत होत्या. मी अवाक होऊन ते उखाणे ऐकत होतो, वधूवरांचा आनंद पाहत होतो. इतक्यात बाबा इंग्रजीत मला म्हणाले,

"वेरुळची भग्न शिल्पं पाहताना फुटलेली नाकं आणि तोडलेले हात मनानं भक्त काढता ना? मग ह्या जिवंत भग्नावशेषांतलं मूळचं शिल्प तुम्हांला दिसत नाही?"

ती जिवंत भग्नशिल्पे! क्रूर काळाने घाव घातला नसता, तर त्यांतल्या वधूच्या नाकात नथ चमकली असती. झडलेल्या हातामागे हिरवा चुडा लखलखला असता आणि तो हात पदरामागे दडवावा लागला नसता. पायांत तोरड्या आल्या असत्या. काळाने शरीरावर घाव घातले, पण आत कुठेतरी एक मिणमिणती वात इतक्या उपरही जगण्याची आशा धरून तेवत होती. बाबा म्हणतात तसे "लोनली लँप बॅटलिंग विथ डार्कनेस"–एकली ज्योत अंधाराशी झुंजत होती. त्या ज्योती- भोवतालची काजळी झाडली. विज्ञानाचे साहाय्य घेऊन बाबांनी दिव्याची साफसफाई केली. देवाची करुणा, आम्याची एकता वगैरे कुछ नाही. इंजेक्शनच्या सुयांनी लढाई सुरू केली. शरीराची डागडुजी झाली. प्रश्न होता तो त्यांना पुन्हा माणसांत आणण्याचा. तिथेही विज्ञानालाच राबवले. त्यांनी जीनाचे नवीन दर्शनच त्यांना घडवले.

येथे नांदतात श्रमर्षी, या भूमीला क्षरण नाही
येथे ज्ञान गाळते घाम, विज्ञान दानव-शरण नाही
येथे कला जीवनमय, अर्थाला अपहरण नाही
येथे भविष्य जन्मत आहे, या सीमांना मरण नाही

या ओळींचा अर्थ माझ्यापुढे त्या जोडप्यांच्या रूपाने उभा राहिला होता. "कुर्यातू सदा मङमलम्"चा आशीर्वाद तिथे खरा झाला होता. मांगल्याची कुचेष्टा करणाऱ्या ऐदी दुर्भाग्यांनी आनंदवनापर्यंत जाण्याचे श्रम करावेत. तिथे मांगल्याचे त्यांना दर्शन होईल.

एवढे पाहून मी तृप्त होतो. पण बाबा आमटे हा माणूस केशवसुतांच्या "खादाड असे माझी भूक / चतकोराने मला न सूख" ह्या जातीचा. त्यांनी आमची जीप सोमनाथच्या दिशेला लावली. बाबा आमटेच जीप हाकीत होते. हाकीत काय होते, जीप फेकीत निघाले होते. साठसत्तर, पंचाहत्तर मैलांचा वेग. तरी बरे, पाठीच्या

कण्याचा एक मणका योग्य ठिकाणी नाही! मला महामृत्युंजयाचा पाठ येत नसल्याचे दुःख होत होते. वरोड्याहून चांदा, चांद्याहून मूल आणि मूलहून सोमनाथ. खाचखळग्यांचे सुख भोगीत सोमनाथला पोचलो. जीप उभी राहिली. समोर सोमनाथाचे पुरातन मंदिर

होते. बाजूला सुंदर डाकबंगला होता. आजूबाजूला गर्द झाडी होती.

शंकर हा शंभर टक्के भारतीय देव आहे. खरा आदिवासी. स्वभावाने भोळा, पण भडकला तर ऐकणार नाही. विजनवासी. उघडाबगडा. नृत्यसंगीतप्रिय. त्या घनदाट जंगलात पाठीशी पाण्याचा एक सुंदर प्रपात घेऊन सोमनाथ बसले आहेत. रात्रीच्या वेळी त्या मंदिरात जाण्याची कुणाचीही प्राज्ञा नव्हती. वाघोबांचा तो डायनिंग हॉल आहे. तीसपस्तीस मैलांच्या त्या घनदाट जंगलात आदिवासी जमातीही राहत नाहीत. अलीकडेपलीकडे राहतात. सूर्यदेव डोंगरावर येण्यापूर्वी जंगलात जात नाहीत, व डोंगराआड होण्यापूर्वी वस्तीत येतात. तेलंगण-महाराष्ट्राची ही मिलनरेषा आहे. नरभक्षक वाघांचाही ह्या जंगलात संचार आहे. असल्या जंगलात श्रमधर्मी संस्कृतीचे केंद्र उभारण्याची कल्पना घेऊन येणारा हा बाबा आमट्यांसारखा संकटांना सौंगडी मानणारा "हजारांतुनी एखादा!" पण हा एखादा उरलेल्या हजारो लोकांना धैर्य देतो, हेही खरे. दोन हजार एकरांचे रान बाबांना सरकारकडून मिळाले. अजून वर्ष झाले नाही. आठनऊ महिन्यांपूर्वी दहा महारोगमुक्त श्रमर्षीचा भूतगण, बाबा आणि इंदूताई यांनी ह्या जंगलात प्रवेश केला. जंगलातलाच बांबू तोडला. त्याच्या झोपड्या उभारल्या. झोपायला वऱ्हाडी भाषेत जिला मसान-खाट म्हणतात तसले बांबूचे खाटले! तिथेच तयार केले.

"बुद्धिजीवी पांढरपेशांची शुभ्रगंगा, श्रमणाऱ्यांची सावळी यमुना आणि विज्ञानयुगातल्या नवतंत्राची गुप्त सरस्वती" ह्यांच्या त्रिवेणी संगमावर सोमनाथाचे हे नवशिक्षणतीर्थ उभे करण्याचा संकल्प सोडला. बाबांच्या सहकाऱ्यांचे ते दहा दुणे वीस तुटकेफुटके हात राबायला लागले. जवळपास खेडी आहेत. जोडीला डोकीवरून सामानसुमान आणायची बिगारी बाबा करीत होतेच.

जंगलात मजुरीला माणसे नव्हती. त्या पेशंटस्नी तीनचार एकर जमीन साफ करायला घेतली. हळूहळू आजूबाजूचे आदिवासी लोक येऊन, ह्या जंगलात असली ही वेडीवाकडी भुतावळ घेऊन कोण शंकरपार्वती आली आहेत ते पाहू लागले. त्यांचेही हात लागले. ह्या कामाला चांगली मजुरी 'भेटते' हे कळल्यावर खेड्यांकडून 'बायामानसे' येऊ लागली. बाबांनी जाहीर केले, "मे महिन्यात हजार तरुणतरुणींचे श्रमसंस्कार- शिबिर ह्या सोमनाथच्या जंगलात होईल."

बाबांचा एक भीमकाय रोगमुक्त सहकारी म्हणाला, "त्या समद्या पाव्हन्याले इथल्या शेतातला भात खाऊ घालू ना जी..." लगेच आनंदवनाच्या पद्धतीचा श्रमिक सहकारी संघ उभा राहिला. त्यातल्याच आठजणांची लग्ने लागली होती. आपापल्या लक्ष्म्यांना घेऊन ते तिथे आले होते. ट्रॅक्टरमागे ट्रेलर लावून, त्यात ही जोडपी भरून, वऱ्हाडी उन्हाळा डोक्यावर घेत, उघड्यावर बसून, साठबासष्ट मैल ट्रॅक्टर हाकीत वरोडा ते सोमनाथ बाबांचा मुलगा विकास यानेच ती वरात आणली होती.

सातआठ महिन्यांपूर्वी बाबा सोमनाथला प्रथम आले ते पावसाचे दिवस होते. अडचणी अनंत होत्या. बाबांच्या अंगात ताप. पाठीचे मणके सणसणत. सुरुवातीच्या

त्या काळात तर राबणाऱ्या त्या मजुरांचा स्वैपाकीही बाबा आमटे! कसल्या कसल्या अडचणींना तोंड द्यायचे! सुरा घेऊन पोट फाडायला येणारे राजकीय गुंडही येऊन गेले. एकदा त्या घनदाट जंगलातून झोपड्यांसाठी बांबू तोडून येताना बाबांना आणि त्यांच्या जोडीच्या दोन मजूर आणि त्यांच्या बायकांना चक्क वाघच सामोरा आला! बाबा एके काळचे शिकारी खरे. पण काही वर्षांपूर्वी गुंडांशी झालेल्या झटापटीत सुरा लागून त्यांचा एक खांदा निकामी झाल्यामुळे त्यांना बंदूक वागवता येत नाही. त्यामुळे निःशस्त्र. त्या बाया पुटकन झाडावर चढल्या. मजूर जीव घेऊन पळाले, बाबांच्या अंगात स्वेटर होता. तो त्यांनी चटकन डोक्यावरून ओढला आणि गुडघ्यावर रांगत रांगत वाघापुढे जाऊ लागले. वाघोबांनी हे कोणते नवे जनावर आले आहे ते पाहिले आणि इतर वाघांना बातमी द्यायला ते निघून गेले. इकडे वस्तीवर "बाबाले वहागाने खाल्ला" म्हणून हलकल्लोळ! काही वेळाने त्या बाया आणि बाबा वस्तीवर परतले. आजही त्या बायांच्या वऱ्हाडी बोलीतून तो 'आंखों देखा हाल' ऐकताना मजाही वाटते आणि अंगावर काटाही येतो. आदिवासी हा धैर्याचा उपासक. त्यातून त्यांचा 'ताडोबा' देव म्हणजे 'वाघोबा' च. "वहागाले पन न भेनारा बाबा" हा आदिवासींचा देव झाला. बाकी देव व्हायला वाघाइतके देखणे जनावर नाही!

तो वाघ म्हणजे साक्षात् शिवशंकरच, व्याघ्रांबर धारण करून आलेला 'सोमनाथ' असावा. कारण त्याच्या दर्शनानंतर तिथल्या आदिवासींची बाबांवर भक्ती जडली. तिथे दहापाच झोपड्या पडल्या. आता शेकोट्या पेटतात. डबे वाजतात. शेते उभी राहिली. गस्त सुरू झाली. वाघोबांनी त्या फारिष्टातून बदल्या करून घेतल्या असाल्यात; कारण हरणे अधिक निर्भयतेने चरतात. पण अस्वले, रानडुकरे, तरस, ऊद- मांजरे वगैरे मंडळी अजूनही जुन्या भाडेकरूंसारखी जागा सोडायला राजी नाहीत. ह्या जंगलात 'कुर्यात् सदा मङमलम' च्या निर्धाराची माणसे येतील तेव्हाच ही जनावरे जातील.

रात्रीच्या वेळी शेकोटीतल्या ज्वालांचे नर्तन पाहत बाबांकडून त्यांच्या सोमनाथ प्रकल्पाच्या योजना मी ऐकत होतो. 'ऑपर्च्यूनिटीज अनलिमिटेड–अमर्याद अवसर'हा इथला मंत्र आहे. बाबा ह्या मंत्राचा अर्थ सांगत होते. तुटक्या-फुटक्या देहाच्या वीसबावीस स्त्रीपुरुषांनी जंगलात साफसुफी करून पिकवलेला तांदूळ पाहून ऐदीपणाने पँटच्या खिशात राहणाऱ्या धडधाकट हातांना लाज वाटेल. ते राबण्यासाठी शिवशिवतील. जंगलात शिलारूप होऊन पडलेल्या अहल्येला प्रभू रामचंद्रांचा चरणस्पर्श झाला आणि ती जिवंत झाली, ह्या कथेचा अर्थ इथे लागतो. आजवर हस्तस्पर्श न झालेली ही अहल्याभूमी आज कशी तरारून आली आहे. जीवनातली प्रत्येक आघाडी, अन्न-आघाडीदेखील, इंच-इंच लढवावी लागते. बाबांची भाष्ये ऐकत, त्यांच्या वैज्ञानिक दृष्टीतून सामर्थ्य घेऊन उभी राहिलेली ती माणसे आणि भर मे महिन्यात श्रमशिबिरातल्या हजारो 'तरल्या पाव्हन्याले' खाऊ घालण्यासाठी फुटायला लागलेली त्या शेतातली कणसे पाहिली म्हणजे बाबांच्या काव्याचे आणि तत्त्वज्ञानाचे कूळ सापडते.

हे कूळ उपनिषत्कालीन ऋषीचे आहे. ते शोधायला असे जंगलात यावे लागते. ही कविता नाही; हे मंत्र आहेत. ही नव्या भारताची विज्ञानोपनिषदे आहेत. इथे पंचमहाभूतांची आळवणी नाही; त्यांना राबवण्याची सूत्रे आहेत. पंचमहाभूतांचे भय विज्ञानचक्षूंनाच जिंकता येते; म्हणूनच बाबा नरभक्षक वाघ आणि नरभक्षक कुष्ठरोग ह्यांच्याशी सामना घेतात. खडकाला बुलडोझरचा डोझ पाजून, त्याचे पाणी करून शेत पिकवतात. त्यांची भूदान-गंगा वायफळाचे मळे फुलवत नाही. द्राक्षावर हार्मोन्सचे संस्कार होतात आणि द्राक्ष टरारून फुगते. हा विज्ञानचक्षू सोमनाथाचा हाच तो तिसरा डोळा. हा भस्म करील ते अशिवाचे, अमंगलाचे, महारोगाचे. केवळ शरीराच्याच नव्हे, तर त्याहून भयंकर अशा मनाच्या महारोगाचे. इथे मतपेटीशी प्रणयाराधन नाही. किंबहुना 'पेटी-माइंडेड' पुढाऱ्यांना इथे स्थानच नाही. ह्या देशातल्या मातीवर धुंद प्रेम करणाऱ्या तरुणतरुणींना इथे आमंत्रण आहे. तरुणतरुणी म्हणजे केवळ कॉलेजात जाणारी नव्हे. तारुण्य मनाचे. 'कॉलेजियन' ह्या नावाने ओळखली जाणारी ऐतखाऊ, पोशाखी, वरपांगी बेफिकीर, पण आतून टरकलेली, सिगरेटदेखील संडासात लपून ओढणारी, सिनेमातून प्रेमाचे 'ग-म-भ-न' शिकणारी, असली 'मूर्ती' फोडायची वेळ आली आहे. ही मूर्ती दगडाची नाही, शाडूची आहे, हे नवे जागृत तरुणच आता आक्रंदून सांगताहेत. ज्ञान आणि प्रेम ह्यांना साहसाने भिडणाऱ्या विज्ञाननिष्ठ आणि 'ज्याला देश गहाण टाकायचा नाही' असल्या राष्ट्रनिष्ठ तारुण्याला सोमनाथाची हाक आहे.

चांद्याच्या जंगलात यापूर्वी सोमनाथाची अशी महापूजा झाली नव्हती. "सर्वारंभे तण्डुलाः प्रस्थमूलाः" म्हणतात. इथले तंडुल भीक मागून आणलेले नाहीत. त्या अक्षता क्षतमुक्त महारोग्यांनी श्रमाच्या शिंपण्यातून उगवून, त्यांच्या गोणी रचून ठेवल्या आहेत. शारीरिक, मानसिक, वैचारिक आणि सांस्कृतिक दारिद्र्यातून सुटका करून घेण्याचे मार्ग शोधण्याच्या महान प्रयोगशाळेच्या उभारणीसाठी हजारो तरुणांचे दहा मे ते पंचवीस मेपर्यंत शिबिर भरते आहे. इथे कवींनी जावे, आणि लोहारांनीही जावे. विदुषीनी जावे, आणि पाककुशल गृहिणींनी जावे. इथे चांभारांनी कारागिरी शिकवावी, आणि एखाद्या वनस्पतिशास्त्रज्ञाने त्या जंगलात 'हर्बेरियम' काढायची योजना आखावी. खेळाडूंनी जावे. हौशी गायक-गायिकांनी जावे. एंजिनियरिंग, मेडिकल, आर्टस, कॉमर्स, अग्रिकल्चरल, व्हेटरिनरी, समाजशास्त्र, अर्थशास्त्र, भाषाशास्त्र–सगळ्या क्षेत्रांतल्या तरुणांना आमंत्रण आहे. विद्यार्थ्यांनी जावे आणि त्यांच्या तरुण मनाच्या पालकांनी जावे. ज्वालांना फुले मानायच्या जिद्दीने जावे.

प्रकाशाची तहान लागलेली झाडे जंगलात उंच उंच जातात. ज्ञानविज्ञानाच्या प्रकाशाची तहान लागलेला समाजच उंच उंच जातो. उंचीची ही नवी शिखरे गाठावी म्हणून हा प्रकल्प आहे. बाबा आमटे नावाचा विज्ञानयोगी सोमनाथाच्या पुढे समाजाचा जीर्णोद्धार करण्याचा संकल्प सोडून बसला आहे. टाकले पाऊल मागे घेणे ह्या माणसाला ठाऊक नाही! जीवनातल्या प्रत्येक चांगल्या गोष्टीवर अपरिमित प्रेम करणारा हा माणूस. त्यांना सोमनाथ केवळ शेतीची प्रयोगभूमी व्हायला नको आहे. भारतातल्या

रविशंकराचे, कुमार गंधर्वांचे ते चिंतनवन व्हायला हवे आहे. अल्काझीची प्रायोगिक रंगभूमी तिथे यायला हवी आहे. त्यांना तिथे हुसैन, सातवळेकर, आरा, आचरेकर यांनी यायला हवे आहे. चित्रकार, कास्तकार, शिंपी, प्राध्यापक, लोहार आणि कवी ह्यांनी एकमेकांच्या अधिक जवळ येऊन समाजाच्या जीर्णोद्धाराचा विचार करायला हवे आहे. सोमनाथाचा मला समजलेला प्रकल्प हा आहे. असल्या श्रमर्षींची हा सोमनाथ वाट पाहतो आहे. तिथे भात पिकवलेल्या एका पेशंटचा बोटे गळून पडलेला हात हाती धरून बाबा मला सांगत होते–

"भाई, म्हाताऱ्या धरित्रीच्या हाडापर्यंत भिडलेला शीण झडझडून टाकण्यासाठी ह्या हाताच्या खुंटानं पाहा केवढा पराक्रम केला. अहो, ज्यांचे हात धड आहेत, त्यांनी का रडावं?" अणि बेलाचे पान गळून पडावे तसा ज्या हाताचा पंजा गळून पडला होता त्या हाताच्या खुंटाचे बाबांनी अत्यावेगाने चुंबन घेतले. होय, चुंबन घेतले! माझ्या अंगातून वीज गेली. भीतीने नव्हे, "आज मी माझ्या डोळ्यांनी एक मृत्युंजय पाहिला होता!" ह्या धन्यतेने. क्षणाच्या उत्कटतेने बाँब टाकणारा नव्हे, समोरचा गोळी मारेल म्हणून आधी आपण मारणारा नव्हे. आज कित्येक वर्षे मृत्युगोलात राहून कविता रचीत भटकणारा आणि त्या कवितांचा अर्थ मातीतून उलगडून दाखवणारा. विंदा करंदीकरांनी म्हटले होते–"आकाशाचा अर्थ पाण्याला विचारा!" बाबा आमट्यांच्या कवितांचा अर्थ मातीला विचारा!

आनंदवनात मी प्रथम गेलो ते पाकिस्तानी आक्रमणाच्या काळात. आनंदवनाच्या परिसरात नाटकाचा रंगमंच दिसला.

"काल रात्री आमच्या पेशंटसनी नाटक करून डिफेन्स फंडाला अडीच हजार रुपये दिले."

बाबा सांगत होते.

"महारोग झालेल्यांनी?" मी आश्चर्याने विचारले.

"हो. त्यातून जे आता मुक्त झाले आहेत त्यांनी पौराणिक नाटक केले. काय सांगू भाई, आमच्या कृष्णाला सुदर्शनचक्र ठेवायला बोट नव्हतं. एक कागदी बोट करून लावलं आणि त्यात सुदर्शनचक्र बसवलं."

आनंदवनीच्या कृष्णाला बोट नव्हते. बाबांनी त्याला बोट दिले. अशा असंख्य कृष्णांना त्यांनी बोटे दिली आणि सुदर्शनचक्रेही दिली. आनंदवनात आणि आता सोमनाथाला त्या सुदर्शनचक्राची विविध रूपे मी पाहत होतो. अशिवाचा, अभद्राचा नाश करणारी ती सुदर्शनचक्रे. ती मी तिथल्या बैलगाड्यांत पाहिली आणि ट्रॅक्टर्स-मध्येही पाहिली. सूत काढायच्या चात्यांत मला ती दिसली, आणि पिठाच्या जात्यांतही दिसली. छापखान्यांत होती. शिवणयंत्रांत होती. 'बाटा' च्या तोडीची चप्पल करायच्या यंत्रात त्याच चक्राचा अवतार आहे. आणि लोहाराच्या नव्या यंत्रभात्यातही आहे. ज्यांच्या ज्यांच्या हाती मी ही चक्रे फिरताना पाहिली तो तो महारोगी असूनही त्याचे एके काळचे भयप्रद दर्शन सुदर्शन झाले आहे.

"सोमनाथला गेलं तर काय मिळेल?" असे विचारले, तर मी सांगेन, "शरीराहूनही भयंकर असा मनाचा महारोग घालवणारी असंख्य सुदर्शनचक्रं मिळतील. ज्याच्या बोटात जे बसेल, ते त्यानं घालावं."

बाबांच्या आणि ताईंच्या सहवासातले ते सात दिवस आठवले की भगवद्गीतेतल्या संजयाच्या शेवटच्या आनंदोद्गारांची आठवण होते :

तच्च संस्मृत्य संस्मृत्य रूपमत्यदभुतं हरे : ।
विस्मयो मे महान् राजन् हृष्यामि च पुन: पुन: ।।

आनंदवन सोडून जीप वर्ध्याच्या दिशेला लागली होती. समोरच दोन पळस डोक्यावर आगीच्या पताका घेऊन फुलले होते. ज्वालांचा आणि फुलांचा काय मनोहर संयोग होता!

"पळसाची जोडी काय सुंदर फुलली आहे!" कुणीसे म्हणाले.

"बाबा आणि ताईसारखी!" मी मनाशी म्हणालो.

एक गाण्यात राहणारा माणूस

मल्लिकार्जुन मन्सूर हा एक गाण्यात राहणारा माणूस आहे. तसा त्यांचा टपाली पत्ता 'मृत्युंजय बंगला, धारवाड' असा आहे. पण अण्णांचे वास्तव्य गाण्यात. सकाळी ते तोडी-आसावरीत राहतात. दुपारी सारंगाच्या छायेत असतात. संध्याकाळी पूरिया-मारव्यांच्या ओसरीवर येऊन बसतात, आणि रात्री यमन-भूप-बागेश्रीच्या महालात असतात.

अण्णा हे बायको, पाचसहा विवाहित-अविवाहित मुली, एक मुलगा-सून, नातवंडे यांचा परिवार सांभाळणारे 'गृहस्थही' आहेत. आयुष्यभराच्या आर्थिक कमाईतून धारवाडला एक छोटीशी बंगलीही त्यांनी बांधली आहे. पण ते एक मल्लिकार्जुन मन्सूर—पती, पिता, आजोबा वगैरे पदव्या असलेले. पण त्या सडपातळ देहात एक दुसरे मल्लिकार्जुन राहतात. त्यांची वस्ती मात्र गाण्यात असते. वयाच्या आठव्या-नवव्या वर्षी त्यांनी तिथे बिऱ्हाड केले आणि आज एकसष्टाच्या वर्षीही तिथली मैफिल अव्याहत चालूआहे. त्या गायनाला हॉल भाड्याने घ्यावा लागत नाही. म्युझिक सर्कलच्या सेक्रेटरीचे आमंत्रण नको, साथीला पेटीवाले-तबलजी नकोत, समोर ऐकायलासुद्धा कोणी नको. ते गाणे चालू असल्याची साक्ष त्यांच्या गळ्यातून पटण्यापेक्षा डोळ्यांतून पटते. चारचौघांत अण्णा बोलत असतात, ऐकत असतात, आपल्याकडे पाहत असतात; पण सर्वस्वी बोलत नसतात, सर्वस्वी ऐकत नसतात, आणि सर्वस्वी पाहत नसतात. हा माणूस कुठेतरी अर्धा हरवलेला असतो. ते डोळे कुठल्यातरी रागाचे सूर पाहत असतात. फारा दिवसांनी भेटलेल्या चिजेच्या आनंदाने चमकत असतात आणि सुरांच्या दुनियेतला दुसरा मुशाफिर भेटला की, बोलता बोलता पटकन त्याला "ही बंदिश बघा," म्हणून व्यवहाराच्या जगातून त्या दुनियेत घेऊन जातात. मग घड्याळाचे काटे थांबतात. भोवतालचे पंचेंद्रियांना जखडणारे वातावरण विरून जाते आणि घडत राहते ते त्या स्वरलीलेचे अपूर्व दर्शन!

आज गेला बाजार पस्तीसछत्तीस वर्षे मी त्यांचे गाणे ऐकत आलो आहे. त्यांच्या सुरांइतकाच मी त्यांच्या सहवासाचाही लोभी आहे. गाण्याच्या नादी माणसाच्या स्वभावाला आवश्यक असणारा आगाऊपणा बालपणापासून माझ्यात आहे. त्यामुळे शाळकरी वयातदेखील अण्णांच्या मैफली मी आणि माझा मित्र शरू रेडकर यांनी त्यांच्या बैठकीच्या चबुतऱ्याला नाक लावून बसून ऐकल्या आहेत. देवळातली प्रसादाची खिरापत हवी असेल, तर भटजीच्या हातातल्या ताटापर्यंत मुसंडी मारून घुसण्याची कला शिकावी लागते. चारचौघांनी हाडतहुडत केले, तरी ते मनाला लावून घ्यायचे नसते. गाण्याला सगळ्यांत पुढे जागा धरायला या सगळ्या ट्रिका साधाव्या

लागतात. टांग्यातून उतरणाऱ्या बुवांचे तंबोरे उचलून बैठकीच्या मंचापर्यंत जाण्याचा गनिमी कावा ज्याने हस्तगत केला नाही, त्याला मैफिलीत डुंबण्याची पहिली उडीच मारता आली नाही. अनेक गवयांच्या बाबतीत ही स्वयंसेवकगिरी करून मी भारतीय संगीताची चाकरी केली आहे. त्यात, मला वाटते, अण्णांची सेवा पुष्कळच घडली आहे. त्यांच्या गाण्याला पेटीची साथ करून मी त्यांच्या सौजन्याचीही कसोटी पाहिली आहे.

तंबोऱ्याबरोबरच आत जाण्यात आणखीही हेतू असतो. तंबोरे जुळत जुळत येत असताना ती मजा घेत बसणे हा एक फार मोठा आनंद आहे. तंबोरे जुळले जात असताना माणसे गप्पा मारीत बसलेली पाहिली की, मला मनस्वी चीड येते, जुळत येणारा तंबोरा ऐकणे हे प्रसाधनात गुंग झालेल्या युवतीला पाहण्यासारखे आल्हाददायक आहे. बुच्या कानांच्या पाळ्यांवर मोत्याची कुडी चढल्यावर जसा ट्रान्सफर सीन होतो, तसाच कुंद बोलणाऱ्या तंबोऱ्याच्या तारांवर जव्हार बोलायला लागली म्हणजे होतो. तो स्वर आता गायकाच्या गळ्यातून बाहेर केव्हा येतो याची उत्कंठा लागते. प्रसाधन संपल्यावर ती सौंदर्यवती आता आपल्याकडे पाहून प्रसन्न स्मिताची मेहेरबानी केव्हा करील, या उत्कंठेसारखीच ही पहिल्या षड्ज मिलनाची उत्कंठा! त्या पहिल्या षड्जातच पहिल्या स्मितासारखे समोरच्या माणसाला जिंकण्याचे सामर्थ्य एकवटलेले असते. आमचे रामूभय्या दाते बेगम अख्त्तरचे गाणे ऐकायला गेले होते. पहिला षड्ज कानी पडल्यावर म्हणाले, “बस्स! गाणं पावलं!” म्हणजे जवळची जी काही सारी दादीची पुंजी ती त्या पहिल्या षड्जानेच संपवून टाकली होती. आता त्या आनंदऋणाच्या परतफेडीला जवळ ‘दाद’ च शिल्लक उरली नव्हती. त्यापुढले गाणे हे ऋणाचे ओझे!

असे पहिल्या षड्जातच जे आपल्याला समोर ऋणायित करून गाणे ऐकायला बसवतात, त्या श्रेष्ठ गायकांतले मल्लिकार्जुन मन्सूर हे एक गायक आहेत. जव्हारीदार षडजात मिसळणारा त्यांचा तो पहिला षड्ज ऐकायचे भाग्य गेली पस्तीस-छत्तीस वर्षे मला लाभले आहे. हा षड्ज सतत त्यांच्या हृद्वीणेवर वाजत असतो. किंबहुना ती वीणा म्हणजेच मल्लिकार्जुन मन्सूर.

त्या मैफिलीला दुसरी कसलीही गरज लागत नाही. गेल्या इतक्या वर्षांच्या परिचयात मी त्यांचे गाणे कुठे कुठे ऐकले आहे हे आठवले, म्हणजे पुन्हा पुन्हा हेच वाटते की, मल्लिकार्जुन म्हणजे फक्त गाण्यात राहणारा माणूस, दुसरा कोणीही नव्हे. खूप वर्षांपूर्वी, म्हणजे मुंबईत एका आण्यात म्हणजे हल्लीच्या पाच नया पैशांत अखंड राइसप्लेट, ताकाची वाटी आणि पापडसुद्धा मिळत असे, त्या काळातली गोष्ट. मुंबईतल्या झावबाची वाडी नावाच्या बोळांच्या चक्रव्यूहातल्या एका चाळीत अण्णांचे टायकर म्हणून मित्र राहत असत. आठ गुणिले आठ याहून इंचभर अधिक जागा नसलेल्या खोलीत टायकरांचा ब्रह्मचर्याश्रम असे. बैठक मांडायची झाली, आणि दोन तंबोरेवाले, बुवा आणि पेटीवाले बसले तर तबलजीला गॅलरीतच बसून ठेका आणि तबल्याची जोडी येणाऱ्या-जाणाऱ्याच्या पदस्पर्शापासून सांभाळावी लागेल असा दिवाणखाना.

सकाळची वेळ होती. त्या खोलीतच एक मोरी होती. जुन्या चाळींतल्या या खास अटॅच्ड बाथरूम्स! किंबहुना उरलेली रूम त्या मोरीला अटॅच्ड! त्यात बसून अण्णांचे स्नान चालू होते. कोपऱ्यात तंबोरा अंग चोरून उभा होता. उघडाच होता. आत आलेल्या पाव्हण्याची बोटे खाजली! चाळा म्हणून तारा छेडल्या.

"हं! चालू दे–चालू दे." मोरीतून अण्णा म्हणाले.

"चालू द्या" म्हटल्यावर काय पाहिजे? तंबोऱ्यात लपलेले षड्ज-पंचम खोलीत घुमले आणि मोरीतूनच बुवांची तोडी सुरू झाली. बादलीतले पाणी संपले. भिजलेले अंग आणि पंचाही वाळला असेल. पण मंगेशीच्या देवळात देवाच्या गाभाऱ्याचा 'घूड' पाण्याने भरतात, तशी तोडीच्या पाण्याने ती खोली तुडुंब भरली. आदल्या रात्री गिरगावातल्या आंबेवाडीच्या गणपति-उत्सवात भैरवीच्या सुरात 'मत जा जोगी' या मीराबाईच्या आळवणीने तो सारा आसमंत भरला होता. तिथून पहाटेच्या प्रहरी त्या बिऱ्हाडी येऊन अंथरुणाला पाठ लावताना कधीतरी तोडीने येऊन मुक्काम केला असणार. ती मनात घुमतच होती. तंबोऱ्याची किल्ली लागली आणि मनाची कवाडे मोकळी होऊन ती आता बाहेर पडली. त्या दरिद्री मोरीचे आणि खोलीचे स्वरमंदिर झाले. भिजल्या अंगाची शुद्ध हरपली आणि 'लंगर का करिया' ची स्वरवेल उगवली. पाण्याने अंग काय भिजले असते, अशी ती आर्द्र तोडी तिथल्या इन्या-गिन्या दोघांतिघांना अंतर्बाह्य भिजवून गेली!

(खूप गवई गातात–तयार गातात, पण त्यांच्या गळ्यातला सूर भिजलेला नसतो. रसिकाला स्वरपानाचा आनंद देत नाहीत ते सूर. 'दया छाया घे' म्हणताना बालगंधर्व जे काळजाचे पाणी करीत त्याला कारण स्वरातली ती आर्द्रता, ते आर्जव. असले गायक ऐकणाऱ्याच्या मनोभूमीवर सूर शिंपीत जातात! कसल्याही दानात या भिजलेपणाला खूप महत्त्व आहे. म्हणूनच दक्षिणादेखील नाण्यावर पाण्याचे शिंपणे करून देण्याची पद्धत पडली असावी. सुरांचा भिजलेपणा हे अण्णांच्या सुरांचे लक्षणीय वैशिष्ट्य आहे. सुरांचे खजिने असणारे गायक आहेत. अण्णांकडे सुरांचे झरे आहेत. ते सतत आत वाहतच असतात.

त्यांच्या अशाच एका तोडीची मला नेहमी आठवण येते. पुण्याला केशवराव भोळ्यांच्या घरी सकाळी बसायचे ठरले होते. पाचपंचवीसच माणसे केशवरावांनी "तुम्ही म्हणजे फक्त तुम्ही" अशी ताकीद देऊन बोलावली होती. त्यात माझीही जिम्म झाली होती. मी गेटपाशी बुवांच्या टांग्याची वाट पाहत उभा होतो. त्या काळी पुण्यात ऑटोरिक्षा नामक अंगावर येणारे वाहन आले नव्हते! धिम्या लयीत घोड्यांच्या टापांच्या मात्रा मोजायची सोय असलेले टांगेच होते. त्या टांग्यात आमच्यासारख्यांच्या मनातही गाणे जागे व्हायचे! बुवा ती लय पकडून तोडी अंगात आल्यासारखे घुमतच आले. आत तंबोरे जुळले होते. तबला लागला होता. केशवरावांची दक्षता मोठी. कुठल्या सुरांचे तंबोरे जुळवायचे याची गाणे ठरवतानाच चौकशी करून जोडी जुळवून ठेवलेली. एवढेच नव्हे तर तंबोरेवाल्यांना छेडीत बसविलेले! तबलजीच्या विड्याकाड्या ओढून

झालेल्या. बुवा आले ते दोन तंबोऱ्यांतच बसले आणि षडज-कोमल रिखभ गंधाराचा धक्का देऊन तो तोडी पुढे चालूच केला. उगीच नमनाला तेल जाळणे नाही. "काय-कसं काय? जळगावला भेटला होता. त्यानंतर आज योग आला"–छाप भाषण नाही. काही नाही. त्या दिवाणखान्यात शिरले होते ते अण्णा नव्हते, साक्षात तोडी रागच!

त्यानंतर तास दीड तास त्या खोलीत तोडीचे साम्राज्य होते. चीज संपली. श्रोते अवाक! मिनिटाभराच्या त्या स्तब्धतेनंतर मग केशवरावच म्हणाले, "बुवा, आता पंधरा मिनिटं थांबा. ह्या खोलीतला तोडी एकदा संपूर्ण बाहेर जाऊ दे!"

अण्णांचे गाणे मी त्यांच्या ऐन पंचविशीत ऐकले आहे, चाळिशीत ऐकले आहे, आता त्यांच्या साठीत (आणि माझ्या पन्नाशीतही) ऐकतो आहे. "घृष्टं घृष्टं चंदनं चारूगन्धम्" म्हणतात, तसे ते गाणे वाढत्या वयाबरोबर किती सुंदर पिकत गेले आहे! तंबोरे लागले रे लागले की गुंजन सुरू. चार-चार पाच-पाच तासांच्या मैफिलीत स्वरांचे हे गुंजन कुठे तुटत म्हणून नाही. पाण्याच्या कारंजासारख्या त्या सुरांच्या लीला. धार नाचत असते, तुटत नाही. त्या नर्तनातले सामर्थ्य ओसरत नाही. उलट वाढत्या तपस्येच्या तेजाने त्या पाण्याला आता तीर्थाचे स्वरूप लाभले आहे. –

तसे अण्णा अभिजात संगीतातल्या व्याकरणशुद्धतेला फार जपणारे. संगीताच्या कुळाचे पावित्र्य मानणारे. ज्या बुजुर्गांनी त्या बंदिशी बांधल्या त्यांना देवतातुल्य मानणारे. पण ही श्रद्धा विलक्षण डोळस आहे. त्या जुन्या बंदिशींतली ती असामान्य स्थळे ते सतत न्याहाळीत बसलेले असतात. अचानक एखाद्या पुराणवस्तुसंशोधकाला त्याच्याजवळच्याच प्राचीन मूर्तीत एखादा लक्षात न आलेला अलंकार आढळावा, आणि त्यातून त्याच्या ज्ञानाची कक्षा खूप विस्तारल्यासारखे त्याला वाटावे, तसे अण्णांना त्या बंदिशीतली एखादी जागा आढळल्यावर होते! शुद्ध कल्याणाविषयौ बोलताना कुमार गंधर्व एकदा म्हणाले होते, "भूप गाताना कुणा मोठ्या गायकाला 'अरे, जरा मलाही आत घ्या,' म्हणून विनवणी करणारा शुद्ध मध्यम दिसला असेल आणि त्याने त्याला 'बस' म्हणून जराशी जागा दिली!" तसेच अण्णाही चिजेतले संकोचाने मागे राहिलेले सौंदर्य पाहतात आणि त्या सुंदरतेला आवाहन करतात.

माझे शिल्पकार मित्र शर्वरी रायचौधरी हे मल्लिकार्जुनजींच्या गाण्याचे (खूप चाहते. त्यांना घेऊन मी धारवाडला गेलो होतो. दोनतीन दिवस अण्णांच्याच घरी मुक्काम होता. एके दिवशी दुपारी चार वाजल्यापासून सात-साडेसातपर्यंत घरी मैफिलही झाली होती. रात्री गच्चीवर गप्पा मारीत बसलो होतो. बोलता बोलता भास्करबुवांची आठवण निघाली. आणि फार दिवसांनी जिवाभावाच्या मित्राचे स्मरण व्हावे तशी बुवांची 'कवन देस गयो' ही चीज आठवली. आणि त्या चिजेतल्या सुंदर सुंदर जागा अशा जिव्हाळ्याने अण्णांनी दाखविल्या की 'सुरांचं प्रेम' ह्या तशा वापरून वापरून गुळगुळीत झालेल्या शब्दाचा खरा अर्थ त्या वेळी कळला.

अण्णांना सुरांची मायाच अशी काही अलौकिक जडली आहे की, त्यांचा क्षणभर विरह त्यांना सहन होत नसावा. एकदा दिल्लीच्या कॅनाट प्लेसमधला वाहता रस्ता

ओलांडताना ट्रॅफिक आयलंडनींदध्ये त्यांनी 'येहो नींद आये' च्या बंदिशीतल्या छुप्या छुप्या जागा दाखवल्या होत्या. कुठल्या स्थळी कुठली चीज येऊन यांच्या गळ्यात पडेल ते सांगता येत नाही. आणि अनवट चिजांचे तर त्यांच्यापाशी अलोट भांडार आहे. मोठ्या परिश्रमांनी त्यांनी हे धन मिळवले आहे. गुरुजनांचा आशीर्वाद त्यांना लाभला, कारण ह्या शिष्याची त्या विद्देवरची अलौकिक श्रद्धा!

अण्णा वृत्तीने धार्मिक आहेत. त्यांच्या घरातल्या दिवाणखान्याच्या भिंतींवर लिंगायत धर्मपंथातल्या गुरूंच्या तसबिरी आहेत. छोट्या मूर्तीही आहेत. पण त्याच भिंतींवर अल्लादियाखाँसाहेब आहेत. त्यांचे सुपुत्र मजीखाँ आणि भुर्जीखाँ आहेत. गानधर्मी मल्लिकार्जुनांचे तेही धर्मगुरूच. किंबहुना, त्यांच्याकडून मिळालेल्या सुरांतच त्यांना परमशिवाचे दर्शन होत असते. रोज दिवेलागणीच्या वेळी त्यांच्या मुली शिवाची स्तोत्रे गातात. बसवेश्वराची वचने पाटाचे पाणी झुळझुळल्यासारख्या सुरात म्हणतात. ही वचने आणि स्तोत्रे अण्णांनीच आपल्या मुलींना शिकविली. त्या मुलींचा नुसता सूरच पक्का केला नाही, तर संस्कृत स्तोत्रातले उच्चारदेखील बिनचूक करून घेतलेले आहेत. हा अभिजात संगीताचा उपासक शब्दप्रधान संगीतात शब्दांचे मोल मानून रचना करतो. त्यांनी लहानपणी कानडी भाषेतल्या संगीत नाटकांतून कामे केली आहेत. त्यांचे भाऊ कन्नड रंगभूमीवरचे चांगल्यापैकी गायक नट. अतिशय गोड गळ्यातली त्यांची अण्णांच्या बैठकीतली तंबोऱ्यावरची साथ मला अजूनही आठवते. मराठी संगीत नाटकांत अण्णा किर्लोस्करांनी सुंदर सुंदर कानडी चाली आणल्या. पुढे बालगंधर्वांची गायकी कर्नाटकात गेली. त्यामुळे त्या रंगभूमीवरही सूर, लय आणि शब्द ह्यांचा तोल सांभाळून गाण्याचे शिक्षण त्यांना नाटकात मिळाले. पूर्वी अण्णा मुंबईतल्या मैफिलीत 'ही रात सवत बाई, 'नाव चाले डुले', 'जाऊ कुठे वनमाळी', 'होई बाला कामुका' यांसारखी मराठी गाणी मजेत गात असत. त्यांनी कन्नड चित्रपटांत संगीतदिग्दर्शनसुद्धा केले आहे. पण जीव रमलाय तो मात्र हिंदुस्थानी अभिजात संगीतातच.

पं० नीळकंठबुवांकडे त्यांचे सुरवातीला शिक्षण झाले. ग्वाल्हेर गायकीचे उत्तम संस्कार त्यांच्या गाण्यावर झाले. ग्वाल्हेर ही हिंदुस्थानी संगीताची काशी-वाराणशीच. ती गायकी दक्षिणेत आणली पं०बाळकृष्णबुवा इचलकरंजीकरांनी. त्या काळी दक्षिण महाराष्ट्रातली मिरज, सांगली, कोल्हापूर, इचलकरंजी, कुरुंदवाड, जत, जमखिंडी ही सगळी संस्थाने कर्नाटक-महाराष्ट्राच्या मिलनक्षेत्रातलीच. या संस्थानांतून दरबारगायक असायचे. ते दरबारात गायचे आणि शिष्यांना गाणे शिकवायचे. दक्षिण महाराष्ट्रात आणि उत्तर कर्नाटकात त्या काळी कितीतरी थोर गवई राहत होते. कुरुंदवाडात रहिमतखाँसाहेब, मिरजेला बाळकृष्णबुवा, नंतर अब्दुल करीमखाँसाहेब, कोल्हापुरात अलादियाखाँसाहेब, मजीखाँ, भूर्जीखाँ, शाळिग्रामबुवा, बेळगावला वझेबुवांचा मुक्काम असे. धारवाडला भास्करबुवांचे वास्तव्य होते, सतारिये रहिमतखाँसाहेब होते. कुंदगोळला रामभाऊ सवाईगंधर्व. ही सहज सुचलेली नावे. आजच्या ख्यातनाम गायकांपैकी मल्लिकार्जुन मन्सूर, कुमार गंधर्व, भीमसेन जोशी, गंगूबाई हनगल,

बसवराज राजगुरू–नव्यानेच पुढे येणारे संगमेश्वर गुरव, अर्जुनसा नाखोद ही सगळी कलाकार मंडळी ह्याच परिसरातली. एकेका प्रदेशाचे भाग्य असते!

मल्लिकार्जुनांचे मन्सूर हे गाव धारवाडजवळच आहे. तिथूनच नीळकंठबुवांची तालीम घ्यायला ते मिरजेला गेले. वयाच्या बावीस-तेविसाव्या वर्षी मुंबईत गणेशोत्सव आणि म्युझिक सर्कल्समधून त्यांच्या मैफिली व्हायला लागल्या. मास्तर कृष्णराव, रामभाऊ सवाई गंधर्व, हिराबाई बडोदेकर, मोगूबाई कुर्डीकर, फैयाझखाँसाहेब, वझेबुवा, निसार हुसेनखाँसाहेब, विलायतखाँ, केसरबाई केरकर यांच्यासारख्या गायक- गायिकांच्या गायनाला बहर आलेला तो काळ! ग्वाल्हेरीहून राजाभैय्या पूछवाले किंवा कृष्णराव पंडित ग्वाल्हेर गायकीची जुनी हंडी-झुंबरे पेटवून जायचे. असल्या ह्या टेस्ट टीमध्ये हा तरुण गायक हां-हां म्हणता जाऊन बसला.

तो गायकांचा जमाना होता, तंतकारांचा नव्हता. ह्याच काळात मुंबईतल्या एका गवयाने आमचा होष उडवला होता. तो गुणी गायक म्हणजे अल्लादियाखाँसाहेबांचा सुपुत्र मजीखाँ. अभिजात संगीतातली त्यांची योग्यता तर फार मोठी होती. पण ललितसंगीतातही अशी सुंदर गती होती की, जाणत्याबरोबर अजाणतेही त्या गाण्यावर खूष असत. दिसायला रुबाबदार. गाताना प्रसन्न मुद्रा. हातांची हालचालही रेखीव. बोलणे-वागणे सारे काही राजस. त्यामुळे त्या वेळचे कॉलेजमधले विद्यार्थी तर त्यांचे 'ऐकिव तव मधु बोल' आणि गडकऱ्यांची 'मुरली' ऐकायला म्हणून जात आणि नकळत त्यांच्या अभिजात संगीताच्या प्रवाहातही आनंदाने पोहायला लागत. त्या आमच्या प्याऱ्या उस्तादाचे मल्लिकार्जुन मन्सूर हे गंडाबंद शागीर्द झाल्याची बातमी आम्ही ऐकली त्या दिवशी त्या बातमीलाच आम्ही गाण्यासारखी दाद दिली! वर्ष दोन वर्षेच ही तालीम झाली, आणि मंजीखाँ अचानक निधन पावले. पण एका श्रेष्ठ गायकीच्या जामदारखान्याची किल्ली आपल्या ह्या लाडक्या शिष्याला ते देऊन गेले. तालीम किती वर्षे झाली याला तसा फारसा अर्थ नसतो. हुषार विद्यार्थ्याला एक इशारा पुरतो. पुढची वाट त्यानेच काढायची असते.

अत्रोली घराण्याच्या गायकीतल्या वैभवाने अण्णा दिपून गेले. मूळच्या ग्वाल्हेर गायकीपासून काही फटकून वागणारी ही गायकी नव्हे. आता सुरांच्या लडी नव्या लयबंधाशी खेळायला लागल्या. सुरांचा मोकळा लगाव करण्याची ग्वाल्हेरी पद्धत आणि अत्रोली-पद्धत सारखीच आहे. संगीतातल्या सगळ्या अंगांचा दोन्ही गायकींत तसाच तोल सांभाळला गेला आहे. कुठल्याही एका अंगाला प्राधान्य नाही. हे सारे विचक्षणपणाने पाहूनच अण्णांनी आपली उपासना चालू ठेवली.

मंजीखाँ गेल्यावर अण्णा खचले. पण त्यांच्या सुदैवाने भूर्जीखाँसाहेबांनी त्यांचे गुरुपद स्वीकारले. भूर्जीखाँ हे उत्तम शिक्षक होते. गायकीचे दरवाजे शिष्यांना चतुराईने उघडून देणारे होते. त्यांचाही ह्या शिष्यावर लोभ जडला. त्या परंपरेच्या अभ्यासात खंड पडला नाही. परंपरा चालवणे म्हणजे गुरुजींच्या गाण्याच्या कॉप्या काढणे नव्हे! त्याच्यावरून आठवले. पुण्यातच एकदा मल्लिकार्जुनजींची खाजगी मैफिल होती. त्या

दिवशी त्यांनी आपल्या पोतडीतून अशा एक-एक अनवट रागांच्या बंदिशी पेश केल्या की, आमची मतीच गुंग झाली होती. समोरच एक गृहस्थ चेहऱ्यावर कस्टम ऑफिसरचा मख्खपणा धारण करून बसले होते. त्या गाण्याच्या दुनियेत—आणि एखाद्या नाटकालादेखील—अशी काही अल्लामियाँने तबियतीने पैदा केलेली उंट मंडळी येऊन बसतात! भलती बनचुकी आणि सुतकी! अण्णांनी एका चिजेची अशी सुंदर मांडणी केली होती आणि वरच्या षड्जात असे जाऊन भिडले होते की, त्या एकतानतेला 'वाहवा' चा धक्का देणेदेखील अप्रस्तुत ठरले असते! तेवढ्यात ह्या बत्तमीज माणसाने भर मैफिलीत शेरा मारला, "बडे खाँसाहेब अंतरेकी ऐसी उठावत नहीं करते थे—" बोलण्यातला बदसूर असा की, तुम्हांला अंतरा नीट पेश करता आला नाही!

त्या माणसाकडे आपल्या त्या तीक्ष्ण नजरेने आरपार पाहत अण्णा आपल्या कानडी ढंगातल्या उर्दू म्हणाले, "बडेमियाँ अंत्रा ऐसा नहीं उठते थे हमकोबी अच्चा मालूम है । मगर हम ऐसा उठते हैं । हम क्या बडे मियाँको खाली स्टेनोग्राफर है क्या? अब सुनो बडे मियाँ कैसे उठते थे—हमारे गुरु मंजीखाँसाहेब कैसे उठते थे—और हम कैसा उठते हैं-" आणि त्या अंतऱ्याचा तोच डौल सांभाळून, त्यांनी एकामागून एक अशा निरनिराळ्या अंगांनी तार षड्जावरची ती सम गाठून दाखवली! चिजेच्या बंदिशीत अधिकारी कलावंत जेव्हा आपला रंग भरतो, त्या वेळी मूळ चिजेतली उठावण ठाऊक नाही म्हणून भरत नसून त्या उठावणीच्या अनुषंगानेच लयीची अनेक आकर्षक स्थाने दाखवीत असतो, ही साधी गोष्ट त्या अहंमन्य घराणेबाजाला ठाऊक नव्हती. इथेच घराण्यांचे भगत आणि जाणता कलावंत यांच्यात फरक पडतो. खुद्द मजीखाँ काही अल्लादियाखाँसाहेबांची नक्कल करीत नव्हते. प्रत्येक कलावंताचे स्वतःचे व्यक्तिमत्त्व आहे. त्यालाही निसर्गाने विचारशक्ती, कल्पनाशक्ती दिलेली असते. पण परंपरा आणि नवनिर्मिती ह्या बाबतींत आमच्या संगीताच्या क्षेत्रात जितका गोंधळ आहे, तितका आणखी कुठल्याही कलेच्या क्षेत्रात नसेल.

श्रेष्ठ गायकाची तालीम मिळाल्यामुळे तेजःपुंज झालेले गाणे ऐकताना त्या गुरूची आठवण ते सूर करून देतातच. आईच्या वळणावरचा चेहरा पाहून तो त्या बाईचा मुलगा आहे हे कळणे म्हणजे त्या मुलाने सारे आयुष्य काय आईसारखे काढायचे? गाण्याची मूर्ती गुरुघराण्याचे वळण दाखवीत असली तरी त्या मूर्तीला स्वतःचे सौंदर्य नको का? नाही तर सगळेच छापाचे गणपती होतील. अत्रोली गायकीतली सगळी वैशिष्ट्ये त्यांनी विचारपूर्वक आत्मसात केली आहेत. अण्णांच्या गाण्यात बेहिशेबीपणा औषधालाही मिळणार नाही. त्या त्रिताल-झपतालांतल्या लयीतला क्षणन्क्षण सत्कारणी लावला पाहिजे, अशा भावनेने त्यांचा रागविस्तार चालतो. ह्या लयीच्या अंगाला क्षणभर न विसरता.

गाण्यावरून माझ्या पत्नीने त्यांना धृपद आणि ख्याल ह्यांतला फरक विचारला होता. त्यांनी जुनी धृपदे आणि जुन्या धृपदाचे झालेले ख्याल गाऊन दाखवीत हा फरक अतिशय सुलभ पद्धतीने समजावून दिला. लयकारी ही पुष्कळादा तालकारी होते आणि

मग आघातांना ठोकळेबाजपणा येतो. सौंदर्य जाते आणि हिशेब उरतात. ग्वाल्हेर गायकीने धृपदांची मूळची शिस्त बिघडवली नाही; उलट लयीच्या तत्त्वाशी खूप प्रामाणिक राहून स्वराच्या विस्ताराला अधिक मोकळेपणा दिला. हा मोकळेपणा ताल किंवा लय यांची दखल घेऊनच दिलेला आहे. मुक्तछंदात जसा 'छंद' आहेच. वृत्तांतून कवितेची सुटका झाल्यावर जे स्वातंत्र्य कवितेला मिळाले, म्हणजे त्या कवितेतली कविता आणि लयतत्त्वाशी बांधलेला छंद सुटला नाही, पण ठराविकच अक्षरे आणि लघुगुरूच्या गणितातून ती सुटली, तसाच काहीसा प्रकार झाला. ही आनंदाने स्वीकारलेल्या संयमातली मुक्तता अत्रोलीवाल्यांच्या गायकीत आढळते. शेवटी ख्यालालासुद्धा आकार आहे. आणि आकार किंवा आकृती म्हटल्यावर त्या रेषांना ताल-तोलाच्या मर्यादा आल्याच. अशी मोकळी बंदिस्ती अण्णांच्या गाण्यात अत्रोलीच्या संस्कारांतून आली. म्हणूनच रागाच्या स्वरूपाला ते कसोशीने जपतात. त्या त्या रागातल्या त्या त्या स्वरांचा नेमका लगाव होत असतो. चीज अर्धा तास गावोत किंवा पाच मिनिटे गावोत, पहिल्या क्षणी त्या रागाचे स्वरूप ऐकणाऱ्यापुढे उभे राहते. बसंतीकेदार किंवा भैरवबहारासारखे जोडराग गाताना ते राग चिकटवून एकत्र आणल्यासारखे वाटत नाहीत. रागांकडे आणि चिजांकडे पाहताना त्या रागांचे किंवा बंदिशींचे मंत्रांसारखे ज्यांना प्रथम दर्शन झाले, त्या ऋषितुल्य संगीतकारांच्या तपश्चर्येबद्दल त्यांच्या मनात नितांत भक्तिभाव आहे. म्हणूनच चिजांची आणि रागांची पद्धतशीर तालीम न घेता एकदा ऐकून आणि अक्षरे वहीत टिपून लगेच मैफिलीत गाण्याचा प्रमाद करणाऱ्या गायक-गायिकांचा त्यांना राग येतो. त्या रागातले नुसते आरोह-अवरोह आणि पकडीच्या सुरावटीची पुस्तकी माहिती मिळाली की राग मिळाला, असे मानणे हे किती चूक आहे, हे सांगताना ते म्हणाले होते, "रागाचा प्रत्येक स्वरच काय, पण पहिला 'सा' सुद्धा त्या रागाचा ड्रेस घालून उभा राहिला पाहिजे!"

असा हा सूर-लयींचा उपासक. जीवनातले जे जे म्हणून सुंदर आहे, पवित्र आहे, विचार करण्यासारखे आहे, आदराने लीन होण्यासारखे आहे, ते फक्त गाण्यात आहे, असे मानून त्या दुनियेत राहणारा. त्या विद्येच्या सेवेत ते स्वतः कधी कमी पडले नाहीत. कुणी कमी पडलेले त्यांना चालत नाही. कलेत कसला आलाय झटपट रंगारीपणा! सुदैवाने त्यांचा मुलगा चंद्रशेखर चांगला तयार होतो आहे; पण तो इंग्लिशचा प्रोफेसर आहे, हे अण्णांचे दुःख आहे. शेखरला इंग्रजी साहित्याची उत्तम गोडी आहे. त्या भाषेवर त्याचे चांगले प्रभुत्व आहे. पण त्यामुळे गाण्याच्या मेहनतीकडे लक्ष देणे कठीण पडते, असे अण्णांना वाटते. त्यांना शेखरनेही ह्या दुनियेतच राहावे असे वाटते. दुसरा पंचाक्षरी मट्टीगट्टी म्हणून त्यांचा शिष्य आहे. भिडींकरांसारखे काही सुखवस्तू घराण्यातले हौशी शिष्य आहेत. पण सर्वस्व गाण्याला वाहील, झटपट मिळणाऱ्या प्रसिद्धीच्या झगझगाटाला न भुता ह्या कलेतल्या आनंदाने झपाटला जाईल, असा शिष्य नाही ही त्यांची व्यथा आहे.

अण्णा एकसष्ठीत शिरल्याचे ऐकले म्हणून आम्ही काही मित्रमंडळी धारवाडला

गेलो. आगतस्वागत झाले आणि तंबोरे जुळले. मुलतानी झाला. श्री झाला. ललितागौरी झाली. नाट झाला. पुन्हा सकाळी खटतोडी झाली. खट झाला. शुद्ध बिलावल, सारंग–तीन दिवस झरा वाहत होता. त्या मुक्कामातच एके दिवशी तिथल्या आकाशवाणी-केंद्राच्या लोकांनी छोटासा चहापानाचा कार्यक्रम केला. अण्णांनी कानडीतून सुंदर भाषण केले! अर्थात उत्तरादाखल मला बोलणे आले. मी एकच सांगितले की, ईश्वरावर श्रद्धा असलेली माणसे तीर्थयात्रेला जातात. माझ्यासारखा सुरांचा लोभी धारवाडला त्याच भावनेने येतो. आमची यात्रा सुदैवाने सफल होते. कारण अण्णांच्या स्वरगंगेतल्या स्नानाचे पुण्य मला लाभते म्हणून! माझ्या आवडत्या गायकांच्या घरी जाताना मी नेहमी याच भावनेने जात आलो आहे.

कुणीतरी अण्णांना म्हणाले, "अण्णा, गाण्याच्या विद्येत कष्ट फार नाही का हो?"

अण्णा लगेच म्हणाले, "कष्ट? गाण्याचे कष्ट होतात का हो? आमचं भाग्य म्हणून आम्ही गवई झालो. आमच्या दुनियेत कष्ट नसतात–आनंद असतो."

ह्या आनंदाच्या विश्वातले आपण रहिवासी आहोत याचे त्यांना नुसते समाधान नाही, तर अभिमान आहे. एरवी हा लहान मुलासारखा साधा माणूस त्या बाबतीत भलता ताठ आहे. रेडिओत सल्लागार म्हणून नोकरी मिळावी अशी चांगले नाव असलेल्या गायकांची खटपट चालली होती, त्या काळात बुवांची आर्थिक परिस्थिती चांगली नसतानाही त्यांनी तिथल्या आमंत्रणाला नकार दिला होता. रेडिओतल्या भाऊसाहेब दीक्षितांना त्यांचे मन वळवता वळवता नाकी नऊ आले होते. एकदा तिथे गेल्यानंतर मात्र कितीतरी उत्तम चिजा त्यांनी तिथे ध्वनिमुद्रित करून ठेवल्या आहेत. अण्णा मैफिलीत जीव तोडून गातात. पण धारवाडात शांतपणे आपल्या त्या छोट्याशा बंगलीत धून लावून बसण्यातच त्यांना अधिक आनंद वाटतो. धारवाडातच एक शिक्षणाचे पीठ उभे करुन चांगल्या शिष्यांना विद्यादान करावे अशी त्यांना खूप ओढ आहे. तसे प्रयत्न चालू असतात. पण अण्णांना राजकीय डावपेच कळत नाहीत. आणि विद्यापीठांनी विद्वेशी घटस्फोट घेतल्याचे त्यांना माहीत नाही. तिथे आता ज्ञान पोटासाठी विकणारे शब्दज्ञानी फक्त चाकरी करीत राहतात, हे ठाऊक नाही. तिथे माणसे कला, सौंदर्य, संस्कृती वगैरे विषयांवरच्या प्रश्नपत्रिका काढतात. त्यांची तयार उत्तरे असलेली गायडे काढतात. निवडणुकांचे राजकारण खेळतात! असल्याच कोणा दुढ्ढाचार्याने त्यांच्या संगीत-शिक्षणाच्या चांगल्या योजनेला सुरुंग लावला. बोलता बोलता त्या गृहस्थाचे नाव निघाले. अण्णा एकदम तडकून म्हणाले, "शीः शीः! अहो, इथं तंबोरे जुळले आहेत–असल्या भ्रष्ट माणसाचं नाव घेऊ नका हो. त्यांनी कधी सुरांचा आनंद घेतलाय काय–? अहो, आम्ही त्यांच्याशी बोलणं ही आम्हांला लाज आणणारी गोष्ट आहे! गाणं जाऊ द्या, जो विषय शिकवतात, त्यात जरी ते रमले असते तरी माणूस झाले असते! कुत्र्यात आणि ह्यांच्यात काय फरक हो?"

गाण्याबद्दल आणि संगीताच्या उपासनेबद्दल अधिकाराच्या गुर्मीत अनुदार उद्गार काढणाऱ्या त्या कुठल्या प्रासादशिखरस्थ कावळ्याविषयी अण्णा एकदम अशा त्वेषाने

बोलत होते की, पूर्वीचे ऋषी सात्त्विक संतापाने कसे उफाळत असतील त्याचे दर्शन झाले! मी हळूच तंबोऱ्यावरच्या शिष्यांना खूण केली. तंबोऱ्याचे गुंजन सुरू झाले. आणि यमनाच्या सुरांनी वातावरण प्रसन्न होऊन गेले. गाणारा माणूस पुन्हा आपल्या सुखाचिया माहेरा गेला.

किनाऱ्यावरची आगबोट समुद्रात जायला लागल्यावर बाहेरची दुनिया दूरदूर जाते तशी त्या खोलीबाहेरची दुनिया आस्ते आस्ते दूर जायला लागली. आतल्या दुनियेत आम्ही होतो, तो गाणारा माणूस होता आणि तो यमनरागाचा महासागर होता!

एका जुन्या सैन्याचा सेनापती

सकाळचे वर्तमानपत्र उघडले. तात्यांचा मोठा फोटो दिसला. आणखी काही वाचले नाही. गेले काही दिवस त्यांच्या अपघातातून उद्भवलेल्या आजाराची हकिगत वाचीत होतो. दधीचीच्या अस्थीशीच ज्याची तुलना व्हावी असे तात्यांच्या शरीरातले हाड मोडल्याची खबर वाचली होती. त्यातून त्यांना हृदयविकार उद्भवल्याचेही वाचले होते. पंधरवड्यापूर्वी त्यांना अठ्ठ्यांयशी वर्षे झाल्याचे वाचले होते. बारा नोव्हेंबर हा त्यांचा वाढदिवस होता. माझ्यापेक्षा तात्या चार दिवसांनी लहान आहेत, असेही गमतीने म्हणालो होतो. आजचा फोटो पाहिला, आणि आजूबाजूची अक्षरे न वाचता हात जोडले.

"तात्या, सुटलात! ज्याच्या भेटीची तुम्हांला अपार ओढ, तो तुमचा सखा तुम्हांला भेटला. मृत्युंजय तुम्ही. जो आम्हांला भेडसावतो, त्याची तुमची दोस्ती. फारा दिवसांची—अठ्ठ्यांयशी वर्षांची ताटातूट झालेली. पुनर्भेट झाली. तुम्हांला मरण आलं नाही. तुम्ही सदैव त्याला बाजूला घेऊन चालत होता, आता त्याच्या जोडीनं गेलात. सत्तावनच्या समरात असाच एक तात्या होता. तुमचे दुसरे सहकारी तात्या तेही वर्षा दोन वर्षांआधी 'धन्य मी कृतार्थ मी' म्हणत तुम्हा क्रांतिकारकांच्या त्या जिवलगाबरोबर गेले. आता तुम्ही गेलात. तुम्हा लोकांच्या रूपानं कुठल्याशा तेजाचे तुकडे ह्या धरतीवर आले होते ते पुन्हा तेजात विलीन झाले. तुम्ही त्या तेजाला 'श्रीहरी' म्हणत होता. काहीतरी म्हणायला हवंच. मृताच्या आत्म्याला सद्गती मिळावी, अशी प्रार्थना करतात. खरं सांगू का तात्या? इथं आहे तीच मृतांची वस्ती आहे—तुम्हीच एक जिवंत ह्या मृतांच्या सोबतीला आला होतात. सद्गती हवी आहे ती आम्हांला! ती आम्हांला लाभो!"

तात्यांना नुसते 'सेनापती बापट' अशा त्रयस्थपणाने उल्लेखावे, इतके ते मला परके नव्हते; पण 'तात्या' म्हणून हक्काने जवळ जावे, असा त्यांच्या कार्यातल्या नात्याने जवळ जाण्याइतका मी अधिकारही मिळवलेला नाही. फक्त कधीतरी वैतागाच्या भरात "जिथे डोकं ठेवावं अशी दोन पावलंदेखील नमस्काराला उरली नाहीत!" असे उद्गार काढताना अपवाद म्हणून तात्यांची दोन पावले डोळ्यांपुढे यायची तीही आता गेली.

तात्या 'सेनापती' होते. मुळशीच्या सत्याग्रहात कुणीतरी त्यांना ती पदवी दिली होती. सेनापती बापट. ते एक जुने सैन्य होते. भाऊ रानड्यांसारखा एखाददुसरा त्या सैन्यातला सैनिक आता राहिला आहे. रत्नागिरीत मोडक गुरुजींसारखा आणखी एखादा. ह्या सैनिकांनी हाती बाँबपासून ते झाडूपर्यंत तऱ्हेतऱ्हेची शस्त्रे घेतली.

ही शस्त्रे हाती धरण्यापूर्वी मुठीत निखारे घेतले. आपली घरे आधी फुंकली आणि

कबिराच्या शब्दांत सांगायचे तर–

कबिरा खडा बाजारमें लिये लुकाटी हाथ
जो घर फूँके अपनी सो चले हमारे साथ

असे म्हणत हे सैन्य निघाले. केवढे प्रचंड सैन्य होते ते. तऱ्हेतऱ्हेच्या पलटणी! सावरकरांपासून ते सानेगुरुजीपर्यंत नाना प्रकारचे सैनिक ह्या पलटणीतून उभे ठाकले होते. सैन्यासैन्यागणिक डावपेच निराळे असतील, व्यूहही वेगवेगळे असतील; पण प्रत्येक सैनिकाला पहिली प्रवेशपरीक्षा द्यावी लागायची ती सर्वस्वाचा होम करायची. उमेदवाराची ती 'किमान शैक्षणिक पातळी' होती. त्यानंतर मग कुणी ह्या पलटणीत गेला, कुणी त्या. सर्वांच्या पायतळी अंगार होते आणि समोर एकच तारा होता : स्वातंत्र्य! आपल्या स्वार्थाची होळी करून कपाळी ती 'बभूत' लावून हे सैन्य निघाले होते. देशाला अमिरी यावी म्हणून फकिरी पत्करलेल्या फकिरांचे हे सैन्य होते. तात्या हे त्यांतले सर्वांत मस्त फकीर. 'नाऽयं हन्ति न हन्यते' हे आत्म्याचे विशेषण ज्यांच्या साऱ्या व्यक्तिमत्त्वाला लावावे, असले! ह्या सेनापतीला 'पराजय' ठाऊकच नव्हता. कारण ते जयाच्या मागे नव्हते. जय आणि पराजयाला एकसाथ घोटून प्यालेल्या माणसाची धुंदीच अलग असते. तात्या त्या धुंदीत जगले. ज्या आर्थिक दारिद्र्याच्या नुसत्या कल्पनेने माणसे हादरतात, ते तात्यांना साधा धक्कादेखील देऊ शकत नव्हते. फार वर्षांपूर्वीची गोष्ट आहे. मी विद्यार्थी होतो. तात्यांना पार्ल्याला व्याख्यानासाठी घेऊन चाललो होतो. रेल्वेच्या पुलाच्या पायऱ्या चढताना तात्या पायऱ्या मोजायला लागले. मी म्हणालो

"तात्या, पायऱ्याशा मोजता आहात?"

"अरे, त्याचं असं आहे–(हा चेहरा काय विलक्षण मिष्किल होऊ शकत असे."
अरे, त्याचं असं आहे

"म्हणताना त्यांच्या चेहऱ्यावर उमटलेल्या त्या मिष्किल रेषा ह्या क्षणी माझ्या डोळ्यांपुढे आहेत.) एके काळी मला रशियन भाषा यायची, फ्रेंचही कळत असे. बोलण्याचा सराव सुटला. आता संपूर्णपणं विसरून गेलो. आता मोजण्यासारखं खिशातही काही नसतं. आकडे विसरून जायचा एखादवेळी म्हणून आपलं मोजण्यासारखं असलं काही आलं, की मोजून टाकतो."

बाँब, पिस्तुले, लेखणी, चरखा व झाडू असली नाना तऱ्हेची आयुधे त्यांनी हाती धरली. ज्या आयुधाने कुणालाही जिंकता येते ते पैसा नामक आयुध मात्र हाती खेळावे, हा साधा श्रेयस्कर विचार त्यांना सुचला नाही. 'न्याय', 'सत्य', 'स्वाभिमान' वगैरे निर्वासितांची पुनर्वसाइत करण्यासाठी कुठली तरी भलतीच आयुधे घेऊन धडपड केली.

पैसा सोबतीला घेण्याऐवजी मृत्यूलाच सोबतीला घेऊन चालले. त्या अटळाला टाळण्याची आमच्यासारख्यांची कोण धडपड! तात्यांचा मात्र तो जणू बॉडीगार्ड होता. बाका प्रसंग आला, की त्यालाच मदतीला बोलावीत. अमळनेरला सानेगुरुजींनी

गिरणीची टाळेबंदी उठवण्यासाठी प्राणत्याग करण्याची घोषणा केली आहे हे कळल्यावर सारे नेते आणि अनुयायी त्यांना त्या निश्चयापासून परावृत्त करीत होते. तात्यांना बातमी लागली. त्यांनी अभिनंदनाची तार ठोकली. आणि कळवले, "तुमच्या जोडीला मी येतो." तिथे गेले. लांबून कुठून तरी प्रवासाची दगदग सोशीत गेले. गुरुजींनी प्राणत्यागाची वेळ दिली होती. तात्या पोहोचले, त्यानंतर चारपाच तासांतच ती घटिका येणार होती. जिथे उतरले होते त्या गृहस्थांना म्हणाले, "अजून चारपाच तास अवकाश आहे ना? ठीक आहे. जरा लवंडतो." आणि काळझोप घेण्याआधी इहलोकीच्या निद्रेच्या अधीन झाले. सुदैवाने टाळेबंदी उठली. गुरुजींचे प्राण वाचले, तात्यांचेही वाचले; हे झोपेतून जाग आल्यावर त्यांना कळले. "ठीक झालं" म्हणाले आणि ज्या गावी कसल्या तरी असल्याच वेड्या कार्यात रंगले होते, तिथे निघून गेले. अशी अलौकिक झोप मंडालेला आठ वर्षांसाठी आपली रवानगी होते आहे हे ऐकल्यानंतर लोकमान्यांना त्या पोलिसांच्या व्हॅनमध्येच लागली होती, म्हणतात. अरबी भाषेतल्या सुरस आणि चमत्कारिक कथांहूनही अद्‌भुत अशा ह्या कथा! आज सर्वत्र जी भाषा चालली आहे, त्या भाषेत तर असल्या कथा लिहिता आणि सांगताही येणार नाहीत.

तात्यांचे सारे चरित्रच अद्‌भुताने भरलेले. जगन्नाथ शंकरशेट स्कॉलरशिप मिळवली की "वाट हे चालावी आय० सी० एस०ची!" हे त्या काळी सुशिक्षितांचे ध्रुवपद होते. ती वाट टाकून तात्या बाँब कसा करावा हे शिकायला गेले. डोक्यावर पंखा, दाराशी पट्टेवाले, आजूबाजूला थुंकीसकट शब्द झेलायला आतुर असणाऱ्या सौख्यदायक लाचारांची वर्दळ. हे सारे कसे हाताशी होते. ते सोडले. कुठल्या कोणा भिडे नामक व्यायाममास्तराने तलवारीवर त्यांचा कोवळा हात ठेवला आणि 'अलख निरंजन' म्हणायला लावले. त्या तलवारीतली 'भवानी' अंगात आली ती अठ्ठ्याऐंशी वर्षे उतरलीच नाही. स्वातंत्र्यापूर्वी अशी बरीच झपाटलेली झाडे होती. पण त्यानंतर त्या दिव्य भुताने झपाटलेल्या कितीतरी झाडांना कसे सोयिस्कर पार लाभले. ती आता सुस्थिर झाली. निसर्गात झाडे छाया देतात; पण ही झाडे स्वतःच सत्तेच्या सावलीला गेली आणि निसर्गावर मात करून त्या सावलीत अधिक फोफावली.

पांडुरंग बापट नावाच्या झाडावर अनेक वर्षांपूर्वी बसलेला मुंजा अखेरपर्यंत उतरलाच नाही. हे झाड झपाटलेलेच राहिले. मृत्यूने कायमचे उचलून नेले नसते तर बेळगाव-कारवारच्या पापाबद्दल ते पुन्हा कुणाच्या तरी मानगुटीवर बसणारच होते. तात्या गेल्यावर सुटलेले लाख-लाख निःश्वास दुःखाचेच होते, पण कुठेकुठे सुटकेचेही सुटले असतील.

तात्यांकडे पाहिले की, मला आपल्याकडे–विशेषतः कोकणात–देवळाच्या परिसरात हलकासा पिवळा शिडकावा झालेले ते पर्णहीन, पांढऱ्या चाफ्याचे झाड असते त्याची आठवण येई. तात्या कवी होते. त्यांची कविता त्या विरागी वृक्षावरच्या चाफ्यासारखी असे. देवाला वाहिलेली.

वृध्दत्वी शैशवाला जपण्याचा कवीचा बाणा तर तात्यांच्या इतका कोणीच सांभाळला

नसेल. एकदा मी दादरला राजाभाऊ कुळकर्ण्यांच्या घरी जात होतो. ट्रेड युनियनचे कार्यकर्ते राजाभाऊ आणि त्यांची पत्नी कुसुम ही दोघेजण म्हणजे जणू तात्यांचे लेकजावई. मी राजाभाऊ राहायचे त्या गल्लीत शिरतो, तर तिथे पोरांचा गोट्यांचा खेळ रंगला होता. हे एक म्हातारे दिसणारे पोर दुसऱ्या एका खऱ्याखुऱ्या पोराशी रडीच्या डावाबद्दल भांडत होते. भांडणाची अक्टिंग अशी बेमालूम होती की ती पोरेदेखील तात्यांशी आपल्या वर्गातले कार्टे असावे इतक्या मोकळेपणाने भांडत होती. "अरे, ज्या, ज्या" वगैरे म्हणत होती.

बाकी रडीचा डाव गोट्यांतला असो, एखादी ब्रिटिश साम्राज्यशाही खेळत असो की साक्षात नेहरूंनी खेळलेला असो, तात्यांच्या अंगात ती शाळकरी वयात तलवारीच्या स्पर्शातून शरीरात विजेसारखी घुसलेली भवानी थैमान घालायला लागायची. भिडे नामक त्या ड्रिलमास्तरांनाही नाही ती उचापत करायला कोणी सांगितले होते, देव जाणे! तो जमानाच असल्या लोकविलक्षण उचापती करणाऱ्यांचा होता. आज एखादा बाबा आमटे यांच्यासारखा चुकलेला फकीर असल्या उचापती करताना आढळतो. (तेही एक असलेच झपाटलेले झाड आहे.)

एरवी चोहोकडून नास नास नासलेल्या ह्या देशात कुण्या भिडे नामक व्यायाममास्तराला दिलेल्या वचनाखातर आयुष्य पेटवणारे तात्या म्हणजे वेडे, नंगे, मस्त–फकिराला जी विशेषणे लावता येतील तेवढी लावण्याच्या लायकीचे फकीरच! आता वचने, आश्वासने इत्यादी इत्यादी केवळ (भिडेस्तव द्यायची असतात. "व्हायला हवं आहे", "पार्कलाम्", "पाहू या–", "पुढल्या पंधरा वर्षांनंतरच विचार करणं बरं" वगैरे शब्दांच्या दुलईखाली झाकून ठेवायची असतात. अंतरीच्या 'श्रीहरी' ला घाई फार. तो चांगल्या कृत्यांची भलती निकड लावतो. त्याला दर वेळी स्मरून वागायचे म्हटले, की ढुंगणाखालची खुर्ची जाते हे भीषण सत्य समजलेल्या चतुरांच्या जगात तात्या खुळे ठरले .

अर्थात तशा सभा होतील, एखाददोन पुण्यतिथ्याही होतील. तात्या जाण्यापूर्वी चोवीस तास आधी महात्मा फुल्यांचीही झाली होतीच. तिथेही त्या महात्म्याच्या जन्मतिथीचा काही सरकारी घोळ झालाच. सत्तावीस की अठ्ठावीस? फुल्यांचे पुण्य काही का असेना, सुटीची तिथी पक्की करायला हवी! त्याप्रमाणे मग नाटक, सर्कस वगैरेंची तिकिटे आधी रिझर्व करता येतात. आमच्यासारख्या नाटकवाल्यांना थिएटर आगाऊ रक्कम भरून वेळच्या वेळी अडवता येते. तात्यांची पुण्यतिथी एवढ्या मोठ्या प्रमाणावर होणार नाही कदाचित, कारण तात्या चालू सरकारात तसे रजिष्टर झाले नव्हते. म्हणजे "...मोठे होते...नव्हे–थोर होते. त्यांचा अतुलनीय त्याग... (हा शब्द कोणीतरी लिहून दिलेले व्याख्यान आधी वाचायला वेळ मिळाला नाही, तर एखादा मंत्री एकदोनदा अडखळून वाचेल. ते असू द्या)..." तात्यांची, अन्यायाबद्दलची चीड, त्याची यथांबुज वर्णने येतील. असल्या त्यागाची आज देशाला जरुरी आहे, हेही ठासण्यात येईल. (आणि तिथून पुढे प्रमुख वक्ते विश्वसुंदरी-स्पर्धेसाठी भारतीय

सुंदरीची निवड करण्याच्या समारंभाचे अध्यक्षस्थान भूषविण्यासाठी निघून जातील.) आमच्यासारखे लेखक जागच्या जागी अदृश्य चिंध्या फाडत बसतील. तात्यांच्या जुन्या सैन्यातला, हल्ली राणा प्रतापांचे वनवासी उपेक्षित जिणे भोगणारा, एखादा म्हातारा सैनिक एकांतात दोन आसवे ढाळील.! खेळ खलास.

तात्या येताना काय घेऊन आले? जाताना घेऊन काय गेले? आणि ठेवून काय गेले? असामान्य बुद्धिमत्ता घेऊन आले होते. विद्येच्या क्षेत्रात अलौकिक पराक्रम साधता येईल असली बुद्धिमत्ता, कवीचे मन घेऊन आले होते. आणि मुख्यतः येतानाच भय जिंकून आले होते. अशा काळात जन्माला आले होते, की त्या वेळी हा देश कसा तांडवाच्या पवित्र्यात उभा होता. भोवताली दधीची दिसत होते. विश्वमित्र होते, वसिष्ठ, पराशर, याज्ञवल्क्य होते. वाटत होते की हे सारे आता शाप, शर जे हाती गवसले ते घेऊन पुन्हा अवतरले आहेत. आणि इथे चैतन्याचे मळे फुलण्याचा महन्मंगल काल परत आणणार आहेत. वाटत होते, की आता देश क्षोभरहित होणार. ब्राह्मण निर्भय होणार–नव्हे, जे निर्भय आहेत त्यांनाच ब्राह्मणत्वाची पदवी मिळणार. ज्वलज्जहाल क्रांतिकारक तर जाऊ द्या, पण सबुरीची तत्त्वज्ञाने सांगणारे प्रागतिकदेखील वैयक्तिक स्वार्थाने लिडबिडलेले नव्हते. सारी खोडे चंदनाची. एक सहाणेवर घासून शीतोपचार करीत होते, तर दुसरे इंधन होऊन पेटत होते, जाळीतही होते. पण खोडे चंदनाची. कुणी त्याला फुले म्हणत, कुणी लोकहितवादी म्हणत. कुणी गोखले तर कुणी टिळक. कुणी भगतसिंग तर कुणी श्रद्धानंद. कुणी सावरकर तर कुणी सानेगुरुजी. अस्सल चंदनी देह. बाभळीच्या लाकडांना चंदनी तेलाचे चैत्री हळदीकुंकू करून बाभळीला चंदन म्हणून खपवणाऱ्या जिवाजी कलमदान्याची लाचखाऊ क्रियानष्ट वीण अशी वरपासून खालपर्यंत फोफावणार आहे, असे दुःस्वप्न- शत्रूलाही पडले नव्हते. यज्ञवेदी भडकली होती आणि कवी गात होते, "उठतिल त्या ज्वालांतुनी भावी क्रांतीचे नेते." स्वातंत्र्य आले. जिथे क्रांतिकार्याची अत्यंत आवश्यकता आहे अशी अनेक क्षेत्रे नव्या नांगरटीची वाट पाहत पडली होती. भावी क्रांतीचे नेते आता सर्जनाची कुठली नवी आयुधे घेऊन येताहेत, याची प्रतीक्षा होती. ती क्रांती आलीच नाही. तिची पावले वाजलीच नाहीत. बाबा आमट्यांसारख्या कर्मयोग्याची वाणीसुद्धा हताश होऊन उद्गारली,

क्रांती ही सीतेसारखी आहे
तिची पावले वनवासी रामाची साथ करीत असतात
पण तो मर्यादित पुरुषोत्तम जेव्हा राज्यारूड होतो
तेव्हा ती पृथ्वीच्या पोटात गडप होते!

हिंदुस्थानच्या इतिहासातला तो वनवासाचाच काळ होता. वनवासात 'शय्या भूमितलम् दिशोऽपि वसनम्' अशा वृत्तीने जगणाऱ्या सैनिकांचे तात्या सेनापती झाले. सैन्यातले पगारी सेनापती कधी तरी निवृत्त होतात. हा सेनापती निवृत्ती घेऊनच जन्मला होता. ही असामान्य निवृत्ती असामान्य प्रवृत्तीकडे नेणारी. प्रपंची असतानाही परमार्थी

रंगलेली. सारे खेळ खेळताना हे शेवटी खेळच आहेत याची जाणीव न सोडणारी. असल्या निवृत्तांनाच, घोर बंदिवासाचे भवितव्य दिसू लागल्यावर, स्वतःच्या पत्नीला "आपल्या मित्राशी लग्न करून नीट प्रपंच कर, उगीच होरपळून घेऊ नकोस," हे पत्र लिहिण्याचे अलौकिक धैर्य येते. तात्यांची ही आतली निवृत्ती स्वतःच्या देहाला निमित्तमात्र समजत होती. म्हणून त्या देहाचे त्यांनी केवळ एक खेळणे करून टाकले होते. तात्या एकदा माझा बहुरूपी खेळ पाहायला यायचे होते. साऱ्या जीवनात एखाद्या नटासारखी अलिप्तता ठेवूनही जीवनाच्या कुरुक्षेत्रात आपला रथ सदैव आघाडीला नेणारा हा महान नट समोर बसणार ह्या कल्पनेनेच माझ्यासारख्या चिमूटभर लांबीरुंदीचे जीवन जगणाऱ्या माणसाला 'श्रीहरी विदुराघरिं पाहुणा' आल्यासारखे वाटले होते. जगाच्या ह्या विराट रंगमंचावर तात्यांनी जिवाचे मोल मागणारे बहुरूपी प्रयोग केले होते. अनेक वर्षांपूर्वीची मला एक आठवण आहे. चौपाटीवरच्या एका सभेला तात्यांनी यायची सरकारने बंदी घातली होती. सरकार निर्भय माणसांना भारी भिते. सभेचे कार्यकर्ते मंचावर येऊन, "सेनापती बापट यांना कल्याणच्या पुढं येण्याची बंदी असल्यामुळं ते येऊ शकणार नाहीत," म्हणून सांगत होते आणि तात्या खेडवळ शेतकऱ्याच्या वेषात टुणकन उडी मारून व्यासपीठावर आले. त्यांनी वेषांतर करून कल्याण ओलांडले होते. दोनदा मॅट्रिकला बसणे ह्यात विशेष काही नाही. पण मॅट्रिकला जगन्नाथ शंकरशेट मिळवून पास झाल्यावर आपले राजकीय अज्ञातवासातले सोंग पुरेपूर वठविण्यासाठी मॅट्रिकला पुन्हा बसून पहिले येणारे तात्या फार मोठे बहुरूपी. त्यांच्या त्या अनंत लीलावतारी श्रीहरीसारखेच.

ज्या भूमेकेत शिरले तिथे तादात्म्य पावले. एकदा बॉंब करायला शिकायचे ठरल्यावर मग कच्च्या गुरूची तालीम नाही. रशियासारख्या क्रांतिभूमीतल्या एका देवयानीकडूनच ही संहारिणी विद्या पळवली. बॉंब-पिस्तुलांचे अध्याय संपले, चरख्याचे कांड सुरू झाले. तात्यांनी गांधींचे अनुयायित्व स्वीकारले. "साधनानाम् अनेकता" ह्या न्यायानेच. त्यांचा लढा अन्यायाविरुद्ध. जिथे जिथे ह्या लढ्याचे निशाण उभे, तिथे तिथे "तत्र तिष्ठामि नारद!" म्हणत तात्या उभे. स्वातंत्र्य आले, लढे संपले नाहीत. सैन्याची वाताहत झाली. काही सैनिक पिचले. काही थकले. काही सुखावले. पण सेनापतीचा गणवेश उतरला नव्हता. अंगावरचे गणवेश उतरवता येतात. आत्म्यावरचे कसे उतरवायचे?

संयुक्त महाराष्ट्राची चळवळ आली. हा तर ज्या जवाहरलालवर त्यांचे नितांत प्रेम त्याच्या विरुद्ध उभे राहण्याचा प्रसंग. सेनापती उभे राहिले. बेळगावच्या लढ्यात पाहिले, इथे अन्याय आहे. मागे सैन्य असो-नसो, हा सेनापती निघाला आपले शस्त्र घेऊन. निजामीविरुद्ध जेव्हा हिंदुमहासभेने भागानगरचा सत्याग्रह सुरू केला त्या वेळी कॉंग्रेसने त्याच्याकडे उपेक्षेने–नव्हे, उपहासानेच–पाहिले. तात्या वास्तविक कॉंग्रेसचे. लढा न्याय्य हक्कासाठी होता. तात्या तिथे दाखल झाले. सुभाषबाबूंचा पराक्रम दिसला. तात्या तिथे उभे. गोमंतकाच्या लढ्यात तात्या आघाडीवर. हे सारे हाती निखारे धरायचे कार्यक्रम होते. ब्रिटिश सत्तेला टोचा, पोखरा, जाळा, तोडा, वळवा, वाकवा–काय

वाटेल तो मार्ग स्वीकारा, पण हेतू जर ती सत्ता नष्ट करावी हा असेल, तर सर्व शस्त्रे पवित्र आणि सर्व मार्ग शुद्ध, हे साधे राजकीय तत्त्वज्ञान घेऊन तात्या झुंजले. सैन्य होते तेव्हा सैन्यासह झुंजले; सैन्य गेल्यावर हा सेनापती एकटा झुंजत राहिला.

ज्या हातात त्यांनी पिस्तुले खेळवली त्याच हातात आणखी एक अमोघ शस्त्र घेतले. तात्यांची झाडू. झाडूने त्यांच्यातल्या क्रांतिकारकाला दीनपतितांशी जिवाचे लागेबांधे जोडायला शिकवले. त्यांच्यातल्या योग्याला अहंकार जिंकायचा योग शिकवला आणि त्यांच्यातल्या कवीला सौंदर्यनिर्मितीचा आणखीही एक पैलू दाखवला. मला वाटते, गॉर्कीच्याच एका कादंबरीत असाच काहीतरी झाडण्याचा उल्लेख आहे. त्यातून त्याने सौंदर्य स्वच्छतेत आहे असे एक विधान केले आहे. त्यांची झाडू हे स्वच्छतेचे शिल्प तयार करायची. बेजबाबदारीने, आळसाने, दुसऱ्याच्या सोयीगैरसोयीची पर्वा न करता केलेली घाण, सार्वजनिक ठिकाणी फेकलेला केरकचरा हादेखील त्यांना अन्याय्य वाटे, माणुसकीचा उपमर्द वाटे. परवापरवापर्यंत ते गल्ली झाडीत, रस्ते झाडीत. मेलेल्या डोळ्यांनी माणसे ते दृश्य पाहत. सकाळच्या वर्तमानपत्रांतले मथळे आणि जाहिराती वाचता वाचता, चहा पिता पिता हे लोक म्हणत, "अशानं का देश सुधारणार आहे? त्याला म्हणजे काही तरी केलं पाहिजे–" इत्यादी किंवा वगैरे वगैरे! फार तर केळ्याची साले पुढच्या खिडकीतून न टाकता मागल्या खिडकीतून टाकीत असतील. म्युनिसिपालिटीचा पगारी झाडूवाला तर तात्या दोन दिवस गल्ली झाडायला आले नाहीत तर "क्या वह बुड्ढा झाडूवाला आया नही क्या दो दीन?" असेही विचारी, असे म्हणतात. शक्य आहे. तात्यांच्याच सैन्यातल्या पुंडलीकजी कातगड्यांनी एक गोष्ट सांगितली होती. बेळगावातली एक गली त्यांनी राष्ट्रकार्य म्हणून झाडायला सुरुवात केली. पहिल्या दिवशी पत्रकार, फोटोग्राफर वगैरे आले दुसऱ्या दिवशी आळीतले एकदोन वकील वगैरे "काय हे पुंडलीकजी...तुमच्यासारखी त्यागी माणसं..." म्हणत चार पावले जोडीने चालले. आणि तिसऱ्याच दिवशी पुंडलीकजी रस्ता झाडीत असताना मागल्या बाजूला झाडून काढलेल्या रस्त्यावर एका बाईने आपल्या पोराची 'शी' टाकली आणि ओरडून म्हणाली, "ए गांधीवाल्या बाबा एवढं हे झाडून घे नीट..."

तात्या गेले. त्यांच्या त्या गल्लीला आता मुन्शिपाल्टीच्या भंग्यावरच अवलंबून राहायला हवे. तिथल्या पांढरपेशा समाजाचीही 'एंबॅरसमेंट' कमी होईल. कारण एवढ्या मोठ्या माणसाला रस्ते झाडताना पाहून त्यांना 'ऑकवर्ड' होत होते असेल. घाणीचे काय एवढे! आपले नाक दाबले की घाण येत नाही. किंवा खरे म्हणजे घाणीची सवय होते. शेवटी सुख हे नाक, कान, तोंड आणि डोळे उघडे ठेवून मिटल्यासारखे वापरून जगण्यातच आहे.

तात्यांना तसे जगता आले नाही. व्हॉट ए पिटी! वेड्यासारखे शिणत राहिले. एकटेच. आता गेले. आता चळवळ करणार्यातचा आधार गेला. प्राणांतिक उपोषण करणारे कुठून आणायचे आता! तात्यांच्या मागे पोरकी झाली त्यांची केरसुणी. वास्तविक त्यांच्या कन्येच्या स्मृतिवस्त्राप्रमाणे तिचेही और्ध्वदेहिक करायला हवे होते.

स्वच्छतेचे शिल्पसौंदर्य उभे करणारे हात तिला आता कुठून लागणार? ह्या श्रीहरीची ती जगावेगळी बासरी होती. तिचे संगीत फक्त तात्यांनाच ऐकू येई. न जाणो, गांधींच्या चरख्याबिरख्यासारखी ती केरसुणी कदाचित नॅशनल म्युझियममध्ये ठेवतील. आपल्या देशात कर्मयोग्यांच्या मागून त्यांची ही शत्रे-आणि शास्त्रेदेखील—फक्त म्युझियममध्येच ठेवण्याच्या लायकीची होतात. किंवा मग त्यांची देवळे करतात.

सैन्य गेलेच होते. आता सेनापतीही गेले. हे देऊळ तर दहा ठिकाणी भंगले आहे. दारीचा हा चाफाही उन्मळून पडला. उरले आहे काय मग?

ज्या मूल्यांसाठी हा सेनापती आपले ते फकिरांचे सैन्य घेऊन झुंजला, ती मूल्येही गेली असे समजायचे का आपण? तात्यांचा तो श्रीहरी तात्यांच्या बरोबर गेला की राहिलाय मागे? मला वाटते, ह्या प्रश्नांची उत्तरे तात्यांची ती पोरकी केरसुणी हाती घेऊन जीवनाच्या ह्या घाणीने बरबटलेल्या अंगणात उतरण्याचे नीतिधैर्य असणाराला, तसे निःसंग होता येणाऱ्यालाच मिळाली तर मिळतील. पण आपल्या देशात एक बरे आहे. भलतेसलते प्रश्न हल्ली कोणाला पडतच नाहीत. सारा समाज कसा निष्प्रश्न आहे आणि निरुत्तरही आहे. बरे झाले, ते तलवारीवर हात ठेवून शपथा घ्यायला लावणारे भिडेगुरुजी वगैरे गेले. आता तात्याही गेले. आपण आपल्या डोळ्यांवर कातडे ओढीत, नाही तर पांघरत, नाहीतर बचावत, जगत जगत राहू या. तेच बरे!

आनंदयात्री बाकीबाब

स्थळ : पार्ल्यातला माझ्या आजोळचा लहानसा दिवाणखाना. काळ : पस्तीस वर्षांपूर्वीचा. पात्रे : आजोबा, आजी, माझी आई, मामा, आणि आम्ही एकदोन शाळकरी नातवंडे. मुख्य पात्र : निळा सूट घातलेला. डोक्यावर लाटालाटांनी मागे जाणारे काळेभोर आणि भरपूर केस (डोक्यावर शेंड्या ठेवाव्या लागणाऱ्या आम्हा चकोटीवाल्या भावंडांना हेवा वाटायला लावणारे). सूटवाला पंचविशीतला. सुरेल आवाजात कमालीच्या तन्मयतेने, किंचित सानुनासिक आणि दीनानाथ मंगेशकरांच्या ढंगाने शब्दांना सुरांचे धक्के देत तो तरतरीत चेहऱ्याचा, सुरेख सडपातळ बांध्याचा ष्टायलिश पाव्हणा गातोय–

इतुक्या लवकर येइं न मरणा... इतक्या लौकर...

कडव्यामागून कडवी चालली आहेत. सगळ्यांच्या डोळ्यांत कौतुक, आनंद, आश्चर्य. आजोबा मधूनमधून चष्म्याची आरशी पुसताहेत. मधूनच एखाद्या कडव्याला "शाबास, पुता, शाबास!" म्हणताहेत. पाव्हणा गाता गाता एका कडव्यावर येतो.

निसर्ग- गोवत्सांशिं रमावें
दिवासभरी श्रम करित रहावें
तिखट कढीनें जेवुनि घ्यावें
मासळिचा सेवित स्वाद दुणा–

आजवर शाकाहारी–शिवराक–कवितेची सवय असलेल्या श्रोत्यांत, मासळीच्या तिखट कढीचा मराठी काव्यात प्रथमच आलेला हा उल्लेख ऐकून, लहानशी खसखस पिकते. कवीच्याही चेहऱ्यावर स्मिताची रेषा. एक कविता संपते. दुसरी लगेच सुरू होते :

चपल तुझे चरण जरा या घरी स्थिरावे
आणि दिव्य किरण तुझे मन्मनीं शिरावे
मम जीवन घुंगुर स्वर
बांधिन तव पदिं सत्वर
क्षणभरि तरि तव भ्रमणी त्या निनादवावें

कविता संपते. दिवाणखाना मंत्रजागरानंतर व्हावा तसा स्तब्ध. आजोबांची नजर कवीवर समाधिस्थ होऊन स्थिरावलेली. असे काही ऐकत बसण्याची त्या चिमुकल्या

कुटुंबाला सवय होती. ज्ञानेश्वरी, दासबोध किंवा तुकोबाच्या गाथ्यातून आजोबांनी वाचावे, आणि त्या मेळाव्याने ऐकत बसावे.

रात्रीं समईशीं वाचावी

ज्ञानेशाची अमृत-ओवी
कविता-स्नेहें वात जळावी
उजळीत मनाचा द्वैतपणा

ह्या ओळी जणू कधीतरी हा कवी या दिवाणखान्यात यापूर्वी डोकावून गेला आणि नंतर त्याने हे वर्णन केले असावे असे वाटायला लावणाऱ्या. अगदी नित्याच्या अनुभवातल्या. पुन्हा स्तब्धता. पुन्हा त्या स्तब्धतेचा कवीच्या गीतानेच भंग–

चालसी किती जगें किती युगे मुशाफिरा?

स्तब्ध मार्ग तांबडा
वळत जार वाकडा
मोडक्या पुलाकडून तार जाय बंदरा

ऐकणाऱ्यांना कधीतरी कोकणातल्या ह्या ना त्या बंदराकाठी घालवलेल्या बाळपणातल्या खुणा दिसल्या. "सांवळ्या रुखावळींत धूर मात्र कापरा" म्हटल्यावर, "जुस्त... जुस्त.. .हुबेहूब.. .हुबेहूब.. .हुबेहूब!" असे उद्गार निघाले. काजीबागची किंवा कारवारच्या बैतखोलाजवळच्या दृश्याची आठवण येऊन! नंतर सुरू झाले– 'तेथें कर माझे जुळती.'

मध्यरात्रिं नभघुमटारखालीं
शांतिशिरीं तम चवऱ्या ढाळी
व्यक्त, बहिष्कृत मी ज्या काळीं
एकान्तीं डोळे भरती...

हे म्हणताना कवीचे भरून आलेले डोळे, अडलेला हुंदका आणि आजोबांनी पोटाशी धरून दिलेला "होड जातलो पुता, तूं होड जातलो...मोठा होणार बाळ, तू मोठा होणार..." हा आशीर्वाद–आणि जेवणखाण उरकेपर्यंत लिहून त्याच्या हाती दिलेली एक शीघ्रकविता 'तेथें कर माझे जुळले' अशा ध्रुवपदाची.

आणि मग जणू काय आपल्या मुलानेच हा पराक्रम करावा अशा ऐटीत माझ्या आजीने काढलेले कोकणी उद्गार, "आमगेल्या भाषेतल्या आणि कोणे बरैयल्ल्या काय सांग असली पदां?" (आमच्या भाषेतल्या आणखी कोणी लिहिल्या आहेत का सांगा असल्या कविता?)–तिच्या शब्दांत मात्र 'पदे' आमच्या भाषेतल्या म्हणजे अर्थातच कोकणी. कारण आमच्या आजीला बापडीला शिकल्याशिवायच आलेली तीच भाषा होती. मराठी ही पोथ्या आणि खुशालीची पत्रे वाचण्यासाठी शाळेत जाऊन

शिकायची भाषा होती तिच्या बालपणी.

बा० भ० बोरकर हे नाव आज सत्तर साली जरी कुठेही वाचले तरी ती अक्षरे चौतीस-पस्तीस वर्षापूर्वीची ती संध्याकाळ घेऊनच येतात. तसे बोरकर हे काही मी पाहिलेले पहिले कवी नव्हेत. यशवंत, गिरीश, मायदेव, माधव ज्यूलियन हे कवी काव्यगायनासाठी पार्ल्याला येऊन गेले होते. पण ते कसे, टिळकमंदिरात, दूर, उंचावर, स्टेजवर बसलेले. हा कवी 'प्रोग्राम' करीत नव्हता. कोकणीतून गप्पा मारता मारता मराठी कविता गायला लागायचा. कोकणीला 'कोकणी' हा लेखीतला शब्द झाला. माझ्या आजोळी तिचा उल्लेख 'आमगेली भास'–आमची भाषा–असा व्हायचा. माझे वडील बेळगावी म्हणून आम्ही मात्र घाटी. आमच्या घरात मराठी. कांपाउंड ओलांडून आजोळी आलो की कोकणी. बोरकर 'आमगेली भास' बोलणारे म्हणून 'आमगेले' झाले, दूर स्टेजवर राहिले नाहीत. आमच्या पंक्तीला बसून जेवले. मासेबिसे खाऊन त्याबद्दलही बोलले. बरे, हे चालू असताना हा कवी आजोबांशी बोलता बोलता मोरोपंतांची आर्याही फेकीत होता, ज्ञानेश्वरीतल्या ओवीचा संदर्भ देत होता. बोलता बोलता त्याचे ते सुंदर केस त्याच्या कपाळावर येत होते.

तिथून पुढले कित्येक दिवस, 'चपल तुझे चरण जरा', 'तेथें कर माझे जुळती', 'चालसी किती युगें किती जगें मुशाफिरा'–याशिवाय बात नव्हती. एरवी माझ्या घरी रोज संध्याकाळी भोजनोत्तर माझे वडील आणि आई ह्या दोन सन्माननीय उपस्थिताच्या हजेरीत चालणाऱ्या माझ्या पेटीच्या आणि गाण्याच्या मैफिलीला सहसा न फिरकणारे आजोबा 'चपल तुझे चरण जरा' म्हणायला लागलो की हळूच बाहेरच्या सोप्यावर येऊन बसू लागले.

बोरकर त्या संध्याकाळी निळावंतीच्या दीपकळीसारखे माझ्या आजोळी आले आणि आपल्या काव्यगायनाने ओसरी कायमची रंगवून गेले. मनावर उमटलेले ते चित्र आणि त्याचे रंग आजही तितकेच ताजे आहेत. माझ्या आयुष्यातली ती संध्याकाळ आता माझ्याबरोबरच मावळेल. काळाने उलट त्या रंगांचे सौंदर्य अधिक खुलवीत आणले आहे. त्या दिवशी नादात गुंगलो होतो, पुढे शब्दांत गुंगलो, आता त्यापलिकडल्या कशात तरी गुंगत असतो. नुकतीच मी एक टागोरांची कविता वाचली : "तुमि जे शूरेर आगुन लागिये दिले मोर प्राणे"–तुम्ही जी माझ्या प्राणांना सुराची आग लावून दिलीत. बोरकरांनी एका शाळकरी मुलाला अशीच कवितेची आग लावली. माझ्या आयुष्यातला तो एक साक्षात्काराचा दिवस आहे. केसरबाई केरकरांचे गाणे प्रथम मी वयाच्या अशाच तेराव्या-चौदाव्या वर्षी ऐकले, त्या दिवशी तंबोऱ्याच्या सुरेल अनुरणनातून पहिला षडजाचा आकार निघाला, तेव्हा छतावरचे झुंबर पेटल्यासारखे वाटले होते. सुराला प्रकाश असतो, याची ती पहिली जाणीव. त्याचप्रमाणे कवितेची नशा असते, काव्यगायन हा प्रोग्राम नव्हे, कवितेचे गायन म्हणजे कविता चढल्यानंतरचे झिंगणे आहे, याचे पहिले दर्शन बोरकरांनी घडविले.

बुद्धीच्या पटात नियतीने बालपणापासून एक विदूषकाचा धागा विणल्यामुळे

काव्यगायने करणाऱ्या कवीची नक्कल करण्याकडे ओढा होता. त्यांतून अत्र्यांची 'झेंडूची फुलें' हा झेंदअवेस्ता असल्यामुळे 'कवी' म्हटल्यावर त्या संग्रहात ठायी-ठायी लटकावलेली कविबाळे डोळ्यांपुढे यायची. ह्या साऱ्या पूर्वग्रहांची कोळिष्टके एका फटक्यात झाडून एका निराळ्याच दुनियेत प्रथम प्रवेश मिळाला तो बोरकरांच्या कवितांतून. माझ्या साहित्यक्षेत्रातल्या कर्तृत्वामुळे 'कविता' हा माझा सर्वांत लाडका वाङमयप्रकार आहे, हे कुणाला पटणार नाही. पण ईश्वरसाक्ष वगैरे खरे सांगतो, की मी मासिक उघडले की प्रथम कविता वाचतो. आजही मी हल्लीच्या 'अबकडई–' पर्यंत कविता वाचतो. आणि उद्याच्या 'सहळक्षज्ञ' पर्यंत वाचण्याचा उत्साह आहे. बोरकरांचे दर्शन होण्यापूर्वी गडकरी, तांबे, बी यांच्यावर अतोनात प्रेम. 'आनंदकंद ऐसा' सुद्धा आवडायची. 'आई' कविता म्हणून, यशवंतांइतक्या मोठ्या प्रमाणावर नसले तरी घरगुती मापात, मी श्रोत्यांच्या डोळ्यांतून पाणी काढले आहे. एका लग्नसमारंभात पंक्तीत श्लोक, कविता वगैरे म्हणायचा आग्रह झाला. आजोबांनी की मामांनी कोणीतरी "ते आईबिईचं गाणं काढू नकोस," असे हळूच दटावले होते हे स्मरते, त्या अर्थी मी ती कविता अत्यंत हृदयद्रावक स्वरात गात असेन, असा एक नम्र अंदाज आहे. राष्ट्रीय क्षेत्रात 'नव हिंद-राष्ट्र-झेंड्या, प्रणामा घे ह्या', 'भगवा झेंडा फडकत आला / हरहर महादेव बोला', 'तळहाती घेउनीया स्वशिरातें बैसली'–वगैरे माझी हातखंडा गाणी होती. शिवाय, संगीताचा जोरदार रियाझ चालू असल्यामुळे नाटकांतील अनेक पदे पाठ होती. शाळेत अरुण वाचनमालेचा उदय झाला नसल्याने पद्यविभागात मोरोपंत, वामनपंडित, रघुनाथपडित, 'तया वेळीं विदुला माता / म्हणे संजया ऐके आतां' ही किंवा "सोदर एक्या वेळीं आम्ही बंधु जन्मलो ना हो" असा टाहो फोडून डाव्या हाताचा अर्ज लिहिलेला जो कोणी कवी असेल तो, ह्याखेरीज इतरांची नेमणूक सरकारी खात्याने केली नव्हती. अशा ह्या पाश् भूमीवर 'चपल तुझे चरण जरा ह्या घरीं स्थिरावे' ही ओळ गात, नव्हे अक्षराअक्षरांनी भोगत आलेले बोरकर दिसले. आणि कवी, कविता आणि काव्यगायन ही तिन्ही भूते साम्यां आली. हे एक अद्वैत आहे, असे वाटले. त्यानंतर आज पस्तीस वर्षांत बोरकरांच्यातला कवी, कविता आणि काव्यगायन यांच्यातली एकरूपता भंगलेली मला आढळली नाही. 'आमार जीबोन आमार बानी'–माझे जीवन गाणे–हे म्हणण्याचा अधिकार त्यांना आहे.

योगायोगाने आम्ही आकाशवाणीची चाकरी करू लागलो. मी, बोरकर आणि व्यंकटेश माडगूळकर एकाच खोलीत तीन टेबले मांडून पुणे आकाशवाणी-केंद्रात सरकारजमा होऊन बसलो. पलीकडल्या खोलीत श्री० बा० रानडेही मुलांच्या कार्यक्रमाची चिंता करीत बसायचे. (त्यांच्या कार्यक्रमात भाग घेणाऱ्या आणि ऐकणाऱ्या मुलांत त्यांच्यासारखे मूल मात्र मला पाहायला मिळाले नाही.) बोरकर मात्र हुद्द्याने 'स्पोकन वर्ड प्रोड्यूसर' असले, तरी तिथेही कवीच! त्यांच्या बाकीबाब ह्या घरगुती नावावर कोणीतरी कोटी केली होती की, बोरकरांच्या गुणावगुणांचे कितीही गणित मांडले, तरी शेवटी बाकी 'कवी' च राहणार. तो सरकारी टेलिफोन

खणखणल्यावरदेखील रिसीव्हर उचलून म्हणायचे, "धिस् इज पोएट बोरकर स्पीकिंग!" आणि हे वाक्य म्हणण्याचा थाट असा की पलीकडल्या रिसीव्हरला साक्षात वाल्मीकीचे तोंड लागलेले असले, तरी त्या दणक्याने त्याने गडबडून म्हणावे, "साहेब, मी वाल्या कोळी... क्षमस्व, उपाख्य वाल्मीकी बोलतोय-"

बोरकरांची पहिली भेट झाली, त्या वेळी ते गोव्याला कुठल्याशा शाळेत मास्तर होते. इतके लांब केस राखणारे गृहस्थ ज्या शाळेत मास्तर असतात त्या शाळेतली पोरे किती भाग्यवान असतील असा एक सूक्ष्म हेवा वाटायला लावणारा विचार माझ्या मनात आला नसेलच असे नाही. बोरकर वर्गात खडूने फळ्यावर अभ्यासातले काहीतरी लिहिताहेत, अभ्यंकर...आगटे...आगाशे...काळे...गोरे...घाटे...करीत हजेरी घेताहेत, आणि पोरांना अभ्यास न केल्याबद्दल आंगठे धरून उभे करताहेत, हे चित्र माझ्या डोळ्यांपुढे येऊच शकत नव्हते. एक तर एवढे लांब आणि सुंदर केस. दुसरे म्हणजे 'मासळिचा स्वाद' सेवणारा माणूस...मास्तर! पण बोरकर आमच्या घरी आले ते गात... गात! यशवंत-गिरीशांइतके त्यांचे काव्यगायनाचे प्रोग्राम झाले नसतीलही कदाचित. निदान मी तरी त्यांची स्टेजवरची काव्यगायने ऐकायला उत्सुक नसे. आजही नाही. एक तर स्टेजवर पंगत लावून काव्य गायन किंवा वाचन करायला किंवा विंदा करंदीकरांच्या भाषेत 'काव्यगायन घालायला' बसलेले कवी पाहिले, की मला तरी त्या सगळ्यांची कणवच येते. दाखवायला आणलेल्या मुलीसारखे वाटतात. कविता ही एवढ्या गर्दीपुढे दाखवायची कलाच नव्हे. त्या पंगतीतल्या एक-एका? कवीने उठावे, आणि प्रेक्षकांवर 'टिकली मारून जावे', मग कुणीतरी आगाऊ श्रोत्याने "नाव घ्या–" वगैरे म्हणावे, हे प्रकरण मला फारसे मानवत नाही. त्यामुळे कविता हा माझ्या अत्यंत आवडीचा विषय असूनही कविसंमेलन नामक कवितांच्या जंगी सेलमध्ये माझा तरी जीव रमत नाही. त्यामुळे मी बोरकरांनाच काय, पण माझ्या इतरही आवडत्या कवींना कविसंमेलनाच्या पंगतीत पान धरून बसलेले पाहायला फारसा जात नाही. शिवाय, त्या पंक्तीत भाव खाऊन जाणाऱ्या काव्यपंकीही निराळ्या असतात. कवितेला कशी उर्दूमध्ये ज्याला 'बझ्म' म्हणतात तशी इन्यागिन्या लोकांची मैफिल हवी. त्याखेरीज हवाच पैदा होत नाही. बोरकर असल्या मैफिलीचे मानिंद. रेडियोत असताना आमच्या खोलीत असली मैफिल व्हायची. बोरकरांनी नोकरी केली, तीदेखील माहिती आणि नभोवाणी खात्याच्या मंत्र्यांवर मेहरबानी म्हणून! किंवा डायरेक्टर जनरलच्या सभेत आपली ती शाल ओढून बोरकर अशा ऐटीत सिगारेट शिलगावीत की, मंत्र्यांनीच उलट बोरकरांना विचारावे, "आमच्या कामात काही कसूर वाटत नाही ना, साहेब?" पोएट बोरकर आकाशवाणीच्या डायरेक्टर जनरलला किंवा त्या खात्याच्या आय० सी० एस० सेक्रेटरीलादेखील कधी 'सर' म्हणाले नाहीत. "डू यू नो, मिस्टर माथुर," करून सुरू करायचे. त्यांना त्यांच्या 'वत्स' गोत्राचा भयंकर अभिमान. अधिकाराची गुर्मी म्हणे वत्सगोत्री मानीत नाहीत. देव जाणे सगळेच वत्सगोत्री असे असतात की काय ते! पण बोरकर वागायचे ते 'पोएट' गोत्रामुळे असे आम्हांला आपले वाटे! त्यामुळे आमच्या

हापिसात बोरकर आपली नवी कविता म्हणण्याच्या रंगात आलेले असताना एस० डी० साहेबांचा शिपाईदेखील साहेबाने बोलावल्याचा निरोप सांगायला कविता संपण्याची वाट पाहत उभा राहायचा. आम्ही आपले त्यांना आदराने वागवण्याचा प्रयत्न करीत होतो, पण बाकीबाब स्वतःच आपले ते कायमचे पंचविसावे वर्ष सोडायलाच तयार नव्हते. त्यांच्या ओठांत एक तर फर्ड्या ष्टाइलने धरलेली सिगरेट तरी असायची किंवा कवितेची ओळ तरी असायची. बोरकरांचे चिरतारुण्य हा आम्हा सगळ्यांच्याच असूयेचा विषय.

बोरकरांच्या डोक्यात एक गांधीवादी, एक वारकरी, एक माडी काढणारा रेंदेर, एक विरक्त योगी, एक सदैव अनुरागी–असे एकमेकांशीच खो-खो खेळत बसलेले पोटभाडेकरू आहेत. त्या बिऱ्हाडात तुळशीमाळेसाठी हात घालावा, तर माशांची गाथण लागते. "अंतरिंचा ज्ञानदिवा मालवूं नको रे" म्हणत येणाऱ्या वारकऱ्याला तर सुरेचे मडके घेऊन येणाऱ्या रेंदेराचा धक्का लागतो. रघुपति राघव राजाराम म्हणून बापूजींना आळवावे, तर कलंगुटच्या किनाऱ्यावर भेटलेली एखादी थेरीसा "माका सायबा वाऽट दाखय, माका सायबा वाऽट कळोना" असे सांगत येते. पुष्कळांना बोरकरांची गांधीजींवरची श्रद्धा नकली वाटते, ढोंगी वाटते. कारण बहुतेकांच्या अंतःकरणात एक तर स्वतःचेच तुणतुणे तरी वाजत असते, नाहीतर वैतागातून आलेल्या वैराग्याची एकतारी. असल्या एकसुरी जीवनसंगीतापलीकडली संगीताची सृष्टी ठाऊक नसणाऱ्यांना संगीतातल्या मेलडीजप्रमाणे काँट्रा-मेलडीज ठाऊक असतात. समोर श्वेताश्वाचे बिरुद लेऊन आलेले मद्य आपली सुवर्णकांती प्रभा उजळीत चषकात प्रतीक्षा करते आहे, अवकाशात नुकतीच सोडलेली धूम्रवेल विरते आहे, ताटलीत तळलेली सुंगटे आहेत आणि ओठांत ज्ञानेशाची ओवी आहे, ही कल्पनाही आयुष्याला एकतारीवरील गीत किंवा एका तारेवरची कसरत मानणाऱ्यांना पटणार नाही. बाकीबाबांच्या मनात वीणा, एकतारी, सतार, सारंगी, बँजो, व्हायलिन अशा नाना वाद्यांचे वृंदवादन चालू असते. रोजचा दिवस कुठले वाद्य छेडीत उगवेल, याचा अंदाज त्या रुक्मिणवैनीला तरी लागला असेल की नाही, देव जाणे! ते काही असले तरी त्या माउलीला एक निश्चित ठाऊक आहे की, बाहेरच्या जगात त्यांचे 'हे' कोणी का असेनात, त्यांचा खरा अवतार ताटात मासा पडला की पाहा. बोरकरांच्या अंगात आलेले गांधी, ज्ञानेश्वर किंवा कुणी पुर्तुगेज बस्त्याँव-द-फस्त्याँव उतरवायचा एकच उतारा म्हणजे, दाराआडून रुक्मिणवैनीने "आयकलें–आज बाजारात बांगडे चांगले आले आहेत म्हणे–" एवढा मंत्र उच्चारायचा. कविवर्य बा० भ० बोरकरांचा तत्क्षणी बाकीबाब! हातातले महात्मायन टाकून, खांद्यावरून शाल ओढून, बाकीबाब सरळ निघणार ते परमेश्वराच्या दशावतारांपैकी प्रथमावताराच्या शोधात! त्यांच्या त्या आग्र्याच्या दयाळबागेसारख्या अनेक वर्षे रचीत आणीत असलेल्या महात्मायनात एक ओळ आहे. तीत "चंदन होवोनि अग्नि भोगावा" असे त्यांनी म्हटले आहे. मी जर त्यांच्या पंचाहत्तराव्या वाढदिवसासाठी 'मत्स्यात्मा बाकीबाबां' वर 'बोरकरायन'

लिहिले, तर 'बाकी होओनि मत्स्य भोगावा' असे लिहीन. 'ॐ नमो जी आद्या' प्रमाणे 'ॐ नमोजी मद्या' असे लिहिण्याचा मोह आवरून 'मत्स्या' असेच लिहायला हवे. एक तर गोमंतकीय नारळाच्या फेणीचा 'मद्द' असा उल्लेख करणे हा फेणीचा अपमान आहे.

बालकवींची फुलराणी रविकरावर आषक झाली होती. नारळींवरची नीरादेखील खाडीत सकाळच्या उन्हात तळपणाऱ्या एखाद्या माशाच्या नादाने थोडीशी बाबचळल्यासारखी झाली की तिची फेणी होते. म्हणूनच उदरी गेलेल्या फेणीला माशाची ओढ लागते. त्या विरहात फारच पोळावे लागले, म्हणजे मग त्या ऑफीलियासारख्या झालेल्या वेडीची माडी होते. असो. हे विषयांतर झाले, की मी सांगण्याच्या भरात मुख्य विषयाकडे वळलो, हे सांगणे अवघड आहे. सांगायची गोष्ट, बोरकर अंतःकरणात नाना वाद्यांचा वृंद बाळगून आहेत. शिवरात्रीपासून जपानी रमलाच्या रात्रीपर्यंत नाना प्रकारची व्रतेवैकल्ये आणि रंगढंग करणारे लोक बोरकरांच्या मनीमानसी वस्तीला उतरले आहेत. त्यामुळे हातात तळलेला बांगडा घेऊन बोरकर जेव्हा "जीवन त्यांना कळले हो । मीपण ज्यांचे पक्व फळापरि सहजपणानें गळलें हो" म्हणताना त्या बांगड्यातला काटा काढून तो मटकावतात त्या वेळी नवख्याच्या डोक्यात 'सहजपणाने गिळले हो' असे येणे शक्य असले तरी चूक आहे. कारण आता 'मासळिचा स्वाद दुणा' सेवणारे बाकीबाब आणि गांधींविषयी परमश्रद्धा असलेले बाळकृष्ण भगवंत बोरकर गुरुजी एकदम त्या मनाच्या गॅलरीत एकमेकांवर आपटलेले असतात. नाही तरी "जीवन हे माशासारखे आहे. त्यातले काटे काढता किंवा चावता आल्याखेरीज त्याची चव कळत नाही," असले एखादे वाक्य बोरकरांनी एखाद्या शाळकरी पोराच्या स्वाक्षरीच्या वहीवर लिहून दिले नसेलच, असे सांगता येत नाही. पूर्ववयात त्यांची खांडेकरांवर खूप श्रद्धा होती.

अर्थात खांडेकरांच्या कोकणात आंबे, पोफळी, साग, नारळी, खाड्या, सागर, सूर्योदय, सूर्यास्त सारे यथासांग असले, तरी मासळिचा स्वाद दुणा नसल्यामुळे त्यानंतर ते त्यांच्याकडे फक्त शिवराक सोमवारी जात आले असावे. बोरकरांना बोलताना 'कळलें?' असे विचारायची सवय आहे. खांडेकरांविषयी त्यांना अतोनात आदर आहे. पण काही बाबतींत ते खांडेकरांना 'कळलें?'असे विचारणार नाहीत. कारण त्यांना उत्तर ठाऊक आहे.

आणि म्हणूनच 'जीवन त्यांना कळले हो' ही ओळ मला जीवनाची अशी सगळ्या अंगांची ओळख करून घेणाऱ्या बोरकरांच्याच बाबतीत वापरावी, असे वाटते. रेडियोत नोकरी धरण्यापूर्वी त्यांच्या आयुष्यातले वनपर्व चालू होते. लोहियांनी गोवामुक्तिसंग्रामाची घोषणा केली. आणि बाकीबाबांनी कुठल्याशा मुहूर्तावर गीत लिहिले, "गोयान् लोहिया आयलो रे–". पोर्तुगीज सरकारने त्यांना गोव्यात पाऊल टाकायला बंदी केली. त्यांना पकडून देणाऱ्याला पाचपंचवीस हजारांचे बक्षीसही लावले होते म्हणतात. सालाझार हा हुकूमशहा कविमाणसाला एवढा टरकत असेल, अशी कल्पना नव्हती. गोवामुक्तीचा

साधा उपाय हाती आला होता. त्याला लिस्बनहून गंडवून आणून नुसता एका मराठी कविसंमेलनाचा अध्यक्ष केला असता, तर पुन्हा भारताच्या दिशेला डोळा वर करून त्याने पाहिले नसते. त्या काळी महाराष्ट्रात दीड-दोन लाख कविता लिहून तयार होती. ते काही का असेना, बोरकरांना गोवे बंद झाल्यावर मात्र खरोखरीच "जळावीण मासोळी तैसा 'बाकी' तळमळी" अशी अवस्था झाली. त्यांच्यातला निखळ माणूस पाहावा तो बोरकर गोव्याबद्दलच्या प्रेमाने न्हाऊन येऊन बोलू लागतात तेव्हा! एरवी उगीचच रोज न्हाऊन येऊन बसणे त्यांना मंजूर नाही. मुंबईनामक निष्प्रेम शहरात जन्माला येऊन इथेच जन्मभर कडमडणारे आमच्यासारखे जीव सोडले तर मातीच्या ओढीच्या कथा खूप लोक करतात आणि मुंबईलाच कायावाचामने चिकटतात. पण बोरकर मात्र त्या काळी मुंबई-पुण्यांत वनवासी होऊन हिंडत होते.

मला एक प्रसंग आठवतोय. त्या काळात मुंबईतल्या गोमंतकीयांचे मालाडला एक संमेलन होते. मुंबईतल्या कुठल्याच गोयकाराला गोव्यात जाता येत नव्हते. जायचे असले, तर नाना प्रकारचे पासपोर्ट, परवानग्या वगैरे तापत्रय होते. त्यामुळे जिवलगांच्या तुटी झाल्या होत्या. आपल्या देवळाचा कळस आणि इगर्जीतला क्रूस या आयुष्यात कधी पुन्हा पाहायला मिळेल कोण जाणे, ह्या चिंतेने लोक व्याकुळ झाले होते. अशा ह्या मेळाव्यापुढे गोव्यातल्या कलावंतांचे नृत्यसंगीताचे कार्यक्रम चालले होते. कसलासा सण होता त्या दिवशी. प्रत्येकाच्या बोलण्यात "आज अमक्या देवळातला उत्सव असेल–," या दिसांत सुरंगी काय फुलते नाही ग गोव्यात? , "रात्रीचे अकरा वाजले, पालखी निघाली असेल...," "दहिकाल्याची आठवण आली..." हे असे उद्गार. तशी सगळी सुखवस्तू कुटुंबांतली माणसे होती. बायकांच्या अंबाड्यांवर वेण्या होत्या. गिरगावातल्या बनामहाल लेनच्या नाक्यावरच्या वेणीवाल्यांना गोमंतकीय स्त्रियांचे. फुलांचे वेड ठाऊक आहे कुठून तरी सुरंगीचे वळेसरही आणतात. माहीम बाजारात हवी ती मासळीही मिळते. तशी ही काही निर्वासित माणसे नव्हती. गोव्याहून मुंबईला पळून आलेली नव्हती. मुंबईत तसे त्यांना काहीच कमी नव्हते. पण ही सुरंगी त्यांच्या हक्काच्या अंगणात सांडलेली नव्हे. स्वतःच्या हातांनी टिपलेली, स्वतः गाथलेली आणि गाथता गाथता ओठाशी गाणे फुलवणारी नव्हे. ते अंगण दूर होते. ते बल्कांव दूर होते. तारुण्य-वयसाची नव्हाळी फुललेल्या काळात मनीची हितगुजे ज्या सुरंगीशी झाली, ती ही सुरंगी नव्हे. मासेही मिळत होते, पण गाबतीण असे सांगत नव्हती, "व्हन्ये, बरॉ नाल्लबिल्ल घालून हुमण कर सुरभुस–आनि म्हाकाय दोवर मातशे–" ("वैनी, चांगला नारळविरळ वाटून घालून आमटी कर रुचकर–आणि मलाही ठेव थोडी–") मुंबईच्या कोळणीला ही आस्था नव्हती. पहिल्या बाळंतपणाला आलेली माहेरवाशीण पाहून तिच्यासाठी दुदियाळी आणून देणारी गाबतीण तिकडे गोव्यात होती. आपण विकलेली मासळी काय सुवाद घेऊन पानात येते, हे जाणायची तिला हौस होती. असले आपुलकीचे हात इथे फुलांच्या वेण्यांनाही लागत नव्हते, माशांनाही लागत नव्हते. तांदूळ कुठल्याही कुळागाराचे नाते सांगत येत नव्हते. इथे ह्या साऱ्या, बाजारात पैसे

टाकून मिळणाऱ्या वस्तू होत्या. गोव्यात नारळाला कुळागाराचे कुळशील होते. रेंदेराची गाणी ऐकताऐकताना झालेले काळजाचे पाणी त्याच्या अंतरात दाटले होते. मुंबईतही देवळे होती, पण इथल्या देवांशी फक्त औपचारिक ओळख. गोव्यातल्या कुळदैवतासारखा हा देव 'आउट-ऑफ-द-वे' जाऊन आपल्यासाठी काही करील, ही खात्री नाही. तिकडे रामनाथाला खापरपणजोबाच्या खापरपणजोबापासून साऱ्या कुटुंबांची सुखदुःखे ठाऊक. मंगेशापुढे जाऊन उभे राहिले की "कशें बाबलीमाम,बरॉ मूँ" असे तो विचारतो असे वाटते. कवळ्याची शांतादुर्गा कशी प्रेमळ आजीसारखी "सासू छळतबिळत नाही ना ग तुला सुमन?" असे विचारते. मुंबईची महालक्ष्मी तशी बोलत नाही. इथला बाबुलनाथ मंगेशासारखा "कितें, पोपेबाब!" अशी हाक मारीत नाही. नमस्कार स्वीकारून गप्प बसतो. त्या सभागृहातल्या मेळाव्याला इतकी वर्षे मुंबईत संसार करून, पैसे मिळत असून, साऱ्या सुखसोयी असूनही त्यांचा परकेपणा सुटत नव्हता. जिवाचे लागेबांधे काय गुंतवतो म्हणून थोडेच गुंततात?

माझ्या गोव्याच्या भूमींत
गड्या नारळ मधाचे
कड्याकपारीमधोंनी
घट फुटती दुधाचे...
माझ्या गोव्याच्या भूमींत
येतें चांदणें माहेरा...

ज्याला म्हणून हे असले निर्वासिताचे जिणे जगावे लागले असेल, त्यालाच ती वेदना कळावी. त्या गोव्याच्या भूमीला पारख्या झालेल्या स्त्री-पुरुषांच्या मेळाव्यातल्या प्रत्येकाच्या अंतःकरणातली वेदना बोरकरांच्या कवितेतल्या उमाळ्यातून आली होती.

असे हे वनवासी जिणे जगताना बोरकरांची लेखणी आणि वाणी ही गोमंतकाच्या मुक्तीचा ध्यास घेऊन बसली होती. 'राजकारण' हा बोरकरांचा विषय नव्हे. 'राजकीय पुढारी' देखील त्यांच्या मनातल्या चाळीत ट्रेसपासर होऊन घुसला! स्वातंत्र्याचा संग्राम म्हटले की राजकारण आले. राजकीय डावपेच आले. धोरणे आली. सबुरी आली. चलाखी आली. इथे "मध्यरात्रिं नमघुमटाखालीं, शांतिशिरीं तम चवऱ्या ढाळी" ही अनुभूती काय कामाची? मध्यरात्री नभघुमटाखाली राजकीय कट शिजवायचा असतो. पण बा०भ० बोरकर नामक 'वॉल्टर मिटी' एकदम स्वातंत्र्याचे निशाण हातात धरून निघालेला. दिपाजी राण्यांचे बंड डोळ्यांपुढे. क्रांतीची सूत्रे हाती आली आहेत, आपण ती सांभाळतो आहो. 'प्रोजेचो आवाज' नावाच्या कोकणी भाषेतल्या नियतकालिकाचे ते संपादक झाले होते. आपल्या लेखणीतून 'प्रजेचा आवाज' सालाझारच्या कानापाशी जाऊन घुमायला लागला आहे हा दृढविश्वास. बोरकरांच्यात या काळी महात्मा गांधींपासून भगतसिंगापर्यंत सगळेजण आळीपाळीने संचारत होते. कोकणातल्या जत्रेत देवळापुढे अवसर नाचतात. अंगात आलेली ही माणसे थैमान घालीत असतात.

बाकीबाबाच्या अंगात आता राजकारणातला वेताळ संचारला होता. पण राजकारणात नेत्याचे रक्त तापून चालत नसते. नेता जितक्या थंड रक्ताचा, तितके अनुयायांचे रक्त तापवण्याचे सामर्थ्य मोठे. तो थर्मामीटरसारखा हवा. इतरांना ताप किती चढला आहे, हे त्याला ओळखता आले पाहिजे; विनोबा म्हणतात तसे, थर्मामीटरला ताप चढून उपयोगाचा नाही. पण बोरकर गोवा-मुक्ति-संग्रामात जागच्या जागी उसळलेले! गोव्याच्या प्रश्नाबाबत एकदा प्रत्यक्ष पंडित जवाहरलाल नेहरूंशी चर्चा करायला गोव्याच्या एका मंडळाचे प्रतिनिधी म्हणून गेले होते. नेहरू "जरा सबुरीने घ्या" म्हणत होते. तेही योग्यच असेल. "पोर्तुगीज साम्राज्याचा एक भाग" ही गोव्याची त्यांच्या दृष्टीने व्याख्या होती. गोवा घेणे हे बाजारातून मासे घेण्याइतके सोपे नव्हते. नेहरूंच्या थंडपणाने बाकीबाब एकदम उसळले. एक तर एकदम तिणकून उठणे हाही त्यांच्या गोव्याच्या भूमीत जरा अधिकच आढळणारा स्वभावधर्म. शांत, सौम्य, मंद समईसारखा वाटणारा गोवेकर कुठल्या क्षणी, कुठल्या कारणासाठी फोडणीसारखा उसळून बोलायला लागेल हे सांगणे अवघड! बोरकर एकदम 'अक्' असा केवळ गोमंतकीयांना काढता येणारा प्रजेचा आवाज काढून उठले आणि नेहरूंना 'गोवा म्हणजे काय–' हे समजावून देऊ लागले. बोरकरांचे इंग्रजीवर चांगले प्रभुत्व आहे. पोर्तुगीज तर ते फार सफाईने. बोलतात. अंगावरची शाल फर्रकन उडवून त्यांनी संतापून नेहरूंचे 'गोवा' ह्या विषयावर बौद्धिक घ्यायला सुरुवात केली. बहुधा 'माझ्या गोव्याच्या भूमींत' किंवा 'शुचि असुनी शापविद्ध ।बल असून दीनबद्ध ।द्रौपदिसम बाहे तुज ।शांभवी प्रजा रे' अशा ओळीही फेकल्या असतील. "पंडितजी, गोव्याचे ताल्ले कधी खाले आहेत तुम्ही? काजूची फेणी घ्यालाय? जांबावलीच्या देवळातल्या जत्रेतले खाजे म्हणजे काय ते डु यु नो मिस्टर प्राइम मिनिष्टर? पापया, गाँय म्हळ्यार कितें समजोलो रे तू–" असे काही तरी बोलले असावे. कारण बाकीबाबच मला सांगत होते एकदा, "मग नेहरू उठले आणि म्हणाले, 'पोएट, बी क्वाएट'.. ." आता प्रत्यक्षात नेहरू काय म्हणाले, कोण जाणे. पण '–पोएट' अशी हाक त्यांनी निश्चित मारली असेल. कारण तोही बिचारा देवाच्या आळंदीला निघालेला पोएट राजकारणातल्या चोरांच्या आळंदीत जाऊन पडला होता. बाकीबाबांना थंड करायला त्यांनी 'पोएट' हे संबोधन बरोबर वापरले. कारण बोरकर फक्त 'पोएट'आहेत. त्यांना पोएट म्हणूनच ओळखले पाहिजे. माणसाला पोएट्री आणि पेट्रिऑटिझम एकदम जमेल, पण पोएट्री आणि पॉलिटिक्स जमणार नाही. कारण जिथे पोएट्री संपते, तिथे पॉलिटिक्स सुरू होते, हे बाकीबाबांना ठाऊक नव्हते.

गोव्याच्या मुक्तिसंग्रामातले पोएट्स आणि पेट्रिअट्स गरज संपताच पोलिटिशियन्सनी अलगद बाजूला सारले. बोरकरांच्या आयुष्यातले वनपर्व संपले आणि विराटपर्व सुरू झाले. त्यांचा गोवा स्वतंत्र झाला आणि बोरकरांना घरची चूल पेटती ठेवायला पांडवांसारखे सरकारी नोकरीच्या पारतंत्र्यात पडावे लागले. आणि आकाशवाणीवर बोरकर स्पोकन वर्ड प्रोड्यूसर झाले. रोज सकाळी घरातून नोकरीवर लाथ मारण्याचा

निश्चय करून निघता निघता पंधरा वर्षे त्यांनी ही नोकरी केली. पण एक गोष्ट निश्चित. तिथेही 'पोएट' बोरकरांनी आपली धुंदी ओसरू दिली नाही. पण संसार तसा चांगलाच वाढता.

याद्या बायकोमुलांच्या, बिले भाड्याची, वाण्याची
आणि तगादे-स्मरणें विम्या-क्लषा-वर्गण्यांचीं

असे त्यांनीच म्हटले आहे. ह्या बिलांत मॅटर्निटी हॉस्पिटलची बिले जरा अधिकच. पण रानडे क्वार्टर्स नामक बैठ्या चाळीत बोरकर मात्र पणजीच्या गवर्नराच्या 'काब' प्रासादात राहिल्याच्या ऐटीत वावरायचे! घर मुलाबाळांनी किंवा मुलीबाळींनी म्हणणे अधिक योग्य–गजबजलेले. पाव्हण्यांच्या स्वागताला अत्यंत आतुर. एक तर गोव्यातल्या गृहिणीच्या हाताच्या पाची बोटांवर अन्नपूर्णेचे वरदान. पाट्यावर ओल्या नारळाची गोळी अखंड वाटली जाते आहे. निरनिराळे मत्स्यविशेष नव्या नव्या पाकस्वरूपात अवतरताहेत. जोडीला पाव्हणा हवाच. काव्यगायनाची मैफल सदैव चालू. रुक्मिणवैनी आत हुमण करू की कळपुटी, बांगड्याची किस्मोर की ताल्ल्याचे धबधबी ह्या चिंतेत आणि बाहेर बाकीबाब "गांधींचा मज राम हवा, फ्राइडाचा मज काम हवा" अशा भलत्या मागण्या सांगत बसलेले. मैफिलीला वयाची अट नाही. काल मैफिलीचे बादशहा आपले वय पंचविसावर कायम करून बसलेले. सूट गेला आणि शाल आली. पण केसांवर रुपेरी किनार नाही. कविता म्हणताना जणू आयुष्यातली ही पहिलीच कविता, अशा उत्कटतेने म्हणण्याची रीत. माडगूळकर, मी, मंगेश पाडगावकर, बापट हे सारे आम्ही बाकीबाबापुढे खरे तर बाबा लोक, पण जीवनातला प्रत्येक क्षण चवीने टिपण्यात बाकीबाबांपुढे शरण! गोवेकरांना रोजचा मासा नित्य नूतन स्वरूपात आढळतो. पण बोरकरांना मासाच नव्हे तर जीवनातला प्रत्येक क्षण नित्य नूतन! 'जपानी रमलाची रात्र' ही त्यांची कविता त्यांच्या तोंडून कितीतरी वेळा मी ऐकली असेल. पण "तुझें विजेंचें चांदपाखरू" ही ओळ सुरू झाली, की बोरकर लगेच स्थलकालाची बंधने तोडून त्या धुंद क्षणात घुसतात, आणि म्हणून बोरकरांची जुन्यातली जुनी कविता ऐकतानाही ती कधी शिळीच वाटत नाही. त्यांची स्वतःचीच कशाला? ज्ञानेश्वरीतल्या ओव्या किंवा सोहिरोबांचे अभंग त्यांच्याकडून ऐकावे. शब्दन् शब्द कसा मोगरा-फुलेला होऊन येतो. कारण बोरकरांची कविता अंतःकरणातल्या विविध तंतुवाद्यांतले एखादे वाद्य थरथरायला लागून त्यातून उमटत असते. बोरकरांची कविता गात गात जन्म घेते. आणि मग कागदावर तिचे नुसते टिपण होते.

'सूर' हा शब्द कोकणीत मद्यालाही वापरतात. बोरकरांचा सूर त्या शब्दाचे कोकणी आणि मराठी गुण घेऊन उमटतो. मी अनेक कवींची काव्यगायने ऐकली आहेत. बरेचसे गळ्यावर गातात. बोरकरांचे रंध्रनरंध्र गाते. कारण त्यांना ज्या सुरात ती सुचते, ते सूरही त्या कवितेचे अविभाज्य घटक आहेत. आधुनिक कवितेने सुराशी तलाक घेतला आहे किंवा मग संगीतदिग्दर्शक आपापल्या मगदुराप्रमाणे त्या शब्दांना

सुरांची लेणी चढवतात. म्हणूनच बोरकरांच्या कवितेला मला बोरकरांचीच चाल आवडते. इथे त्यांचे रवींद्रनाथांशी फार जवळचे नाते जुळते. टागोरांची कविताही अशी सुरांच्या सारसातून फुलायची. आंघोळीला बसलेले असायचे आणि "गाणे मनांत मग होय सर्वेचि जागे" अशी अवस्था व्हायची. न्हाणीघरातून ओरडून नोकराला सांगत, "दिनूबाबूंना बोलवा." आतून कविता गाऊ लागत आणि बाहेर त्यांचा तो गायनविशारद पुतण्या दिनूबाबू भरभर त्यांचे नोटेशन करून घेत असे. ती कविता कशी स्फुरली हे जसे त्यांना गूढ होते, तसेच ती चाल कशी स्फुरली हेही! कारण रवींद्रांना संगीताचे व्याकरण ठाऊक नव्हते. मग दिनूबाबू म्हणे, "वा! काय सुंदर कोमल निषाद लागलाय!" मग गुरुदेवच म्हणत, "होय की काय? हा का तो कोमल निषाद?" बोरकरांनाही संगीतातले शुद्ध-कोमल किंवा षडज पंचम ठाऊक नाहीत. पण त्यांना ज्या चाली सुचतात त्यांतून त्यांची कविता सुरांचे अंगभूत सौष्ठवच घेऊन येते. 'तुझें विजेचे चांदपाखरू' म्हणताना आपोआप गिटार वाजल्यासारखे वाटते. म्हणून मला नेहमी वाटते की, बोरकरांच्या कवितांना त्यांच्याच चाली ठेवाव्या. विशेषतः त्यांच्या कोकणी गीतांना तर गोमंतकीय लोकसंगीताचा इतका अस्सल सुगंध आहे की, मुंबईला कोकणी कार्यावळीत त्यांना मराठी भावगीताच्या चालीतून पिळून काढलेले पाहिले की, कवितेचे कुळशील तुटल्यासारखे वाटते. कारण बोरकरांची शब्दकळा शब्दकोशातून उगवलेली नाही. ते शब्द त्यांचा पिंड ज्या ज्ञानेशाच्या अमृतओवीपासून ते पोर्तुगीज प्रेमकाव्यापर्यंत नानाविध संस्कारांनी घडला, त्या प्राणकोशातून बाहेर येतात. एखादा कोकणी शब्द मराठी कवितेत असा सहज येतो की, तो बदलून तिथे दुसरा टाकता येत नाही. इब्सेन म्हणाला होता की, "माझ्या संवादांतला एक शब्द काढला तर माझ्या वाक्यातून भळभळ रक्त वाहील." चांगल्या काव्याचे हेच लक्षण आहे. पु० शि० रेग्यांची एक अशीच अलौकिक शब्दकळा. बाकीबाब जेव्हा वृक्षराजीला 'रुखावळ' म्हणतात, आणि घरट्याकडे झेपावणाऱ्या पाखरांना 'भिरी' म्हणतात त्या वेळी ते वृक्ष आपली पाने आणि फांद्याच नव्हे, तर समोरचा समुद्र आणि मागे आकाश आणि सह्याद्रीची डोंगरमाळ घेऊन उभे असतात. पितळी पात्रातला 'पाम' त्या कुंडीत 'रतिरत कुक्कुटसा' होऊन बसतो, त्या वेळी त्या संस्कृत शब्दप्रयोगातल्या ध्वनीतच रतिरतकुक्कुटाच्या रतिकर्माचे नादरूप उभे राहते. मोडक्या पुलाकडून 'नाव बंदराला जात नाही', 'तार जाय बंदरा.' ती 'तार' मराठीला ठाऊक आहे की नाही, याची बाकीबाब चिंता करीत नाहीत. कारण ती 'तारच' आहे. तिला नाव, होडी म्हटले की सारे चित्र बिघडते. बोरकरांनी गोव्याच्या भूमीच्या कणाकणात त्या रतिरतकुक्कुटासारखीच आपल्या प्रतिभेची चोच खुपसून कवितांची झाडे फुलवली आहेत. शब्द हे असे चराचराचा एक अविभाज्य घटक होऊन जातात, त्या वेळी त्या मातीत फुलणाऱ्या फुलासारखे होतात. मग बकुळींना 'वोवळे' च म्हणावे लागते. बोरकरांना कोकणीतून सुचलेल्या कविता ह्याही अशाच अपरिहार्यतेतून आल्या आहेत. तिन्हीसांज हा शब्द वाईट आहे असे नव्हे; पण जिथे ती 'पांयजणे' मंदमंद वाजत आली होती ती वेळ 'तीनसन 'होती त्याला

बोरकर काय करणार? झाडे ओठांत 'मुमुरकेशे' हसली होती. ह्या हसण्याला दुसरा शब्द नाही. तो सारा परिसरच कोकणीखेरीज इतर भाषा न जाणणारा. तिथल्या वडाने जी गुजे ऐकली ती कोकणीतून! मराठीत होडी चालवणारा होडीवाला, पण कोकणीत तो तारयामामा. त्याला तारयामामा अशी साद घातल्याखेरीज तो माहेराच्या दिशेला झपाट्याने वल्ली मारणारच नाही. केळीचे गाभे म्हणण्याऐवजी केळीचे 'गबे' म्हटल्याखेरीज बोरकरांना राहवत नाही. कारण ती केळ बोरीच्या घरातल्या परसातली आहे. तिला 'गबा' च असतो! ही एक विलक्षण मजबुरी आहे. भाषेला कोशातून फुगवणारे तिचा फक्त मेद वाढवतात, सौष्ठव वाढवीत नाहीत. कोकणीसारख्या ज्या भाषा मुख्यतः लोकांच्या ओठांतून पोटातले गुज सांगत आल्या, त्या भाषेतूनच गोव्यातली मुकी झाडे बोलतात. त्या भाषेतले गाणे नारळींना कळते आणि मग त्या तालात झावळ्या डोलतात.

बोरकरांच्या कोकणीच्या प्रेमाचे राजकीय व्याकरण ज्याला लावायचे असेल तसे त्याने लावावे. पण ज्याला म्हणून बोलीभाषेतून जीवनातले पहिले संस्कार घडले त्याला बोरकरांचे कोकणीबद्दलचे प्रेम कळायला हवे. बालपणी आईवडलांच्या मायेची वाक्ये ज्या भाषेत कानी पडली, पहिले हट्ट ज्या भाषेतून केले त्या भाषेशी नाते तोडायचे कसे? माझ्या एका मित्राने इंग्रज तरुणीशी विवाह केला. त्याची वृद्ध आजी त्याला म्हणाली, "गोपाळा, एक विचारते, रागावू नकोस हो. अरे,लग्नाच्या बायकोशी हळूहळू जे बोलायचं असतं, ते सगळं इंग्रजीतून जमतं का रे तुला?" बोरकरांची शब्दसंपत्ती कुठेही उणी नाही. ज्ञानदेवाची देशी मराठी, पंतांची पोक्त संस्कृत-मराठी, शाहिरांची दांडगी मराठी आणि इंग्रजी संस्कारांची इस्त्री फिरलेली मराठी–ही सारी स्वरूपे त्यांच्यापुढे हात जोडून उभी असतात. बोरकरांच्या कवितेत मराठीची अनेक रूपे आढळतात; पण त्यांच्या काही कविता उमलतात त्याच मुळी गोव्यातल्या नादविश्वातल्या कोकणी बोलीत! मराठीने संस्कृताशी झगडा केला त्याचे कारणही हेच. "तुमचा अस्मात्-कस्मात् मी नेणेचि गा : मज श्री चक्रधरे निरुपली मऱ्हाटी : तिया पुसा' असा कळवळून निघालेला महानुभावांचा उद्‌गार जर आम्हांला समजतो, "आता सोडा हा चाळा यया संस्कृताचा" ही दासोपंतांची विनवणी जर आम्हांला उमगते, तर ज्या भूमीतली लेकरे आपल्या सुखदुःखाच्या कथा ज्या बोलीत बोलतात त्या बोलीतच आम्हांला बोलू द्या, गाऊ द्या, असा आग्रह धरू लागली तर हा आग्रहही समजायला हवा. बोरकरांना हे कोकणीचे जे प्रेम आहे, ते चक्रधराच्या किंवा दासोपंतांच्या उमाळ्यासारखे आलेले आहे. दुर्दैवाने त्यांचा भाषेचा राजकरणासाठी वापर करणार्या असंगांशी संग जडला आणि मानहानी भोगावी लागली. एक गोष्ट निर्विवाद आहे. जर कोकणी हे मराठीचेच स्वरूप असेल, तर मराठी साहित्यसंमेलनातून ज्यांना कोकणीतून बोलायचे असेल त्यांना कोकणीतून बोलू द्यावे, अहिराणीतून बोलायचे असेल तर त्या भाषेतून, वऱ्हाडी असेल तर वऱ्हाडीतून. पण हे होत नाही. इतकेच नव्हे, तर शुद्ध (?) मराठीवाले कोकणी हेलांना हसतात आणि वऱ्हाडी उच्चारांना नाके मुरडतात. मग ह्या

लोकांना जर शंका आली की, ह्या मराठीवाल्यांचा उमाळा अंतरीचा नाही, तर त्यात त्यांचे काय चुकले? वास्तविक आमचा मराठी कवी कोकणीत सुंदर गाणी लिहितो, ह्याचे आम्हांला किती कौतुक वाटायला हवे. आम्हांला इंग्लिशमधून लिहिणाऱ्या मराठी लोकांचा केवढा अभिमान! पण कोकणीतून लिहिणारे मात्र महाराष्ट्रद्वेष्टे वाटतात. कोकणीच्या मानाने मराठी खूप श्रीमंत असेल, पण "भिकारीण आई जहाली म्हणोनी कुशीचा तिच्या, तीस केवी त्यजी" हे जर 'मराठी असे आमुची मायबोली' वाल्यांना लागू असेल, तर कोकणीवाल्यांना का नाही? वऱ्हाडीवाल्यांना का नाही? वास्तविक या छापील कागदाच्या युगात विदग्धांच्या करकरीत कोपरेबाज शब्दांच्या कडा घासून गुळगुळीत करणाऱ्या बोलीभाषांचा गोडवा आणि जिव्हाळा काबू विलक्षण वाटतो! मी नागपूरकडे गेलो की, तिथल्या मित्रांना सांगतो, "गड्यांनो, वऱ्हाडीतून बोला. तुमचा 'बापा' आणि 'माये' ऐकताना खूप बरं वाटतं."

कोकणीतही तीच गंमत आहे. ह्या घराबाहेरच्या राजव्यवहाराच्या भाषा नाहीत. त्या माजघर-सैंपाकघरांतल्या बायकांनी जोपासल्या म्हणूनच त्यांचे स्वरूप कसे 'मायेस्त' आहे. अनुभवाचे बारीक-बारीक पापुद्रे शब्दांतून व्यक्त करायला कधीकधी नुसत्या नादाचे साहाय्य घेऊन भाव व्यक्त केले गेले आहेत. पु० शि० रेगे 'झननझांजरे' झाले किंवा 'ठिबकठाकडें' झाले म्हणतात, त्या वेळी बोलीभाषेच्या निर्मितीतलीच लकब स्वीकारतात. बेळगावाकडे पुरुषांच्या भाषेत कडबोळी खुसखुशीत झाली, तरी बायकांच्या भाषेत 'आरवारीऽऽत' होतात. हळूवाराचे किती हळूवारपणाने 'अरुवार' केले ह्या बायकांनी. आणि तो हळूवारपणा कडबोळ्यांची कोडबाळी करून लावला. म्हणूनच बोरकर जेव्हा कोकणीतल्या शब्दांच्या छटा सांगू लागतात, तेव्हा संस्कृतातल्या एका 'पात्र' ह्या शब्दाला मराठीत आकारभिन्नत्वाने येणारे पन्नास शब्द सांगणाऱ्या दासोपंतांची आठवण होते. मराठीतल्या 'घाण' ह्या शब्दाला घाणीच्या बदलत्या प्रतीप्रमाणे शब्द नाहीत. पण कोकणीत माशाची घाण 'हिंवसाण' किंवा 'हिंवळाण' होते, लघ्वीची 'पचरटाण' होते, दुधाची 'घुरटाण'—असे किती सूक्ष्म भेद. भाषेच्या रानफुलांचे हे रंग पाहत पाहत, आणि बोरकरांसारखा संवेदनाशील कवी असेल तर भोगत भोगत, वाढणाऱ्या माणसांची त्या त्या रानफुलांशी जवळीक तोडा म्हणून तुटेल का? गोपाळाच्या आजीच्या भाषेत त्यांना व्यवहारासाठी शिकलेल्या भाषेतून 'ते सगळं हळूहळू' नाही बोलता येत! इतकेच कशाला, भाषेने जेव्हा लेखी आणि बोली अशी दोन स्वरूपे घेतली, त्या वेळी लिहितावाचता न येणाऱ्या मराठी बायकांची आणि लिहिणाऱ्या-वाचणाऱ्या पुरुषांचीसुद्धा भाषा आणि वाकप्रयोग वेगळे झाले. आता पुरुषी शिक्षण घ्यावे लागलेल्या स्त्रिया पुरुषी भाषा बोलतात. भाषेचे एक अंग नाहीसे होत चालले.

त्या गोव्याच्या भूमीत बोरकरांच्या जीवनाची पाळेमुळे इतकी खोल रुजली आहेत की, त्यांना मुंबईच्या समुद्रातले मासेदेखील आपल्या रक्ताच्या बिंदूंत मिसळतात, असे वाटत नाही. बोरकरांचे पहिले प्रेम कवितेवर आहे, की माशावर आहे, हे सांगणे देवा

मंगेशालाही जमणार नाही. आपल्या मरणानंतर आपला देह समुद्रात टाकावा अशी त्यांनी इच्छा व्यक्त केली होती. "आयुष्यभर मी माशांच्यावर जगलो–एकदा माझ्यावर माशांना जगू द्या" ही इच्छा! माशासारखे तेही सागराच्याच सान्निध्यात वाढले म्हणूनच की काय कोण जाणे, चंद्राचे आणि चांदण्याचे सागरासारखेच लोभी. पडे चांदणे चौपाटीवर, तुझे विजेचे चांदपाखरू, त्यांच्या गोव्यात चांदण्याचे माहेर, सावल्यांचे नृत्य माझ्या चांदण्याच्या अंगणात, मन तव चंद्रापरि करि सोबत, साचले पाणी इथे अन् त्यात गोठे चांदणे, त्यांची पहिली मोठी कवितादेखील 'पुनवेची रात–', तुझे चांदणे, माझे गाणे ये ये चल मिसळू.. .चांदण्याचे कितीतरी उल्लेख. इंग्रजीत प्रेमिक, कवी आणि वेडा ह्या तिघांनाही 'ल्युनाटिक' च्या पंथातच बसवले आहे. 'ल्युना' म्हणजे चंद्र. थोड्याफार प्रमाणात तिन्ही अंगांनी बाकीबाबांना ही चंद्राची पीडा आहे. वृद्ध गोंयकाराच्या नजरेतूनही मीनाप्रमाणे मीनाक्षीही सुटत नाही. ही नजर, मला वाटते, स्त्रीसौंदर्यलोलुप लॅटिन संस्कृतीची गोमंतकीयांना पोर्तुगीजांमार्फत मिळालेली भेट आहे. एका वृद्ध गोमंतकीय गृहस्थांनी, मी कॉलेजात असताना, माझ्या एका मित्राला "शांता आपटेच्या सौंदर्याचं लक्षण सांग," म्हणून घेरी आणली होती. "अरे, कसली रे तुमी पोरा! अरे तिचा अधर पाहा. जुन्या शिल्पातल्या स्त्रियांचा खालचा ओठ पाहिला आहेस? तसा तिचा अधर आहे!" बोरकरांची 'अपरिचितेस' नावाची कविता वाचताना "बसींत दिससीं कधिं रुसल्यागत अधर काढुनी पुढें जरा, / अन् झटक्यानें उडवित जाशी, तुरगपुच्छसा अलकतुरा" ह्या ओळी वाचताना मला हे अधर-रहस्य सांगणाऱ्या म्हाताऱ्या बाबुलीमामाची आठवण झाली. बोरकरांनीच एका ठिकाणी म्हटले आहे की, "तापल्या आहेत तारा तोवरी गाऊन घे/ स्वप्न आहे लोचनीं हें तोवरी पाहूनि घे." पस्तीस वर्षांपूर्वी त्यांच्या अंतःकरणातल्या तंतुवाद्यांच्या तारा जशा तापल्या होत्या, तशा आजही तापलेल्याच आहेत–डोळ्यांत तेच स्वप्न आहे. आजही 'सत्यकथे' त एखादी कविता येते ती तोच ताजेपणा घेऊन.

बोरकरांच्या जीवनाची सारी वाट काही चांदण्यातूनच गेली नाही. संयुक्त महाराष्ट्राच्या चळवळीत आणि गोमंतकाच्या विलीनीकरणाच्या प्रश्नावर त्यांना कितीतरी जवळच्या मित्रांना दुखवावे लागले. अत्रेच एकदा म्हणाले होते की 'तेथें कर माझे जुळती' लिहिणाऱ्या बोरकरांवर रागावतादेखील येत नाही चांगलेसे! आपली ती धुंदी मित्र-मैत्रिणींच्या परिवारात उधळीत येणाऱ्या बाकीबाबांनी मराठी लोकांचा एकदा 'भायले'– बाहेरचे–असा रागाच्या भरात उल्लेख केल्यामुळे त्यांना मराठी लोकांचा खूप रागही ओढवून घ्यावा लागला होता. मने जोडायच्या आधी मते जोडायची राजकारणी घाई. ज्या काकासाहेब कालेलकरांविषयी बोरकरांना अतिशय श्रद्धा, त्यांची प्रतिमा महाराष्ट्रात अनेक योग्य-अयोग्य कारणांनी डागाळलेली. बोरकरांच्या बोलण्यात तर 'काकासाहेब' म्हणजे विरामचिन्हासारखे येतात. राजकीय धूळफेकीत काकासाहेब कालेलकर हे एक संवेदनाशील ललितलेखक आहेत हे दृष्टीआड होते. 'स्मरणयात्रे' सारखे सुंदर आत्मवृत्त लिहिणारे, बहुभाषाकोविद, गुजराती साहित्यात फार वरचे स्थान असलेले काका,

गुरुदेवांच्या शांतिनिकेतनातले आचार्य, हे 'काका' आम्हांला ठाऊकच नाहीत. गेल्या काही वर्षांत तर राजकीय रणधुमाळीत असहिष्णुतेने नवा उच्चांक गाठलेला. बोरकर गोव्याच्या मातीत रमतात, म्हणून माडगूळच्या मातीत रमलेले माडगूळकर त्यांचे मित्र होतात. गुजरातच्या भूमीत फुललेले उमाशंकर जोशी त्यांना आप्तस्वकीयच वाटतात. कुणाचा तरी जोरदार द्वेष केल्याखेरीज आम्ही राष्ट्रभक्त किंवा भाषाभक्त आहोत हे सिद्धच करता येत नसते का? हिंदुत्व काय मुसलमानद्वेषातच दाखवावे लागते? आणि महाराष्ट्रीयत्व गुजरात्यांना शामळू आणि कानड्यांना रुडूगुंडू म्हणून सिद्ध करावे लागते? गोव्याच्या ख्रिस्तावांपुढे एकदम भवानीमातेचा जयजयकार सुरू झाल्याबरोबर बिचारे गावडे घाबरले. त्यांना 'हॅपी ख्रिसमस' करायला त्यांच्या मराठी बांधवांच्या झुंडी गेल्या नाहीत. पोर्तुगीज राज्यकर्ते आणि त्यांचे धार्मिक दलाल यांच्या दडपणामुळे ज्या बिचाऱ्यांवर मराठी भाषा आणि संस्कृती यांचा संस्कारच घडला नाही, अशा ख्रिस्तावांनी आम्ही 'शिवाजी-महाराज की' म्हटल्यावर 'जय' म्हणावे अशी अपेक्षा करणे कितपत योग्य होते? ख्रिस्तावांचे तरी संस्कार निराळे, पण वऱ्हाडातल्या मराठी हिंदूंनादेखील अजून उरलेल्या महाराष्ट्राविषयी वाटावी तितकी आपुलकी वाटत नाही. आजही 'आम्ही आणि ते' अशीच भाषा आहे. कोकणी म्हणजे मराठीच म्हणणारे आपण मुंबईतल्या किती कोकणीभाषिकांना आपुलकीची साद घालतो? मुंबई-पुण्यांत भरणाऱ्या मराठी सांस्कृतिक संमेलनांतून मराठीचे हे रुपडे पाहू देत इथल्या लोकांना, म्हणून कधी कोणी कोकणीतून नाटक केले, की कुणाला कोकणी गाणी म्हणायला लावली आहेत? "तुम्ही मराठीत बोला" म्हणण्याऐवजी "तुम्ही कोकणीच बोला, मी घेतो समजून" असे कधी म्हटलेय आपण? वास्तविक तसा प्रयत्न करणाऱ्या मराठी माणसाला गोव्यात बदली झाल्यावर आठदहा दिवसांत कोकणी समजायला लागते. कोकणी माणूस असा दुखावला का? आमचे बाकीबाब आम्हांला 'भायले' का म्हणायला लागले? ज्यांच्या घरी पिढ्यान्‌पिढ्या ज्ञानेशाची अमृत ओवी वाचली जात होती, त्या बाकीबाबांना मराठी भाषेचा राग आला म्हणावे, तर आजही ते मुख्यतः मराठीतूनच कविता करतात. कोकणीहूनही अधिक मराठीतून लिहितात. त्यांची वेदना समजून घ्यायला कोणाला सवड नव्हती. बोरकरांनीही हट्टाला पेटून कोकणीचा किला लढवला. पण ह्या उत्साहाच्या भरात एक दुर्दैव ओढवले. कोकणीचे बोरकरांच्या कविमनाला ओढणारे लाघवी, घरगुती स्वरूप मात्र ती लेखी व्हायला लागल्यामुळे हरवत चालले. तिचे सारे साजरेपण, तिची सारी शक्ती, घर, कुटुंब, कुळागार, देऊळ ह्यांच्या अवतीभवती होती. तिच्या अंगावर घरातल्या लक्ष्मीचे तेज होते. ती कुळागारातून खेळत होती, उत्सवात मिरवत होती. तिचे सारे विषय कुटुंबात जे बोलले जातात, असले अंतःकरणाच्या उमाळ्याचे होते. ती आता घर सोडून सरकारी कामाला लागली. आणि तिचे ते भाबडेपण संपले. आणि सध्या ती न पेलणारी राजकीय भाषा बोलू लागली. कौटुंबिक जेवणावळ घालण्यात रमणारी कोकणी आकाशवाणीवरून कार्यावळ घालू लागली. आणि कसलीशी लेखी भाषा बोलू लागली. 'मिनिस्टर फॉर

फॉरेन् अफेअर्स' चा 'मायेल्ल्या भानगडीचो मंत्री' झाला असेही मी ऐकले आहे. मराठीसारखी आणि हिंदीसारखी आता कोकणी शब्दांची सरकारी टाकसाळ निघाली. तिचा आता जित्या जिवाशी असलेला जिव्हाळ्याचा संबंध सुटला. तिला मांडो गायची हौस, धालो गायची हौस, तारयामामाच्या तारवांची, मोगाची, 'घोवा-होकले' ची पदे गायची हौस. पाळणा हिंदुळताना गाणाऱ्या कोकणीला आता सरकारी हुकुमानुसार पाळणे थांबवण्याची गाणी गायची सक्ती झाली. शेवंतूबायच्या सुशीलेच्या लग्नाच्या, किंवा अंतोनच्या आणि मेरीच्या काजाराच्या गजालीत रमणाऱ्या त्या कौटुंबिक भाषेवर आता आकाबायच्या चौकीवर बसून "भारताच्या मुखेल मंत्री इंदिरा गांधी आणि रशियाचे कॉशीजीन हांणी नव्ये दिल्लीत" काय ठरवले किंवा "इंटरनॅशनल मोनेटरी फंडाचे कितें जाले" असल्या घराभायेल्ल्या भानगडीत पडण्याची पाळी आली. 'लाइक प्रोड्यूसेस लाइक' म्हणतात, तसे राजकारण्यांच्या हाती गेलेली कोकणी घरकारीण होती ती राजकारीण झाली. कोकणीची वाढ करायची म्हणजे तिला सरकार-दरबारात चाकरीला आणायची असे होऊन गेले. जाईच्या फुलांची वाढ करायची म्हणजे त्या फुलांसारखी दिसणारी शेकडो कागदी फुले करायचे कारखाने काढायचे अशासारखे हे झाले. त्या चिमण्या सुगंधी फुलांत आता ही शेकडो कागदी फुले मिसळून ढीग वाढवला. स्वतःच्या परसात फुलून घरदार सुगंधित करणारी जाई, देवाच्या पायी वाहिली जाणारी जाई, प्रेयसीच्या केसांना सुगंध देणारी जाई त्या कागदी ढिगाऱ्याखाली चुरमडून गेली. त्या फुलाचा जीव केवढा आणि जबाबदारी केवढी! बोरकरांची कोकणी ही गोव्याच्या ज्या मातीत वोवळे फुलतात आणि आंब्याच्या मोहराचा गंध घमघमतो, त्या मातीचे गुण घेऊन येत होती. आता तिचे त्या मातीशी नाते सुटून तिने सरकारी कागदाशी घरोबा केला. कोकणीचा हा असला सरकारी अवतार बोरकरांच्या स्वप्नं साठलेल्या डोळ्यांना कसा बघवत असेल देव जाणे!

शॉबद्दल म्हणे लेनिनने "ए गुड मॅन् फॉलन अमंग्स्ट द फेबियन्स" असे म्हटले होते. बोरकरांच्या कोकणीप्रेमाचे कोकणी अभिनिवेशात झालेले रूपांतर पाहताना "ए गुड पोएट फॉलन अमंग्स्ट् द पोलिटिशियन्स" असेच वाटायचे. पण शेवटी बोरकरांच्यातल्या पोएटने त्या पोलिटिशियन्वर मात केली. त्यांची नवीन कविता वाच- ताना सारखी "अजून येतो वास फुलांना" हीच ओळ आठवते. बोरकरांची कविता हीच साधना आहे, साध्य आहे, उपास्यदेवता आहे आणि प्रेयसीही आहे. विशीतल्या बोरकरांना कवि-घराण्याचे उस्ताद कविवर्य तांबे म्हणाले होते, "माझे हात आता थकले आहेत. कान तुमच्याकडे लागले आहेत." भाविकतेची तुळशीमाळ घालूनच जन्माला येणाऱ्या गोंयकाराच्या कुळधर्माला धरून बोरकरांच्या बाकीबाबाने जन्मदात्या वडिलांच्या घराण्यातल्या इतर कुळधर्मांप्रमाणे काव्यरचनेचे गुरुघराण्यातून स्वीकारलेले व्रतही चालवले. फक्त वयाच्या साठाव्या वर्षी 'मधु पिळण्या परि रे बळ न करी' असे ते कधीच म्हणणार नाहीत. त्या करांनी नाना वाद्यांवर स्वर छेडलेले आहेत. रियाझाला वाद्य बदलले तरी हात थकू दिला नाही. मनाला वार्धक्याचा स्पर्श होऊ दिला नाही.

सरकारी नियमाप्रमाणे ते चाकरीतून निवृत्त झाले. पण त्यांची 'बाकी म्हणे' अशी 'तुका म्हणे' च्या थाटात वयाच्या आठव्या-नवव्या वर्षी अभंग लिहून सुरू केलेली आनंदयात्रा तशीच जोमात चालू आहे. सरकारी चाकरी 'बिलें वाण्याची' भरण्यासाठी होती. आता मुले मार्गाला लागली. कन्यादानाचे भरपूर पुण्य संपादन केले. बोरकर भावनेने आंतरभारतीय. त्यांच्या मुलींनी भारतातल्या तामिळनाडपासून मध्यभारतापर्यंत नाना स्थळी सासुरवाड्या मिळविल्या. बोरकरांच्या घरच्या दिवाळसणाला जावई जमले की, त्या विभिन्नप्रांतीय जामातांमुळे घरात ऑल इंडिया काँग्रेस कमिटीच्या वर्किंग कमिटीचे सभासद जमल्यासारखे वाटते. मुलगे अमेरिकेतून पदवीबरोबर आणखी कोणाला आणून त्याला आंतराष्ट्रीय स्वरूप देतील ते सांगणे कठीण आहे. रुक्मिणी-वैनींनी आपल्या भावबलाने त्यांची सारी 'पिशेपणे' सोशीत घराचे हरिहरभुवन केले आहे. एका रुक्मिणीने आपल्या नवऱ्याला तुळशीने तुळियेला होता. रुक्मिणवैनीने बाकीबाबांना मुड्डशी तळून तुळियेला आहे. बोरकरांचा गृहस्थाश्रम पाहिला म्हणजे त्यांच्याच ओळी आठवतात :

हृन्मंदिरिं संसृति-शर-स्वागत
हसतचि करिती कुटुंब-हित-रत
गृहस्थ जे हरि उरांत रिझवित
सदनी फुलबाग रचिती
तेथें कर माझे जुळती

फरक इतकाच की बोरकरांच्या सदनी लावलेल्या फुलबागांचे वेलू इये मराठीचिये नगरी सर्वत्र पसरलेले. उद्या वऱ्हाडातली किंवा मराठवाड्यातली एखादी मुलगी त्यांच्या इतर कवितांबरोबर "त्या दिसां वडाकडेन गडद तिनसांना / मंद मंद वाजत आयलीं तुजीं गो पायजणां" हे गीत गातानाही दिसेल. आमच्या गोव्यात प्रेमाने पोचलेली मुलगी गोव्यातून परतताना सुरंगीच्या वळेसरांबरोबर बोरकरांचे एखादे गोड कोकणी गीतही गळ्यात घेऊन परतेल. भाषा, संस्कृती ह्या गोष्टी प्रेमाने पादाक्रांत करायच्या असतात. बोरकरांना कोकणीच्या सरकारी विजयापेक्षा असला प्रेमाचा पराजयच अधिक अपूर्वायेचा वाटावा.

आनंदयात्री बोरकर साठाव्या वर्षाच्या मैलाच्या दगडाकडे आले.

चालसी किती जगें किती युगें मुशाफिरा?
एकटेपणा तुझा असह्य हों चराचरा!

म्हणत निघालेला हा मुशाफीर ह्या मैलाच्या दगडावरून जरा मागे वळून पाहील, तर त्याला दिसून येईल—आपण आता एकटे नाही. मागाहून आपल्या गीतांच्या तालासुरांवर नाचत-गात आलेली फार मोठी दिंडी आहे. त्या दिंडीतले गळ्यात वीणा घातलेले आपण आता आघाडीचे भजनीबुवा आहो. ही प्रेमभजनी यात्रिकांची दिंडी तिन्ही लोक

आनंदाने भरून जाण्यासाठीच निघाली आहे. "गात गात विस्तरून भेट देउं सागरा" म्हणताना त्यांच्या जीवनसाथी पश्चिम सागरालाही कौतुक वाटेल ते एकाच गोष्टीचे, की माझ्या ह्या मित्राने जनसागराच्या अंतःकरणात माझ्याशी स्पर्धा करणाऱ्या लाटा उचंबळून आणल्या. आणि तो सागर अर्थातच गोमंतकाच्या भूमीच्या पायाशी लोटांगण घेणारा असल्यामुळे गर्जून म्हणेल, "बाकीबाब, कितलो होड जालो रे तू? वा! मी दिलेल्या माशांचं चीज केलंस! आज काय देऊ? बांगडे, शेवटे, मुङ्डूश्य ?..."

आणि मग मागली दिंडी म्हणेल, "आमचा भजनीबुवा गायब कुठं झाला?"

प्रश्नाचे उत्तर दारच्या नारळीला, 'डोंगरावरच्या काजविणीला आणि चुलीपुढल्या रुक्मिणवैनीला ठाऊक आहे. काही प्रश्नांची उत्तरे पुस्तकात सापडत नाहीत! मग ती मराठीतली असोत, की कोकणीतली!

स्वरूपसुंदर बापू माने

अकरा फेब्रुवारीला बापू माने साठीचा उंबरठा ओलांडीत असल्याचे मला रणजित बुधकरांनी सांगितले. ऑपेरा हाउसमध्ये तुडुंब गर्दीपुढे चाललेल्या 'घराबाहेरच्या' तडाखेबंद प्रयोगाची आठवण इतकी ताजी आहे की, अजूनही ते नाटक पाहून जवळजवळ एकूणचाळीस वर्षे झाली, हे मानायला मन तयारच होत नाही. बापूंना स्वरूपसुंदर ही पदवी मला वाटते अनंत हरी गद्र्यांनी दिली. कलेच्या क्षेत्रातल्या लोकांना गद्र्यांनी अनंतहस्ते दिल्यासारख्या पदव्या दिल्या. बापूंना त्यांनी? 'स्वरूपसुंदर' केले. आणखी कुणाला काय केले, देव जाणे! पण 'स्वरूपसुंदर' करताना उगीचच त्यांनी बापूंना अवघड करून ठेवले होते. कारण बालगंधर्वांच्या असामान्य सौंदर्याची मोहिनी पडलेला प्रेक्षक त्या गुंगीतून बाहेर पडला नव्हता. त्या प्रेक्षकाला बापूंनी खेचून घेतले ते दिसण्यातल्या सौंदर्यापेक्षाही सर्वस्व पणाला लावून केल्यासारख्या भासणाऱ्या अभिनयसौंदर्याने. आणि ज्या वेळी 'स्त्रीपार्टी' हा शब्द केवळ हेटाळणीने वापरण्याची फॅशन सुरू झाली होती, अशा एका काळात बापूंनी हा पराक्रम केला होता. बालगंधर्वांचे अधिराज्य संपले होते. तसे अधूनमधून त्यांचे प्रयोग होत; पण त्यांची उमेदीची वर्षे पाहिलेल्यांना तेहतीस-चौतीस सालातील त्यांचे स्त्रीवेषातले दर्शनदेखील दुःखदायक वाटत असे. खाडिलकरांची नाटके आणि स्त्री पार्टी नट, मग तो बालगंधर्व असो, नाहीतर आणखी कोणी असो, मराठी रंगमंचावरून यांची हकालपट्टी केल्याशिवाय रंगभूमीचा उद्धार होणार नाही, अशा गर्जना करण्याचा तो काळ होता. नवी आटोपशीर नाटके आली होती. बायकांचे पार्ट बायका करायला लागल्या होत्या. ज्योत्स्नाबाई भोळ्यांसारखा एखादा सन्माननीय अपवाद वगळला, तर खरीखुरी बाई याहून अभिनयाच्या दृष्टीने आवश्यक गुणवत्ता असलेल्या नटीही नव्हत्या. पण जुन्या स्त्रीपार्टी पुरुषांपेक्षा या स्त्रियांचे रंगभूमीवरचे दर्शन अधिक सुसह्य होते. जुन्या नाटकमंडळ्या मोडल्या होत्या. ज्या तग धरून होत्या त्या आडगावी खेळ करीत होत्या. दुष्काळात खेड्यातील दरिद्री माणसे 'जगायला' निघत असतात. तशा एके काळच्या वैभवसंपन्न मंडळ्या जगायला निघाल्या होत्या. त्यांचे कौतुक संपले होते, आकर्षण ओसरले होते. ज्या नटांना आम्ही झगमगाटात पाहत आलो होतो, त्यांची त्यानंतर किती विसंवादी वातावरणात भेट व्हायची. कुणी भाजीपाल्याचे दुकान मांडून बसला होता. कुणी खण-लुगडी खपवतोय. कुणी बसकंडक्टर होऊन तिकिटे विकतोय. मराठी रंगभूमीचा संसार उधळलेल्या ह्या काळात कोणाच्या नशिबी काय काय भोग आले होते याचा इतिहास लिहायला हवा. कंटाळा आला की पोरी बाहुल्या फेकून देतात. रंगमंचावर आज ह्याचे तर उद्या त्याचे सोंग घेऊन नाचणाऱ्या ह्या हाडामासाच्या वाहुल्यादेखील उपेक्षेच्या

केरकचऱ्यात फेकून दिल्या जातात. बाहुल्यांचे आकर्षण संपले की खेळ खलास! कालच्या करामती वर आज जगायची नटाला सोय नाही. रोज रात्री तोंडाला रंग लावून तो नाचेल तरच त्याची किंमत. वय झाले, पाय थकले, आवाज थकला, ही सबब चालत नाही. त्यातून स्त्रीपार्टी केवळ अभिनयगुणावर टिकू शकत नसे. बाईचा भास निर्माण करण्याइतका चेहऱ्याचा गोंडसपणा टिकवायला हवा. तो तरी टिकवू म्हटले म्हणून टिकतो असे थोडेच आहे? चेहऱ्यावरचा पुरुषी निबरपणा वाढीला लागतो. तो रंगरंगोटीने लपवणे कर्मकठीण! लटपटत लटपटत आपला नाट्यसंसार उभा ठेवणाऱ्या ज्या काही पाचदहा मंडळ्या शिलक राहिल्या होत्या त्यांतल्या स्त्री-पार्टी नटांची सोंगे बघवत नव्हती. शिवाय, या नटांविषयीचे समाजाचे कौतुक आणि सहानुभूतीही संपलेली.

अशा या वाताहतीच्या काळात मराठी रंगभूमीवर एक समर्थ नाटककार आला आणि पोरसवदा दिसणारा एक नटसंच. शत्रूचा हल्ला होऊन साऱ्या गावाने धूम पळत सुटावे आणि एखाद्या शाळामास्तराने चार पोरे हाताशी धरून गावाची वेस समर्थपणे झुंजवावी तशी प्रल्हाद केशव अत्रे नावाच्या एका शाळामास्तराने नाट्यसृष्टीत झुंज दिली! बालमोहन नाटक मंडळी हे नाव धारण करणाऱ्या, गणपतीतल्या मेळ्यापेक्षा जरा वरच्या दर्जाच्या पण गंधर्व, बलवंत वगैरे मंडळ्यांपेक्षा खालच्या इयत्तेतल्या कुमारवयाच्या नटमंडळीकडून अत्र्यांनी हा पराक्रम करून दाखवला. बिछान्याला खिळलेली म्हातारी बहुधा संपली असावी अशा अपेक्षेने एखाद्याने खिडकीतून डोकावून पाहावे आणि ती म्हातारी नदीवरून भरल्या पाण्याच्या कळश्यांची उतरंड घेऊन झपाझपा येताना दिसावी, अशी काहीशी त्या काळात मराठी रंगभूमीच्या अंत्यविधीसाठी टापशी बांधून बसलेल्यांची अवस्था झाली. नाटक नावाचा शब्द मराठी भाषेतून जातो की काय, अशी परिस्थिती झाली होती. पुन्हा एकदा अत्र्यांच्या 'साष्टांग नमस्कारा' ने लोकांचे लोंढे नाट्यगृहाच्या दिशेला वळवले. आजवर मराठी नाटकांतील नायिका प्रेक्षकांची उत्कंठा वाढवणारे किंवा लालित्यपूर्ण विभ्रमाने गुदगुल्या करणारे वाक्य म्हणत पहिला प्रवेश करीत असे. जोडीला एखादे मोहक गाणेही असायचे. इथे नायिका आपल्या भावंडांबरोबर रंगमंचावर सूर्यनमस्कारासाठी आडवी झाली आणि एका पार आडव्या झालेल्या रंगभूमीला' तिने पुन्हा एकदा धावती केली. 'साष्टांग नमस्कार' लिहिणारे अत्रे, त्या कुमारांचा संच तयार करणारे दामुअण्णा जोशी आणि बापू माने, जाधव, बाबालाल, नागेश जोशी, धुमाळ, सौदागर, कोर्डे, आपटे ही त्या काळी वयाने कोवळी असलेली नटमंडळी मराठी रंगभूमीच्या साडेसातीच्या काळात शुभग्रहांची दाटी जमल्यासारखी एकत्र आली. विशीच्या आतली ही मुले, पण धनेश्वराच्या शब्दांत सांगायचे तर "काय एका चढी एक" होती ते ती नाटके पाहिलेल्यांनाच आठवेल!

एक तर 'साष्टांग नमस्कारा' त प्रत्येक पात्राला गंमत करून दाखवायला भरपूर वाव. ह्या नाटकात प्रत्येकजण चुणूक दाखवून जायचा. बापू शोभना व्हायचे. पण आबालाल आणि जाधव हेदेखील स्त्रीवेषात खूप देखणे दिसायचे. शिवाय, 'साष्टांग नमस्कारा'

तल्या शोभना, मीरा, त्रिपुरी ह्या तशा तोंडीलावण्यापुरत्याच. मुख्य पदार्थ म्हणजे रावबहाद्दूर, सिद्धेश्वर आणि भद्रायू! दामुअण्णा जोशी, नागेश जोशी आणि धुमाळ हे जणू काय ह्या भूमिकांसाठीच जन्माला आले होते. पुढे अत्र्यांच्या नाट्यांतून ह्या त्रिकुटाने खूप रंग भरला. पण ती सारी कामे कमीअधिक फरकाने रावबहाद्दूर-भद्रायू-सिद्धेश्वर-छापच होती. नाटककाराची पात्रे त्याच्या भूतकाळातल्या नाटकातून नव्या नाटकातल्या पात्रांच्या अंगात भुतासारखी कधी शिरतील सांगता येत नाही. 'साष्टांग नमस्कारा' त जो येई तो बाउंडरी मारून जाई. सगळी नटमंडळी पट्टीची बोलणारी. अत्र्यांचे नाटक उभे करायला ते मुख्य भांडवल हवे. प्रेक्षकांनादेखील कितीतरी दिवसांनी खरपूस मराठी बोलणे ऐकायला मिळत होते. त्या बोलण्यात नाटकीपणा नव्हता. उगीचच भुवया उडव, खांदे उडव, हाताचे दांडपट्टे फिरव, असले फालतू अंक्टिंग नव्हते. अचूक वाक्य फेकायचे आणि हशे गोळा करायचे, हे 'साष्टांग नमस्कारा' त मुख्य काम होते. ते सगळ्यांनी व्यवस्थित पार पाडले होते. किंबहुना, सगळेच उजवे निघाले. त्यामुळे बापू माने हे नाव इतरांच्या जोडीने घेतले जात होते. स्त्री पार्टी नटाच्या बाबतीत "आहे कसा आननी?" हा पहिला प्रश्न असायचा. बालमोहन मंडळीत बापू, जाधव आणि बाबालाल हे तीन स्त्री पार्टी. तिघेही बाईचे सोंग घेतले की हुबेहूब बाईसारखे दिसणारे! जाधव तर शंभरजणीत उठून दिसावे, असे सुरेख. त्यामुळे 'साष्टांग नमस्कार' नाटकात नटांच्याइतकाच एकूण नाटकाचा बोलबाला झाला. कुणाचे स्वतंत्र असे नाव झाले नाही.

पण नटाच्या आयुष्यात ज्या भूमिकेशी त्याचे नाव कायमचे गुंफले जाईल अशी एखादी भूमिका त्याला मिळावी लागते किंवा त्या नटाचे गुण प्रामुख्याने लोकांच्या नजरेत भरतील अशी नाटके लिहिणारा नाटककार भेटावा लागतो. खाडिलकरांमुळे बालगंधर्व की बालगंधर्वांमुळे खाडिलकर हा प्रश्न बरोबर नाही. सोनेही हवे आणि सोनारही हवा. बापूराव मान्यांच्या सुदैवाने त्यांच्या अभिनयकौशल्याला वाव देणारी भूमिका 'साष्टांग नमस्कारा' नंतर वर्षभरातच त्यांना मिळाली. तेहतीस सालच्या मे महिन्यात 'साष्टांग नमस्कारा' चा पहिला प्रयोग झाला आणि चौतीसच्या ऑक्टोबरात 'घराबाहेर' नाटक आले. बापूराव मान्यांच्या अभिनयकौशल्याने प्रेक्षक थक्क होऊन गेला. बालगंधर्वासारखे देखणेपण नाही. गाणे बेताचे. नाटकाचा विषयही सनातनी मनाला खाजवून सुखावणारा नव्हे तर जोरदार धक्का देणारा. नव्या पिढीला विषय मानवणारा असला तरी 'स्त्री-पार्टी' ह्या शब्दांनीच त्याला शहारे यायचे. कसलीही अनुकूलता नसलेल्या काळात मराठी नाटकाच्या थेटराबाहेर 'हाउस फुल्ल' ही अक्षरे झळकतील असे कुणालाही वाटले नव्हते. ह्या यशातला फार मोठा वाटा त्या नाटकात 'निर्मला' होऊन येणाऱ्या बापूराव मान्यांचा! मी बापूंचे 'घराबाहेर' मुंबईच्या ऑपेरा हाउसमध्ये पाहिले. 'हाउस फुल्ल' हा शब्दच मला वाटते अनंत हरी गद्रे यांनी त्या 'घराबाहेर' नाटकापासून लोकप्रिय केला. 'स्वयंवर' पाहून लोक 'बालगंधर्व' 'बालगंधर्व' म्हणत परतत असत. 'घराबाहेर' पाहिलेले प्रेक्षक आता 'बापू माने', 'बापू

माने' म्हणत बाहेर पडू लागले. सुमारे अडतीस वर्षांपूर्वी ऑपेरा हाउस मध्ये पाहिलेल्या 'घराबाहेर' नाटकातली ती निर्मला आजही माझ्याप्रमाणे माझ्या वयाच्या, नाटकाचा नाद असलेल्या अनेक प्रेक्षकांच्या डोळ्यांपुढे उभी असेल. ऑपेरा हाउसच्या त्याच रंगमंचावर तीनचार वर्षे उपाधी मी बालगंधर्वांची सिंधू पाहिली होती. पतीच्या पायांना स्वर्ग मानणारी सिंधू, आणि "हिंदू स्त्रीला ह्या जगात स्वतःचं घर नसतं. ती आपल्या पतीच्या घरातील दोन खणांच्या खोलीतील भाडेकरू असते. तिच्या मालकाच्या मनात आलं तर तो तिला चोवीस तासांची नोटीस देऊन घराबाहेर, संसाराबाहेर, जगाबाहेर हाकून देऊ शकतो..." म्हणणारी निर्मला तशा वरपांगी दोन टोकांच्या वाटतात; पण दोन्हीही स्त्रीजन्माला आलेल्या पापाच्याच करुण कहाण्या, दोघीही कारुण्यमूर्तीच. एक गरीब गाय, दुसरीने जराशी शिंगे उगारलेली—पण शेवटी गायच!

आज 'घराबाहेर' वाचताना गडकऱ्यांच्या भाषाप्रभुत्वाने भारलेल्या अत्र्यांचेच त्यात अधिक दर्शन घडते. चौतीस ते बहात्तर ह्या कालखंडात नाट्यरचना, नाट्यसंवाद, पात्रनिर्मिती इत्यादी बाबतींतल्या कल्पनाही खूप बदलल्या आहेत. पण आजही त्या नाटकातले बापूराव मान्यांनी घडवलेले निर्मलेचे दर्शन मनात कसे टवटवीत आहे!

मराठी रंगभूमीवरून सिंधू आणि निर्मला ह्या अगदी निराळ्या प्रकृतीच्या नायिकांनी प्रेक्षकांच्या अंतःकरणाचा ठाव घेतला. आणि हे कार्य मात्र केले दोन स्त्री-पार्टी नटांनी. बायकांच्या भूमिका बायकांनी कराव्या आणि पुरुषांच्या भूमिका पुरुषांनी कराव्या म्हणताना त्या भूमिका करणार्यांना अभिनय यायला हवा ही पहिली अट सांगायचे राहून जाते. स्त्री-पार्टी ह्या शब्दाचा वीट आलेल्या काळात बापूराव माने नावाचा स्त्री पार्टी नट, शेवटी अभिनयातून नाटककाराला अभिप्रेत असणारी मूर्ती रंगमंचावर जिवंत करून दाखवायची हे महत्त्वाचे असते, हेच सिद्ध करून गेला. खुद्द नाटककार अत्र्यांनीदेखील 'घराबाहेर' च्या यशामध्ये 'निर्मले' ची भूमिका करणारे बापूराव माने यांचा सर्वात मोठा हिस्सा होता, हे 'कर्हे च्या पाण्या' त नमूद केले आहे.

रंगमचाधिष्ठित कला—मग ती नाट्यकला असो, नृत्य असो, गायन असो—त्या कलेच्या आविष्कारात तो कलावंत देह जावो अथवा राहो, अशा भावनेने रमला आहे असे प्रेक्षकाला वाटावे लागते. मग खरोखरीचा तसा रमलेला असो वा नसो, त्या तादात्म्याचा भास संपूर्णपणे झाला पाहिजे. रोज रात्री रंग फासून उभे राहावे लागले, तरीदेखील त्या रंगी हा नट अंतर्बाह्य रंगला आहे असे जर प्रेक्षकाला वाटले नाही, तर त्याचा त्या नाटकाशी जीवच गुंतत नाही. बालगंधर्वांच्या नंतर स्त्री पार्टी नटांत संपूर्णपणे भान हरपून काम करणारे माझ्या पाहण्यातले पहिले नट बापू माने आणि त्यानंतर मास्टर नरेश. रंगमंचावर वावरताना बापूराव एक क्षणभरदेखील अचेतन होत नाहीत. नको त्या ठिकाणी आगाऊपणाने आपल्या अस्तित्वाची प्रेक्षकांना जाणीव करून देण्याची काही नटांना दुष्ट खोड असते. असले नट नाट्यप्रसंगातला ताल आणि तोल बिघडवतात. कधी कधी याउलट असाही नटसंच असतो की सारे काही यथासांग चालल्यासारखे वाटत असूनही नाटक मात्र फ्रिझमधल्या माशासारखे थंड पडलेले असते. असल्या

माशांचे डोळे उघडे असतात, पण डोळ्यांत 'नजर' नसते. थंड डोळ्यांनी प्रेक्षकांकडे पाहणारी ही नाटके! चांगल्या चांगल्या नाटकांना गोठवणारे नट आणि नट्या मी पाहिल्या आहेत.

एकदा अत्र्यांचेच 'मोरूची मावशी' नाटक चालू होते. म्हणजे पडदा वर गेला होता. पात्रे बोलत होती. स्त्रियांचे पार्ट स्त्रियाच करीत होत्या. कोणी भाषणे चुकत नव्हते. पण नाटकाचा मात्र थंडगार गोळा होऊन पडला होता. विशेषतः त्या नट्या तर 'घ्यायचं तर घ्या नाही तर टळा' च्या चालीवर रंगमंचावर वावरत होत्या. काही वेळाने बापूरावांची एंट्री झाली. एखाद्या जुन्या राजवाड्यात आलवाणात झाकलेल्या झुंबरावरचे ते कळकट आलवाण आणि धूळ छुमंतर केल्यासारखी नाहीशी व्हावी आणि एकदम ते झुंबर पेटून झगमगायला लागावे तसे त्या थंड पडत चाललेल्या नाटकाचे झाले!

बापूंचे सारे आयुष्य अत्र्यांच्या नाटकातील भूमिका करण्यात गेले. त्यांच्या प्रत्येक स्त्री-भूमिकेतली अभिनयाच्या सुंदर आविष्काराची किती तरी चित्रे माझ्या मनावर कोरली गेली आहेत. 'घराबाहेर' मधला तो मंगळसूत्र तोडण्याचा प्रसंग. 'उद्याच्या संसारा' तल्या करुणेच्या चेहऱ्यावरचा तो उदास भाव. रश्मीच्या भूमिकेतला तो थिल्लर असूनही जरादेखील घृणास्पद न वाटणारा अभिनय. अत्र्यांच्या विनोदी नाटकांत जोडीची पात्रे नको तितका आगाऊपणा करताना आढळतात. बापूंनी असला प्रकार केल्याचे माझ्या पाहण्यात नाही. रश्मीच्या कामात तर काही नट्यांनी धुमाकूळच घातला होता. ज्याला इंग्रजीत 'टॉम् बॉय' म्हणतात अशा प्रकारची ती एक थट्टेखोर तरुणी. ती खट्याळ आहे, उठवळ नाही. ती पुरुषांना गमतीत खेळवीत असते. ते तिचे खेळवणे आणि तिच्यापुढे पुरुषांचे मोरू बनणे आल्हाददायक वाटायला हवे. ते न वाटता नुसताच निर्लज्जपणा दिसायला लागला तर ती 'लग्नाच्या बेडी' तील रश्मी राहत नाही. स्वतःच्या अंगप्रत्यंगाचे जाहीर प्रदर्शन करण्याची हौस असलेली एक बाई तेवढी प्रेक्षकांना दिसते. बापू ह्या रश्मीचा खट्याळपणा सुरेख दाखवीत. 'जग काय म्हणेल?' मधल्या नायिकेची भूमिका अगदी निराळी. त्या भूमिकेत देखील बापू त्या नायिकेला कॉलेजात असताना आपण केलेल्या 'सौभद्र' नाटकातल्या भूमिकेची आठवण होऊन ती झपाटल्यासारखी भूतकाळात जाते, आणि 'सौभद्रा' तले ते गाणे गाऊ लागते, हा प्रसंग फार सुंदर वठवीत.

बापूंना अभिनयाचे शिक्षण कोणी दिले मला ठाऊक नाही; पण तन्मयतेचा आणि रंगभूमीवरच्या निष्ठेचा गुण मात्र जन्मजात असला पाहिजे. त्यांना मी कधी अपुऱ्या तयारीने रंगमंचावर आलेले पाहिले नाही. जी कुठली भूमिका असेल तिच्यावर स्वार होऊन येणारा हा नट. अनेक वर्षांपूर्वी मी त्यांची कृत्तिकेची भूमिका पाहिली आहे.

बाँबे थिएटरात 'संशयकल्लोळ' होते. सुलोचना पालकर रेवती, पंडितराव नगरकर अश्विनशेट, दामुअण्णा जोशी—मला वाटते—फाल्गुनराव आणि बापूराव माने कृत्तिका. सुलोचना पालकर 'डिट्टो गंधर्व' असल्यामुळे बालगंधर्वांचे अनुकरण करण्याचा प्रयत्न करीत होत्या. पण बापू मात्र फक्त 'कृत्तिका' च होते. स्त्रीपार्टी नटांना ओव्हर-अक्टिंग

करावे लागे, किंवा सगळे स्त्रीपार्टी ओव्हर अक्टिंग करीत असतच, अशी पुष्कळांची चुकीची समजूत आहे. ओव्हर-अक्टिंग हा दोष पुरुष नटांचाच कशाला, नट्यांचाही असू शकतो. विनोदी म्हणून गाजलेल्या नटांना तर ओव्हर-अक्टिंग हा शापच असतो आणि ते वरदान मानून त्यांचा धिंगाणा चालू असतो. स्त्री भूमिका करणाऱ्या काही नटांना कृत्रिम आवाज काढून बोलावे लागे. बापूंच्या सुदैवाने त्यांचा आवाज कुठलाही कृत्रिम प्रयत्न न करता स्त्री-भूमिकेत साजून दिसणारा. अभिनयातली कृत्रिमता ही मुख्यतः आवाज काढण्याच्या कृत्रिमतेतून येते. बापूंचे बोलणे अतिशय खळखळीत. स्पष्ट असूनही उगीचच मराठी शाळामास्तराने शुद्धलेखन घातल्यासारखे स्पष्ट नव्हे. स्वच्छ उच्चारासंबंधीच्या चुकीच्या कल्पनांमुळे चांगल्या नावाजलेल्या नटांचे शब्द नीरस होऊन फक्त व्याकरणाचे नियम पाळीत बाहेर पडतात. स्पष्ट शब्दोच्चाराला शिरा फुगवाव्या लागत नाहीत. स्पष्टपणा हा सौष्ठवासारखा अंगभूत गुण आहे. तो स्वतंत्रपणे जाणवला की मजा गेली. एखाद्या व्यायामपटूने उगीचच आपल्या दंडावरच्या बेटकुळ्या किंवा छातीचे स्नायू फुगवून दाखवीत हिंडल्यासारखे भाषेचे प्रदर्शन करून दाखवीत काही नट बोलतात. तर काहींच्या शब्दांना उच्चारातल्या कमकुवतपणामुळे निसरडेपण आलेले असते. ही दोन टोके. बोलण्यात सहजता अशी हवी की, त्या वाक्यांना हवे ते वळण चटकन घेता आले पाहिजे. पुरुष नटांना स्त्रीभूमिका करताना असली सहजता साधणे अवघड असते. बापूरावांचे बोलणे असे सहज असे. दुसऱ्या एका स्त्रीपार्टी नटाची ह्या सहज बोलण्यावरून आठवण झाली. शंकरराव कुलकर्णी हे एक असेच सहज बोलणारे आणि कमालीच्या सहजतेने रंगमंचावर वावरणारे स्त्रीपार्टी नट. मी चाफेकर, माशेलकर, कृष्णा आगरवाले, मंडलीक असे पुष्कळ स्त्रीपार्टी नट पाहिले आहेत. यांना स्त्रीवेष शोभून दिसायचा. पण बोलण्यात ह्या सगळ्यांपेक्षा मला बापू माने, शंकरराव कुलकर्णी आणि नरेश उजवे वाटत आले आहेत. शंकरराव कुलकर्ण्यांचे 'सौभद्रा'तल्या रुक्मिणीचे आणि 'शिवसंभव' नाटकातल्या जिजाबाईच्या आईचे ही कामे मी पाहिली आहेत. 'शिवसंभवा' त मी छोटेसे कामही केले आहे. कसलाही प्रयास न करता शंकररावांचा आवाज स्त्री भूमिकेला इष्ट अशा सुरत जायचा. थोडासा ढालाच. पण आवाजात सुरेख आर्जव असे. बापूंची पट्टी त्या मानाने चढी, पण हे बोलणे ऐकत राहावे असे वाटायला लावणारी एक मोहक आकर्षकता त्यांच्या आवाजात आहे. रंगभूमीवर बोलणे ऐकत सहावे असे वाटल्याखेरीज अभिनय पाहत राहावा असे मला तरी वाटत नाही.

मराठी रंगभूमीवरून आता स्त्रीपार्टी नट कायमचे गेल्यासारखे झाले आहेत. सगळेच स्त्रीपार्टी नट चांगले होते, असे कोणीही म्हणणार नाही. पण केवळ स्त्रीपार्टी हा दोष मानला गेल्यामुळे काही गुणी नटांवर अन्याय झाल्यासारखे मला वाटते. त्यांत बापू मान्यांचे नाव चटकन डोळ्यांपुढे येते. असाच दुसरा गुणी नट म्हणजे मा० नरेश. 'पुण्यप्रभावा' तली कालिंदी, 'राजसंन्यासा' तली शिवांगी, 'भावबंधना' तली लतिका—नरेशइतक्या प्रभावीपणाने ह्या भूमिका करणाऱ्या नट्या माझ्या काही पाहण्यात

नाहीत. तीच गत बापूराव मान्यांनी केलेल्या अत्र्यांच्या नाटकांतल्या भूमिकांची. अशा वेळी म्हाताऱ्याची भूमिका म्हाताऱ्यानेच केली पाहिजे, हे जसे आपण म्हणत नाही, तसेच स्त्रियांची भूमिका स्त्रियांनीच केली पाहिजे, 'हे म्हणणे देखील पुन्हा एकदा नीट तपासून पाहायला हवे, असे वाटू लागले आहे. बापू स्त्रीपार्ट करीत होते त्या काळात मराठी रंगभूमीवर स्त्रिया कामे करू लागल्या होत्या. तरीही आपल्या अभिनयगुणाने बापूंनी प्रेक्षकांना खेचून घेतले. उत्तम स्त्रीपार्टी नट म्हणून बालगंधर्वांच्या नंतर लोकांनी बापूंनाच आपल्या मनात स्थान दिले. गंधर्वांसारखे तै 'लीजंड' झाले नसले तरी पूर्वीच्या कुठल्याही श्रेष्ठ नटांची उत्तम नक्कल करणारे 'डिट्टो' कोणीतरी न होता त्या त्या भूमिकेत काय काय साजून दिसेल याचा विचार करून त्या त्या भूमिकेचे दर्शन प्रेक्षकांना घडवून त्यांनी पसंतीची फार मोठी दाद मिळवली.

लोकाभिरुची बदलत असते. आणि लोकांच्या पसंतीवर जगणाऱ्या नाटकासारख्या व्यवसायातल्या लोकांना लोकाभिरुचीच्या चंचलतेचे फटके खावे लागतात. बापूंनी कौतुकाचे दिवस पाहिले, तसा उपेक्षेचा अंधारही पाहिला. पण हा माणूस सर्व परिस्थितीत 'नाटका' लाच चिकटून राहिला. ज्या अत्र्यांच्या नाटकांतून ते वावरले त्यांचे ऋण बापू विसरले नाहीत. अत्र्यांचे बोट त्यांनी सोडले नाही. आणि अत्र्यांनीही बापूंना दूर लोटले नाही. पानशेतच्या पुराने त्यांना फटका दिला. बालमोहन नाटक मंडळीच्या कर्तृत्वाचा इतिहास त्यांनी वर्तमानपत्रांतली कात्रणे, फोटो वगैरे जपून ठेवून जवळ बाळगला होता. ते सारे पाण्यात वाहून गेले. त्यानंतर त्यांना डोळ्यांच्या विकाराने छळले. जाड भिंगांचा चष्मा लावून चाललेले बापू दिसले की, मला ते निर्मलेच्या भूमिकेत संतापाने निखाऱ्यासारखे फुललेले डोळे आठवायचे. करुणेचे उदास डोळे, रश्मीच्या डोळ्यांतील जादूगिरी–असल्या बोलक्या डोळ्यांवर चढलेले ते पेपरवेटसारखे जाड भिंग मनावर आघात करून जाई. अशाच अवस्थेत एकदा ते बटाट्याच्या चाळीचा प्रयोग बघायला आले होते. प्रयोग संपल्यावर आत आले. खिशातून एक रुपया काढून देत मला म्हणाले, "ह्या रुपयाचं आत्ताच्या आता दूध मागवा. आणि प्या. इतकं जीव तोडून कशाला काम करायला हवं? खूप थकला आहात तुम्ही." जीव तोडून काम करणे म्हणजे काय हे ज्या बापूंसारख्या निष्ठेच्या कलावंताकडून आम्ही थोडेफार शिकलो, त्यांच्याकडून जीव तोडून काम करण्याबद्दलची ही दटावणीत दडवलेली शाबासकी मला खूप मोलाची वाटली.

अकरा फेब्रुवारीला बापूंनी साठीचा उंबरठा ओलांडून एकसष्टीत एंट्री घेतली आहे. अशा प्रसंगी त्यांना भरघोस आशीर्वाद द्यायला आचार्य अत्रे ही एकच योग्य व्यक्ती होती. अत्र्यांच्या आणि अत्रे-साहित्याच्या सहवासात आयुष्य काढलेल्या बापूंना, ह्या प्रसंगी आशीर्वादाला साहेबांचा हात हवा होता, हे राहून राहून वाटणार. अत्र्यांच्या नाटकातल्या नायिका रंगभूमीवर सजीव करणारे बापू भेटले हा अत्र्यांचा सुयोग, आणि अशा नायिका निर्माण करणारे अत्रे भेटले हा बापूंचा सुयोग! इथे कुणी कुणाला चिरंजीव केले, ह्या प्रश्नाचा वाद घालणाऱ्यांनी घालावा, पण एक मात्र निश्चित. ह्या दोघांनी

मरगळलेल्या मराठी रंगभूमीला कसले चैतन्य आणले होते, ते ज्यांनी ऑपेरा हाउसच्या बाहेरचे 'घराबाहेर' चे 'हाऊस फुल्ल' चे वोर्ड पाहिले होते त्यांनाच समजेल!

बापूंचे अभिनंदन करावे असे माझे वय नाही, की रंगभूमीवरची माझी कर्तबगारीही नाही. अभीष्टचिंतन हा शब्द जरासा औपचारिक वाटतो. पण ह्या साठाव्या वाढदिवसाचा सुयोग साधून व्यक्त करायची होती ती आपल्या अभिनयगुणांतून त्यांनी दिलेल्या आनंदाविपयीची मनःपूर्वक कृतज्ञता! त्या कृतज्ञतेच्या भावनेनेच बापूराव, तुम्हांला उत्तम आरोग्य आणि स्वास्थ्य लाभो ह्या शुभेच्छा.

‘मुली, औक्षवंत हो!’

राज्य सुखी या साधुमुळें
शूरा मीं वंदिलें–

‘राज्य सुखी या साधुमुळे’ नंतरच्या ‘शूरा’ मधल्या ‘रा’ ह्या अक्षरावर सभागृहातून विजेच्या वेगाने आणि विजेच्याच लखलखाटाने एखादा तीर सूं-सूं करीत जावा तशी त्या चिमुकल्या गळ्यातून तान गेली आणि सभेचा लक्ष्यवेध झाला. त्या नऊदहा वर्षांच्या चिमण्या जीवाला आपण काय केले ह्याची कल्पना तरी होती की नाही, देव जाणे! सगळ्या पॅलेस थिएटरचे भान त्या सुरांबरोबर हरपले. एक एवढीशी हडकुळी, पण अंतर्बाह्य आत्मविश्वासाने फुललेली मुलगी रंगभूमीवर येते काय, आणि फार फार तर ‘घेऊनि ये पंखा’ म्हणायच्या वयात एकदम ‘शूरा मीं वंदिले.’ सुरू करते काय! बाबालाल तबलजी एखाद्या अनुभवी गायकाबरोबर धरावा तसला जबर्‍या‘दिमाखाचा ठेका काय धरतात, आणि पदाची अस्ताई संपवून पहिल्या समेला येताना ही पोरगी पुरे सप्तक भेदून लयीचा तो बिकट बोजा संभाळून समेवर येते काय! कोल्हापूरच्या त्या पॅलेस थिएटरात संगीतातल्या दिग्गजांनी ज्या रंगमंचावरून सुरांच्या बरसातीचे साक्षात्कार घडविले आहेत, त्याच स्थानावरून एका परकर्‍याय पोरीने हे नवल वर्तवले होते. आश्चर्य, आनंद आणि त्या पोरीच्या कर्तबगार पित्याची आठवण असल्या नानाविध भावनांनी त्या रंगमंदिरातल्या श्रोत्यांच्या अंगावर रोमांच फुलले. कडकडून टाळी झाली नुसती पहिल्या समेला. मी मी म्हणणाऱ्यांनी स्वतःला चिमटा घेऊन पाहिले असेल की आपण हे ऐकतो आहो ते खरेच आहे, की हे स्वप्न आहे? त्या तानेचा दाणानदाणा स्वच्छ होता, त्या सुरात भिजलेला होता. लयीच्या कणाकणाचा अंदाज बिनचूक होता. समेवरची झडप तर अशी घारीसारखी होती की, समोरचे ते एवढेसे परकर-पोलक्यातले दर्शन नसते तर एखाद्याला वाटले असते, की कुणी तपातपाची मेहनत झालेली बुजुर्ग बाई केवळ चूष म्हणून बालआवाजीत पलटा घेऊन गेली

यापूर्वी फक्त कुमार गंधर्वांनी वयाच्या नवव्या वर्षी मुंबईच्या जिना हॉलमध्ये असला धक्का दिला होता. बालगंधर्वांनी आणखी काही वर्षांपूर्वी अशाच बालवयात रंगभूमीवर येऊन असंख्य अंतःकरणे आपल्या सुरांनी झेलली होती. आणि आता हा एक नवा चमत्कार घडत होता. बालगंधर्व, कुमारगंधर्व आणि लता मंगेशकर–तिघांनी संगीतातल्या तीन निरनिराळ्या वाटा धरल्या आणि असामान्यत्वाने उजळून ठेवल्या.

संगीताच्या क्षेत्रात परंपरेचे स्थान मोठे मानले जाते. कलावंत मंडळी आपापल्या कुळाचा आणि गोत्राचा फार मोठा अभिमान बाळगीत असतात. कित्येकदा तर काही

जण त्या गोत्राच्याच मोठेपणावर नांदू पाहतात. पण सुरू आणि लय ह्यांनाच शंकर-पार्वती मानून गाणारे फार थोडे कलावंत मी पाहिले. "झरा मूळचाचि खरा" म्हणजे काय ते ह्या कलावंतांचे गाणे ऐ कहान। कळते—मग ते "मम मुखाची ठेव देवा" असो, "म्हारो जी भूलो ना माने" असो किंवा "आयेगा आनेवाला" असो. चिमुकली लता "शूरा मीं वंदिले" म्हणून गेली, त्याला पंचवीस-तीस वर्षे झाली. दीनानाथांचे सूर हवेतून विरले नव्हते. त्यांची धैर्यधराच्या भूमिकेतली ती गाणी, चमत्कृतींनी नटलेल्या गळ्यातून आलेल्या त्या जागा लोकांच्या कानांत होत्या. त्यामुळे "शूरा मीं वंदिले" ऐकल्यावर लोक म्हणाले, "वा! दीनानाथांची आठवण झाली!"

त्यानंतर मात्र ह्या त्यांच्या लाडक्या कन्येने वडलांचेच व्रत चालवले. वडलांची नक्कल करण्याचे नव्हे. ते त्या मानी गायकालाही रुचले नसते. त्याने तर मराठी रंगभूमीवर स्वतःची गायकी निर्माण केली होती. दीनानाथराव दीनानाथरावांसारखेच गात होते. त्यांच्या मुलीने हेच व्रत पुढे चालवले. त्यानंतर लता ही लतासारखीच गात आली. ह्या काळात अनेक नवीन गायिका चित्रपटांतली गाणी म्हणण्यासाठी आल्या, त्यांची धडपड 'डिट्टो लता' व्हायची होती. त्यांतल्या कुणी "लताची आठवण करून देतात," अशीही त्यांची तारीफ झाली असेल. पण संगीताच्याच काय, कुठल्याही कलेच्या क्षेत्रात अमक्याअमक्याची आठवण करून देणारा कलावंत सदैव दुय्यम दर्जाचा मानकरी होऊन राहतो. लताने गेल्या पंचवीस वर्षांत गझल, दादरे, ठुमऱ्या आणि हजारो विविध चालींनी नटलेली गाणी म्हटली, पण त्यांत तिने आठवण फक्त लताचीच करून दिली. कलावंत "यासम हा" होतो तो असा!

लयीच्या आणि सुरांच्या सूक्ष्मातिसूक्ष्म कणांनी जेव्हा चैतन्य धारण केलेले असते, त्या वेळी त्या गाण्याची कोणी जातवारी पाहत नसतात. उगीचच भयंकर धीमा एकताल लावून दहा मात्रांपर्यंत सुरांच्या माश्या हाकलीत जायचे आणि मग झोपेतून जाग आल्यासारखे शेवटच्या एकदोन मात्रांवरून उडी मारून समेच्या नाक्यावरची जकात चुकवायची आणि ख्यालगायक म्हणून मोठेपणा मिरवायचा, ह्याला काही अर्थ नाही. संगीतात लयीतला प्रत्येक क्षण हा सुरांच्या मजकुराने भरून काढावा लागतो, नव्हे, तिथला सुरांचा अभाव असलेला विराम हादेखील बोलका असावा लागतो. चित्रपटासाठी गायिलेल्या साडेतीन मिनिटांच्या गाण्यातदेखील चांगल्या ख्यालगायकी-इतकीच लयकरीची जाणीव असावी लागते.

लताचा सूर सारेच मानतात, पण निर्मळ मनाने सर्व तऱ्हेच्या संगीताचा आस्वाद घेणाऱ्यांसना जर मंत्रमुग्ध करणारी कुठली गोष्ट असेल, तर शब्दांची फेक करताना दिसणारी लताची विलक्षण मोठी अशी लयकारीची जाणीव. तिच्या सुराइतकीच सूक्ष्म ढोबळ लयकारी नव्हे. एखाद्या या फुलपाखराच्या पावलांनी लयीच्या एका कणावरून दुसऱ्या कणावर अलगद उडणारी. कुमार, बालगंधर्व आणि लता ह्यांना वरदान आहे ते लयकारीच्या ह्या अलौकिक जाणकारीचे! गाण्यात बोलत असते ती लय; आणि म्हणूनच लयीच्या जाणिवेचे हे दुर्मिळ दान घेऊन आलेल्या ह्या कलावंतांनी गायिलेले

गाणे दुसऱ्या कुणीही म्हटले, की काहीतरी कमी आहे असे वाटते. लताची गाणी तर खूप चांगला आवाज असलेल्या कितीतरी मुली गातात, आवाजाची टीप गाठतात. पण मूळ चित्र आणि त्याचा प्रिंट ह्यांत असतो तसा फरक दिसतो. ह्याचे कारण लयीच्या सूक्ष्मतेच्या जाणिवेचा अभाव.

सुरांच्या वर्तुळातला मध्यबिंदू पकडणारा आणि लयकारीत वाहत्या काळातला निमिषा-निमिषातला लक्षांश पकडणारा असा हा लताचा गळा आहे. आणि म्हणूनच तिच्या गीतातले शब्दच नव्हे, तर व्यंजनमुक्त स्वरही किती आशयगर्भ वाटतात. लता "धीरेसे आ जा" म्हणून लोरी गाते, पण 'आ जा' नंतरचा तो स्वरांचा हलकासा शिडकावा लयीच्या अशा जागेवरून उठतो की, त्याने कसल्यातरी परतत्त्वाचा स्पर्श केल्यासारखा वाटतो. ह्या साऱ्या उठावणी कमालीच्या मुष्किल आहेत. केवळ स्वरांच्या करामतीमुळे नव्हे; उठावासाठी पकडलेल्या, साध्या नजरेला न दिसणाऱ्या स्थानांमुळे. लताच्या गाण्यातले असामान्यत्व मला तरी भासते ते इथे. झोप उडवणाऱ्या त्या अंगाईगीतातल्या स्वरांच्या शिडकाव्यासारखे कितीतरी शिडकावे आज तिने गायलेल्या शेकडो तबकड्यांच्या रंध्रारंध्रातून लपलेले आहेत. तबकडीच्या त्या रंध्रात शिरून तिला गाती करणाऱ्या त्या सुईचे अग्र अधिक सूक्ष्म, की त्या रंध्रातून उमटणारा लताचा सूर अधिक सूक्ष्म, हे सांगणे कठीण आहे.

होनाजीच्या भूपाळीतल्या "आनंदकंदा प्रभात झाली" मधे वरच्या षड्जावर 'ई' कार लागला आहे तो असाच सुराची सुई घुसल्यासारखा. "जा जा रे जा साजना" मधे अशीच एक जागा आहे. "कैसे दिन बीते कैसी बीती रतीयाँ" मधे 'हाये' वर अशीच एक सुरांची पखरण आहे. अशी किती म्हणून उदाहरणे दाखवायची! माडगूळकरांच्या 'जोगिया' कवितेतल्या नायिकेच्या गळ्यातून सूर उमटल्याचे वर्णन त्यांनी "स्वरवेल थरथरे फूल उमलले ओठी" असे केले आहे. लताचे कुठलेही गीत ऐकताना मला ही ओळ आठवते. तिने गायलेले प्रत्येक गीत हे स्वरलतेवरचे फूलच आहे. अशी शेकडो फुले गेल्या पंचवीस वर्षांत फुलली, आणि किती सहजसहज फुलल्यासारखी फुलली. शब्द, सूर आणि लय ह्यांचे विलक्षण आकार, गंध आणि रंग घेऊन प्रकटलेल्या फुलांचे हे नंदनवन आहे.

मला नेहमी वाटते की, मुंबईसारख्या शहरात एक संगीताचे टोलेजंग म्युझियम असावे. चित्रकलेचे किंवा इतर वस्तूंचे असते तसे. त्यात टेप्सवरून किंवा तबकड्यांवरून देशोदेशींचे आणि सर्व प्रकारचे संगीत ध्वनिमुद्रित करून ज्याला जे ऐकावेसे वाटेल ते ऐकण्यासाठी छोटीछोटी दालने करावीत. हे सारे गायक, गायिका दिसत कसे होते, बोलत कसे होते, राहत कसे होते, हे दाखवणारी चित्रे आणि डॉक्युमेंटरीज कराव्यात. देशोदेशीच्या संगीताच्या इतिहासांची, शास्त्रांची, कलावंतांच्या चरित्रांची तिथे मोठी लायब्ररी करावी. पुस्तकांची लायब्ररी, तबकड्यांची लायब्ररी, टेप्सची, डॉक्युमेंटरीजची लायब्ररी. सूर-लयीच्या तृषार्तांनी यावे आणि तृप्त होऊन जावे. त्या लायब्ररीत एक पडवी फक्त लताच्या गीतांची होईल. इतक्या विविध प्रकारची

गाणी गायलेली दुसरी गायिका माझ्या तरी माहितीत नाही. आज पंचवीस वर्षे अहोरात्र ह्या अलौकिक सुरांची उधळण चालू आहे. आमची पहाट लताच्या सुरांबरोबर उमलते. मध्यान्ह, सांज, रात्र, मध्यरात्र ह्याच सुरांची साथ घेऊन येतात. वातावरणात कुठे ना कुठेतरी लताचा स्वर मावळत्या किंवा उगवत्या सूर्य-चंद्रांच्या साक्षीने विहरत असतो. रेडियोतल्या एका एंजिनियरने मला सांगितले होते की, साऱ्या जगात दुसऱ्या कुठल्याही गायक-गायिकेच्या स्वराला वायुमंडलातल्या ध्वनिलहरींवरून इतका अव्याहत संचार करायचे भाग्य लाभलेले नाही. मला त्या विधानात अजिबात अतिशयोक्ती वाटत नाही. लताच्या सुरांची कधी, कुठे आणि कशी गाठ पडेल, कुणी सांगावे! अनिलांच्या कवितेतली एक ओळ आहे—

आज अचानक गाठ पडे-
भलत्या वेळी भलत्या मेळीं
असतां मन भलतीचकडे-

कितीतरी प्रसंग आठवतात. भारतापासून शेकडो मैल दूर अशा इंडोनेशियातून प्रवास करीत होतो. दंडकारण्यातल्या जनस्थानासारख्या वस्तीत, ज्यांना आमच्या भाषेचा आणि आमच्या संगीताचा कुठलाही संस्कार नाही असा इंडोनेशियन ग्रामवासीयांचा छोटासा मेळावा फोनो लावून लताची गाणी ऐकत बसला होता. चिनी आक्रमणाच्या काळात हिमालयाच्या शिखरावर एका छावणीतल्या तंबूतली गोष्ट : लडाखच्या यात्रेत असताना आम्ही तिथे जाऊन पोचलो होतो. आठदहा सैनिकांच्या चिमुकल्या तुकडीला त्या जीवघेण्या थंडीत आणि त्या थंडीहून अधिक गारठून टाकणाऱ्या विजनवासातल्या भयाण एकांतात सोबत होती ट्रँझिस्टरवरच्या लताच्या गीतांची. सैनिकाच्या कुरबानीची याद करा, अशी लताच्या आवाजातली ती आर्त हाक लक्षलक्ष डोळ्यांच्या कडा भिजवून गेली. पण हिमशिखरावर लताचा आवाज ऐकताना तन्मय झालेल्या त्या जवानांच्या तुकडीकडे पाहून वाटले की, जवानांच्या कुरबानीइतकीच ह्या अलौकिक आवाजाची जगावर केवढी मोठी मेहरबानी आहे!

इंडोनेशियातले ते ग्रामवासी किंवा हिमालयावरचे आमचे जवान. ही तर साधी माणसे; गायनशास्त्रातले कोणी पंडित नव्हेत. पण अलादियाखाँसाहेबांचे चिरंजीव भुर्जीखाँ म्हणजे शास्त्रीय संगीतातले केवढे मोठे विद्वान गृहस्थ! मी त्यांना भेटायला गेलो होतो, त्या वेळी लताच्या गाण्याची तबकडी ऐकण्यात ते रंगले होते. "आयेगा आनेवाला" ऐकून कुमार गंधर्व म्हणाले, "तंबोऱ्यातून निघणारा गंधार ऐकायचा असेल तर लताच्या गळ्यातून ऐका." आडगावच्या गावढ्या मंडळींच्या अड्ड्यापासून ते मलबार हिलवरच्या बंगल्यात राहणाऱ्यापर्यंत आणि शाळकरी पोरांपासून ते जख्ख म्हातार्यांळपर्यंत साऱ्यांनाच आपल्या स्वरांच्या जादूने भारून टाकणारी ही लता-लता कसली, चित्रपटसृष्टीला लाभलेली' ही कल्पलताच आहे. सुरांच्या याचकाने जे मागावे ते देणारी. गझल, ठुमरी, दादरा, कवाली, भजन, पाळणे, लोकगीते, भावगीते,

बालगीते, खानदानी संगीताच्या वळणाची गाणी...मागणाऱ्याने मागत जावे. असली विविधता आणि तीसुद्धा असल्या दर्जाने दिसणारी, भारतीय संगीतात यापूर्वी कुणाच्याही गळ्यातून आली नसेल!

हल्ली इले क्ट्रॉनिक्सच्या साहाय्याने कॉम्प्यूटर्स म्हणतात त्या यंत्रांवर वैज्ञानिकांनी अनेक चमत्कार करून दाखवायला सुरुवात केली आहे. मानवी मेंदूला न साधणारे अनेक बौद्धिक पराक्रम ही यंत्रे करतात. उदाहरणार्थ, जे हिशेब करायला पंचवीस कारकुनांना एक महिना लागेल, ते ही यंत्रे काही सेकंदांत करतात. लता हा संगीता-तला देवाच्या दुनियेतून आलेला कॉम्प्यूटरच आहे. गळ्यातून एक जागा निघावी, म्हणून एकेका गायकगायिकेने जिथे मेहनतीचे पहाड फोडले, त्या बिकट जागा, त्या ताना, त्या मुरक्या, लयकारीचे ते सूक्ष्म भेद, हे सारे ती सहज करून जाते. शास्त्रीय संगीतातली जातकुळी असलेले एखादे सिनेमातले गाणे असते. लताची त्या गीतातली तान ऐशी गेलेली असते की, मी मी म्हणणाऱ्या उस्तादांनी आणि पंडितांनी, मनाचा तितका प्रांजलपणा असला तर, स्वतःचे कान पकडावे. मला खात्री आहे की, उद्या एखाद्या पाश्चात्य संगीत-दिग्दर्शकाने लताला जर इंग्लिश गाणे गायला बोलावले, तर ह्या बाई तिकडल्या तमाम गाणाऱ्या मडमांना संकटात टाकतील. लताच्या सुराला "अटक गमे जेथ दुःसहा" अशीच जिद्द आहे.

देवटाक्याच्या पाण्यासारखा हा गळा. रंग टाकणाऱ्याने आपल्या रंगाच्या निवडीची कमाल करावी. हा गळा त्या रंगांची स्वरपुष्पे क्षणात फुलवून दाखवतो. हा स्वरच मुळी परिसाचा धर्म घेऊन आलेला. त्या स्वराचा स्पर्श झाला की कशाचेही सोनेच व्हायचे. नुसता स्वरच काय, अभिनयाची जाणकारीही फार मोठी. चित्रपटातले गाणे हे संवादासारखे अभिनीत करायचे असते. मला तर लताला प्लेबॅक्-आर्टिस्ट कां म्हणतात, तेच कळत नाही. तिच्या गाण्यांना त्या नटांच्या अभिनयाचा प्लेबॅक् असतो. बहुधा तो तिच्या शब्दस्वरांतून उमटलेल्या भावनांच्या उंचीला पोहोचत नाही. 'धूल का फूल' नावाच्या बोलपटातले "तू मेरे प्यार का फुल है" हे गाणे लताने म्हटले आहे. एका बेवारशी गणल्या जाणाऱ्या अर्भकाची आई हे गीत गात आहे. अभिनय आणि संगीत ह्या दोन्ही दृष्टींनी ह्या गीताचा अभ्यास करावा. लताने त्या गीतातला एकएक शब्द लयीच्या प्रवाहावर फुलाची एकएक पाकळी सोडावी तसा सोडला आहे. तिने म्हटलेल्या गीतांना, कित्येकदा पडद्यावरच्या नटीच्या ओठांची, स्वतःच्या चेहऱ्याची घडी विस्कटू न देता सुरू झालेली निर्जीव हालचाल पाहिली की वाटते, लताच्या गाण्याच्या वेळी ह्या पडद्यावरच्या नट्यांना पडद्याआडच ठेवावे आणि त्या गीताच्या वेळी कॅमेरा केवळ चंद्र, सूर्य, तारे, पाने, फुले, पाणी, नद्या, डोंगर असल्या दृश्यांच्या दिशेला फिरवावा. आपल्या स्वरांनी आणि स्वराइतक्याच रेखीव अभिनयाने फुललेल्या गीतांनी लता अशी जादुनगरी उभी करते. तीत कित्येकदा त्या नट्यांच्या ओठांची निष्प्राण हालचाल लताच्या सुरांना दिलेल्या वरवरच्या 'लिप्सिंपथी' सारखी खोटी वाटते. म्हणून मला वाटते की, लता कसली पार्श्वगायिका! तिच्या गीताच्या

अभिव्यक्तीतून होणाऱ्या भावनांच्या पातळीला न पोहोचणाऱ्या नट्या ह्या पार्श्वनायिका आहेत.

हिंदी चित्रपट हा काही माझ्या फारशा सलोख्याचा विषय नाही. पण अनेक तारे आणि तारकांनी चमचमणाऱ्या ह्या अंगणातून उद्या लता आणि आशा ह्या भगिनींनी "आम्हांला वगळा" म्हटले, तर ही तारांगणे एका क्षणात हतप्रभ होतील! सिलोन-रेडियोचा व्यापारविभाग डळमळायला लागेल, आणि आमची आकाशवाणी केविलवाणी होऊन जाईल. हिंदी चित्रपटांची दुनिया तर तिथल्या संगीतदिग्दर्शकांनी आणि मुख्यतः लताच्या आवाजाने तगवून धरली आहे. हे म्हणजे मिलिट्रीच्या बँडवाल्यांनी एखाद्या राष्ट्राचे संरक्षण केल्यापैकीच आहे. संगीतदिग्दर्शकांच्या भाग्याने लता नावाचा एक चमत्कार पंचवीस वर्षांपूर्वी हिंदी चित्रपटसृष्टीत आला. ह्या सृष्टीची ती आज गेले पाव शतक अनभिषिक्त सम्राज्ञी आहे. कपिलाषष्ठीच्या योगासारखा तिच्या सार्वजनिक दर्शनाचा योग असतो. कुठले प्रीमियर, कुठली ज्युबिली असल्या प्रसिद्धीच्या नाना आकर्षणांपासून ती दूर असते. बाकी राणीला मिरवावे कुठे लागते? मिरवतात दासी. गेल्या पंचवीस वर्षांत तिच्या स्वरांचे हजारो–लाखो अंतःकरणांवर अधिराज्य चालू आहे. संगीतदिग्दर्शक नवा असो, जुना असो, लता एकदा मायक्रोफोनपुढे आली की सुरांना प्राणांचा स्पर्श झाल्याचा साक्षात्कार घडवते आणि त्या बाजारातून नाहीशी होते. पंचवीस वर्षे हा गळा गातो आहे.

तिच्या तीर्थरूपांनी मराठी रंगभूमीवर आपल्या गाण्याने मी मी म्हणवणारांना बुचकळ्यात पाडले होते. माझ्या आयुष्याच्या ताळेबंदीत जमेच्या बाजूला जे महान क्षण आहेत, त्यांतले कितीतरी दीनानाथरावांच्या गाण्यांनी उजळलेले आहेत. सावरकरांसारख्या उत्तुंग प्रतिभावंताने केलेल्या गाण्यांची दीनानाथरावांच्या अश्वमेधाच्या घोड्यासारख्या विजिगीषू गळ्यातून निघालेली फेक आजही माझ्या डोळ्यांपुढे चमकून जाते. त्यांची ती विजेच्या चपळाईने आणि तितक्याच बेगुमानपणाने जाणारी तान आठवली की, आजही जीव अस्वस्थ होतो. जिवाला बेचैन करणारे ते गाणे–अस्वस्थ करणारे. गुंगी आणणारे नव्हे. दीनानाथांच्या कलेचे राज्य त्या काळातल्या आणि व्यवसायाच्या परिस्थितीमुळे मर्यादित राहिले. त्यांच्या ह्या लाडक्या लेकीने त्या राज्याच्या सीमा अमर्याद वाढवल्या. गुणी गायकवादकांच्या सुरांचे हे ऋण कसे फेडायचे! लताच्या शेकडो स्वरांची ही सुखाची ठेव कुठे ठेवायची? ती स्मृतिवरि लिहावी, आणि ते ऋण इथेच ठेवून जायचे! पाव शतकभर साठत आलेले हे ऋण. ऋणकोने धनकोबद्दल एकच भावना ठेवावी; ती म्हणजे धनको सदैव अधिकाधिक धनवान होत जावा हीच.

आमच्या सुरांच्या मागण्याला अंत नाही. आम्ही ह्या बाबतीत सदाचेच भिकारी. सदैव मागतच राहणार. तुकोबाने विठ्ठलाशी मागणे मागतांना "पोटापुरते देई विठ्ठला मागणें लइ नाही, लइ नाही" म्हणून मागितले. पोटापुरते देणाऱ्या विठ्ठलाला देताना कळले असेल की तुकोबांच्या पोटाची भूक कधीच भागणार नव्हती. लताने कोट्यवधी

अंतःकरणांच्या सुरांची भूक भागवता, भागवता वाढवली आहे. हे स्वरभांडार तिच्या जीवात कोणी मोकळे करून ठेवले काय सांगावे! मी वाडवडलांचे आशीर्वाद मानणाऱ्यांतला आहे. मला वाटते, दीनानाथांनीच ही मर्मबंधातली ठेव आपल्या मुला-मुलींना संभाळायला दिली. आळंदीच्या विठ्ठलपंतांची लेकरे जशी दुधाचे दात पडण्यापूर्वीच विश्वात्मक देवाच्या वाग्यज्ञाची सामग्री गोळा करायला लागली, तशी मंगेशीच्या दीनानाथाची ही मुले हातभर उंचीची असल्यापासूनच स्वरयज्ञाच्या तयारीला लागली. लताकडे दिदीपण आले. तिने हे वाण आपल्या हाती घेतले आणि अष्टदिशांना सूर पसरला. चित्रपटाच्या मयसृष्टीत कालचे हिरे आज दगडाच्या मोलाने दुर्लक्षिले जातात, तिथे आज लता पंचवीस वर्षे आपले स्थान टिकवून आहे. त्या सृष्टीत राहूनही ती एका विलक्षण अलिप्तपणाने जगत असते. आपल्या स्वराने सर्वांच्यात आहे आणि आपण मात्र कुणाच्यातही नाही. दिवसातून कितीतरी वेळा आकाशवाणीवरून तिच्या नावाचा पुकारा होतो. आपल्या साऱ्या जीविताचे स्वरमय अलगूज करणारी ही कलावती. तिच्या गाण्याला कुठलीही फूटपट्टी लावून ते मोजता येत नाही. त्या साडेतीन मिनिटांच्या कालावधीत तिच्या गळ्यातून निघालेल्या प्रत्येक सुराला अंतिमत्व आहे. ताजमहालाच्या स्थापत्यात जशी सुधारणा सुचवता येत नाही, किंवा चांदण्याची शोभा वाढवायला त्या चांदण्यात आणखी काही दुरुस्ती घडवावी असे वाटत नाही, तसे त्या स्वराला 'तत् त्वम् असि' असे म्हणावे लागते. सुरांचा मर्मबंध गवसलेला हा गळा आहे. सूक्ष्म लयतत्त्व पाहणारी ही नजर आहे. लताची पंचवीस वर्षापूर्वीची तबकडी काय आणि आजची काय, त्याच चैतन्याने उजळलेला तो सूर. त्याला कोमेजणे ठाऊक नाही आणि त्याची नक्कलही होऊ शकत नाही.

असली ही गुणी मुलगी आणि तिची गुणी भावंडे. कोल्हापूरच्या पॅलेस थिएटराजवळ चिमुकल्या घरट्यात राहत होती तेव्हापासून आजतागायत आपल्या गात्या गळ्याने सुरांचे जग जिंकत चाललेली पाहत आलो आहे. ह्या गळ्यांना कधीही थकवा न येवो. आणखी (खूप वर्षे हे गळे असेच गात राहोत. ज्ञानदेवांच्या दारी सोन्याचा पिंपळ होता. ह्या भावंडांच्या दारी सुरांचा पिंपळ आहे. आज त्या पिंपळाच्या पानापानांइतकी गीते गाऊन ह्या भावंडांनी शेकडो अंतःकरणे तृप्त केली आहेत.

संगीतातले दुढ्ढाचार्य सिनेमासंगीताला नाके मुरडीत असतात. त्याचे मुख्य कारण म्हणजे ही मंडळी आपले कान चारी दिशांतून येणाऱ्या सुरांसाठी उघडेच ठेवत नाहीत. वास्तविक सिनेमासंगीत हे आजचे लोकसंगीत आहे. लता मंगेशकर ही आमची खरी 'नॅशनल आर्टिस्ट' आहे—राष्ट्रगायिका आहे. नॅशनल प्रोग्राममधे गायले म्हणजे नॅशनल आर्टिस्ट होत नसतो. त्याला आकाशवाणीच्या स्टूडियोत घर करून चालत नाही. देशातल्या लोकांच्या अंतःकरणात घर करावे लागते. ते भाग्य लताइतके दुसऱ्या कुठल्याही गायकाला किंवा गायिकेला लाभलेले नाही. आज पंजाब, सिंध, गुजरात, मराठा, द्राविड, उत्कल, वंग जर कुणी एकत्र बांधून ठेवला असेल, तर लताच्या सुरांनी. निसर्गदत्त किंवा संकुचित मनाने ज्यांना बहिरेपणा आलेला आहे असे जर काही अभागी

वगळले, तर ह्या सुरांनी आकृष्ट न होणारा ह्या देशात कुणी असेल, असे मला तरी वाटत नाही. लताने अपरंपार यश मिळवले आहे. तिचा स्वर ऐकला की वाटते, देवाचे देणे मिळावे तर असे! आणि ह्या देवदत्त प्रतिभेला ह्या गायिकेने डोळस परिष्करणाची जोड दिली आहे. केवळ देवाची देणगी नाही; त्यामागे चांगली जाणकारी आहे. ह्या अद्वितीय यशावर राष्ट्रीय पदवीची तीन किंवा पाच अक्षरे कसला चांद चढवणार? पण कृतज्ञतेची जाणीव आपल्या आधीच्या पिढ्यांना नव्हतीच का, हा प्रश्न पुढल्या पिढ्यांनी करू नये म्हणून त्या अक्षरांचा तुरा तिच्या मस्तकी खोवला पाहिजे. सिनेमातले गाणे अल्पजीवी म्हणून हेटाळू नये. ते गाणाऱ्यांची आणि ती गीते लिहिणाऱ्या प्रतिभावान गीतकारांची उपेक्षा होता कामा नये. तसे करायचे असेल तर वेलीवर फुलणाऱ्या जाईजुईलाही तुच्छ मानावे लागेल. चित्रपट- संगीतात तबकडीवरची ही तीन-साडेतीन मिनिटे सुरांच्या खजिन्यातून नवीनवी रत्ने काढून साजरी करणे हे सोपे नाही. त्या कालावधीतली प्रत्येक सेकंदाची पोकळी फारफार चतुराईने भरावी लागते. बहुधा गाणे न कळणारे उच्चभ्रू रसिक "आपण शास्त्रीय संगीताखेरीज दुसरं काही ऐकत नाही," वगैरे सांगत असतात. हे म्हणजे स्वतःला फुलांचा षौकीन म्हणवणाऱ्याने आपण फक्त भारतीय संस्कृतीचे प्रतीक असलेले कमळ तेवढे मानतो, इतर जाईजुई वगैरे हलकी (!) फुले मानीत नाही, म्हणण्यापैकी आहे. ही माणसे चुकून सुरांच्या राज्यात शिरली आहेत. वास्तविक पक्षघाताने विकल झालेल्या राजकारणातच शिरायची. डोळ्यांना झापड आणि कानांवरून टापशी बांधलेली ही हट्टाग्रही माणसे. सिनेमा, नाटके, तमाशे, कीर्तने, भारुडे, निरनिराळे सण त्यांतून सुरांची काय सुंदर सुंदर फुले फुललेली आहेत, त्यांचा आस्वाद का म्हणून घ्यायचा नाही? खानदानी संगीताच्या निर्गुण स्वरूपाकडे जाताना सुरांची ही मोहक सगुण रुपडी पाहायचीसुद्धा नाहीत, हा कसला दळभद्रेपणा! आम्ही नाही त्या अहंकाराने आपण होऊन आपली मने गढूळ करून ठेवतो. डोळे, कान, मन हे चारी दिशांना मोकळे असावे. आज रेडियोने केवढी मोठी सोय केली आहे. देशोदेशीचे गाणे उशाशी आले आहे. अजाणपणाने लोक रेडियो फार मोठ्याने लावतात, हा चित्रपटसंगीताचा दोष नव्हे. भारतीय चित्रपटांत संगीतदिग्दर्शकांनी स्वररचनेचे फार कौतुकास्पद चातुर्य दाखवले आहे. गीतकारांनी मोठी टपोरी गीते लिहिली आहेत. भारतीय संगीताच्या प्राथमिक शिक्षणाला ह्या गीतांचा केवढा उपयोग करून घेता येईल. आणि सच्चा सच्चा सूर दाखवायला तिथे लताचा आवाज आहे. सुरांचा आणखी सुंदर संस्कार कुठला हवा?

लताच्या सुरांनी जिंकलेले हे केवढे मोठे साम्राज्य आहे! ह्या साम्राज्यावर सूर्य मावळत नाही. सकाळ उजाडते. घरोघरीचे रेडियो लागतात. एखाद्या रेडियोवरून बातम्या ऐकू येत असतात; युद्धाच्या, दंगलीच्या, जाळपोळीच्या, सत्तेच्या उलथापालथीच्या, मन विषण्ण करणाऱ्या, जगणे म्हणजे हेच का शेवटी हा प्रश्न उभा करणाऱ्या–आणि अंधारातून प्रकाशरेखा जावी, तसा एकदम लताचा सूर तीरासारखा घुसतो आणि मनाची काळोखी नष्ट करतो. काही नसले तरी हे सूर ऐकायला तरी जगले

पाहिजे, असे वाटायला लागते. अतिपरिचयानेदेखील अवज्ञा झाली नाही, अशी एकच गोष्ट म्हणजे लताचे सूर!

ते सूर कानी पडले की, मनावर शिल्पासारखा कोरलेला तो प्रसंग डोळ्यापुढे उभा राहतो. "शूरा मीं वंदिलें" म्हणणारे परकर-पोलक्यातले लताचे चिमुकले ध्यान दिसायला लागते. मनात म्हणतो, ह्या मुलीला कल्पनाही नसेल की ते "शूरा मीं वंदिलें." ऐकताना त्या पॅलेस थिएटरातल्या अनेकांनी मनात म्हटले असेल की, ह्या असल्या अलौकिक 'सूरा मी वंदिले' आज पंचवीस वर्षे अनेक ध्वनिमुद्रिका ऐकलेल्यांच्या असंख्य अंतःकरणांतून "बस्स! ह्या सुरांना सलाम आहे," अशी दाद घेण्याचे भाग्य लताला लाभले आहे. याहीपेक्षा ती दाद देण्याचे भाग्य आम्हांला लाभले आहे.

सुरांची चैतन्यफुले फुलविणाऱ्या लतेला, वयापेक्षा कुठलीही वडिलकी नसणाऱ्या माझ्यासारख्याने अंतःकरणापासून एकच आशीर्वाद द्यायचा की, "मुली, अशी ही दाद तुला अखंड मिळो—औक्षवंत हो!"

डॉ० लोहिया : एक रसिक तापस

ह्या जगात सत्याची कास धरून समर्थपणे जगायचे असेल, तर एकट्याने जगण्याची तयारी हवी. डॉ० लोहिया हे असे एकटे निघ लेले संन्यासी. जीवनातले 'सत्' शोधायला निघालेले. साथी होऊन आलात बरोबर तरी वाहवा, नाही आलात तरी वाहवा, ह्या वृत्तीने चालणारे. भलत्या वेळी खरे बोलायची खोड असलेला हा माणूस—"न ब्रूयात् सत्यमप्रियम्" चा संभावित गुळमुळीतपणा न जाणणारा. रसिक आणि रांगडा. आनंदसंचयी आणि विरागी. जीवनातल्या सौंदर्याला जाऊन झोंबणारा आणि तितकाच अलिप्त. अत्यंत आकर्षक अंतरंगाचा आणि तितकाच भीतिदायक बहिरंगाचा. प्रेमाने भेटायला आला तरी वार करायला आल्यासारखा येणारा. हे ओबडधोबड भांडे वास्तविक डॉक्टर केतकर, विसूभाऊ राजवाडे, ज्योतिबा फुले यांच्यासारखे मराठी मातीतच घडायला योग्य होते. गडकऱ्यांचे

राकट देशा, कणखर देशा, दगडांच्या देशा ।
नाजुक देशा, कोमल देशा, फुलांच्याहि देशा ।

हे वर्णन महाराष्ट्राइतकेच डॉक्टर लोहियांच्या व्यक्तिमत्त्वाला लागू पडले असते.

लोहियांच्या रांगडेपणाला खूप प्रसिद्धी मिळाली. "मोलें घातलें रडाया" (किंवा 'खरडाया') संप्रदायातल्या पत्रकारांनी स्तंभास्तंभातून—रवरे म्हणजे स्तंभाआडून—त्यांची प्रतिमा विकृत करण्याची भरपूर संधी साधून घेतली. लोहियांनीदेखील "गच्छ सूकर भद्रं ते" अशा थाटात त्यांना आपल्यावर राड उडवण्याची भरपूर संधीही दिली. बेगड आणि सोने ह्यांतला फरक समजावून घ्यायला पत्रकारांनाच कशाला, सर्वसामान्य वाचकाला तरी कुठे सवड आहे! कोट्यवधी रुपयांच्या अफरातफरी करणाऱ्या शेठियांना पाठीशी घालण्याची संसदीय सभ्यता आम्हांला मंजूर असते. आणि समाजाच्या तोंडात माती कालवणाऱ्या त्या धनमत्तांचे सत्याची चाड बाळगणार्यां नी केलेले साधे शाब्दिक मुखभंगदेखील असभ्य ठरतात.

नव्या पिढीपुढे उभे केले जात होते ते पार्लमेंटात सरकारला विरोध करणारे लोहिया. बेचाळिसच्या चळवळींत तुरुंगात हालअपेष्टा सहन केलेले लोहिया विसरले गेले होते. अमेरिकेतून आयात होणाऱ्या आधुनिक सभ्यतेवर श्रद्धा ठेवून वागणाऱ्यांना लोहिया 'क्रूड' वाटायचे. "इंग्रजी हटाव" म्हणणाऱ्या माणसाला सुसंस्कृत म्हणायचे? ममी-डॅडी-संस्कृतीतल्या लोकांना ते जंगली वाटायचे. भोजनोत्तर तांबूलसेवन करावे तसे सांस्कृतिक कार्यक्रमांचे सेवन करणाऱ्या सांस्कृतिक स्वातंत्र्यवाल्यांना लोहिया अरसिक वाटायचे. लेनिन-मार्क्सवादी पोथीनिष्ठांना ते व्यक्तिवादी वाटायचे. नवश्रीमंत आंग्ल

भारतीयांना तर त्यांचा सगळ्यात राग. 'रीडर्स डायजेस्ट' मधले विनोद, 'लाइफ' मधली चित्रे आणि 'टाइम्स' मधले मथळे ह्यांपलीकडे असल्या 'कल्चर्ड' लोकांचे वाचन जात नाही. क्लबात व्हिस्कीबरोबर तोंडी लावायला एवढा व्यासंग उपयोगी पडतो. मिसेसना लेटेस्ट फॅशनविषयक माहिती पुरवायला भारतातली आणि इंग्लंड-अमेरिकेतून येणारी इंग्रजी मासिके असतात. पिंकी आणि डिंकीला हॉरर कॉमिक्स आणि मर्डर स्टोरीजचा चारा टाकला की, ती आघाडी चूप बसते. असल्या तलम लोकांना "अंग्रेजी हटाव" म्हणणारा लोहिया क्रॅक, बॅकवर्ड, जंगली, क्रूड वाटणे अगदी साहजिक आहे.

स्वातंत्र्य आले; पण अजूनही भारताचे भारतीय भारत आणि आंग्ल भारत असे एक अदृश्य विभाजन आहे. भारतीय भारतात भाषावार प्रांतरचनेमुळे नव्या तेढी निर्माण झाल्या आहेत. आंग्ल भारतीयांची तशी एकजूट आहे. ह्या देशी लोकांच्या हाती सत्ता न जावी, म्हणून त्यांना इंग्रजी भाषा हवी आहे. राष्ट्रीयत्वाची, स्वत्वाची किंमत देऊन त्यांनी आपल्या मुलामुलींना पाश्चात्य रंगाने अंतर्बाह्य रंगवले आहे. इंग्रजी येणारा तो आपला, न येणारा तो फक्त 'कुली' होण्याच्या किंवा फार तर 'बैरा' होण्याच्या लायकीचा माणूस आहे, ही त्या पोरांना नकळत दिलेली शिकवण आहे. उद्या देशी भाषांतून राज्यकारभार सुरू झाला तर मुख्यतः ख्रिस्ती मठांतून शिकलेल्या 'हर हर न हिंदु र्न यवनः' झालेल्या आणि रामकृष्णांपेक्षा जेम्स बाँडची जवळीक असणाऱ्या आंग्ल भारतीयांचे कसे व्हायचे? महिना तीनतीनशे रुपये जिथे द्यावे लागतात, अशा महाग शाळांतून हे नवे राज्यकर्ते घडवायला घातले आहेत. सारे ज्ञानभांडार इंग्रजीतून आहे. त्यामुळे इंग्रजी नाही म्हणजे ज्ञान नाही, असा त्यांचा युक्तिवाद आहे. नाही तरी इंग्रजाने इंग्रजी रोवलेच आहे. कशाला झाडे उपटता? इंग्रजांनी ख्रिस्ती धर्मोपदेशकही आणले होते. खरे तर आपण सर्वांनी ख्रिस्तीच का होऊ नये? त्याहीपेक्षा रशिया किंवा अमेरिका, किंवा आता चीन, ह्याचाच एक भाग म्हणून का जगू नये? ही भारतीयत्वाची राष्ट्रीय आणि सांस्कृतिक कटकट हवीच आहे कशाला?

दुर्दैव हेच आहे की, ह्या इंग्रजीवाद्यांपैकी बहुतेकांचे इंग्रजीप्रेम नोकरी मिळवायची व्यापक सोय ह्या कारणासाठी आहे, आणि हिंदू धर्मातून अन्य धर्मांत गेलेल्यांची धर्मांतरेही पारमार्थिकापेक्षा ऐहिक अभ्युद्यासाठीच अधिक झाली आहेत. काही चाकरीपायी, काही तर पुनर्लग्न किंवा विवाहविच्छेदनाची सोय म्हणूनही! ह्या इंग्रजी-वाल्यांना ज्ञानाची मुळीच खाय खाय सुटलेली नाही. त्यांना ठाऊकही नाही की, डॉक्टर लोहिया इंग्रजीचे पंडित होते. इंग्रजी लेखनातली किंवा बोलण्यातली व्याकरणविषयक लहानशी चूकसुद्धा पटकन त्यांच्या ध्यानात येई. युरोपीय संस्कृतीचा आणि इतिहासाचा त्यांचा दांडगा व्यासंग होता. ते जर्मन भाषा उत्तम जाणत. अनेक भारतीय भाषा त्यांना अवगत होत्या. उत्तर भारतीयांनी एक तरी दक्षिणी भाषा शिकावी असा त्यांचा आग्रह होता. त्यांचा विरोध इंग्रजी भाषेला नव्हता. ती भाषा ह्या देशातली राज्यकारभाराची भाषा करू नये असे त्यांचे मत होते. देशातल्या नव्वद टक्के लोकांना ज्या भाषेचा गंध नाही त्या भाषेत राज्यकारभार चालवायचा म्हणजे दहा टक्के लोकांनी उरलेल्या नव्वद

टक्के लोकांवर राज्य चालवायचे. म्हणजे हे नवे मोगल. असल्या मोगलांविरुद्ध लोहिया चिडून उठत. ती चीड अनेक प्रकारांनी व्यक्त होई. इंग्रजीची सक्ती आम्हांला अन्यायाची वाटत नाही. त्या अन्यायाविरुद्ध ओरडणे चूक वाटते. वादी, प्रतिवादी किंवा आरोपी ह्यांना अजिबात न कळणाऱ्या इंग्रजी भाषेत कज्जे लढवले जातात. न्यायदान ही इंग्रजी जाणणारे वकील आणि न्यायाधीश ह्यांच्यातली जणू खाजगी बाब. ज्या माणसाच्या जीवनमरणाचा प्रश्न आहे, त्याला ते कामकाज कळू न देता चालवणे, हे आम्हांला अमानुष वाटत नाही. पण असल्या अमानुष वृत्तीला विरोध करणारे लोहिया आम्हांला शिष्टाचारविहीन वाटायचे. परकी भाषेच्या दडपणामुळे मुक्या झालेल्या, भीतिग्रस्त, दारिद्र्याने पिडलेल्या, माणुसकीच्या प्राथमिक हक्कांना पारख्या झालेल्या सामान्यांचा हा प्रतिनिधी होता. चिडले की अद्वातद्वा बोलत. ते बोलणारा लोहिया नव्हता—त्या गांजलेल्या, उपेक्षित, भुकेल्या, सामान्य भारतीयाचा संचार त्यांच्या अंगात होत असावा. भुताने झपाटावे तसे भुकेपोटी व्याकूळ झालेल्या सामान्य माणसाच्या कळवळ्याने त्यांना झपाटलेले असायचे. तो आरडाओरडा लोहिया करीत नसे; लोहिया नावाच्या झाडाला झपाटणारे ह्या देशातले ते करोडो अर्धनग्न, अर्धपोटी, अर्धमानवाचे जिणे जगणारे जिवंत समंध करीत असत.

त्या भुकेकंगाल त्रस्त समंधांसाठी स्वतःच्या देहाचा पिंपळ करणारा हा माणूस आपल्यातून गेला. दिल्लीतल्या सार्वजनिक इस्पितळात त्यांचे निधन झाले. सामान्य माणसाची आत्यंतिक ओढ असणारा हा असामान्य माणूस भारतातल्या सामान्यांच्या नशिबी सार्वजनिक इस्पितळात जो भोगवटा असतो तो भोगत मेला. जीवनात कसलाच इतमाम त्यांनी मागितला नाही. मरताना मागता येत नसतो, पण मिळालाही नाही. जी काही आसवे ढाळली गेली ती खरी होती. एरवी फकिरासारखा जगला, आणि फकिरासारखा मेला.

अन्यायाविरुद्ध चिडून उठणारे हे व्यक्तिमत्त्व. प्रखर तर खरेच, पण हा विष्णूदास मेणाहून मऊसुद्धा होत असे. पार्लमेंटातले लोहिया पाहणाऱ्यांना त्या मनाची ओळख नव्हती. सर्वांनाच त्यांच्या संगतीचा, त्यांच्या अंतरंगात डोकावण्याचा योग कसा येणार? माझ्या कुंडलीत असे योग आले. मी त्या आठवणी पुस्तकातल्या मोरपिसासारख्या जपून ठेवल्या आहेत. बेचाळीस सालचे तर ते माझ्या पिढीचे हीरो. अच्युतराव पटवर्धन, लोहिया, जयप्रकाश, एस० एम०, मेहेरअली, अरुणा असफअली हे आमचे देव आनंद आणि मीनाकुमारी! पण त्या वेळी दूर व्यासपीठावर त्यांना पाहायचे. त्यांचे पराक्रम वाचायचे. आठवायचे. एकमेकांना सांगायचे. प्रत्यक्ष भेटीचा योग फार उशिरा आला.

माझ्या एका स्नेह्याच्या घरी त्यांच्या सहवासात खरोखरीच 'अविदितगतयामा रात्रिरेवं व्यरंसीत' असे झाले. मुंबईच्या भाषेत सांगायचे म्हणजे भय्याने "बाई, दोऽऽध" म्हटले तेव्हा कळते की संपली रात्र. लोहियांची आणि माझी ती पहिली भेट. जॉर्ज फर्नांडिस वगैरे इतर संसोपामधली स्नेहीमंडळी होती. तशी ही सारी मंडळी ज्वालाग्राही म्हणूनच अधिक प्रसिद्ध. त्यातून राजकीय पक्ष हा माझ्या नावडीचा विषय. कुठल्याही

तत्त्वज्ञानाला पक्षाच्या चौकटीत कोंबले की, कृतीपेक्षा उक्तीचे महत्त्व वाढते आणि मूळ तत्त्वज्ञान बाजूला राहून पक्षाचे असे एक सोयिस्कर तत्त्वज्ञान तयार होते. मग प्रत्येक गोष्ट त्या पक्षीय तत्त्वज्ञानाच्या निकषावर घासली जाते. साधा हिंदू आणि हिंदुमहासभा पक्षातला हिंदू ह्यांच्यात फरक पडतो. समाजवादी, प्रजासमाजवादी, लोकशाही समाजवादी किंवा संयुक्त समाजवादी अशा निराळ्या नाममुद्रा आणि दीक्षा तयार होतात. लोहियांनी समाजवाद ह्या विषयावर माझी तोंडी परीक्षा सुरू केली तर आपले काय होणार देव जाणे, ही भीती मनात बाळगूनच मी त्या मित्राच्या घरी गेलो. राजकीय पक्षात गल्लीनिहाय प्रतिष्ठा लाभलेला कार्यकर्तादेखील सदैव जिथे एका अदृश्य व्यासपीठावरच उभा असतो तिथे लोहिया म्हणजे केवढा मोठा माणूस! नेहरूंनासुद्धा न भिणारा आणि त्या रात्री लोहियांनी मला प्रचंड धक्का दिला. फार तर ग्लूको बिस्किट, अल्युमिनियमच्या थाळीत तेलकट चिवडा, हिरव्या सालीचे हिरवे केळे आणि सायीचा थर साचलेला थंड चहा एवढ्याच अपेक्षेने जावे आणि यजमानांनी बत्तीस कोर्सेसचे चिनी भोजन तयार ठेवलेले असावे–'साके' सकट!–म्हणजे जाणाऱ्याचे काय होईल? त्या रात्री माझे तस्से झाले. लोहिया ह्या माणसाला ती जपानी गेशा "मला आजवर भेटले त्या लोकांत तुम्ही मला सर्वांपेक्षा अद्भुत वाटलात!" हे म्हणाली. तेच आजही त्या रात्रीची आठवण झाली की मी म्हणतो. चित्र, शिल्प, साहित्य, नाट्य, इतिहास–लोहियांचे जीवन समृद्ध करणारी किती अंगे होती! आणि ह्या साऱ्यांच्या जोडीला त्यांचे ते गुंगवून टाकणारे बोलणे. त्यांनी ती रात्र आपल्या रसिकतेने उजळली. अनुभवांचे अमृतकुंभ मोकळे होत होते. ते प्रश्न विचारून डिवचीत. चेष्टा करीत. एका क्षणात त्यांनी मला मोकळे केले होते. तासा-दोन तासांनी तिथे आलेल्या माणसाला मी आणि ते एके काळी एकाच गल्लीत गोट्या खेळणारे दोस्त होतो, असे वाटले असते. ही किमया लोहियांची. ते स्वतः अंतर कापीत तुमच्या जवळ येत. तुम्हांला धडपडायचे कष्ट देत नसत. त्या रात्री ह्या थोर माणसाचे मला 'दर्शन' झाले. लोहियांमधला 'कवी' मी पाहिला. 'दीदावर' पाहिला. रंग, रस, गंध, स्पर्श, नाद ह्यांचा हा माणूस इतका लोभी असेल ही मला कल्पना नव्हती. आमच्या राजकीय पुढाऱ्यांची अरसिकता वाखाणण्यासारखी असते. आपले मंत्रीपद किंवा साधे एम० एल० ए० पद विसरून देवाचेदेखील दर्शन घेणे आमच्या कित्येक राजकीय नेत्यांना जमत नाही. सांस्कृतिक कार्यक्रमांचे अध्यक्ष म्हणून त्यांतली काही मंडळी व्यासपीठावर बसलेली जेव्हा मी पाहतो, तेव्हा मला त्यांची, आमची आणि आमच्या संस्कृतीची दया येते. आणि इथे रांगडा, उद्धट, भांडखोर असल्या दूषणांनी माखून टाकलेला माणूस भारतीय शिल्पावर बोलत होता. युरोपीय चित्रकलेतल्या खूब्या सांगत होता. गटेच्या वाङ्मयातल्या थोरवीने भारावून जात होता. भारतीय लोकवाङ्मयातल्या जिव्हाळ्याने हेलावून गेल्यासारखा बोलत होता. आणि हे सारे स्नेहभावाने चालले होते, गुरुशिष्यसंबंधाने नव्हे. शिक्षण हे जेव्हा देणाऱ्या-घेणाऱ्यांत मैत्रीच्या पातळीवर होते, त्याच वेळी ते ह्या हृदयीचे त्या हृदयी जाते. बौद्धिके रुक्ष असतात. हार्दिके हवीत; त्यांत ज्ञान झिरपून मनात जाते.

'काव्यशास्त्रविनोदेन' ह्यातल्या विनोदाचे महत्त्वाचे स्थान अशा वेळी कळते. काव्य, शास्त्र ज्या वेळी कपाळाला आठ्या घालून चालते त्या वेळी त्या चर्चेतून ज्ञानप्रदर्शनाचा अहंकार सांडत असतो. हे सारे जेव्हा हसत-हसवत चालते, तेव्हाच त्या चर्चेला चव येते, गंध येतो. डॉक्टर विद्वान होते, पण विद्वज्जड नव्हते. जडता हे मेदवृद्धीचे लक्षण. न पचलेल्या अन्नाचा मेद होतो. न पचलेल्या विद्वत्तेतून पांडित्याची जडता येते. पांडित्य पचलेले असले की पंडितदेखील किती सहजतेने वावरतो, हे डॉक्टरांसारख्याशी बोलतानाच कळते. भोवतालचा समुदाय छोटासा असो, किंवा प्रचंड सभा असो, लोहियांची तिथली बोलण्या-चालण्यातली सहजता विलक्षण असे. दुसऱ्या माणसाचे बोलणे ऐकताना अत्यंत गंभीर, सारी शक्ती श्रवणेंद्रियीं साठवल्यासारखे ऐकत, आणि बोलू लागले की मोकळे होत.

दिल्लीला मी नाट्यप्रयोग करण्यासाठी गेलो होतो. लोहियांनी प्रयोग पाहिले. आपल्या निवासस्थानी मला आणि आमच्या सगळ्या सहकारी कलावंतांना चहाला बोलावले. तिथे जातो, तर दिल्लीतल्या साहित्य आणि कला क्षेत्रांतली शेसवाशे नामवंत माणसे हजर होती. बंगल्यापुढल्या हिरवळीवर मेळावा जमला होता. ह्या संन्याशाच्या घरचे गृहस्थाश्रम्याला लाजवील असले आतिथ्य मी कधीही विसरणार नाही. त्या सर्व पाहुण्यांची खातिर स्वतः करीत होते. आग्रह करीत होते. साहित्य आणि इतर कलांविषयी चर्चा चालली होती. राजकारणावर वाद चालले होते. विविध मतांची माणसे त्या पार्टीला होती. लोहियांच्या राजकीय पक्षाशी माझा काहीही संबंध नाही. तो यावा असे त्यांनी चुकूनही कधी सुचविले नाही. त्यांची कलाभिरुची अव्वल दर्जाची होती. त्यामुळे कलावंतांचा उपयोग पक्षप्रचाराची तुणतुणी वाजवायला करण्याचा कलाहीन विचार त्यांना शिवणेही शक्य नव्हते. त्यांच्याशी झालेल्या भेटीतून मला नेहमी वाटे की, ह्या वरपांगी खडबडीत माणसाच्या आतल्या सौंदर्यासक्तीचे दर्शन अधिकाधिक लोकांना कसे घडवता येईल? ह्या पुस्तकाच्या रूपाने अंशतः तो योग आला आहे. पण किती उशिरा!

उत्तम कलानंदाला आसुसलेले लोहिया, माणुसकीने ओथंबलेले लोहिया, तत्त्वचिंतक लोहिया, बुद्धिमान लोहिया, जीवनासक्त लोहिया अशी त्यांच्या सर्वसामान्यांपासून लपून राहिलेल्या अंतरंगाची विविध स्वरूपे पुढल्या पानांतून आढळतील. ह्या लेखांना त्यांनी राजकारणातून मिळालेल्या 'रिकामपणची कामगिरी' असे थट्टेने म्हटले आहे. ही त्यांच्या भाषेत एक प्रकारची 'चावटी' (फ्रिव्हॉलिटी) आहे. लोहियांनी आयुष्यात कधी चेहऱ्यावर मुखवटाच चढवला नाही; तेव्हा तो बाजूला काढून ठेवण्याचा प्रश्नच नव्हता. इथे सारा कारभार खुला होता. इतके परदेशी संस्कार पचवून हा माणूस अगदी 'देशी' होता. आत-बाहेर काही नव्हतेच. मनी दाटले ते मुखातून फुटले, असे होते. मग तो आघात नेहरूंवर आहे की आणखी कोणावर याची फिकीर नव्हती. अट्टाहासाने प्रिय होण्याचीही वासना नसणाऱ्या माणसाला 'अप्रिय' होण्याची भीती का वाटावी? स्त्रीसौंदर्याला उगीचच उच्च उदात्ततेचे ढोंगी सोवळे

नेसवण्याचा त्यांनी कधी प्रयत्न केला नाही. झगमगणारे सौंदर्य आणि माजघरातल्या मंद दिव्याच्या वातीसारखे तेवणारे सौंदर्य ह्यांतला फरक त्यांना दिसत होता. अमेरिकेला एका व्याख्यानात त्या अमेरिकन बायकांना अमेरिकन बाई कशी राजकन्येसारखी झगमगते हे सांगितले आणि त्या समुदायात नटराज वशींची बायको त्यांना दिसली. त्या राजकन्यांच्या झगमगत्या समुदायात एक सौम्य, शीतल सौंदर्य त्यांना आढळले. लगेच त्यांनी त्या अमेरिकन बायकांना सांगितले, "तुम्ही राजकन्या तर खऱ्याच, पण आमच्या भारतीय स्त्रिया देवकन्यांसारख्या सुंदर असतात." आमच्या शेतामळ्यांतून राबणाऱ्या 'वल्कलेनापि तन्वी 'अशा शेकडो कृषिकन्या, गिरिजा, मत्स्यगंधा ज्यांच्या डोळ्यापुढून झर्रकन जाऊ शकतात, त्यांना डॉक्टरांच्या ह्या सौंदर्यचिकित्सेतले मर्म सहज कळावे.

असामान्य अनुभूतींची ओढ असलेला हा माणूस. अमेरिकेत जाताना ग्रेटा गार्बो आणि आइनस्टाइन ह्यांना भेटायची तीव्र इच्छा मनात बाळगून गेला होता. सर्वांगांनी जीवन परिपूर्ण करण्याच्या जिद्दीचे आणखी दुसरे कोणते उदाहरण हवे? "उत्कट भव्य तें घ्यावें, मिळमिळीत अवघेंची टाकावें"—समर्थांच्या ह्या ओळीतच त्यांच्या व्यक्तिमत्वाचे वर्णन होऊ शकेल. खाजगी किंवा सार्वजनिक जीवनातल्या लेचेपेचेपणामुळे ते भडकून उठत. देव आणि दैव हे दोन्ही दुर्बळांचे घातक असतात. 'सारवासारव' हाच केवळ ज्यांच्या राजकारणाचा आज अर्थ उरला आहे, असल्या आजच्या काँग्रेसशी असल्या माणसाचे कसे पटावे? लोहियांचा पिंड नवी सामाजिक परिवर्तने मानवणारा. बैठक मात्र संपूर्ण भारतीय. "राम, कृष्ण आणि शिव ही भारतीयांना पडलेली परिपूर्णतेची स्वप्ने आहेत" अशांसारखे सूत्रमय वाक्य उगीचच येत नाही. ह्या निबंधाच्या अखेरची त्यांची प्रार्थना तर थेट विवेकानंदांचे स्मरण जागवून जाते. भारतमातेकडे लेकुराच्या आर्ततेने मागणे मागणाऱ्या व्याकुळ लोहियांचे तिथे दर्शन घडते :

"भारतमाते, आम्हांला शिवाची मती दे. कृष्याचे अंतःकरण दे. रामाची कृती दे. अपरिमित मन देऊन आमची घडण कर. उन्मेषशाली हृदय दे. पण जीवन मात्र संयमी कर."

उपनिषत्कालीन ऋषींनी तरी आणखी निराळे काय मागितले होते? हा कळवळा संताचा आहे, राजकारणी पुढाऱ्याचा नव्हे. भारतीयांचा सांस्कृतिक वारसा राम, कृष्ण आणि शिव यांचा आहे हे सांगताना लोहियांचा समाजवाद आड येत नाही. कारण त्यांना राम, कृष्ण आणि शिव ह्या तीन जीवनविषयक दृष्टिकोणांतली विश्वात्मकता दिसते. कच्च्या सेक्युलरांना ही नावे हिंदू देवतांची वाटली असती. आणि त्यांचा असा जाहीर उच्चार? रामा शिवा गोविंदा!

लोहियांनी हा भारतीय तत्त्वज्ञानातला कर्मयोग आचरणात आणून दाखवला. कबिराच्या एका दोह्यात त्याने "जो आपले घर फुंकून त्याची विभूती फासून तयार आहे त्यानेच माझ्या मागे यावे" असा पुकार केला होता. म० गांधींमागून त्या काळी असंख्य तापस निघाले. सत्तेच्या मेनका-उर्वशींनी अनेकांचे तपोभंग केले. विनोबा, जयप्रकाश,

सानेगुरुजी, युसुफ मेहरअली, अण्णासाहेब सहस्त्रबुद्धे यांच्यासारखे अपवादरूप तपस्वी व्रतापासून ढळले नाहीत. "साधनानाम् अनेकता" असेल; पण तप चालू. लोहिया त्याच दिंडीतले. भयशून्य चित्ताचे. पाठीच्या कण्याला वाकायची सवय नसलेले. भारत स्वतंत्र झाला. गोव्याची व्यथा सलत होती. त्या पाशवी सत्तेविरुद्ध हा एकटा माणूस दंड ठोकून उभा राहिला. गोव्यातले पोर न् पोर बाकीबाब बोरकरांचे गीत गात गात उठले. "गोयात लोहिया आयलो रे." "गोविंदा आला रे आला गोकुळात आनंद झाला." भीती गेल्याशिवाय आनंद होत नाही. पोटाच्या भांड्यात भीती असली, तर आनंद कळकतो. कंसभय गेले, तेव्हाच गोकुळात आनंद झाला. पोर्तुगिजांचे भय गेले आणि गोव्यात आनंद झाला. आज पणजीच्या बंदरावर सिंधुसागराकडे दृष्टी लावून पुतळा उभा करायला हवा तो ह्या अभयकारी राममनोहर लोहियांचा! कोण करणार? सार्वजनिक स्मरण कमालीचे अधू असते! लोहिया म्हणतात, जे मन भयहीन, वासनाहीन आणि नैराश्यहीन आहे, तेच योग्य विचार करू शकते. सत्याच्या उपासकाची ही साधनत्रयी. लोहियांच्या डोळ्यांत ही निर्भयता होती. ह्या असंग्रही माणसाने मागे काय इस्टेट ठेवली? दोन-पाच ट्रंका भरून पुस्तके आणि असंख्य स्नेही. जवळ संग्रह नव्हता. म्हणून अपहरणाची शंका नव्हती. भीती नव्हती. त्यामुळेच दिल्लीतल्या सत्तेसाठी आणि मत्तेसाठी हपापलेल्या संधिसाधूंच्या इतिहासकालापासून आजतागायतच्या किळसवाण्या लीला पाहून त्यांनी म्हटले आहे की, "ह्या नगरभवानीने आपली थाने जेत्यांपुढे सदैव उघडी टाकली आहेत." भिकेच्या झोळीत अन्नधान्य घालणाऱ्या परदेशी सैंयापुढे नटण्यासाठी ही नगरी स्वतःकरता पाण्यासारखा पैसा उधळते. पण जिथे लक्षावधी भारतीय नागरिक जमतात अशा तीर्थक्षेत्रात ना अद्ययावत संडासाच्या सोयी, ना सुंदर सडका. दिल्लीतली चाणक्यपुरी झगमगते, पण या साक्षात देवपुरीमध्ये मात्र उत्तम फ्लशिंग करावे, उतरण्यासाठी सुंदर धर्मशाळा बांधाव्या, आधुनिक सुखसोयींचा लाभ आमच्या गरीब जनतेला मिळावा, ही चिंता काळ्या-गोऱ्या शेठजींना सुखवणाऱ्या वारांगनेच्या संस्कृतीची जोपासना करणाऱ्या दिल्लीला वाटत नाही. कारण दिल्ली अजूनही मोगलकालीनच राजधानी आहे; ती लोकधानी नाही. शाळामास्तरांचे राष्ट्रपतींकडून शालजोड्या देऊन सत्कार होतात, पण त्यांना उतरायला 'अशोक हॉटेल' सरकारी असूनही लाभत नाही. 'गुरुर्ब्रह्मा' पावसापाण्यातदेखील फडतूस तंबूत पाठविला जातो. गोऱ्या पाव्हण्यांची सोय मात्र अशोक हॉटेलात! कारण ते डॉलर्सचा किंवा रुबल्सचा दौलतजादा करतात. शिवाय, तीर्थक्षेत्रात लक्षावधी भारतीय जमत असले तरी ते मुख्यतः हिंदू! निधर्मी राज्यात त्यांची सोय केली तर कुळाला बट्टा लागेल. मिशनऱ्यांच्या शाळांमधून राष्ट्रद्रोहाची शर्करावगुंठित शिकवण मिळते, हे लिहायला लोहिया कचरत नाहीत. हिंदूंच्या जातिभेदाविषयीची आपली चीडही त्यांनी असंदिग्ध शब्दांत व्यक्त केली आहे. भीड ठेवण्याचे त्यांना प्रयोजन नव्हते. तुरुंगातल्या हालअपेष्टा सहन करीत त्यांची योगसाधना झाली होती. "शुचिनाम् श्रीमतां गेहे योगभ्रष्टोऽभिजायते" हे गीतावचन अशा वेळी

आठवते. शंकराचार्य, राम, कृष्ण ह्यांच्यासारख्या शुची आणि श्रीमत् यांचे घर असणारा हा आपला देश. पूर्व, पश्चिम, दक्षिण, उत्तर—चारी दिशा ज्या एका अद्वैत तत्त्वज्ञानाने भारून गेल्या होत्या, अशी ही खंडप्राय असलेली अखंड भारतभूमी. "जमुनातीरी जन्मलेल्या कृष्णाचा अंत द्वारकानगरीला समुद्रतीरी व्हावा आणि त्या समुद्रतीरावर जन्मलेल्या मोहनदासांचा देहान्त जमुनातीरी व्हावा," हा योग पूर्वपश्चिमेला सांधून जातो. केरळातल्या कालडीतला एक महान नंबुद्री काश्मिरातल्या श्रीनगरात शंकराला स्तोत्राभिषेक करतो आणि उत्तर-दक्षिण जोडतो. अशा ह्या देशाच्या अखंडत्वाला राम, कृष्ण, शिव यांच्या समन्वयी तत्त्वज्ञानाने नाही सांधायचे तर कशाने? सांधावे लागते मन. आणि मनाला सांधणारे तत्त्वज्ञानाइतके दुसरे सिमेंट नाही. ते ज्यांना दिसले त्यांचे जीवन खऱ्या अर्थाने श्रीमंत झाले. साऱ्या भारतीयांची मरगळ घालवून त्यांना एकत्र आणणाऱ्या शिवरायाला समर्थांनी श्रीमान् योगी म्हटले आहे ते ह्या अर्थाने.

असल्या आध्यात्मिक आणि सौंदर्यसंचयी श्रीमंतीचे असंख्य पुरावे पुढल्या पानांत ठिकठिकाणी विखुरले आहेत. श्रीपादराव केळकर आणि त्यांच्या सहधर्मचारिणी सौ० इंदूताई केळकर ह्यांनी लोहियांचे हे विचारधन मराठीत आणले. मराठी जाणणाऱ्या वाचकांवर त्यांचे उपकार आहेत. हे लेख मी प्रथम इंग्रजीतून वाचले. डॉक्टरांची इंग्रजी शैली विलक्षण आकर्षक आहे. लेख वाचताना आपल्या भेदक डोळ्यांनी, ओठाला अतिमिष्किल मुरड घालीत, त्या जाड भुवयांचे आकुंचन आणि प्रसरण करीत बोलणारे लोहिया मला सारखे दिसत होते. अत्यंत पारदर्शक असे त्यांचे हे लिखाण.

दिल्लीला त्यांची आणि माझी अखेरची भेट झाली त्या वेळी त्यांनी माझ्या घरी यायचे वचन दिले होते. ते हे असे केवळ पुस्तकांच्या कपाटात येऊन राहतील आणि फक्त त्या पानांमागूनच बोलत राहतील, हे माझ्या स्वप्नीही नव्हते. आता त्यांच्या संगतीत रात्र जागवायची म्हणजे त्यांची पुस्तके उघडून बसायचे, आणि मानसपूजेसारखी मानसभेट घडवीत राहायचे एवढेच उरले आहे. त्यांच्या निधनाचा शोक करणे आपल्या धर्मशास्त्राविरुद्ध आहे. संन्याशाच्या मृत्यूचा शोक करायचा नसतो. त्यांचे अमरत्व न मानण्यासारखे होते. दुःख होते ते एकाच घटनेचे. ज्या कालपुरुषाला ते कधीच भीत नव्हते, किंबहुना माझी आणि तुझी छोटीशी मुलाकात झाली आहे म्हणत होते, अशा, योग्याच्या अलिप्ततेने जीवनात रंगलेल्या ह्या माणसाला मरणाच्या वाटेने नेण्याची त्या काळपुरुषाला इतकी काय घाई लागली होती? बाकी काळाने असे काही विपरीत केले नाही, तर "कालाय तस्मै नमः" म्हणून त्याला तरी जुलमाचा रामराम कोण करणार? सत्ताधीशांच्या खोडी त्यालाही जडलेल्या आहेत.

वसंत पवार

वसंत पवार गेला. उरल्या काही कडूगोड आठवणी. काही सुरांच्या, काही सहवासाच्या. मरणसमयी त्याचे वय पंचेचाळीस होते, असे छापून आले होते. पंचेचाळीसपेक्षा तो खूप लहान असावा. कारण मी कॉलेजात शिकत असताना नवयुग स्टुडियोत हातातल्या सतारीएवढाच एक उंच मुलगा वादकांच्या वृंदात बसून वाजवताना पाहिलेला मला स्मरतो. जुन्नरकरांच्या दिग्दर्शनाने चाललेला तो बोलपट असावा. तपशील आठवत नाही, पण कुर्ता-पायजमा घालून त्या वृंदात मोठ्या आत्मविश्वासाने सतारीचे पीसेस वाजवणारा वसंत पवार मात्र काल पाहिल्यासारखा आठवतो. त्या चिमुकल्या बोटांतून निघालेली दमदार मींड आठवते. वादकवृंदाचे निर्देशन करणाऱ्या त्याच्या कलावंत वडलांच्या डोळ्यांतून सांडणारे कौतुक आठवते. ते त्याचे स्टूडियोतले पहिलेच पाऊल होते की काय, कोण जाणे! पण सगळ्यांचे लक्ष ह्या चिमण्या पोराकडे लागले होते. वसंत पवार त्या वेळी अगदी कोवळा होता. मिसरूडही फुटले नसावे. त्या दिवशी नेहमीप्रमाणे नवयुग स्टूडियोतले रेकॉर्डिंगचे यंत्र बिघडले. मोडककाका त्या अडेलतट्टाची समजूत काढू लागले. ते रेकॉर्डिंगचे यंत्र रेकॉर्डिंग करू शकत असे, हा एक दैवी चमत्कार होता. इतके नाठाळ यंत्र मी माझ्या चित्रपट-व्यवसायातल्या इतक्या वर्षांत पुन्हा पाहिले नाही. चव्हाणकाका आणि मोडककाका ह्यांखेरीज कुणाही ध्वनिमुद्रकाला ह्या यंत्राने सहकार्य दिले नसावे. माझ्या दृष्टीने ही इष्टापत्ती होती. मी बाळ ढवळ्यांच्या वशिल्याने स्टुडियोत गेलो आणि वसंताच्या वडलांना विनंती केली की, तुमच्या मुलाला थोडे वाजवायला सांगता का? यांत्रिक बिघाड ही एक अत्यंत अवसानघातकी घटना असते. पण माझ्या बाबतीत ती इष्टापत्ती ठरली. कारण टेकचे वाजवणे बाजूला ठेवून वसंताने सतारीवर एक गत वाजवायला सुरुवात केली. हा चिमखडा अशा आत्मविश्वासाने आणि चतुर अंदाजाने समेवर यायचा की, वादकांचा तो सारा वृंद त्या समेवर तुटून पडायचा. रविशंकरांचा किंवा विलायतखाँसाहेबांचा तो जमाना नव्हता. ही नावे अजून प्रकाशात यायची होती. तत्पूर्वी मी फारशी सतारही ऐकली नव्हती. जी ऐकली होती, तीत गतींचे साचे ठरलेले होते. मला वसंत पवारांचे वाजवणे अगदी निराळे वाटले. तत्पूर्वी मी चित्रपटाच्या स्टूडियोत कधी फारसा गेलोही नव्हतो. किंबहुना, आपल्याला कधी कोणी सिनेमात घेईल, असे मला वाटलेही नव्हते. चित्रपटातला 'हीरो' होण्याचे स्वप्न मी पाहिले नव्हते. कारण शाहू मोडक वगैरे देखण्या लोकांचे ते राज्य आहे आणि माझे रूप काय आहे हे तेव्हापासून आजतागायत मी ओळखून आहे. त्यामुळे 'दिसणे' हा जिथे गौण मुद्दा होता त्याच चित्रपटांतून मी कामे केली. स्टूडियोतून मी फक्त वसंत पवारच्या सतारीचे सूर ऐकून

बाहेर पडलो; आणि वसंत पवार गेला हे वाचल्यावर डोळ्यापुढे प्रथम आला तो त्या वृंदवादकांच्या ताफ्यातला चिमखडा सतारवादक.

पुढे योगायोगाने मी संगीतदिग्दर्शक झालो आणि माझ्या सहकाऱ्यांत वसंत पवार आला. चित्रपटव्यवसायातले माझे अत्यानंदाचे क्षण कोणते म्हणून जर कोणी मला विचारले, तर ज्या वेळी आर्केस्ट्र च्या तालमी आणि ध्वनिमुद्रण चालत असे ते, हेच मी सांगेन. सुरांत वाद्ये लागलेली. चाल चांगली झालेली आहे की नाही, हे वादकांच्या चेहऱ्यावर दिसते आहे. आशा भोसले किंवा माणिक वर्मा यांच्यासारखी मराठी गीते गाणारी गायिका जीव ओतून ते पद म्हणते आहे. मधूनच कुणीतरी चुकते, तार तुटते, पुन्हा सांधा जुळतो, गाणे आकाराला येते–कुंभाराच्या चाकावर भांडे घडत यावे तसे. मग त्याची जिल्हई-सफाई. ह्या सार्यांत तासचे तास निघून जायचे. हा आनंद घेणाऱ्यांची स्टूडियोत एक स्वतंत्र दुनिया असते. चित्रपटसृष्टीतून ना खंत ना खेद अशा भावनेने मी निवृत्त झाल्याला आता एक तप उलटून गेले. पण तिथे ज्या वाद्यवृंदातल्या कलावंतांशी मी आपल्या आयुष्यातले अत्यानंदाचे क्षण भोगले त्या कलावंतांची आपुलकी मात्र आजवर राहिली.

किती गुणी माणसे. क्लॅरिओनेटवर सनईसारखी फुंक असलेले शंकरराव साळुंके, तेच वाद्य कमालीच्या तरबेजपणाने वाजवणारा राम कदम, सदा हसतमुख असणारे मामा साळुंखे, बासरी वाजवणारा मधू गाडगीळ, बिनचूक वाजवणारे क्लॅरिओनेटवाले ओक, छोटासा कुळकर्णी सॅक्स वाजवणारा, सदा गोंधळ करणारा पण सुरांचा लोभी मनोहर कदम, बार्नेट-सिल्वेस्टर ही जोडी, तालवाद्ये वाजवणारा गरीब स्वभावाचा रामकू भोसले, बहुगुणी ढोलकवाला महंमद, ढोलचीबहाद्दर लाला पाठारे आणि प्रतिभासंपन्न वसंत पवार...असेच आणखी किती तरी. टेकची वेळ गाठायला जिवाचे रान करून शंकरशेट रोडची आणि प्रभात रोडची चढण सायकलीची पेडले मारीत चढणारे हे माझे स्नेही. चित्रपटाच्या दुनियेबाहेर गेल्यावर मला प्रकर्षाने आठवण होत असेल तर ह्या कलावंतांची. रोज ह्यांच्या गाठीभेटी व्हायच्या. कँटिनमधे चहा-चिवड्यापेक्षाही लज्जतदार गप्पा रंगायच्या. त्यात वसंत पवार हे प्रमुख आकर्षण होते. वसंत पवाराकडे तर जादुगाराची पोतडी होती. तो म्युझीशियन होता आणि मॅजिशियनही होता. संगीतातल्याही जादू त्याच्याकडे होत्या. त्रितालाच्या वजनात झपताल वाजव, मुष्किल तिहाई कर, एखादी शब्दचमत्कृतींनी नटलेली गझल-कवाली म्हण, नाचाचे अवघड तुकडे म्हणून दाखव–वसंत पवार अशा अनेक गमती करीत बसे. वरपांगी अत्यंत गबाळेपणाने राहणाऱ्या, एकच निळा सूट वर्षानुवर्षे वापरणाऱ्या आणि चमत्कारिक लोकांच्या अड्डयात आढळणाऱ्या ह्या कलंदराच्या आत एक खोल असा निर्मळ झरा होता. सतार हातात घेतली की हा माणूस निराळा दिसे. त्याच्या कलंदरपणाला न साजणारी एक लोकविलक्षण नम्रता ह्या माणसात होती. बोलता बोलता घटकेत त्याला अबोल करून जाणारी कुठेतरी सल होती. आणि सारे भोग भोगणाऱ्या ह्या कलावंतात एक निवृत्ती होती. एक विलक्षग शहाणपण होते. त्याच्या

व्यसनाधीनतेविषयी कुणी कुणी काही काही सांगत. पण ती व्यसनाधीनता कुठल्या तरी सूक्ष्म वेदनेतून आल्यासारखी वाटे. त्याच्या फडकत्या चालीतसुद्धा एक अलौकिक संयम होता. 'पुढचं पाऊल' हा चित्रपट चालू असताना तो हंसाबाईंना नाच शिकवीत असे. त्या नाचाच्या तालमी पाहताना मराठी तमाशाच्या नाचाचे खानदान मला पाहायला मिळाले. हिडीसपणाचा तिथे स्पर्श नव्हता. सुदृढ यौवनाला आव्हान देणारी ती नृत्यकला; ट्विस्टचे रोगट पशुवृत्तियदर्शन नव्हे. उत्कटता आणि उत्तानता यांची सीमारेषा त्याला कळली होती. लावणीवर त्याची प्रीती होती. तमाशाचे थेटर ही त्याची शाळा होती. म्हणूनच वसंत पवारच्या लावण्यांच्या चाली ह्या हिंदी चित्रपटातल्या 'जानवर' संप्रदायाच्या चालींप्रमाणे वखवखल्या कामुकतेचे प्रदर्शन करून गेल्या नाहीत. माडगूळकरांनी शब्दांत सांभाळलेले औचित्य त्याने स्वरांत गमावले नाही. कारण वसंत पवार सुराइतकाच काव्याचा लोभी होता. शब्दांची त्याला पारख होती. उर्दू शायरीतल्या आतषबाजीइतकाच तो बहिणाईच्या गाण्यांत रमत असे. कलगी-तुरेवाल्यांच्या झगड्यातली आध्यात्मिक बाजू त्याला गुरुपरंपरेतून कळली होती. ती कूटगीते तो समजावून सांगू शकत असे. शाळेच्या किती पायऱ्या तो चढला होता, मला ठाऊक नाही. पण त्याच्या बोलण्यात मी तरी अपशब्द ऐकला नाही. कदाचित मर्यादा कुठे सांभाळाव्यात ह्याची त्याला बूज असावी. तमासगीर मंडळींचा तर तो लाडका मुलगा होता. अनेक नर्तकींचा गुरू होता. तमाशाचा उलेख करताना 'आमच्याकडे' असा शब्द वापरून करीत असे. ते त्याचे माहेर होते. वसंत पवारात एक विलक्षण अशिक्षितपाटव होते. विचारल्याशिवाय तो कधी मत देत नसे किंवा वावदूकपणाने बोलतही नसे.

मला एक प्रसंग आठवतो. संगीतदिग्दर्शनाचा मला फारसा अनुभव नव्हता. चित्रपटसृष्टीचाही नव्हता. मी एका गाण्याची रिहर्सल करीत होतो. तेवढ्यात एक वितरक आले. "सर्वेगुणाः काञ्चनमाश्रयन्ते" ह्या न्यायाने त्यांचे कथा, अभिनय, संगीत अशा सर्व बाबतींतले मत हे महत्त्वाचे होते. त्यातून हे वितरक यशस्वी होते. चित्रपटात यशाचा वाटा नेहमी निर्माता, वितरक इत्यादी सावकार-उपसावकारांचा. अपयशाचे धनी कलावंत, तंत्रज्ञ इत्यादी. त्या सर्वज्ञ वितरकाने चाली ऐकण्याची इच्छा प्रदर्शित केली. आम्ही ऐकवल्या. बैलाने 'योगवासिष्ठ' ऐकावे अशा चेहऱ्याने ते ऐकत होते. ऐकून त्यांनी नापसंती व्यक्त केली. आणि नौशादसारख्या चाली करायची ऑर्डर देऊन गेले. मी नवीन होतो. खिन्न झालो. चिडलोही. "तुमचं संगीतदिग्दर्शन गेलं खड्ड्यात!" म्हणायची परिस्थिती नव्हती.

नवयुग स्टुडियोच्या आवारात निराश होऊन सिगरेट ओढीत बसलो होतो. इतक्यात वसंत पवार समोरून आला. मी भडकून त्या वितरकाविषयी बोललो. वसंत पवार शांतपणाने सिगरेट ओढीत ऐकत होता. क्षणार्धात एखाद्या पोक्त माणसाचा आव आणून म्हणाला,

"पीएलसाहेब, सिनेमा-धंद्यात डिस्ट्रिब्यूटरचं तोंड बोलत नसतं, त्याच्या पैशाच्या

थैलीचं तोंड बोलत असतं. ते तोंड दाबलं तर आपण उपाशी—मी सांगतो, चाल मस्त आहे."

चाल मस्त होती की नाही कोण जाणे, पण वसंत पवार फार लहानपणी ह्या चंदेरी दुनियेत आला आणि मोठे सत्य जाणून त्या दुनियेत राहिला एवढे खरे.

स्वर, ताल, शायरी असलेल्या वातावरणात रमणारा जीव देहाने खातेऱ्यात वावरत असे. गीत हातात आल्याबरोबर त्याच्या डोक्यात स्वर घुमू लागत. चाली ऐकाव्यात तर त्यामागे मोठे सुसंस्कृत मन दिसे. स्वररचनेतूनदेखील संगीतकाराची संस्कृती पारखता येते. वसंत पवार नुसताच कसबी नव्हता, कलावंत होता. संगीतदिग्दर्शकाला केवळ गाणे कळून चालत नाही, त्याला कथाही कळली पाहिजे. या कथेच्या वातावरणाला स्वरांचे शिंपण झाले पाहिजे. एरवी अत्यंत विसंवादी वातावरणात राहणाऱ्या वसंत पवारला ही सुराची आणि लयीची प्रतिष्ठा कशी राखावी, हे पूर्णपणाने ठाऊक होते. वसंताच्या चालीत कुठेही संयम सुटला नाही. चालींचीदेखील एक नैसर्गिक किंवा ऑरगॅनिक बांधणी असते, आणि एक कृत्रिम किंवा सिंथेटिक असते. वसंतरावांच्या चालींना कुळशील होते. मग ते देवघर-संप्रदायातले असो किंवा तमाशाच्या बारीतले असो. पण सुरांची ही प्रतिष्ठा जाणणाऱ्या ह्या कलावंताने सामाजिक प्रतिष्ठेविषयी किंवा जनरूढीप्रमाणे वागण्याच्या पद्धतीविषयी इतकी बेफिकिरी का दाखवावी? ह्या तरुण कलावंताच्या मनाला अशा कुठल्या जखमा झाल्या होत्या, म्हणून त्याने स्वतःला त्या जीवघेण्या पेल्यात बुडवून घेतले? स्वतःचे ते दुःख सोबत घेऊनच वसंत पवार गेला. स्टूडियोच्या वातावरणात त्याला चाहते खूप होते, पण त्याच्या गुणांवरून जिवाची कुरवंडी करणारे मित्र मिळाले नसतील, म्हणून का तो त्याच्या त्या शिष्टसमाजाने अव्हेरलेल्या दुनियेत जात असेल? ह्या साऱ्या सवालांना आता जबाब मिळणार नाही.

वसंता सार्वजनिक दवाखान्यात वारला. त्याच्या निधनानंतर चित्रपटसृष्टीतल्या सहकाऱ्यांनी स्तुतीच्या शब्दांच्या खूप ओंजळी वाहिल्या. मला वाटले की, चार गौरवाच्या शब्दांची पखरण, सतारीच्या उपासनेसाठी हवे असणारे आवश्यक आर्थिक स्वास्थ्य आणि वातावरण हे जेव्हा त्याला हवे होते तेव्हा मिळाले नाही. उदरभरणाच्या गाड्याला पोरवयातच हा जुंपला गेला. आणि इतकी धडपड करून, अंगात इतके गुण असून हा 'भूप' 'मनी' वर्जितच राहिला. (ही काळीज हलवून जाणारी कोटीही त्याचीच.) जिवाचे रान करून राबणारा हा कलावंत सदैव आर्थिक विवंचनेत असायचा. काही धूर्त निर्मात्यांनी त्याच्या असहायतेचा फायदाही उठवला असेल. चित्रपटाकडे पैसे पाडणारे यंत्र म्हणून पाहणाऱ्या सावकारांना (ह्यांनाच कुणी निर्माते म्हणतात, कुणी वितरक म्हणतात. सत्यदेवासारखी असत्यदेवांचीही खूप नावे आहेत.) वसंत पवाराची आर्थिक चणचण ही सुवर्ण वाचवण्याची संधी वाटली असणार. त्यातूनच आमचा समाजही मजेदार आहे. कलावंत हा अर्धपोटीच राहिला पाहिजे, असा आग्रह आहे. हिंदी नटाला श्रीमंती मंजूर आहे, मराठी कलावंताला नाही. मराठी चित्रपटसृष्टीत तर ही चणचण सदाचीच. लाखो रुपये द्यावेत ही मुळीच अपेक्षा नाही. ते परवडणारही नाही.

पण जे शेदोनशे ठरलेले तेही मिळत नाहीत. शेदोनशे कशाला, यशस्वी चित्रपटांच्या ज्युबिल्या करणाऱ्या लोकांनी पाचपाच आणि दहादहा रुपये ठरवले होते तेही बुडवले आहेत. समाजापुढले भणंग कलावंत हे लाडके चित्र सांभाळून ठेवले. वसंत पवाराचा अपवाद का करायचा? त्यालाही त्याची कोंडी पाहून सस्त्यात पाडला गेला. सुटला बिचारा. फक्त वार्धक्यात त्याच्यासाठी साहाय्यक फंड वगैरे जमवून आपली उदारता, कलावंताची बूज इत्यादी शाबीत करण्याची त्याने समाजाला संधी दिली नाही. कारण कलावंताला मिळालेले पैसे हे समाजाने त्याला दिले दान आहे, अशी भल्याभल्यांची समजूत आहे.? चित्रपटसृष्टीतल्या पैशाच्या बाबतीतला माझा अनुभव अतिशय कडू आहे. त्यासंबंधी मी यापूर्वी कधी लिहिले नाही, लिहिणारही नाही. माझ्या त्या जखमा आणि वण दोन्ही बुजले. कुटुंबपोषण आणि व्यसनाची मगरमिठी ह्या तावडीत सापडलेल्या ह्या गुणी माणसाला काय काय भोगावे लागले असेल, ते त्याला आणि त्याच्यावर अवलंबून असलेल्यांनाच ठाऊक!

एक हमखास चांगल्या चाली फेकणारे यंत्र एवढीच ह्या दुनियेत संगीतदिग्दर्शकाची बूज असते. सुधीर फडके कुठल्याशा परिसंवादात चित्रपट हा जुगार आहे म्हणाले, म्हणून माणसे रागावली. सावकार फक्त पैशाचा जुगार खेळतात. मी त्याहीपुढे जाऊन म्हणतो की, लोकाभिरुचीच्या चंचलतेशी खेळ खेळणारे आम्ही सारेच लहानमोठे नट, गायक, लेखक इथे आयुष्याचा जुगार खेळत असतो. रेसच्या घोड्यांत आणि आमच्यांत काही फरक नाही. विनमध्ये येत असेल, तर मालकाची बायकोदेखील अश्वचुंबन घेते. ती ताकद संपली की कुणी टांग्याला जोडत नाही; नव्हे, गोळी घालून मारतातदेखील! सत्कारांच्या हारांमागून धोंड्यांचा आणि चिखलफेकीचा प्रवास चालू असतो. त्यातून सुरांचा किंवा नाट्याचा लोभी त्या त्या क्षणी मिळणाऱ्या टाळ्यांच्या धुंदीत जगत असतो. उद्याची उपेक्षा दिसत नाही. अशा वेळी गाडीला जुंपलेले असताना मरण येणे हीच मोठी ईशकृपा. जगण्यासारखे जवळ असेपर्यंत मरण्यात मौज आहे, असे गडकरी म्हणून गेले. वसंतरावांकडे सुरांचे धन होते. जगण्यासारखे तेवढेच. ते देताना त्यांनी प्रतिष्ठेची पर्वा केली नाही. जिथे सूर-लय होती तिथे रमले. ती धुंदी उतरली की प्रतिष्ठेच्या, लहानथोरपणाच्या, स्वच्छास्वच्छतेच्या, मानापमानाच्या रूढ कल्पनांपलीकडे नेणाऱ्या मद्याचा त्यांनी आश्रय घेतला. ही धुंदी देणारे ते पेय आपली किंमत मागून घेतल्यावाचून कसे राहील? फार मोठी किंमत त्याने मागून घेतली.

वसंताच्या गुणांचा मी लोभी होतो. त्याच्या गळ्याला मजेदार लटक होती. साधा ठेका धरला, तर कसा बुलंद धरत असे. हसण्यात बारीक मिष्किलपणा असायचा. वाजवताना कधी लक्ष उडाले आणि संगीतदिग्दर्शकाने चमकून पाहिले की शाळकरी खट्याळ पोराप्रमाणे नुसत्या डोळ्यांनी हसून मान सतारीमागे दडवीत असे. एखादा किस्सा सांगताना कसबी सोंगाड्यासारखे हावभाव करीत असे. जादू तर नामवंत जादुगारासारखी करत होता. एकदा रेकॉर्डिंग मशीनने असाच दगा दिला होता. मला वाटते, 'देव पावला' चित्रपटाचे मी संगीत करत होतो. वसंतरावांनी एका डोळ्यात सुई

घालून दुसऱ्या डोळ्यातून काढायची जादू केली, पत्त्यांच्या केल्या, आणि कुणाला तरी सायकलचा दिवा आणायला लावून स्वतःच्या हातावर त्यातले केरोसीन ओतून आग लावली. मी म्हटले,

"वसंता, जाळून घेशील अशानं." तशी हळूच म्हणाला, "एकदा जळून गेलेले पुन्हा काय जळतील, पीएलसाहेब!" आणि त्या अनुषंगाने त्याने मला शेर ऐकवले. कवाली गायला लागला, तर ह्याची मादृेजबान उर्दू नाही, म्हणायची कुणाची बिशाद नव्हती. टाकावे तिथे चमकणारा हा माणूस. आयुष्यात भांडलाही असेल. वाईटही वागला असेल. पण मैफिलीचा चांद होता. बडबड्या नव्हता, पण बोलका होता. बेफिकीर होता, पण काम आले की तिथे जीव ओवाळणारा होता. देह मळलेला असायचा; मन म्ळ लेले नव्हते.

चित्रपटाच्या ह्या लहरबहरींनी भरलेल्या दुनियेत अनेक कोळसे हिऱ्याचा भाव खाऊन गेले. अनेक हिरे कोळशाच्या मोलात विकले गेले. वसंत पवार हा हिरा दुसऱ्या जातीचा. हिंदी चित्रपटसृष्टीत सरळ पाश्चात्य संगीतावर डल्ला मारून हातात अवॉर्ड्र्सची ती बाहुली घेऊन नाचणारे काही म्युझिक-डायरेक्टर्स पाहिले की, आमच्या मराठी बोलपटांतून सुरांचे चारित्र्य टिकविताना उपासमारीत दिवस काढणारे कलावंत मला दिसायला लागतात. पुरुषोत्तम सोळंकुरकर हा एक असाच गुणी मराठी कलावंत होता. अण्णासाहेब माईणकर होते. ह्या साऱ्यांनी अखेरचे दिवस उदासीनतेतच काढले. केशवराव भोळे उत्तम लेखक आहेत म्हणून कुणाकुणाला आठवतात. मास्टर कृष्णरावांनी मैफिली गाजवल्याची स्मृती आहे. पण अस्सल मऱ्हाटी चाली देणाऱ्या दादा चांदेकरांचे फारसे कुणाला योग्य वेळी स्मरण झालेले मला आढळत नाही. "हलकेच कळ्यांनो उमला" ह्या गीताला अप्रतिम चाल दिलेले सी० बालाजी नावाचे संगीतदिग्दर्शक होते. तेही उपेक्षेच्या अंधारातच आहेत. वसंत पवारांच्या निधनानंतर विचार आला की, शोकाकुल वडील, भावंडे, त्यांची कुटुंबिनी, मुले-लेकरे ही मंडळी तेवढी एकांतात आसवे ढाळणार. सहकाऱ्यांना स्वतःची ओझी वाहायची आहेतच. मग उरले काय? वसंतरावांच्या चाली. "बाळा जो जो रे" ह्या वात्सल्यपूर्ण अंगाईपासून "बुगडी माझी सांडली ग" ह्या शृंगारिक लावणीपर्यंत असंख्य प्रकारच्या स्वररचनेत नटलेली ही गीते! कालांतराने ती गाणाऱ्यांना त्या गीतांचा गीतकार आणि संगीतकारही स्मरणार नाही. एखादा त्यांचा चाहता जगला-वाचला, तर म्हातारपणी सांगेल की, "हे स्वरऋण कोणाचं आहे, ठाऊक आहे? वसंत पवार नावाच्या अकाली निधन पावलेल्या गुणी माणसाचं."

मला कुणीतरी सांगितले की, निधनोत्तरदेखील वसंताच्या अंत्यविधीपूर्वी त्याचा धर्म कुठला याची कठोर चिकित्सा झाली. त्याच्या मृतदेहावर संस्कार कुठले करावे, ह्याचा म्हणे वाद झाला. मला कबिराची कथा आठवली. त्याच्या कलेवराचा ताबा घ्यायला हिंदू आणि मुसलमान भांडू लागले. मग कोणी तरी चादर काढली तेव्हा आत कबिराचे कलेवर नव्हते, फक्त फुले होती. वसंताचा देह असेच एक स्वरपुष्प होते. स्वरधर्मी

वसंताच्या कलेवराला दुसऱ्या धर्माचे लेबल लावू पाहणाऱ्यांची कीव करण्यापलीकडे काय करण्यासारखे आहे?

वसंता मिरजेला वारला. मिरज हे सतारीचे गाव. ज्या मिरजेतून त्याला पहिली सतार मिळाली असेल त्या मिरजेतच त्याचा पार्थिव देह विलीन झाला. इतर कुणाचे काय सांगावे? पण खरी पोरकी झाली वसंताची सतार. स्वरवाद्यदेखील एका हाती बोलते तसे दुसऱ्या हाती बोलत नाही, असा संकेत आहे. वसंताची सतार कायमची अबोल झाली. वसंत' पवार संगीतदिग्दर्शक होता, गायक होता, जादुगार होता, चतुर संभाषण करणारा होता, नृत्यकुशल होता; पण त्याच्या मर्मबंधात एकच ठेव होती–सतार! तिचा मात्र आता सरला रंग!

पं० वसंतखाँ देशपांडे

विस्तीर्ण माळावर बिजलीचे जणू काय वादळी थैमान पाहत राहावे, तद्वत अवाक होऊन समोरचे श्रोते वसंताने उमे केलेले सुरलयीचे तांडव पाहत होते. वीसएक वर्षांपूर्वीची मैफिल. नागपुरात धंतोलीवर बाबूरावजी देशमुखांच्या बंगल्यावरच्या दिवाणखान्यात ऐकणारेही असे एक्के जमले होते की, गाणाऱ्या पुंडलिकालाही आपल्या भेटी परब्रह्म आले आहे असे वाटावे. तबल्याला मधू ठाणेदार, सारंगीवर मधू गोळवलकर, मी पेटीच्या साथीला आणि गायक वसंत देशपांडे. आम्ही सगळेच तिशीच्या आसपास. आमच्यापैकी कोणीही आदरार्थी बहुवचनात शिरला नव्हता. समोर नाना जोग, बाबूरावजी देशमुख, दोडके, बाबूराव चिमोटे हे सारे आप्तस्वकीयच. त्यामुळे दाद मिळायची तीदेखील "क्या बात है, वश्या," "वा मधू" अशी आपुलकीचीच. कौशीकानड्यातल्या 'काहे करत मोसे बलजोरी' त वसंता घुसला होता. पांढरी चारच्या धैवतापर्यंत वसंताच्या वक्रगती तानांचे सट्टे चालले होते. सरगम अशी मुष्किल निघत होती की, त्या सुरांच्या मागून धावणे मला आणि मधू गोळवलकरला अशक्य होत होते. सुरांच्या त्या अचाट आणि अत्यंत अकल्पित स्थानावरून उठणाऱ्या फेकी ठाणेदारच्या तुकड्यांशी झुंज घेत कुशल धनुर्धरासारख्या समेचा केंद्रबिंदू वेधून जात होत्या. चीज संपली आणि मैफिलीला टाळी देण्याचे भान राहिले नाही. त्या धुंद शांततेची, त्या सन्नाट्याची दाद हजार हातांच्या टाळ्यांच्या कडकडाटाहूनही अधिक मोलाची असते. काहीतरी अलौकिक घडताना अनुभवल्यानंतर होणारा आनंद अनिर्वचनीय असतो. त्या मौनाला शब्द शिवला, तर त्या क्षणाचे पावित्र्य बिघडते. वसंताच्या गाण्याइतकाच त्या सन्नाट्याचा मजा घेत आम्ही गाणारे, वाजवणारे आणि श्रोते काही सेकंद बसलो होतो. तेवढ्यात, वाढत्या वयाबरोबर ज्यांचा फक्त खडूसपणाच वाढत जातो, अशा नमुन्याच्या एका म्हाताऱ्याने आपली कवळी वाजवली,

"कॅय् हँ-देशपांडे-आपल्यं घराण्यं क्युठल्यं–"

"आमच्यापासून सुरू होणार आहे आमचं घराणं-" वसंताने ताडकन उत्तर दिले. दिवाणखान्यातल्या साऱ्या नागपुरी रसिकतेने त्या जबाबाला छप्परतोड टाळी दिली.

श्रीमंत घराण्याच्या मोठेपणाच्या लोभाने अपमानित जीवन जगण्यापेक्षा आपल्या एकुलत्या एका तान्ह्या पोराला पदराखाली घेऊन स्वाभिमानासाठी खुर्चीचे दारिद्र्य पत्करणाऱ्या आईचा वसंता त्या दिवशी खरा पुत्र शोभला. वसंताने कधी आपल्या वऱ्हाडातल्या कमळापूरच्या वतनदार घराण्याची पिसे लावली नाहीत, की संगीतातल्या एकाच घराण्याच्या नावाने कान पकडले नाहीत. कुणी अन्नाची माधुकरी मागतो; वसंताने सुरांची माधुकरी मागितली. ह्या एकलव्याचे अनेक द्रोणाचार्य. नागपुरातल्या शंकररावजी

सप्रेगुरुजींनी त्याला संगीताचे प्राथमिक धडे दिले. लाहोरला आपल्या मामाच्या घरी राहत असताना आसदअलीखाँ नावाच्या एका अवलिया उस्तादाने सहा महिने फक्त 'मारवा' पिसून घेतला आणि म्हणाले, "बस हो गया बेटे, यापुढलं गाणं तुला आपोआप सापडत जाईल." सुरेशबाबूंनी अत्यंत आपुलकीने किराणा घराण्यातल्या खुब्या सांगितल्या. अमानअली मेंडीबाजारवाले यांनी आपल्या स्वच्छंद (रोमँटिक) गायकीच्या तबियतीचा आणि गळ्याच्या वकुबाचा शागीर्द भेटल्याच्या आनंदात तालीम सुरू केली. दुर्दैवाने वर्ष-दीड वर्षाच्या आत त्यांचे निधन झाले. ह्या सर्व गुरुजनांकडून वसंताने चार गोष्टी घेतल्या खऱ्या. पण त्याचा जीव मात्र गुंतला होता तो एकाच गायकाच्या स्वरजालात. तोही असाच स्वयंभू गायक होता. सुरांच्या वादळांशी झुंजणारा. अभिजात संगीत मोठ्या ताकदीने गाणारा. पण कपाळ?- वर 'नाटकवाला' असा शिक्का बसल्यामुळे संगीतातल्या शालजोडीवाल्यांकडून आणि शेरवानीवाल्यांकडून उपेक्षित. वसंताचा हा खरा द्रोणाचार्य. वसंताच्या मर्मबंधात लयसुरांचा जी ठेव आहे ती ह्या गायकाची. त्या द्रोणाचार्याचे नाव दीनानाथ मंगेशकर. 'राजसंन्यासा' तल्या तुळशीसारखी सुरांच्या उसळत्या दर्यात गळा फेकायची दुर्दम्य महत्त्वाकांक्षा बाळगणारे दीनानाथ. स्वरसारसापेक्षा स्वरसाहसात रमणारे दीनानाथराव हे वसंताचे आद्य दैवत. त्या काळी दीनानाथराव म्हणजे गोवा आणि वऱ्हाड-नागपूर ह्या सुभ्यांचे अधिपती. गोव्याचा 'दिना' वऱ्हाड-नागपूरला दत्तक गेलेला! वसंताच्या बालमनावर पहिला संस्कार घडला तो दीनानाथांच्या गायकीचा. हनुमंताने जन्मतःच सूर्यबिंब खायला जावे तसा आठनऊ वर्षांचा वसंता एकदम 'रवि मी ऽ' म्हणतच गायला लागला आणि व्यंकटेश थेटरात कानी पडलेल्या ताना आपल्या बालआवाजीत फेकायला लागला. सप्रेगुरुजींच्या गायनवादन विद्यालयातले हे दोन असाधारण बालकलावंत. सप्रे त्यांना रागरागिण्यांच्या वागण्यासवरण्याचे कायदे सांगत होते आणि हे दोन्ही उटपटांग शागीर्द आपले गळे स्वतःच्या तबियतीने फेकत होते. त्यांतला एक शिष्य वसंत देशपांडे आणि दुसरा राम चितळकर. राम सिनेमात गेला आणि सी० रामचंद्र झाला. वसंतालाही बालपणीच सिनेमावाल्यांनी उचलले. भालजी पेंढारकरांनी रामप्रमाणे वसंतालाही हेरले आणि वयाच्या नवव्या-दहाव्या वर्षी 'कालियामर्दन' सिनेमाच्या हिंदी आवृत्तीत वसंता 'कृष्ण' झाला. नागपूरच्या महाल भागातल्या गल्लीवाल्या अठरापगड पोरांत वाढल्यामुळे त्याची मराठीपेक्षा टर्रेबाज नागपुरी हिंदीशीच सलगी अधिक होती. त्या काळी नागपुरी रइसांची आणि अवामांची भाषा नागपुरी हिंदीच होती. आजही अस्सल नागपुरी मराठी लोक रंगात आले की, तो रंग खुलवायला त्यांना मराठी तोटकी पडते. एकदम हिंदीत घुसतात. मराठीला ती 'किक' येत नाही. आजकालच्या सरकारी हिंदीला तर 'सेक्स अपील' च नाही. नागपुरी हिंदीला नागपुरी संत्र्याच्या सालीचा रंग होता. डोळ्यांत पाणी आणणारा तिखटपणा होता आणि आतल्या फोडींची आंबटगोड रसाळताही होती. डोळ्यांत पाणी आणणारा उखडेलपणा आणि जीवघेणी आपुलकी अशा दोन परस्परविरोधी वाटणाऱ्या प्रवृत्तींचे नागपुरी स्वभाव हे एक अजब मिश्रण होते. वसंता वाढला तो अशाच "चल बे साले" आणि "अबे बैठ

बे” ह्या दोन प्रवृत्तींच्या संगमातून घडणाऱ्या वातावरणात.

वसंताची आणि माझी भेट झाली ती ह्या दोन्ही प्रवृत्तींचे दर्शन घडवीतच. एकेचाळीस सालची गोष्ट. म्हणजे होतील आता तीस वर्षे. पुण्याच्या अलका टॉकीजजवळ एक तीनमजली सडपातळ चाळ आहे. तळमजल्यावरच्या एका गाळ्यात सारंगिये महमदहुसेनखाँसाहेबांचा एक गायन-क्लास होता. अजूनही आहे. खाँसाहेबांची ती आवडती डेकचेअर मला आजही येताजाता त्याच जागी दिसते. खाँसाहेब हे गंधर्व नाटक मंडळीतल्या मरहूम कादरबक्षखाँसाहेबांचे चिरंजीव. वडलांच्या तालमीतच सारंगीत तयार झालेले. त्या क्लासात आमचा अड्डा असे. मी तसा नुकताच पुण्यात आलो होतो. भावगीते म्हणणारा एक कॉलेज स्टूडंट म्हणून, इंटर्व्हलमधल्या सार्वजनिक कॉफीशिवाय एक खास कप चहा किंवा कॉफीच्या मोबदल्यात चार घरी गाण्याच्या बैठकी झाल्या होत्या. अशाच एका मैफलीत महमदहुसेनरखाँसाहेबांशी स्नेह जुळला होता. संध्याकाळी खाँसाहेबांच्या क्लासात गाणेबजावणे चाले. शेजारी अलका टॉकीज उभे राहिले नव्हते. टिळक रस्ताही माणसांनी आणि वाहनांनी इतका तुडुंब भरून वाहत नव्हता. खाँसाहेब खूप आतिथ्यशील. विशेषतः कॉलेजमधल्या मुलांत रमणारे त्यामुळे गाण्यावाजवण्याची आवड असलेल्या फर्ग्युसन आणि एस० पी० कॉलेजमधल्या विद्यार्थ्यांची त्या एवढ्याशा जागेत नित्यनैमित्तिक हजेरी असायची. शिवाय मधू गोळवलकर खाँसाहेबांकडून सारंगीची तालीम घेत होता. आमच्या भावगीतगायनात गोळवलकर आमचे कादरबक्ष! संध्याकाळी खाँसाहेबांच्या क्लासात असाच कुठले तरी पद म्हणत बसलो होतो. तेवढ्यात नागपुरी रुंद काठाचे धोतर, डोक्याला तिरकी टोपी, अंगात स्काऊटच्या शर्टासारखा खाकी शर्ट, हातात एक सोटा अशा थाटात आणि तरतरीत नाकाचा उगम आणि भेदक डोळ्यांचा मध्य, कानाच्या पाळ्या आणि गळ्याच्या दोन्ही बाजू इतक्या ठिकाणी पानवाले पुरभय्ये लावतात तसा मारुतीचा शेंदूर लावलेला, आणि उभी हयात पैलवानी किंवा भांग-ठंडाईचे दुकान चालवण्यात जावी अशा ढंगात वसंतराव देशपांड्यांनी त्या क्लासात आणि माझ्या आयुष्यात पहिली एंट्री घेतली. हा काय प्रकार आला आहे, असे वाटेपर्यंत महमदहुसेनखाँसाहेब म्हणाले, “आईऽयें, वसंतरावजी–” आज वर्षांचा हिशेब मांडल्यावर लक्षात आले की, वश्या त्या वेळी फक्त एकवीस वर्षांचा होता. ह्या दोन मे रोजी त्याचा पन्नासावा वाढदिवस. माझ्यापेक्षा सहा महिन्यांनी लहानच. पण तो शेंदूर, तो सोटा, ते नागपुरी धोतर, डोक्याला तिरकी टोपी, उणीपुरी सव्वापाच फूट उंची नसताना सहा फूट उंची आणि तीन फूट रुंद छाती असावी अशा थाटातले ते पैलवानी चालणे हे पाहून माझा गळा सुकला.

“हां भय्या, चलने दो. बंद क्यों हो गये–” म्हणून मला पद चालू ठेवण्याची फर्माईश केली. आणि समोर येऊन बसले.

वसंतरावजी हे नाव कळले. एकूण थाटावरून आडनाव पूछवाले, बनातवाले, फरासखानेवाले की गवालियरचे आणखी कोण-वाले असतील याचा अंदाज करीत होतो. पण वसंतरावजी माझ्यासारखे नुसते देशपांडेच निघाले. वसंताला ‘कट्यार

काळजात घुसली' या नाटकातल्या खाँसाहेबांच्या वेषात पाहताना पटकन मला दिसला तो तीसएक वर्षांपूर्वीचा महमदहुसेनखाँच्या क्लासात प्रथम भेटलेला वसंता. वेश निराळा पण पेश आला तो त्याच दरबारी ढंगात. दोनपाच मिनिटे माझे गाणे ऐकले आणि स्वारी साथीच्या त्या उमेदवार तबलियाला म्हणाली, "बेटे, इधर लाव साज." आणि माझ्या त्या उडत्या गाण्याबरोबर वसंताने लग्गीचाट सुरू केली. त्यानंतरचा दैवदुर्विलास म्हणजे पुणे शहरात मी गाणारा देशपांडे आणि वसंता तबलजी देशपांडे! देणम् नास्ति धेणम् नास्ति. त्यामुळे आम्हांला कार्यक्रमांच्या सुपाऱ्या भरपूर. योग्य वेळी आवश्यक थारेपालट झाला आणि मी गवयाचा पेटीवाला झालो. वसंता गवयी. मधू गोळवलकर सारंगीनवाज आणि कै० मधू तिसगावकर तबलिये असा फड जमला. आम्ही सारेजण एकाच पंथातले होतो. म्हणजे गाण्यात आम्हांला पंथच नव्हता. मी काय, वसंता काय, मधू गोळवलकर काय, आम्ही तिघेही संगीतातलें अनाथ विद्यार्थी! कुठल्याही एका गुरूच्या दीक्षेची मुद्रा आमच्या कपाळी नव्हती. सूर आणि लय हीच आमची विठ्ठलरखुमाई. आम्हांला ना जयपूर घराणे, ना आग्रा घराणे. एका अर्थी हे ठीकच आहे. कुणा एकाच्या नावाने तर्पण करायला नको. तुकोबा म्हणतात तसे "बरा कुणबी केलों । नाहीं तरि दंभेचि असतों मेलों!" आपापल्या तबियतीचे शागीर्द. आमचा फड रागरागिण्यपासून भावगीत लावण्यांपर्यंत सगळीकडे हिंडून यायला मोकळा होता. पण फडाची ओढ मात्र वरणभातापेक्षा कोर्माकोफ्त्याकडे अधिक होती. अशीच मजेत वर्षे चालली होती आणि आमच्या मधू तिसगावकरचा खून झाला. सुदैवाने मधू ठाणेदार त्याच काळी-पुण्यात आला आणि आमचा तबलजी झाला. ठाणेमियाँही आमच्याच तबियतीचे निघाले.

एव्हाना वसंताने माझे कान साफ खराब केले होते. इतरांचे जाऊ दे. एक तर मला माझेच गाणे ऐकवेना. इतर बऱ्याच लोकांची गाणी मिळमिळीत वाटायला लागली. त्यातून दीनानाथराव, बालगंधर्व, मल्लिकार्जुन मन्सूर, मास्तर कृष्णराव ह्या सीनियर मंडळींवर माझ्याइतकाच वसंताचाही लोभ. मलका-ए-गझल बेगम अख्तर ह्या नामोच्चाराबरोबर पहिली "हाऽऽय" मधू गोळवलकरची आणि लगेच माझे आणि वसंताचे उष्ण की काय म्हणतात तसले दोन निःश्वास! हिराबाई हा आमचा आणखी एक वीक पॉइंट. वसंतरावांना तर चंपूताई म्हणजे वडील बहिणीसारख्या. सुरेशबाबूंचे वसंतरावांच्यावर निरतिशय प्रेम. पुण्यातल्या बुधवारातल्या एका दीडखणी खोलीत आमची मैफिल जमायला लागली. त्या खोलीबाहेर भरघोस बोर्ड होता—'आर्य संगीतोत्तेजक मंडळ'. हे मंडळ अब्दुल करीमखाँसाहेबांच्या प्रेरणेतून निघालेले. त्यामुळे तिथे सगळी किराणा घराण्याच्या वळणातली मंडळी जमे. किराण्याच्या प्रेमी मंडळींमध्ये संगीतरसिकतेच्या बाबतीत मला अधिक औदार्य आढळते. कारण हे घराणेही बरेचसे स्वच्छंदतावादी आहे. घराण्यातून येणारा अभिमानी कडवेपणा इथे कमी आहे. चिजांच्या लोभापेक्षा सुरांचा लोभ अधिक असणारे, उदारमतवादी घराणे. आमच्या ह्या मंडळींत सवाई गंधर्वांचे जामात डॉ० नाना देशपांडे, वामनराव देशपांडे, त्यांचे ज्येष्ठ बंधू कै० पांडुरंगशास्त्री देशपांडे, दत्तोपंत देशपांडे, वसंत देशपांडे, पु० ल० देशपांडे अशी मुळी

अर्धाएक डझन देशपांडे मंडळीच होती. बाळासाहेब अत्रे उत्साही कार्यकर्ते. शिवाय विठ्ठल सरदेशमुख, पाथरकर, झालेच तर हे–काका, ते–अण्णा अशी मंडळी जमे. किराणा घराण्यातल्या मंडळींशी वसंतरावांचा निकटचा स्नेह. संगीताच्या क्षेत्रात त्याला मान आणि आपुलकी उदंड प्रमाणात लाभली ती चंपूताईंकडेच. किंबहुना, संगीतातल्या गुणी उपेक्षितांचे चंपूताई हे फार मोठे आश्रयस्थान. गाण्याच्या क्षेत्रात मुके, आंधळे, पांगळे आणि थोटे गोळा करायचा त्यांना नादच आहे. वसंताचा ऋणानुबंध सुराच्या साधर्म्याने नसला तरी अंतःकरणाच्या ओढीने हिराबाईंशी फार निकटचा आहे. पुष्कळदा असे वाटते की, सुरेशबाबू अधिक जगते तर किराणा गायकीत डुबलेला परंतु आणखी निराळ्या तेजाने चमकणारा गाण्याचा एक स्वतंत्र थाट वसंताच्या गायकीत दिसला असता. आजही खास मैफिलीत कुणी फर्माईश केली तर सुरेशबाबूंची गायकी वसंता अतितलमपणाने पेश करतो. मात्र सुरेशबाबूंची ती झुळझुळणारी पेटी ऐकायची असेल तर वसंताकडूनच ऐकावी. गाण्यात आक्रमक असणारा वसंता पेटी मात्र विलक्षण हळुवारपणाने वाजवतो. तयार वाजवतो. पण तानांची जात अगदी झुळकीसारखी शीतल. वसंताच्या गाण्यावर दीनानाथरावांचा जबरदस्त संस्कार, पेटीवर सुरेशबाबूंचा. तबल्याचा इतका डौलदार आणि चपळ अशा विरोधातून उठणारा बाज त्याच्या बोटांत मात्र कुठून शिरला देव जाणे. बहुधा देवच जाणे. कारण आईच्या गरिबीच्या संसारात बालपणी वसंता चार आण्यांची भर टाकायचा तो देवळातल्या कीर्तनकारांचा तबलजी म्हणून मिळवलेल्या मोबदल्यातून! त्या काळी मैफिलीतल्या तबलजीची बिदागी शिकस्त म्हणजे पाच रुपये. दोन रुपये हाच वहिवाटीचा दर. कथेकरीबुवांच्या तबलजीचा हिशेब अधेलीपर्यंत पोहोचला, तर ते नवलच असायचे. बहुधा देवळातले वतनी गुरवच मृदंगावर धुमाळीचा भजनी ठेका कुटायचे. पण वसंताचा ठेका अतिशय रेखीव असतो. एकदा पुण्यात एका मैफिलीत हिराबाई गात होत्या. तबल्याला वसंता. असा सुरेख ठेका चालला होता की, भीमसेन जोशी भर मैफिलीला ऐकू जाईल एवढ्या मोठ्याने म्हणाले, "गाणाऱ्याला गात ठेवणारा ठेका तो हा! वा बुवा–"

ह्या तबल्याच्या उत्तम जाणकारीमुळे वसंता गाताना तालाशी हुकमतीने खेळतो. त्याच्या गायकीतला 'अंदाज' मुष्किल आहे. एक तर गळ्यातले स्वरयंत्र डोक्यातल्या कल्पनांचे गुलाम आणि दुसरी ही तालावरची पकड. खाँसाहेब अहमदजान थिरखवाँ म्हटले की, मी मी म्हणणाऱ्या गवयांच्या अंगाला घाम फुटतो. एकदा हिराबाईच्या घरी खाँसाहेबांचा मुक्काम होता. वसंतरावांचा तिथेच तळ. एका संध्याकाळी वसंतरावांनी दीनानाथरावांच्या ढंगात रूपकात "चंद्रिका ही जणू" सुरू केले. रूपक हा खाँसाहेबांचा लाडका ताल. बालगंधर्वांच्या 'मम सुखाची' ला खाँसाहेबांचा रूपक नुसता हवेत झेलीत ठेवायचा. वसंतराव मात्र एखाद्या वाघाला दंडुक्याने डिवचून खवळायला लावावे तसे खाँसाहेबांच्या रूपकाला लयीच्या नाना बंधांनी नुसते डिवचत होते. आणि खाँसाहेबांनी रूपकाची आपली सारी यादगारी ओतायला सुरुवात केली होती. खाँसाहेब तुफान वाजवताहेत आणि वसंता त्या अंगाच्या ताना फेकीत पुन्हा टुणकन समेवरच! अर्धापाऊण

तास ही झुंज चाललेली. वसंताने गाणे संपवले. खाँसाहेबांचा रूपक चालूच. "आमा, रुकते क्यूं हो? चलिये–" दीड तास चंद्रिका. दीड तासाची कहर आतिषबाजी. तसल्या त्या तापलेल्या हातांनी खाँसाहेबांनी वसंताची पाठ थोपटली. त्याच दिवसांतली कथा आहे. खाँसाहेबांचा पुण्यात आठदहा दिवस मुक्काम होता. लालजी गोखल्यांच्या घरी. आठ रात्री खाँसाहेबांच्या आठ मैफिली. काल ऐकलेला तबला आज नाही असा भरणा. रात्री नऊ-साडेनऊपासून दीड-दोन वाजेपर्यंत पेटीवर लहरा धरून वसंतराव, आणि खाँसाहेबांचा सोलो तबला! आम्ही त्यांची शेपटे धरून सगळ्या मैफिलींत हजर. त्या आठवड्यात खाँसाहेबांनी आम्हांला धोधो तबला ऐकवला. आयुष्यात इतका तबला ऐकला, बाकीच्यांच्या तबल्यांनी कान तृप्त झाले, पण मन तृप्त करणारा तबला खाँसाहेब अहमदजान थिरखवांचाच! मुक्कामाच्या शेवटच्या रात्री प्रोग्राम होता आबासाहेब मुझुमदारांच्या वाड्यात. वसंता आणि महमदहुसैनखाँसाहेब लहऱ्याला. ऐकायला जाणकारांची गर्दी होती. पण समोर बसले होते तबल्यातले फार मोठे विद्वान मरहूम मेहबूबखाँसाहेब. थिरखवाखाँसाहेबांनी मैफिलीला आधीच इशारा दिला, "हे पाहा, आज मी वाजवणार आहे ते समोर माझे बुजुर्ग उस्ताद मेहबूबरखाँसाहेब बसले आहेत त्यांच्यासाठी." फार सुरेख बोलले थिरखवाखाँसाहेब त्या रात्री. म्हणाले, "माझ्या उस्तादांनी दिलेला जुना किमती खजाना आज मेहबूबखाँसाहेबांच्या पुढे पेश करण्याचा मोका अल्लामियाँने मला दिला आहे–याबद्दलची शुक्रगुजारी व्यक्त करून मी मेहबूबखाँसाहेबांची तबला सुरू करण्यापूर्वी इजाजत घेतो." मेहबूवखीसाहेबांना इतका मान दिलेला पाहून आम्ही खूप खूष झालो. मेहबूबखाँसाहेब कुमार गंधर्वांच्या बालवयातले त्यांचे तबलजी. त्यामुळे परिचय जुना. वसंतावर तर त्यांचे निरतिशय प्रेम. ठाणेदारचेही गुरू. अत्यंत भाबडा माणूस. त्यांचे रांगडेपणही अतिशय लोभसवाणे असे. भाषेत विरामचिन्हांच्या जागी स्वतः बनवलेले शिव्यांचे फिक्रो असत. धुवट मंडळींनी तर नाकाशी सतत कांदा किंवा अमोनिया धरावा, असले उपमासौंदर्य. "आहाहा–काई समजले वशेन्तराव, द्येव बरं करो तिच्यायला तुमचं. गुनाचं यवढुसं कूस जरी दिसलं, तरी गांडीच धोत्तार सोडून भर मैफिलीत गुनिजनाच्या टाळक्याला आपल्या हाचानं बांदरी अवलाद की हो आमची–" अशी गुणग्राहकता. मेहबूबीखाँसाहेबांची इजाजत घेऊन खाँसाहेबांनी वसंतरावांना लहरा सुरू करण्याचा इशारा केला. वसंतरावांनी पेटीवर चाळा म्हणून सहज बोटे फिरवली. खाँसाहेबांनी तेवढ्या करामतीला मोठ्या कौतुकाने "जियो" म्हणून दाद दिली. तेवढ्यात एक आगाऊ निघाले. आणि हिंदीची पुणेरी चिंधी फाडत थिरखवाखाँसाहेबांना म्हणाले,

"खानसाहेब, वसंतराव देशपांडे माष्टर दीनानाथकी नक्कल बहुत अच्छा करता है–"

"आमा क्या बात करते हो? नकल करता है? वसंतरावजी दीनानाथरावकी गायकी पेश करते हैं–नक्कल नाही करीत. त्या दोघांचा मिजाज सारखा आहे. आयंदा ऐसी बात मत करना. बसंतरावजी गवैय्ये हैं!"

वसंतराव गवैय्ये आहेत, अप्रतिम नट आहेत, ही दाद फार मोठ्या प्रमाणात मिळायला

दारव्हेकरांची कट्यार जनतेच्या काळजात घुसावी लागली. पुरुषोत्तम दारव्हेकरांनी आमच्यासारख्या, वसंताची गवई म्हणून फार मोठी योग्यता आहे असे मानणाऱ्यावर खरोखरीच फार मोठे उपकार केले. वसंताची ही तडफ, ही अचाट कल्पकता, लयसुरावरची हुकमत आम्ही गेली तीस वर्षे पाहतो आहो. गेली तीस वर्षे आम्ही जोडीजोडीने वाढलो. नाटक-सिनेमाच्या माझ्या प्रत्येक खटाटोपात साथीला वसंता हवाच. माझ्या 'तुका म्हणे आता' नाटकातला संगीतदिग्दर्शक वसंत देशपांडे. मी संगीतदिग्दर्शन केलेल्या प्रत्येक चित्रपटात वसंता गायला आहे? "माझ्या कोंबड्याची शान'' पासून ते 'गुळाच्या गणपती' तल्या "ही कुणी छेडिली तार" पर्यंत नाही नाही त्या चाली मी त्याला गायला लावल्या आहेत. वास्तविक तो त्या वेळी मिलिट्री अकाउंट्समध्ये नोकरीला होता. पण रात्री-रात्री जागवून त्याने केवळ प्लेबॅक आर्टिस्टच नव्हे, तर ऑर्गनवादक म्हणूनसुद्धा माझ्या स्नेहासाठी काम केले आहे. भीमसेन जोशींनी लोकप्रिय केलेल्या "इंद्रायणीकाठी देवाची आळंदी" ह्या माडगूळकरांच्या अभंगाची चाल माझी. त्या रेकॉर्डिंगला ऑर्गन वसंताने वाजवला आहे. आता पुण्यातून माझा मुक्काम हलल्यामुळे आणि सध्याच्या आम्हा दोघांच्याही जीवनक्रमामुळे रोजच्या मैफिलीची चैन साधता येत नाही. एके काळी, आज माझ्या घरी, उद्या मधू गोळवलकरच्या घरी, परवा भाऊ नाडकर्ण्यांच्या घरी, शनिवारी आर्य संगीतोत्तेजक मंडळात, असा अड्डा जमायचा. शिवाय, शहरभर नॉट्-पेड बैठकी चालूच. खाँहेबांच्या क्लासात त्याची आणि माझी पहिली भेट झाली त्या वेळी वसंताला के०नारायण काळ्यांनी सिनेमात उचलला होता. वास्तविक 'कालियामर्दना'—नंतर वसंता बालनटच व्हायचा. पण आईने त्या लोभाला बळी न पडता त्याची पुन्हा नागपुरात उचलबांगडी करून शाळेत घातले. तिथे मॅट्रिक पास झाला आणि वसंतराव पुण्यात आले. के० नारायण काळे त्या काळी 'मुन्सिपालटी' नाटकावरून सिनेमा करीत होते. त्यात वसंतराव एक गाणे गायला होता. माझी वसंताची पहिली भेट झाली, त्या दिवशी खाँसाहेबांनी त्याला ते गाणे ऐकवायची विनंती केली. "सुलतान शहरके यार-ये तो मुन्सिपालटीवाले" अशी ती एक उडती छक्कड होती. वसंताने त्या गाण्यात असल्या सणसणीत आणि पंजाबी अंगाच्या तिरपागड्या ताना फेकल्या की, अंगावर काटाच आला. मी आयुष्यात गायला सुरुवात केव्हा केली ते मला आठवत नाही. पण "आपण गवयी व्हायचं नाही—ती मंझिल फारच दूर आहे," हा निर्णय मात्र मी वसंताचे गाणे ऐकून केला.वसंताकडून ते गाणे मी लकडीपूल ते खजिन्याची विहीर एवढे अंतर चालताना भर रस्त्यात दहा वेळा तरी म्हणून घेतले असेल. सगळ्याच स्नेह्यांची आणि माझी पहिली भेट केव्हा झाली हे मला नीट स्मरत नाही पण भानुविलास थेटरच्या बाजूला औट-हाउसजवळच्या खोलीत झालेली ग० दि० माडगूळकरांची भेट आणि महंमद हुसेन खाँसाहेबांच्या क्लासात झालेली वसंताची भेट मी कधीही विसरणार नाही. पहिल्या दिवशी मी आणि माडगूळकर असेच रात्री भटकत निघालो होतो—गडकऱ्यांच्याविषयी बोलत. वसंता आणि मीही टिळक रोडवरून असेच जोडीने निघालो. "सुलतान शहरके यार" गात-ऐकत. गेली तीस वर्षे असेच जोडीने चालतो आहोत.

आज ‘कट्यार’ चा खेळ पाहून आलेले लोक मलाच ऐकवायला लागतात, “वसंतराव देशपांडे नुसते गायक नाहीत, नटही किती चांगले आहेत हो!” मी मनात म्हणतो, “लेको, आमच्या ‘तुका म्हणे आता’ ह्या हापटलेल्या नाटकात वसंताचं काम पाहायला का नाही आलात? ‘दूधभात’ नावाच्या माझ्या एका चित्रपटात वसंताने खानदानी गवयीबुवांचं काम किती अप्रतिम केलं आहे. एकुलत्या एका मुलाच्या आकस्मिक निधनानं भ्रमिष्ट झालेला तो बुवा रिकाम्या तंबोऱ्याला ‘गा, गा यशवंता, गा–’ म्हणून रोजच्या रियाझासारखा गायला सांगतो, तो प्रसंग वसंतानं अभिनयाच्या कसल्या ताकदीनं वठवला आहे ते पाहिलं आहे का?” पंजाबी तरकिबीच्या खुब्या महाराष्ट्राला माहिती नव्हत्या त्या काळी वसंतराव पंजाबी अंगाची तान काय जबरदस्त आत्मविश्वासाने फेकत होते. आज ‘कलावती’ हा जणू काय आपणच शोधून काढलेला राग आहे, अशा थाटात गायक-सतारिये हा राग पेश करतात. तीस वर्षांपूर्वी कलावती, सालगवराळी, देवसाख, लच्छासाख, नागसुरावळी, झीलफ असले अनवट राग गाऊन वसंता मैफिली रोशन करीत होता. आणि हे सारे एका तांबड्या पैशाची अपेक्षा न बाळगता!

रात्र-रात्र मैफिली जागवायच्या. पुन्हा आपला सकाळी सायकलीवर टांग टाकून सदाशिव पेठेतून शाहू पॅलेसपर्यंत प्याडल मारीत मिल्ट्री अकौट्समध्ये खर्डेघाशीला जायचा. आयुष्यातली एकदोन नाही, सोन्यासारखी बावीस-चोवीस वर्षे ह्या दर्जेदार गायकाने कारकुनी केली. पण एक गोष्ट खरी की, ती कारकुनीदेखील मोठ्या तबियतीने केली. कारकुनांच्या अड्ड्यात वसंता शंभर टक्के कारकून. आपण कलावंत असून कारकुनीत झिजतो आहोत या चालीची रड–नव्हे, निराशेचा उसासादेखील वसंताने टाकलेला मला आठवत नाही. वसंताच्या व्यक्तिमत्त्वात एक खट्याळ कारटे आणि एक गंभीर वयोवृद्ध म्हातारा अशी दोन व्यक्तिमत्त्वे गुण्यागोविंदाने एकत्र नांदत असतात. तसा वसंता पूर्वापार वयातीत. पेन्शनर मंडळींत वसंता कहर रमतो. साठीच्या पलिकडचा एफ०सी०एम०ए० कंपनीचा एक स्पेशल अड्डा आहे. त्यात वसंता ट्रान्सफर्स, प्रमोशन्स, जॉन्सनसाहेबापासून सुब्रमण्यमसाहेबापर्यंतच्या कथा ह्यात रमून जातो. बरे, ही वृद्धमंडळीदेखील वसंताशी भलत्या विश्वासाने बोलतात. एखादा वृद्ध म्हातारा भल्या पहाटे वसंताच्या बिऱ्हाडी, “अरे देशपांड्या, मटार स्वस्त झालाय म्हणतात–लेट अस मेक ए ट्रिप टु मंडई म्हणाखीऽऽऽ” करीत उगवतो. वसंताचे ते एका खोलीतले बिऱ्हाडदेखील असल्या पेन्शनरी सुखसंवादाला योग्य सेटिंग आहे. जगातल्या साऱ्या स्थापत्यविशारदांना बुचकळ्यात टाकणारी अशी पुण्यातल्या सदाशिव पेठेत ती एक चाळ आहे. तिच्यातल्या फक्त एका खोलीत वसंताचा संसार आज तीस-बत्तीस वर्ष चालू आहे. परवाच नवीन ब्लॉक घेतलाय म्हणाला. माझा विश्वास नाही. जागा बदलण्याची आवई वसंता गेली कित्येक वर्षे उठवतोय. पुण्यात आल्यापासून आजतागायत वसंता त्या चाळीत राहतो. मालक बदलले असतील; पण भाडेकरू घट्ट. संडास बांधायचे राहिले, हे चाळ बांधून झाल्यावर ओरिजिनल मालकांच्या लक्षात आलेले दिसते. कारण पहिल्या मजल्यावर इकडून तिकडे उगीचच एक लांबलचक ग्यालरी जाते. ती विशाल

सौधावर गेल्याच्या ऐटीत निघून जाते मात्र संडासात! दारातला कचऱ्याचा ढीग ओलांडून, चाळीतल्या बाळ- गोपाळांच्या कलाकुसरी हुकवीत जिन्यातून वर गेले की, वसंतराव देशपांडे, ख्यातनाम गायकनट, पेन्शनर मिल्ट्री अकाउंट्स, ह्यांचे बिऱ्हाड लागते. खिडकीत एक आफ्रिकेहून आणलेला कुसुकू नामक उदीतपकिरी रंगाचा काकाकुवा आहे. एका खोलीचा अर्धा भाग मुदपाकखाना, उरलेला दिवाणखाना. पण त्या एवढ्याशा जागेतली टापटीप आणि वसंताच्या आई आणि सौभाग्यवती विमलाबाई यांच्याकडून होणारे अभ्यागतांचे आतिथ्य मनाचे फार मोठे वैभव दाखवून जाते. वसंता जितका उत्तम गायक आहे, तितकाच उत्तम 'गृहस्थ' आहे. नाटक-सिनेमा-गायनक्षेत्रात पाय घसरायची निसरडी हवी तितकी. पण त्या एका खोलीत राहून, स्वतःला अनेक चैनी नाकारून, वसंताने गृहस्थाश्रमाचे सारे आदर्श पाळले आहेत. (हली असल्या आदर्शांना जपत वागण्याला मध्यमवर्गीय दुबळेपणा म्हणतात.) अर्थात ह्या श्रेयाचे मुख्य भागीदार वसंताची आई आणि सौ० विमल. घरात सासू, सून, आशा, बापू, नंदा ही रूलिंग पार्टी असून वसंतराव मायनॉरिटी पार्टीचे एकमेव सभासद आहेत. नवख्या माणसाची समजूत आई आणि विमल ह्या मायलेकी असून वसंतराव नुसते बसून खाणारे घरजावई आहेत अशीच व्हावी. विमल आता आजी झाली, तरी नव्या नवरीइतकी बुजरी आहे. वसंताच्या कितीतरी बैठकींना त्या हजर असतात; पण गर्दीत कुठे तरी. वसंताचे जावईबुवा गणिताचे प्रोफेसर. पण घराणे कीर्तनकारांचे. पिलूबुवा वडूजकरांचे चिरंजीव. त्यामुळे सुरांचे लोभी. वसंताने आपल्या मुलाला—बापूला—लहानपणी चक्क गांधर्व महाविद्यालयात घातले होते; बहुधा शाळेत नीट अभ्यास करीत नाही म्हणून असेल. पण बापू वठणीवर आला मन लावून अभ्यास करण्याचे वचन देऊन तिथून आपली सुटका करून घेऊन आता तो बी०कॉम०ला आहे. धाकटी नंदा नृत्य शिकते. हे शेंडेफळ नुसती पैरण-लेंगा चढवून, हातात पिशवी घेऊन हिंडणाऱ्या आपल्या बाबांना लोक इतका मान का देतात कोण जाणे, ह्या आश्चर्यात वावरत असते. छान सूटबूट घासून येणाऱ्या आपल्या मैत्रिणींच्या डॅडींसारखे आपले बाबा का राहत नाहीत, हे गणित आता मॅट्रिकच्या वर्गापर्यंत आली तरी तिला सुटत नाही. वसंताचा हा सारा चिमुकला संसार अमर्याद ताकदीने गाणाऱ्या कलावंताच्या बेफिकिरीची कुठे तसूभर निशाणी दाखवीत नाही. मध्यमवर्गीय मर्यादशीलतेचे सारे गुणदोष तिथे दिसतात. त्या खोलीत शिरताना वसंतराव मैफिलीत गवई म्हणून मिळणारी दाद बाहेर ठेवून शिरतात. वसंताच्या तंबोऱ्याची जोडी मित्रांच्या घरी असते. त्या खोलीत तंबोरे कुठले मावणार!

अनेक वर्षे घरी धुतलेला पायजमा आणि सद्रा हाच त्याचा कारकुनी वेष. हातात पिशवी. त्यात चुना-तंबाकूच्या बाराची डब्बी. सायकलीच्या क्लिपा आणि पोटातल्या अल्सरच्या व्यथेवरच्या गोळ्या. आणि चक्क 'योगवासिष्ठ' किंवा 'पातंजलभाष्य' असला ग्रंथ. वीसबावीस वर्षांपूर्वी वसंतराव हिराबाईंच्याबरोबर आफ्रिकेच्या दौऱ्यावर तबलजी म्हणून गेले होते. त्या वेळी त्यांना आम्ही प्यांटीत पाहिले होते. परत आल्यावर मिल्ट्री अकौंट्समधली आपली नोकरी संपली असेल, ह्या समजुतीने कचेरीत गेलेच नाहीत.

दुसऱ्या दिवशी कचेरीतले ताल्या, अण्णा वसंताच्या बिऱ्हाडी. वनवासी रामाचे सिंहासन भरताने सांभाळावे तसे ह्या मंडळींनी वसंताची नोकरी सगळ्या कारकुनी हिकमती लढवून सांभाळली होती. "व्हाट डू यू थिंक ऑफ अस्, रे देशपांड्या? फ्रॉम टुमारो सिंपली जॉइन् अज इफ नथ्थिंग हॅज् ह्यापनड! ऑल द नेसेसरी स्टेप्स् हॅव बिन टेकनऽऽऽ" पुरुषसूक्ताच्या चालीवर हे सगळे म्हटले गेले. आम्ही सगळे गेली एकदाची वश्याची नोकरी म्हणून खूष तर हे पुन्हा सायकलीवर टांग टाकून मिलिट्री अकाउंट्समध्ये हजर! मला कित्येकदा प्रश्न पडायचा की धड दीडशे रुपयेदेखील महिना पदरात न पाडणाऱ्या त्या नोकरीची हा इतकी काय पर्वा करतो. सणसणीत गाऊन जायचा आणि एखादा फुटकळ गायनमास्तर देखील "व्यवसाय नसूनदेखील हौसेनं गाणाऱ्यांत वसंतराव चांगले गातात" असली शिष्टपणाची दाद द्यायचा. वसंताचे कौतुक व्हायचे, ते "नकला काय छान करतो" अशा स्वरूपाचे! दीड-दीड तास एखाद्या रागाचा धागानधागा पिंजणारा, कमालीचे बिकट आणि तितकेच डौलदार नोटेशन करणारा, राग-रागिण्यांची शुद्ध स्वरूपे जाणणारा आणि गायनाचे विविध प्रकार इतक्या लीलेने मांडणारा वसंता आजही बऱ्याच लोकांच्या दृष्टीने "ए-क्लास गायक नाही." मैफिलीत मी मी म्हणणाऱ्या जाणकारांची दाद घेणारा वसंत देशपांडे आजही आकाशवाणीमान्य गायक नाही. त्यांच्या ध्वनिमुद्रिका वाजवतात. पण आकाशवाणीवरचे संगीतबृहस्पती त्याला अभिजात संगीताचा गायक मानायला तयार नाहीत.

मी वसंताचा पेटीवाला. अनेक वर्षे त्याची साथ केली आहे. असंख्य मैफिली आठवतात. नागपूरला रात्रभर गाणे झाले. सकाळी बाबूरावजी देशमुखांकडे चहा घेऊन अकराची गाडी गाठायची म्हणून गेलो. गाडीला दोन तास अवकाश होता म्हणून तंबोरे जुळवले. संध्याकाळी सहा वाजता मैफिल संपली. तोडीने सुरू झालेली मैफिल पूरियाधनाश्रीने संपली. तोपर्यंत नागपूरची गाडी मुंबईच्या अर्ध्या वाटेवर पोहोचली होती. पार्ल्याला तर आमच्या आणि आमच्या स्नेह्यांच्या घरी वसंताच्या अनेक बैठकी झाल्या. एकदा रात्री दोनला संपलेल्या एका मैफिलीनंतर हलकासा पावसाचा शिडकावा झाला. वातावरण गार झाले. वसंत बापट, नंदा नारळकर, बोधनकर, माझे बंधू, शरू रेडकर अशी वसंताला आज अनेक वर्षे गवयी मानणारी मित्रमंडळी होती. पुन्हा गवसणीतले तंबोरे निघाले आणि तीन वाजता भटियारा सुरू झाला. मारव्याचे तर मी वसंताकडून इतक्या तऱ्हेचे स्वरूप पाहिले आहे की, त्याला तोड नाही. वसंताला मारवा सर्वांत अधिक रुचावा हे मला मोठे सूचक वाटते. षड्ज-पंचमाचा म्हणजे अत्यंत आवश्यक आधाराचा पाठिंबा नसलेला तो राग. वसंताचे जीवनही असेच काहीसे. लहानपणी हक्काच्या घराला मुकलेला. गायक म्हणून, असामान्य असूनही घराण्याचा पंचम पाठीशी नाही. आर्त, उदास, आक्रमक, विचित्र पण अत्यंत प्रभावी असा प्रकाशाच्या झोताला पारखा असलेला हा संधिकालातला समोर फक्त अंधार असलेला राग! हा राग वसंता अतिआत्मीयतेने गातो. एक जागा पुन्हा नाही, असली अचाट विविधता. गझल गायला, तर बेगम अखतर सलाम करून दाद देतात. थिरखाँसाहेब 'गवैय्या' मानतात. भीमसेन जोशी, कुमार गंधर्व

त्याच्या गुणांवर लुब्ध. 'विद्याहरणा' तली अभिजात गायकीवर रचलेली गाणी एखाद्या नवख्या विद्यार्थिनीच्या नम्रतेने स्वतः ज्योत्स्नाबाई भोळे शिकतात. चंपूताईच्या घरची मैफिल वसंताशिवाय सजत नाही. इतकेच कशाला, पण आमच्यासारख्यांच्या आग्रहामुळे त्याने गांधर्व महाविद्यालयाची संगीतातली सर्वोच्च पदवी मिळवली. वसंता आता डॉक्टर देशपांडे आहे. पण आकाशवाणीला त्याचे हे खानदानी संगीतातील स्थान मान्य नाही. वसंत देशपांड्यांचा आकाशवाणीवर अभिजात संगीत गाणारा कलावंत होण्याचा प्रश्न बेळगाव महाराष्ट्राला देण्याच्या प्रश्नासारखा कधीपासून भिजत पडला आहे. ज्या अधिकाऱ्यांनी तो सोडवायचा त्यांनी कुणाच्या भीतीने तो डावलला आहे, हे त्यांचे त्यांनाच ठाऊक. ज्यांच्या गल्लीत ताल नाही आणि मोहल्ल्यात सूर नाही, अशा गायक-गायिका आकाशवाणीवर नित्यनेमाने रागरागिण्या नासत बसलेल्या असतात. आणि वसंतराव देशपांड्यांना मात्र तिथे स्थान नाही. ह्याचे मला वाटते एकच मुख्य कारण की, वसंताला घराण्याचा टिळा नाही. वसंताचे दुर्दैव हे की, जी तान गळ्यात यायला बऱ्याच लोकांना तासतास घासत बसावे लागते ती वसंताला क्षणात येते. स्वर टिपण्याच्या बाबतीतली त्याची धारणा किती अलौकिक आहे याची साक्ष महाराष्ट्रातले सगळे म्यूझिक डायरेक्टर्स देऊ शकतील. अनवट राग असो, लावणी असो, वसंतराव ब्लॉटिंग पेपरसारखी सुरावट टिपतात. वसंताचा एकच मोठा दोष की, "ब्राह्मण नाहीं हिंदुहि नाहीं, न मी एक पंथाचा" म्हणणाऱ्या केशवसुतांसारखा सुरांच्या साकल्याच्या प्रदेशातला हा पांथस्थ आहे. कारकुनाच्या मर्यादशीलतेने घरगिरस्ती चालविणारा वसंता दोन तंबोऱ्यांच्या मध्ये मात्र स्वतःच्या ख्यालाने चालणारा आहे. तिथे त्याची कलंदरी दिसते. समोरच्या श्रोत्यांवर प्रेम जमले की, गंमत म्हणून वसंता नकला करील, नाना गमती करील, पण तिथेही ह्या विदूषकी मागे दडलेली विद्वत्ता लपत नाही.

वसंताचे केवळ सुर-लयीचेच नाही, तर शब्दांचे अवलोकन अतिशय सूक्ष्म. लोकांच्या बोलण्यातल्या बारीकसारीक हालचाली, त्यांची विचारशैली, त्यांची शब्दयोजना ह्या साऱ्यांसकट ती व्यक्ती वसंता उभी करतो. वसंता गाण्याच्याच काय, पण बोलण्याचालण्याच्या नकला करतो. पण भोंड्यांसारख्या कलापूर्ण नकला. त्यामागे त्या व्यक्तीविषयी कुठे अनादर, द्वेष, मत्सर नसतो. एक तर भोंडे हेदेखील मिलिट्री अकाउंट्सवालेच; त्यामुळे वसंतरावांचे ज्येष्ठ स्नेही. वसंता त्या भोंड्यांच्याच बोलण्याची सुरेख नक्कल करायचा. नक्कल सुरू झाली की मग वसंतराव त्या भूमिकेशी तन्मय! एकदा चिंतामणराव देशमुखांच्या घरी आम्हा सगळ्यांना आमंत्रण होते. कुमार गंधर्व आणि वसंतराव देशपांडे हे चिंतामणरावांचे आवडते गायक. वसंताला त्यांनी नकलांचा आग्रह केला. कशावरून तरी, 'म्युन्सिपालटीकार' माधवराव जोश्यांची गोष्ट आली मी चुकून बोलून गेलो, "वसंता माधवरावांची नक्कल छान करतो" आणि मग् माझ्या लक्षात मी काय घोटाळा केला ते आले. चिंतामणरावांना माधवराव चांगले परिचित होते. त्यांनीही आग्रह केला. मी मनात रामरक्षा म्हणायला लागलो. वसंतरावांनी नक्कल सुरू केली आणि पहिल्या वाक्यातच माधवरावांच्या ढंगाची असली सणसणीत शिवी गेली की, मराठी

भाषेचे ते लडिवाळ लेणे चिंतामणरावांच्या पुढे कधीही कोणी दाखवायची हिंमत केली नसेल. चिंतामणरावांनी ती शिवी ऐकली आणि इतक्या जोरात हसले की, त्यांच्या डोळ्यांत पाणी आले. म्हणाले, "आमच्या वडलांच्या निधनानंतर तशा शिव्या आज ऐकल्या." चिंतामणरावांच्या डोळ्यांतल्या पाण्यात हसण्याबरोबर वडलांच्या स्मरणाचेही पाणी असावे. वसंताने शिव्याबिव्यांसकट माधवरावांचे ते वरपांगी उग्र पण आतून अतिप्रेमळ व्यक्तिमत्त्व उमे केले होते. वसंताचे हे असले नकला करणे वगैरे त्याच्या प्रतिष्ठेच्या आड येते असे काही जणांना वाटते. बालगंधर्वांच्या अंगाने वसंता गातो, त्या वेळी काही लोकांना वाटते की, वसंता चेष्टा करतोय. दुर्दैव हे की, बालगंधर्वांविषयीची वसंताला वाटणारी श्रद्धा किती नितांत आहे हे त्यांना ठाऊक नाही. पुण्यातल्या एका भाषणात वसंता म्हणाला होता, "आम्ही गाताना एखादी सुरेख जागा निघून जाते. दाद मिळते. धन्य वाटतं. दुसऱ्या क्षणी हवेत नारायणराव दिसतात–मग आठवतं की, तो त्यांचा अलंकार होता. आम्ही आमचा म्हणून मिरवला."

वसंताच्या व्यक्तिमत्वात दडलेले ते खट्याळ कारटे एखाद वेळी येऊ नये तेव्हाही बाहेर येते. वसंतराव मैफिलीत निश्चित एकाच ढंगात चालत येऊन बसतील, हे सांगणे अवघड. एखाद दिवशी उगीचच जाम प्यालेल्या माणसासारखाच येतो आणि लोकांचा गैरसमज करून जातो. कधीकधी अतीच सभ्य! पहिल्या भेटीत स्वतःविषयी गैरसमज करून दिला नाही, तर वसंतालाच चुकल्यासारखे होत असावे. ही खबरदारी तो सतत घेतो. त्याचे थोडे व्यसनासारखे आहे. वसंताचे गाणेच काय, वागणेदेखील दारूसारखे किंवा सिगरेटसारखे चढत जाते. सिगरेटचा पहिला झुरका काही फारसा सुखद नसतो. बियरचा पहिला घोट आवडलेला माणूस संत किंवा ढोंगीच असला पाहिजे. पण दुसरा झुरका किंवा घोट 'ट्राय' केला पाहिजे, अशी ओढ मात्र ही व्यसने प्रथम भेटीनंतर लावून जातात. वरपांगी बेफिकीर वाटणाऱ्या वसंताला रात्रीच्या बैठकीच्या आधी संध्याकाळी पाहावे. नवाच्या बैठकीला सात वाजताच लेंगा-शर्ट बदलून, तयार होऊन, "अरे, चल भाई, निघू या, निघू या–" करीत असतो. अर्थात आम्हीही थोडे त्याच गोत्रातले! अध्यक्ष झालो, तरी सभेच्या आधीच हजर! पण एरवी उखडेल वाटणारा वसंता कच्च्या साथीदारांना काय विलक्षण सांभाळून घेतो. अशा वेळी वसंताच्यातला तो प्रेमळ म्हातारा जागा होतो आणि लडबडणाऱ्या पेटी-तबलेवाल्याला "हां बेटा, डरो मत. बजाव, बहुत अच्छे–" करीत सांभाळू लागतो. बैठकीचा चमत्कारिक हॉल, कच्चे साथीदार, थंड चहा, बिदागीच्या रकमेत आयत्या वेळची कपात, वाहनांची गैरव्यवस्था ह्याविषयी कधीही त्याची तक्रार नाही. कधीकधी ऐकायला आलेले श्रोते मक्ख असतात. वसंतराव हळूच "हां भाई, आज रियाझ कर लेंगे" म्हणून त्यांच्या मक्खपणाची फिकीर न करता गातो. त्याचे कारण वसंताच्या बाह्य विचित्रावताराच्या आत एक अतिशय बहुश्रुत आणि समंजस व्यक्तिमत्व दडलेले आहे. फावल्या वेळात 'ज्ञानेश्वरी', 'अमृतानुभव' ह्यांतला 'मझा' घेणारा हा माणूस आहे. आज इतक्या वर्षांत कुठल्या कलावंताविषयी असूयेचा एक शब्द मी त्याच्या तोंडून ऐकला नाही.

एका चांगल्या गायकाविषयी एक संगीतसमीक्षक वसंताला म्हणाले, “बुवा, त्यांच्या गाण्यात तुम्हांला ऐकण्यासारखं काय आहे?”

वश्या म्हणतो, “त्याचा पाण्यासारखा निर्मल सूर!”

पहिल्या दर्ज्याच्या मैफिलीत त्याला अजून स्थान नाही ह्याची आम्हांलाच खंत; वसंतराव संपूर्ण उदासीन! एकदा ह्या बाबतीत तो सुरेख बोलला, “अरे भाई, मान मान क्या बात है! सुरांची दौलत गळ्यात असल्यावर गळ्याबाहेर नाही पडला हार म्हणून बिघडलं कुठे?” कधीकधी मला खूप वाईट वाटते. वसंतापेक्षा ज्ञान आणि तयारी दोन्ही दृष्टींनी प्राथमिक दर्ज्याला असणाऱ्यांची वर्णी शास्त्रीय संगीताच्या परिषदेत लागावी आणि वसंतरावांना नाटकातल्या दोन पदांचे धनी यापेक्षा स्थान मिळू नये ह्याची चीड येते. वसंतराव मात्र त्या पंक्तीत आपल्या टोपल्या टाकायला हजर! वसंताचे स्थान त्याला मानाने दिले ते एके काळी 'गोपाळ गायन समाजा' च्या गोविंदराव देसायांनी आणि नंतर सवाई गंधर्व पुण्यतिथीत भीमसेन जोशी, डॉ० नाना देशपांडे ह्यांनी. अखंड तीनतीन रात्री जागणारे हजारो श्रोते शेवटल्या रात्री वसंता, भीमसेन आणि गंगूबाई यांची प्रतीक्षा करीत बसतात. पण रेडिओवाले वसंताच्या ऑडिशन टेस्टचा फॉर्म भरून पाठवण्याची वाट पाहत आहेत. वसंत देशपांडे नावाचा महाराष्ट्रात एक अव्वल दर्जाचा अभिजात गायकी गाणारा कलावंत आहे, ही बातमी रेडिओला अजून कळलेली नाही. नाही तरी जगाला बातम्या कळून शिळ्या झाल्यावरच त्या ऑल इंडिया रेडिओला कळतात म्हणा!

पूर्वग्रहांचे चष्मे लावून पाहणाऱ्यांना जसे दीनानाथराव पटले नाहीत, तसाच त्यांना हा एकलव्यही पटणार नाही. एकदा माझ्या घरी वसंता गात होता आणि आमचे नाना जोग एकदम ओरडले, “अरे वसंता, सहन होत नाही! इतके जडजवाहीर असे दणदणदणदण काय उधळतोस? जरा एक-एक दागिना पाहायला तर आम्हांला उसंत देशील!” वसंताच्या स्वभावातच ही सबुराई नाही. स्वरांचे इतके बंध त्याच्यापुढे नाचायला लागतात की, ऐकणाऱ्याला धाप लागते. त्याच्या गायकीतली ही मस्ती हा त्याचा गुण असेल किंवा दोष असेल, पण हा त्याचा 'मिजाज' आहे. वसंताचे गाणे हे सावरकरांच्या शैलीसारखे आहे—निखारे असोत वा फुले असोत, त्यांची वादळी वृष्टीच होणार! म्हणूनच की काय कोण जाणे, “शत जन्म शोधिताना”, “गे नसे जित पहा” यांसारख्या किंवा “रवि मी” किंवा “भाळीं चंद्र असे धरिला” ह्या खाडिलकरांच्या गाण्यांसारख्या तेजस्वी गाण्यांत वसंतराव अतिशय रमतात. त्याचे गाणे गुंगी आणीत नाही, हेलिकॉप्टरसारखे वर उचलून नेते! हा दोषच असेल, तर ग्रीक ट्रॅजिडीतल्या नायकांच्या दोषासारखा उदात्त दोष आहे. ज्या दीनानाथांच्या तुफानी स्वरसृष्टीशी बालवयातच त्याचा जीव जडला त्या सृष्टीचा हा दोष आहे. कलावंताला मुन्सिपालटीच्या आखीव बागेतली रोपटी दाखवीतच हिंडा, असे कां सांगावे? त्याला घनदाट' जंगल, खोल दऱ्या, भीषण चढणींची ओढ जडली तर तो दोष त्याचा नाही. सारे काही सांभाळून सांभाळून करण्यात रमणाऱ्या भीरू मनांनी बाळगलेल्या अपेक्षांचा आहे.

वसंताच्या पिंडातच ही खाँसाहेबी आहे. 'कट्यार काळजात घुसली' 'मध्ये

दाढ्यामिश्या लावून ती खाँसाहेबी अधिक ढोबळ केली गेली एवढेच! उर्दू उच्चारातली त्याची सफाई काही नाटकांच्या तालमीत घटलेली नाही. त्याची तबियतच उर्दू वळणाची आहे! पण उर्दूइतकेच वसंताचे संस्कृतावर प्रेम. पण तेही धुवट नाही. एखाद दिवशी गंधाचे पट्टे ओढून ओला पंचा नेसून वसंत वेदशास्त्रसंपन्न ब्राह्मणासारखे मंत्रपठन करण्याचाही षौक करतात. तिथे मग पँट, बुशशर्ट घालून सिद्धिविनायकाच्या रांगेत अर्धवट मॉडर्न आणि अर्धवट सनातनी होणे नाही. नागर आणि ग्रामीण हिंदीचे ढंग त्याला अवगत आहेत. मराठीचे तर गोमंतकीय कोकणीपासून ते अस्सल वऱ्हाडीपर्यंत सर्वप्रकार तो पेलू शकतो. कुठल्या दिवशी वसंतरावांचा काय अवतार असेल, हे सांगणे बिकट. कुंडल्या तपासताना वसंतराव होराभूषण! रागांची नावे ठाऊक नसतील, इतकी त्याला देशी आणि विदेशी औषधांची नावे पाठ! जुनी शिल्पकला, अध्यात्म, अंगाला तांबडी माती न लावता कुस्ती—त्याच्या अनुभवांच्या पोतडीत काय काय आहे, ह्याचा तीस वर्षांत मला नीटसा अंदाज आलेला नाही. आफ्रिकेत हिराबाईंबरोबर गेला, तिथे पगडीबिगडी घालून तीन तास कीर्तन केले. उद्या तमाशात सोंगाड्या म्हणून उभा राहिला, तर त्याच्या ग्रामीण बोलीत नागर उच्चारांचा मागमूस लागणार नाही. आणि या सर्वांच्यावर ताण म्हणजे 'कारकुनी' ह्या विषयातली अफाट पारंगतता! "कॅज्युअल लीव्ह मिळवण्याची बाराशे सुलभ कारणे" ह्यासारखा कारकुनांना मार्गदर्शक ग्रंथ त्याने अवश्य लिहावा. पाकशास्त्र हा एक वसंताचा आवडता विषय. कोंबडीपासून ते भेंडीपर्यंत हजार सामिष आणि निरामिष पाकक्रिया त्याला येत असाव्यात. गाण्याप्रमाणे खाण्याचा आणि पिण्याचा कुणाच्या मुर्वतीखातर त्याने विधिनिषेध मानला नाही. मात्र गाण्याआड ह्यांपैकी कशाला त्याने येऊ दिले नाही. कमरेला पंचा लावून वसंतराव जिलब्या तळून राहिले आहेत, हे दृश्य मी ह्या डोळ्यांनी पाहिले आहे. भूमिकेशी इतका तद्रूप की त्या आचारी अवतारात ह्याने गांजाची चिलीम चढवली आहे की काय अशी शंका यावी! पुण्यातल्या गेल्या तीस वर्षांतल्या व्याख्यानमाला पाठ असाव्यात त्याला. जिनमध्ये लाइम कॉर्डियलचे प्रमाण काय, इथपासून ते अवकहडाचक्र म्हणजे काय, इथपर्यंत त्याला सगळ्यांत गम्य?

वसंताचे स्नेही ही त्याची फार मोठी कमाई आहे. पहिल्या भेटीत उखडेल वाटणारा वसंता मनाचा मवाळ आहे. चंपूताईच्या घरच्या बैठकीत जाजम घालील. कुमारविषयीच्या उत्कट प्रेमामुळे त्याचा तबलजी म्हणून जाईल. नवख्या गायकगायिकांचे तंबोरे जुळवून देईल. कारकुनांच्या सार्वजनिक सेवेत अनाथांच्या अंत्यविधीत साहाय्य करणे हा एक महत्त्वाचा भाग असतो. त्यात माणुसकीचा ओलावा आवश्यक असतो. वसंतरावांना रात्रीबेरात्री त्याही हाका घालणारा त्याचा एक जुन्या दोस्तांचा गट आहे. कारकुनी करूनही कारकुनी कुरकूर न करता जीवनातल्या अनेक गोष्टींचा आनंद घेत वसंता जगत आला आहे. त्याच्या जिवलगांच्या जगात भीमसेनचे स्थान मोठे आहे. त्यांचे परस्परांविषयीचे प्रेम हा एक मजेदार मामला आहे. भीमसेन जीवनात साहसी, आणि गाण्यात अभिजाततेला आवश्यक असणारे सारे संयम सांभाळणारा, तर वसंता जीवनात सारे षौक संयमाने करून गाण्यात अफाट साहसी—पण दोघांची जुगलबंदी पाहण्यासारखी. परवाचीच गोष्ट.

'कट्यार' मध्ये तबल्याची साथ करणारा नाना मुळे भीमसेनच्या साथीला मंगळूरला गेला होता. दुसऱ्या रात्री सोलापुरात 'कट्यार' भीमसेनने मंगळुरात गाणे संपल्यावर मुळ्याला आपल्या गाडीत घातला आणि स्वतः ड्राइव्ह करीत सोलापुरात वसंताच्या साथीला आणून हजर केला. "वश्याबुवा—हा तुझा तबलजी!" जमलेली साथ नसली तर वश्याबुवाचे गाणे बिघडेल म्हणून रात्रभर बैठक करून थकलेला हा भारतीय कीर्तीचा गायक मंगळूर ते सोलापूर गाडी हाकीत तबलजी आणून हजर करतो. ही प्रेमाची कोडी उलगडायला माणसाला जीवनात भान हरपायची स्थाने गवसावी लागतात! एवढ्याने काय झाले आहे? हातात गायीच्या दुधाच्या दह्याचे एक मडके, तिळकुटाच्या चटणीचा डबा आणि कर्नाटकी बाजरीच्या भाकरी घेऊन "ए बुवा, येता येता हुबळीला ह्या जिनसा तयार ठेवायला सांगितल्या होत्या—तुझ्या आवडीच्या. हा घ्या तुमचा तबलजी. तुमची गाणी ठणकवा—रात्री हे चेपा पोटात आगि बोंबला—" अशा प्रेमसंवादानंतर. भीमसेनबुवा पुण्याला रवाना!

तीस वर्षांपूर्वी प्रथम ऐकलेल्या वसंताच्या गळ्यातल्या "सुलतान शहर के यार" ह्या गाण्यापासून अगदी परवा ऐकलेल्या बाला जोशींच्या घरच्या जनसंमोहिनीपर्यंत असंख्य मैफिलींची आज डोक्यात गर्दी आहे. आज आमच्या दोघांच्याही वयाने पन्नाशी गाठली. पण हा वसंता पहिल्या भेटीतच, रवींद्रांच्या शब्दांत सांगायचे म्हणजे, "माझ्या प्राणांना सुरांची आग लावून गेला." त्यानंतरच्या त्याच्या सुरांप्रमाणे त्याच्या स्नेहाने ही मशाल पेटती ठेवली. वाटेल त्या वेळी घातलेल्या हाकेला 'ओ' म्हणणारा मित्र लाभायला भाग्य लाभते. हे भाग्य माझे. वसंता आज माझ्या कुटुंबीयांतलाच एक आहे. माझ्या आणि माझ्या पत्नीच्या कौतुकाइतकीच तो आमची दमदाटीही ऐकून घेतो. विशेषतः दमदाटीचा कार्यक्रम आमचे कुटुंब करते. नव्या पिढीतली जवानमंडळी वसंताच्या गाण्याला गर्दी करताना पाहून धन्यता वाटते. वसंताची गायकी परंपरेच्या पालखीतून संथपणाने मिरवीत जाणारी नाही. दऱ्या-खोऱ्यांपतून बेफाम दौडत जाणाऱ्या जवान घोडेस्वारासारखी त्याच्या गायकीची मूर्ती आहे. भर उन्हाळ्यात पलाशबनात अग्निपुष्पे फुलावी तशी ही गायकी. ती फुले पाहायला उन्हाची तिरीप सोसणारी जवानी हवी. वसंताचे गाणे ऐकताना ती दूर सरलेली जवानी पुन्हा आपल्याला शोधीत येते. सुरांचा हा झणझणीत कोल्हापुरी मटणाचा रस्सा आहे. नाजूक प्रकृतीच्या चाकोरीतून सारेच काही सांभाळीत जाणाऱ्यांना सोसणारा हा खुराक नाही. त्यांना घराण्याच्या रुळलेल्या निर्धास्त चाकोऱ्या बऱ्या! वसंताने कारकून म्हणून चाकोरी सांभाळली आणि कलावंत म्हणून मात्र झुगारली. दोन्ही भूमिकांशी तो तद्रूप होता. कारकुनाला चाकोरी हाच आधार, तर चाकोरी मोडण्यातूनच कलेतली नवता प्रकटते.

शेवटी मिलिट्री अकौंट्समध्ये एक साहेब असा आला की, त्याने कायद्यावर बोट ठेवून वसंताची बदली नेफाच्या जंगलात केली. वसंताचा कलावंत म्हणून मोठेपणा जाणणारे त्याचे कारकून मित्र त्याच्याऐवजी आम्ही जातो म्हणत होते. पण पिवळ्या कागदाचे कलेशी जमत नाही. (म्हणून रेडिओवरचा कारभार पंडुरोगी.) लाखांत

एखाद्याला मिळावे असे संगीतातल्या तबियतीचे वरदान घेऊन आलेला वसंता त्या जंगलातल्या एका तंबूत पाऊसपाणी, रोगराई, हिंस्त्र जीवजंतू ह्यांच्या संगतीत जाऊन लोकांच्या पगाराची बिले खरडू लागला. तिथे त्याची प्रकृती ढासळली. मग अखंड साठ की सत्तर रुपये पेन्शन आणि त्या जंगलात जडलेली पोटाची व्यथा, एवढे सरकारी सेवेबद्दलचे बक्षीस घेऊन वसंतराव निवृत्त झाले. गृहस्थधर्माला जागून थोरलीचे योग्य वेळी लग्न केले होते. बापू बी०कॉम० झाला, नंदा वर्षाभरात बी०ए० होईल. गृहस्थधर्माचे योग्य पालन ही आपल्यासाठी अपरंपार झीज सोसलेल्या स्वतःच्या आईच्या ऋणाची वसंताने फार मोठ्या कर्तव्यबुद्धीने केलेली फेड आहे. त्या नोकरीमागे दडलेले रहस्य ते! पुत्र, पती आणि पिता ही गृहस्थधर्माची तिन्ही कर्तव्ये पार पाडलेला वसंता मला म्हणाला, "भाई, आता तंबोरा आणि मी!"

अनेक वर्षांपूर्वी वसंताला त्या भर मैफिलीत विचारलेल्या "तुमचं घराणं कुठलं?" ह्या प्रश्नाचे उत्तर "तंबोरा आणि मी" ह्यातच आहे. आचार्य अत्र्यांनी वसंताचे गाणे ऐकून म्हटले होते, "हा स्वरभोगी गायक आहे." तंबोऱ्याच्या चार तारांतच ज्यांनी चारी मुक्ती साधियेल्या त्याला कोण अडवणार? वसंताचे घराणे हे असले स्वरभोगी घराणे आहे. म्हणून स्वराच्या कणाकणाचा भोग घेणारा लताचा सूर असो, एखाद्या भजनात जमलेल्या कीर्तनकाराचा असो, लावणी गाणारणीचा असो, की भीमसेन, कुमार गंधर्व, मल्लिकार्जुन ह्यांच्यासारख्या अभिजात संगीत-गायकांचा असो, वसंता दाद देताना भान हरपून दाद देतो. उपरण्यात अहंकार आणि संगीतात प्रतिष्ठा- अप्रतिष्ठा ह्यांचे पोथीविचार बांधून मैफिलीतल्या जागा अडविणाऱ्यांना हे मानवत नाही. मन आणि देह सुदृढ ठेवल्याशिवाय भोगही जिवंतपणे घेता येत नाहीत. असले सुदृढ मन घेऊन जगणाऱ्या वसंताच्या सांगीतिक जीवनातला वसंतही नाना तऱ्हेच्या स्वरबहाराने फुललेला आहे. तो तसाच फुललेला राहावा, असे म्हणणाऱ्यांची संख्या रोज हजारोंनी वाढायला लागली आहे. ही उशिरा का होईना, पण वसंताला मिळालेली जवान रसिकांची दाद आहे. वसंतालाच नव्हे, तर 'तंबोरा आणि मी' ह्या विचाराच्या स्वरभोगी सृष्टीतल्या लहानमोठ्या निर्मितीचा निर्मळ मनाने आनंद घेणाऱ्या सर्वांनाच मिळालेली ही दाद आहे. ही दाद आमच्या संगीताची जवानी टिकवणारी आहे. आज पन्नाशीतही वसंताची तडफ विशीतल्या जवानाचीच आहे. ती साठीत, सत्तरीत आणि शंभरीतही तशीच राहो. त्याच्या भवनातले गीत कधी पुराणे न होवो—ते होणार नाही, याची ग्वाही आज तीस वर्षाच्या आमच्या स्नेहाचा इतिहास मला देतो आहे. वसंताचा तंबोरा त्याच्या कानाशी अक्षय वाजत राहो!

इरावतीबाई—एक दीपमाळ

परवा मुंबईहून पुण्याला येताना मी आणि माझ्या पत्नीने निश्चय केला होता की, काय वाटेल ते झाले तरी ह्या खेपेला इरावतीबाईंना भेटलेच पाहिजे. महाभारत वाचताना सुनीताला काही शंका आल्या होत्या. त्यांचे निरसन करून घ्यायला इरावतीबाईंना भेटायचे होते. वास्तविक हे म्हणजे इयत्ता तिसरीतल्या मुलाने "आमचे गणित सोडवून दाखवा," असे सांगत आइन्स्टाइनचे घर शोधीत जाण्यासारखे होते. पण त्या महाभारताच्या महासागरातदेखील आमच्या चिमुकल्या नावा इरावतीबाईंच्यामुळेच ढकलल्या गेल्या होत्या. त्यांना जाऊन त्रास द्यायला तेवढा आधारही होता. कर्णाच्या कवच-कुंडलांसंबंधी एक शंका होती. ती कदाचित आणखी एखाद्यानेही सोडवली असती. पण त्या निमित्ताने इरावतीबाईंशी तासभर बोलायला—नव्हे, त्यांचे बोलणे ऐकायला—मिळेल हा एक स्वार्थी हेतू होता. त्यांचा तासभर वेळ खावा असा हक्कही आपल्याला आहे, असाही त्यांनी आजवर दाखविलेल्या सौजन्यातून निर्माण झालेला विश्वास होता. तेवढ्यात अचानक मुंबईला काम निघाले आणि सुनीताला मुंबईला जावे लागले. दोनच दिवसांनी ती परतणार होती. जाताना तिने मला बजावले की, ती परत आल्यावर आम्ही दोघांनीही त्यांच्या भेटीला जायचे. मी स्वार्थीपणाने एकट्यानेच जाऊ नये.

आणि नियतीने असा काही फासा टाकला की, मला इरावतीबाईंच्या घरी एकट्यालाच जावे लागले. असे जावे लागेल, अशी कल्पना स्वप्नातही आली नव्हती. माझ्याच का? खुद्द इरावतीबाईंच्या घरातही आदल्या रात्री कोणाला वाटले नसेल की, उद्या सकाळी इरावतीबाईंच्या दर्शनाला इतकी माणसे डोळ्यांत अशी आसवे घेऊन येणार आहेत म्हणून. साक्षात मृत्यूदेखील जागृत इरावतीबाईंपुढे येऊ धजला नाही. "चला, झोपा आता," म्हणून रात्री दहा वाजेपर्यंत चांगल्या गप्पागोष्टी करून, रोजच्यासारख्या दिसाभराची कामे करून, थकून झोपलेल्या इरावतीबाई सगळ्यांना कशा चकवून गेल्यासारख्या गेल्या. वास्तविक जरा कुठे जाताना साऱ्या आप्तपरिवाराचा निरोप घेऊन जाणाऱ्या आणि युरोप-अमेरिकेतून काय, किंवा पंढरपुराहून काय, जिथे गेल्या असतील तिथून परतताना केवळ नव्या मिळवलेल्या विद्वत्तेचेच नव्हे, तर खाद्यपदार्थांच्या कृतींचे गोळा करून आणलेले गाठोडे मोकळ्या मनाने सगळ्यांना वाटणाऱ्या इरावतीबाई एवढ्या महायात्रेला जाताना नुसते "येते"असेदेखील म्हणाल्या नाहीत. मला अनायासाने जाता यावे, ही त्यांची मागणी मृत्यूने इतकी शब्दशः पाळायची काय आवश्यकता होती?

"इरावतीबाई गेल्या," एवढे दोनच शब्द रा० ज० देशमुखांनी टेलिफोनवर उच्चारले.

मला त्यांना भेटायचे होते हे सांगितल्यामुळे कुठेतरी बाहेरगावी गेल्या असतील, असे वाटून मी सहजपणाने विचारले, "कुठं गेल्या आहेत?" प्रथम मला वाटले की, श्रावणाचे दिवस आहेत, बहुधा पंढरपूरला गेल्या असतील. तिथे त्यांच्या जिवीचा जिवलग होता. 'विठ्ठल' हे त्यांचे व्यसन होते. वाटले, आषाढ- श्रावणाने त्यांना अस्वस्थ केले असेल. भरलेली चंद्रभागा साद घालीत असेल. यंदा वारीत पालखीबरोबर चार पावलांची सोबत करणे जमले नसेल–प्रकृतीचे मान ठीक नव्हते–तेव्हा आषाढीची गर्दी ओसरल्यावर गेल्या असतील. पण माझ्या "कुठं गेल्या?" ह्या प्रश्नाला देशमुखांचे जे उत्तर आले ते ऐकून मी सुन्न झालो.

इरावतीबाई गेल्या? जिच्या दाराशी "ॐ भवति भिक्षान्देहि" म्हणून ज्ञानाची माधुकरी मागायला जावे, आणि झोळीत पक्वान्ने घेऊन परतावे, ती माउली गेली? कसलीही फी द्यायला न लागता आमच्यासारख्या अनेकांना लाभलेली शिक्षिका, ओळखीच्या–अनोळख्याच्या छोट्याशा पराक्रमाचे मनापासून कौतुक करणारी सहृदया, एकीकडे माणसांच्या कवट्यांची मापे घेऊन मानववंशाच्या विस्ताराची गुढे उकलणारी विदुषी आणि दुसरीकडे अत्यंत सुगरणपणाने स्वतः रांधलेले नाना देशीविदेशी पदार्थ खाऊ घालणारी पाककुशल गृहिणी, कमालीच्या संवेदनाक्षम मनाने टिपलेले अनुभव आणि (खोल व्यासंग यांच्या मुशीतून साहित्याची नानाविध लेणी घडवणाऱ्या इरावतीबाई गेल्या? घटकेपूर्वी पडलेल्या श्रावणसरीत न्हालेले पुणे एकदम कसे चमत्कारिक दिसायला लागले. त्या पुण्यात आता इरावतीबाई कर्वे दिसायच्या नाहीत. गौरीविसर्जनानंतर देवघरातला तो मोकळा पाट कसा ओकाओका दिसतो, तसे वाटले.

इरावतीबाईंच्या घरी गेलो. बाहेर मोटारींची रांग लागली होती. गुलटेकडीची वळणे काढून आणखीही गाड्या येत होत्या. स्कूटरवरून माणसे येत होती. चालत येत होती. पूर्वी कितीदातरी इरावतीबाईंचे बोलणे ऐकायला ती आली होती. जिव्हाळ्याची माणसे. पण इरावतीबाई आज बोलणार नव्हत्या. यापूर्वी ह्या सुंदर बंगल्यात आलो होतो त्या वेळी किती बोलल्या होत्या. पण आज नाही. मनात म्हणत होतो, "बाई, कितीतरी बोलायचं होतं. कितीतरी विचारायचं राहिलं आहे." कुणाच्याशा मळ्यात नेऊन त्या मला आयुष्यात मी कधी खाल्ली नसतील अशी द्राक्षे खायला देणार होत्या. तसली द्राक्षे कॅलिफोर्नियातदेखील त्यांनी पाहिली नव्हती. "त्या द्राक्षांच्या मळ्यात केव्हा नेता?" हे विचारायचे होते. कसल्यातरी विलक्षण कणवेने भरल्यासारखे त्यांचे ते बोलणे गाण्यासारखे ऐकत बसायचे होते. महाभारत, रामायण, रघुवंश, ऋतुसंहार ह्यांतला एखादा संदर्भ आठवल्यावर त्या ज्ञानाच्या किरणांनी सूर्यफुलासारख्या उमलत जाणाऱ्या त्यांच्या चेहऱ्याकडे पाहत त्यांची ती अंतःकरणाच्या ओलाव्याने भिजलेली भाष्ये ऐकायची होती. ज्ञान शुभ्र असते. बहुधा ही शुभ्रता शुभ्रवस्त्रासारखी कोरडी वाटते. इरावतीबाईच्या ज्ञानाची शुभ्रता श्वेतकमलासारखी–श्वेत, सौम्य, मृदुसुगंधी, आल्हाददायक. मनात म्हणत होतो, अशी काय मोठी कामे मला पडली होती, म्हणून

त्यांच्या भेटीला जाऊ या, जाऊ या, म्हणत राहिलो आणि जितक्यांदा जायला हवे होते त्याच्या शतांशाने गेलो नाही. आता फक्त हळहळणे उरले

गुलटेकडीचे नवे घर झाले आणि प्रभातनगरमधल्या घरातून इरावतीबाई तिथे राहायला गेल्या. नवे घर पाहायला गेलो खूप आग्रहाचे आमंत्रण त्यांनी केले होते. जुन्या काळच्या बायका एकमेकीकडे बसायला जायच्या. सुखदुःखाच्या चार गोष्टींची देवाणघेवाण एवढ्याच हेतूने. इरावतीबाई देशमुखांच्या घरी अशाच येत. तिथे भेट होई. त्यांनी आपले नवे घर दाखवायला इतक्या उत्साहाने सुरुवात केली की, नवख्याला वाटले असते, ह्या बाईला चूल आणि मूल ह्यापलीकडे काही रस आहे की नाही आयुष्यात? "हा पाहिलात का जांभा दगड?" भिंतीला त्यांनी मुद्दाम महाबळेश्वराच्या परिसरात सापडणारा कोकणी जांभा दगड बसवला आहे. त्या दगडावरून प्रेमाने हात फिरवीत त्या दगडाचे गुण गात होत्या. एखाद्या आजीने चिमण्या नातवाचे कौतुक करावे, तशा. जांभ्या दगडाला हिऱ्याचे मोल होते. तो त्यांच्या माहेरचा दगड. इरावतीबाईंचे माहेर कोकणातले. अर्थात करमरकरही कोकणातले आणि कर्वेही कोकणातलेच. मानववंशशास्त्रातल्या ह्या महान विदुषीने आपल्या रक्तात कोकणी माणसाचे रक्तगोलक किती प्रमाणात आहेत हे मोजले होते की नाही ते मला ठाऊक नाही. पण ते जांभे दगड त्यांचे नाते कोकणातल्या त्यांच्या माहेरच्या रक्ताशी नेऊन जोडीत होते. आणि सासरच्या संबंधाने एक दुसऱ्याशी सांधत होते. ते बसवताना इरावतीबाई त्या दगडांना नक्की म्हणाल्या असतील, "बाबा रे, तू माझ्या माहेरचा—आणि तू माझ्या सासरचा" त्या जांभ्याच्या छिद्रांतून त्यांना कोकणातल्या माडा-पोफळीच्या! बागा दिसत असतील. मग आम्ही व्हरांड्यात आलो. पश्चिम क्षितिजावर सिंहगडापासून ते पर्वतीच्या टेकडीपर्यंतची ती डोंगराची माळ. निळ्या- जांभळ्या, गुलाबी-सोनेरी रंगांची आकाशात उधळण. गुलटेकडीच्या पायथ्यापासून थेट दूरच्या डोंगरापर्यंतची हिरवळ, डोंगरांची निळाई. इरावतीबाई मला त्यांतल्या प्रत्येक डोंगराची ओळख करून देत होत्या आणि मी त्या डोंगराऐवजी निसर्गाच्या त्या विराट दर्शनाने उजळलेल्या इरावतीबाईंच्या चेहऱ्याकडे पाहत होतो. वास्तविक त्यांना रोज घडणारे दर्शन होते ते. पण रोजची संध्याकाळ कसा निरनिराळा साजशिणगार करून येते ही कौतुके पाहणाऱ्या इरावतीबाईंच्या डोळ्यांना रोजरोज-तेचतेचची बाधा नव्हती. ते दृश्य त्यांचे डोळेच पाहत नव्हते, तर शरीरातले सारे तपःपूत चैतन्य त्या डोळ्यांत एकवटले होते. त्या डोंगरांची नावे सांगताना, तिथल्या दगडांची जात सांगताना, वनस्पतीचे वैभव सांगताना ते डोंगर, दगड आणि वनस्पती म्हणजे कुण्या अज्ञात कोपिष्ट ऋषीच्या शापाने शिलारूप किंवा वृक्षरूप होऊन स्थिर झालेले अतिप्राचीन मानववंशच असावेत, अशा जिव्हाळ्याने इरावतीबाई बोलत होत्या.

इरावतीबाईंची आणि माझी प्रत्यक्ष ओळख अगदी अलीकडली. एक तर ओळख होण्याचे कारणही नव्हते. सोशियॉलॉजी, अँथ्रपॉलॉजी हे विषय मला समजणे दूरच राहिले, हे शब्ददेखील एका दमात उच्चारता येतील की नाही याची मला शंका. मी

इरावतीबाईंना प्रथम पाहिले ते म त्र त्रेचाळीस साली मी फर्गसन कॉलेजचा विद्यार्थी असताना. नुकतेच रँग्लर महाजनी निवृत्त झाले होते आणि डी० डी० कर्वे प्रिन्सिपॉल झाले होते. आम्ही त्यांची दहशतच घेतली होती. 'शिस्त' हा एकच शब्द त्यांच्या कोशात असावा, अशी आमची समजूत. अतिशय कडवी शिस्त. एक तर सगळ्याच कर्वे घराण्याच्या शिस्तीविषयीच्या आणि मनात घेतलेले कार्य कसल्याही विरोधाला न जुमानता असामान्य निर्धाराने करण्याविषयीच्या कथा आम्ही वाचल्या होत्या, ऐकल्या होत्या. र० धों० कर्वांना कसल्या भयंकर विरोधाला तोंड देत जगावे लागते, ते आम्ही पाहत होतो. त्यामुळे हे मुळातले 'कडवे' असेच आडनाव असावे. साहेबाने 'ड' चा 'र' करण्याच्या सवयीमुळे कडव्यांचे करवे केले असावेत. मी प्रथम इरावतीबाईंना पाहिले ते फर्गसन कॉलेजमधल्या अँफी-थिएटरात. कसलासा समारंभ होता. त्यांचे व्यक्तिमत्वच इतर मराठी बायकांपेक्षा इतके निराळे होते की, त्यांना एकदा पाहिल्यावर त्या दर्शनाचा ठसा पुसला जाणे शक्यच नव्हते. मराठी बायकांत सहसा न आढळणारी उंची, रसरशीत कांती, ठसठशीत कुंकू, घट्ट बुचडा, आक्रोश करून उठणाऱ्या रंगाचे टोपपदरी लुगडे-अशा थाटात त्या जेव्हा डी० डी० कर्व्यांच्याबरोबर आल्या त्या वेळी मला कुणीतरी परदेशी बाई भारतीय वेषात आल्यासारखी वाटली. केवळ उंची किंवा गौरवर्णामुळेच नव्हे तर दारातून आपल्या खुर्चीपर्यंतचे त्यांचे ते चालणेदेखील 'नमयतीव गतिर्धरित्रीम्' अशा सुंदर डौलाचे आणि मराठी बायकांत अजिबात न आढळणारे असे वाटले. इरावतीबाईंच्या असाधारण उंचीची "काय दीपमाळ आहे!" म्हणून त्यांच्या सासूबाई थट्टा करीत. फर्गसन कॉलेजच्या अँफी-थिएटरमध्ये घड लेले त्यांचे दर्शन आठवताना वाटते की, उत्सवासाठी अनेक पणत्यांनी उजळलेली दीपमाळ चालत यावी, तशाच त्या आल्या. दीपमाळ, उंच, सुंदर, तेजस्वी, सौम्यही, मंगल, स्नेहमय आणि सरळ. आसमंत उजळणारी आणि प्रकाशाने डोळे दिपवण्यापेक्षा निववणारी. त्या शीतल तेजात न्हाऊन निघायला घटकाभर जाऊन बसावे, असा आपुलकीचा आसरा देणारा चौथरा असलेली. इरावतीबाईंच्या सासूने थट्टेने दिलेली उपमा अपौरुषेय उपमेसारखी चपखल मनात जाऊन बसली होती. "डोळियाचा केला दिवा, तळहाताचा पाळणा" यासारखीच ही चिरंजीवी उपमा. इरावतीबाई जेव्हा जेव्हा दिसत, तेव्हा तेव्हा ह्या उपमेचे मला स्मरण होई.

त्या दिवशी अँफी-थिएटरमध्ये आम्हा विद्यार्थ्यांचा कसला तरी करमणुकीचा कार्यक्रम होता. स्टेजकडे जाणाऱ्या दरवाज्यापाशी मध्यंतरात आम्ही काही मित्र उभे होतो. एका घोळक्यात इरावतीबाई उभ्या होत्या. तेवढ्यात कुठूनतरी डी० डी० कर्वे आले. इरावतीबाई त्यांना हाक मारीत म्हणाल्या,–"दिनू, मी जाते–"

नवऱ्याला अरेतुरे करणाऱ्या बायकोची आजदेखील चेष्टा होते. त्यांच्या नवऱ्यांनादेखील नवरेशाही म्हणजे काय ते कळत नाही, असे मानण्यात येते. इतक्या वर्षांपूर्वी नवऱ्याला "ए दिनू" म्हणणाऱ्या इरावतीबाई हे भलतेच जोरदार प्रकरण वाटले. त्यातून डी० डी० कर्वे ह्या नामोच्चाराने आम्हा विद्यार्थ्यांचे पाय थरथरायला

लागत, अशा ह्या आमच्या सरांना त्यांची बायको भर कॉलेजात "दिनू" म्हणते, हे पाहून "इकडून येणं झालं का–" च्या संस्कारात वाढलेल्या आम्हा विद्यार्थ्यांना धक्काच बसला. सर जवळच होते. त्यामुळे हसूही लपवावे लागले. पण एकूण ते दर्शन, त्यांची ती "दिनू" ही हाक, ज्या शब्दाचे आम्हांला स्पेलिंगदेखील येत नव्हते असल्या कुठल्या तरी विषयाच्या, फर्गसन-एस० पी० वगैरे देशी नव्हे, तर डेक्कन कॉलेजसारख्या महापंडितांच्या कॉलेजात प्राध्यापिका आणि इरावती हे त्यापूर्वी ब्रह्मदेशातील एक नदी म्हणूनच ठाऊक असलेले नाव–ह्या साऱ्यांमुळे डी० डी० कर्व्यांइतकाच मी त्यांचाही धसका घेतला होता.

पुढे मी 'अभिरुची' तून थोडेफार लिहायला सुरुवात केली. किंबहुना, 'अभिरुची' हे आमचे मासिक अशी भावना होती. 'अभिरुची' त आम्ही हॉलंटिय् होतो. कित्येकदा मॅटर कमी पडते, म्हणून ते भरण्यासाठी. लेखन करायचा बाबुराव चित्र्यांचा किंवा मं० वि० राजाध्यक्षांचा हुकूम येई. त्या वेळी हाताला सिद्ध-हस्त आणि प्रसिद्ध- हस्त ह्या दोन्ही बेड्या पडल्या नव्हत्या. लेखन ही भानगड करायला हरकत नाही, एवढा एक माफक आत्मविश्वास होता. पण 'अभिरुची' त लिहिणारा लेखक हा जरा निराळ्या पिसांचा पक्षी आहे, असा एक तारुण्यसुलभ आगाऊपणाचा भाव होता. तसे ते महाराष्ट्रातले पहिले अनियतकालिक. 'किर्लोस्कर', 'चित्रमयजगत' वगैरे ऐसपैस मासिकांच्या मानाने मिनीसुद्धा. साहित्यातल्या नव्या धिटाईने भरलेले. आजही तरुण पिढी आमच्या नसलेल्या टोप्या उडविते. आम्ही आमच्या आधीच्या लेखकांच्या असलेल्या टोप्या उडवीत होतो. जीवनाचे रहस्य, सौंदर्य वगैरे मला जरा विशेष कळले आहे, असा स्वतःविषयी गैरसमज असल्याशिवाय लेखक होताच येत नाही. त्याला आणखी एक बारीकशी पुस्ती म्हणजे "मला जसं कळलं, तसं पूर्वीच्या लेखकांना कळलं नाही" ही! 'अभिरुची' त नव्याने लिहू लागलेल्या बहुतेकांनी हाच पवित्रा घेतला होता. त्या काळी अमेरिकेतून गव्हाबरोबर शब्दांची पोती येत नव्हती. त्यामुळे 'एस्टॅब्लिशमेंट', 'अँटी-एस्टॅब्लिशमेंट' वगैरे शब्द नव्हते. पण हल्ली ज्यांना 'प्रस्थापित' म्हणतात तशा तत्कालीन प्रस्थापितांपेक्षा आपण अधिक शहाणे आहोत, ही भावना होतीच. अशा ह्या आमच्या 'अभिरुची' त 'क' ह्या टोपणनावाने लिहिलेली 'परिपूर्ती' नावाची कथा आली. त्या चिमुकल्या मासिकाची उणीपुरी दोनअडीच पाने भरतील एवढी. सुंदर नर्मविनोद आणि कमालीचा हृद्य गाभाअसलेली ती कथा. गोष्टीतली 'मी' एक स्त्री होती. सगळ्या तपशिलांतून कर्वेकुटुंब डोळ्यांपुढे येत होते. एका सभाप्रसंगी एका स्त्रीच्या साऱ्या विद्वत्तेचा, तिच्या पतीच्या मोठेपणाचा, सासऱ्यांच्या थोरवीचा परिचय करून देऊनही त्या स्त्रीला आपल्या वर्णनाचा अपुरेपणा जाणवतो. एखाद्या देवीच्या मूर्तीला 'डोळे' लावल्याशिवाय जशी ती देवी पूजेला पात्र होत नाही, तशी त्या साऱ्या वर्णनातून अपुऱ्या राहिलेल्या आपल्या मूर्तीची हुरहूर घेऊन सभास्थानाहून परतताना, आपल्या घराजवळच्या गल्लीतल्या पोरांचे संभाषण त्या बाईच्या कानी पडते. "अरे, शूः शूः! पाहिलीस का? ती बाई जाते आहे ना? ती

आपल्या वर्गातल्या कर्व्यांची आई बरं का-"

इथे त्या मूर्तीला 'दिठी' लागली. आधीच्या परिचयात प्रतिष्ठाच होती. 'कर्व्यांची आई' ह्या मंत्राने प्राणप्रतिष्ठा झाली. धुतल्या तांदळासारखे ते निर्मळ गद्य. मोहक थट्टेसारखी निवेदनाची शैली. कोण ही लेखिका? मी चित्र्यांना विचारले, आणि 'अभिरुची' च्या पाकगृहातला पाणक्या असल्याच्या संबंधामुळे माझ्यापुढे चित्र्यांनी नाव फोडले. हा पदार्थ इरावती कर्वे यांनी करून पाठवला. 'क' म्हणजे इरावती कर्वे. कर्व्यांतला 'क' प्राजक्ताच्या फुलासारखी इतकी नाजूक गोष्ट इरावतीबाईंनी लिहिली? नवऱ्याला " दिनू " म्हणणारी ही बाई इतके सुबक मराठी लिहिते? अमेरिकेत ज्यांची इंग्रजी पुस्तके वाचली जातात, त्या इरावतीबाईंनी मराठीचे हे रुपडे इतके आत्मसात केले आहे? आणि आपल्या 'अभिरुची' सारख्या चिमुकल्या आणि तत्कालीन वडिलांच्या मताने काहीशा आगाऊ मासिकाकडे इतक्या मोठ्या विद्वान बाईंचे लक्ष जाऊन होतकरू लेखिकेसारखी भीत भीत स्वतःचे नाव दडवून ही बाई लिहिते? सारेच काही अजब होते. त्या काळात मॉडर्न, पाश्चात्यविद्याविभूषित बाईबद्दलची कल्पना म्हणजे इब्सेनच्या नोरासारखी बॅग भरून "ही मी चालले!" म्हणून घराबाहेर पडायच्या तयारीतली स्त्री. आणि घरात शिरताना "कर्व्यांचीआई" म्हटल्यावर आपल्या व्यक्तिमत्त्वाची परिपूर्ती झाली म्हणणाऱ्या इरावतीबाई! आपल्या कल्पनेप्रमाणे बरोबर म्हणून जमवलेले जिग्-सॉ पझलमधले कपटे साफ चुकीचे जमवले आहेत, हे चुकून हाती लागलेल्या एखाद्या निराळ्याच आकाराच्या आणि रंगाच्या कपट्याने दाखवून द्यावे, तसे मला झाले. फर्गसन कॉलेजच्या अँफी-थिएटरमध्ये चारचौघांत "ए दिनू" अशी त्या कॉलेजच्या प्रिन्सिपल असलेल्या आपल्या नवऱ्याला हाक मारणारी ही काबूल-कंदाहारमार्गे महाराष्ट्रात उतरल्यासारखी दिसणारी बाई आपल्या मुलाची आई म्हटल्याखेरीज परिचयाची परिपूर्ती झाली नाही म्हणते. 'परिपूर्ती' ह्या कथेचा कपटा माझ्या त्या पूर्वीच्या इरावतीबाईंच्या चित्राच्या जिग-सॉ पझलमध्ये कुठे बसेना. कारण त्यांच्या संशोधनकार्यात ही बाईसारखी बाई माणसांच्या हाडांचे सांगाडे उकरून काढून त्यांच्या कवट्यांची मापे घेत हिंडत असते, वगैरे भीषण कथा आम्ही ऐकल्या होत्या.

"आला, पाहिले, जिंकले" असे सीझरबद्दल म्हणतात. 'क' हे मुळाक्षर असेच मराठी कथेच्या क्षेत्रात आले आणिक्षेत्र जिंकून गेले. तत्पूर्वीच्या लांबलचक, अनेक अनावश्यक गुळमट आणि गुळगुळीत तपशिलांनी भरलेल्या फोफश्या लघुकथांचे पारडे ह्या रुक्मिणीने एका तुळशीदळाने तुळिले होते. तत्पूर्वी लघुतमकथा नामक एक वावदूक वाङ्मयप्रकार मराठी साहित्यात उड्या मारून गेला होता. ही कथा आकाराने तत्कालीन लघुकथेसारखी ऐसपैस नव्हती. पूर्वी त्रिकोणी आकारात खण दुडायचे, त्या खणासारखी अटकर, पण स्त्रीजन्माची सारी कहाणी सांगून गेली होती. 'परिपूर्ती' हे मराठी साहित्यातले न कोमेजणारे फूल. इरावतीबाईंनी ज्ञानाच्या क्षेत्रात भीम-पराक्रम केले असतील. सामान्यांना त्यात काय कळणार? ते कर्तृत्व जाणण्याची आमची उंची नाही. पण 'परिपूर्ती' मुळे सगळ्यांच्या डोळ्यांत भरलेली इरावतीबाई ही महाराष्ट्रातील

सर्वार्थाने सर्वांत उंच बाई झाली ती 'अभिरुची' 'त आलेल्या त्यांच्या 'वारी' मुळे. एक निरीश्वरवादी, बुद्धिप्रामाण्यवादी, एकाहून अधिक युरोपीय भाषा जाणणारी, कऱ्हाड, चिपळूण म्हणावे इतक्या सहजतेने लंडन-बर्लिनचा उल्लेख करणारी, शिवाय संस्कृत भाषेतली पंडिता आणि त्याहूनही म्हणजे "चांगली शिकली सवरलेली ब्राह्मणाची बाई" चक्क पंढरीच्या वारीबरोबर त्या भाबड्या, दीन, अशिक्षित, रंजल्या-गांजल्या मानवी प्रवाहात एक थेंब होऊन मिसळते, प्रत्येक अनुभव बुद्धीच्या निकषावर घासून पाहणारी ही बुद्धिमती त्या भक्तिगंगेतून वाहत वाहत इटूरायाच्या महालापर्यंत जाते, हे पाहूनच अनेकांना आश्चर्याचा धक्का बसला. त्यांनी आपले सारे बुद्धिवैभव, पदव्या, लौकिक, ज्ञानाची बिरुदे आपल्या अभ्यासिकेत उतरून ठेवली. आणि 'विठ्ठलविठ्ठलविठ्ठल' च्या तालात पावले टाकीत चालणाऱ्या त्या सहस्रावधी इट्टल-रखमायांच्या मेळ्यातली जनाबाई, मुक्ताबाई होऊन वारी केली, आणि हे असे चालण्याचे भाग्य लाभले हीच कृतार्थता मानून पंढरीचा अबीरबुक्का वाटावा तसा 'वारी' ह्या लेखाचा प्रसाद वाटला. इरावतीबाईंचे विठ्ठलाशी अजब नाते होते. विठ्ठल हे त्यांचे व्यसन होते, असे मी म्हटले खरे, पण पंढरीचा विठू त्यांचा बॉयफ्रेंड होता. डेक्कन कॉलेजातल्या महापंडिता डॉ० इरावती कर्वे किंवा संसाराची जबाबदार बायकांना अपरिहार्यपणे वाहावी लागणारी ओझी वाहणाऱ्या सौ. इरावती कर्वे, नंदू, गौरी, जाई ह्यांची आई, प्राचार्य दिनकर धोंडो कर्वे यांची पत्नी अशा अनेक भूमिकांचा भार वाहणाऱ्या सासुरवासिनी इरावतीबाईंना परकरी पोर होऊन बागडावे असे वाटले की, पंढरीतल्या माहेराहून विठो पालवीत आहे असे वाटत असावे. खूप वेळा त्या पंढरपूरला जात. अगदी माहेरी निघालेल्या मुलीच्या उत्साहाने विठ्ठल रखुमाईला रुचणारा साज लेऊन जात. कुंकू अधिक ठसठशीत करीत. नवा चुडा भरून जात. एकदा अशाच पंढरपुराहून परतल्यानंतर दुसऱ्या की तिसऱ्या दिवशी मला त्या रा० ज० देशमुखांच्या घरी भेटल्या होत्या. दोन-तीन वर्षांपूर्वीची आठवण आहे. माहेरच्या वैभवाच्या गोष्टी सांगाव्या, अशा बालिश भावाने त्या पंढरीच्या कथा सांगत होत्या. पूर्वी झोपाळ्यावर पोरी गाणी गात–

पंढरपूर परगणा बाई पंढरपूर परगणा
विठूच्या दरवाज्यावर मोत्याचा पाळणा
हलवा ग बायांनो, हलवा ग सयांनो,
परसूरामाला बाइ गुंतले मी कामाला

असे एक गाणे मला आठवते. ते म्हणा किंवा "माझे माहेर पंढरपूर ग पंढरऽऽपूर!" असली गाणी गाताना पोरींच्या मेळाव्यातल्या एखाद्या माहेरवाशिणीच्या चेहऱ्यावर जो आनंद दिसे, तसा शाळकरी पोरीचा आनंद होता त्यांच्या चेहऱ्यावर. त्यांचा बोलण्याचा आवाज त्यांच्या एकूण थोराड बांध्याशी न जमण्याइतका गोड होता. विलक्षण आर्जवी स्वर. कनवाळू. तसल्या लाघवी स्वरात त्या पंढरीविषयी बोलत होत्या. पंढरीची सय आली की, इरावतीबाईंचे मनच मुळी परकर-पोलके घालून नाचायला लागे. त्यांचा

खेळगडी तिथे होता. मला खात्री आहे, बाई देवळात बसून त्या विठूशी मनातल्या मनात खूप बोलत असतील, आणि सासरच्या वाटेतले मनाला टोचणारे ते चिरंतन काटे तो विठूराया हळुवारपणाने काढीत असेल. कौटुंबिक दुःखे कुणाला चुकली आहेत? धर्म, रूढी, अंधश्रद्धा, देवतांच्या उपासना ह्या साऱ्यांना ज्ञानाग्नीच्या भट्टीतून भाजून त्यातले सोने कुठले आणि हीण कुठले हे तपासून पाहणारी एक बुद्धिनिष्ठ डॉ० इरावती कर्वे होती, आणि भाबड्या मराठमोळ्यांचा तो इठूराया भेटल्यावर भरल्या चंद्रभागेतल्या होडीसारखी नाचणारी एक इरावती होती. विठ्ठल हे मराठमोळ्यांचे दैवत, पण मराठमोळे हेच मुळी इरावतीबाईंचे दैवत होते.

मानववंशाचा किंवा समाजशास्त्राचा अभ्यास करताना त्यक्त, बहिष्कृत, विजनवासी अशा अनेक जातीजमातींतल्या माणसांशी त्यांचा स्नेह जुळला. पाचवीपासून बारसेच काय, बाराव्यालाही पुजलेले दैन्य त्यांना दिसले. मानववंशाच्या प्राचीनतम खाणाखुणा शोधायला त्या जंगलातून, डोंगरकपाऱ्यांतून आणि वाळूच्या समुद्रातून हिंडल्या. अरबी समुद्रापासून वैनगंगेपलीकडे पसरलेल्या महारांचा महाराष्ट्र हा त्यांचा विशेष लाडका. जिथपर्यंत महार पोहोचले तो महाराष्ट्र हे ज्ञान त्यांना एका महार पटवेकऱ्याने दिले. ह्या महापंडितेला रानावनांत अनेक गुरू, आप्तसखे भेटले. त्या माणसांविषयीच काय पण तिथल्या दगडधोंड्यांविषयी त्यांना आपुलकी असे. गुजरातेतल्या वाळवंटातून जाताना, पायाची सालडी काढणाऱ्या वाळूलादेखील "बाई ग, तुझ्या मायेच्या पांघरुणाखाली दहापंधरा हजार वर्षांपूर्वीची संस्कृती जतन करून ठेवलीस," म्हणून कृतज्ञतेने धन्यवाद देणार्यार इरावतीबाई "वृक्षवल्ली आम्हां सोयरीं वनचरें" च्या पंथातल्याच! जिवंत चरसृष्टीचे किंवा सुंदर निसर्गाचे सोयरेपण सोडाच, पण उत्खननातल्या कवटीशी त्या बोलू शकत. एका उत्खननात सापडलेली कवटी ही तरुण मुलीची होती, असा शास्त्रीय अंदाज केल्यावर इरावतीबाईंच्या मनात निराळीच हुरहूर सुरू झाली.! "त्या डोळ्यांच्या खाचांत मला बुबळे हालल्यासारखी वाटली. ते लखलखते दात मागल्या ओळखीने हसल्यागत भासले. माझी बोटे तिच्या अरुंद निमुळत्या हनुवटीशी गुंतली होती, पण हृदय आर्तपणे त्या सांगाड्याला विचारीत होते, 'तू ती मीच का ग? तू ती मीच का ग?"

आपले अस्तित्व असे स्थलकालातीत करून टाकणारी अलौकिक बुद्धीची झेप असल्यावर लौकिकाच्या झगमगत्या लक्तरांची काय किंमत! कवटीतून कुणा अज्ञात तरुणीच्या हृदयाच्या स्पंदनाशी इरावतीबाई आपल्या हृदयाची स्पंदने जुळवून जात. समाजातल्या पर्यंकपंडितांनी खालच्या दर्जाचे म्हणून वाळीत टाकलेल्या जिवंत माणसांतली माणुसकी पाहून अमंगळ भेदापलीकडे जात. अशा वेळी आपल्याला नको असताना चिकटणाऱ्या प्रतिष्ठांच्या अलंकारांचे, जन्मजात श्रेष्ठत्वाच्या मूर्ख संकेतांच्या सोवळ्याचे त्यांना ओझे होत असे. स्नानासाठी वस्त्रे उतरवावीत, तशी मनाने वस्त्रहीन होऊन जायला वारीतल्या भक्तिगंगेत बुडी मारीत किंवा भणंगांच्या वस्त्यांत एकरूप होत. काय आश्चर्य आहे पाहा. असे निस्संग होऊन वाटेल तसल्या भौतिक, आधिभौतिक आणि मनुष्यनिर्मित आपत्तींना तोंड देत, समाजातल्या बुरसटलेल्या, किडलेल्या

मनांतून उठणारे फुत्कार सहन करीत, त्या आदिवासी किंवा सामाजिक उपेक्षेच्या खातेऱ्यात पडलेल्या जमातीत निस्संग होऊन हिंडणाऱ्या किंवा राहणाऱ्या मराठी लोकांत अग्रपूजेचा मान मिळविला तो मराठी पुरुषांनी नव्हे, महाराष्ट्राच्या पाच सुकन्यां! इरावतीबाई तर करांगुलीवर अधिष्ठित, आदिवासी जीवनाचा शोध घेताना स्वतःचे जीवन संपुष्टात आणण्याचा धोका पत्करणाऱ्या दुर्गाबाई भागवत, डांगमधल्या वारल्यांत आयुष्य झोकून दिलेल्या गोदावरी परुळेकर, चंबळच्या दस्युभूमीत दरोडेखोरांच्यातले माणुसकीचे झरे शोधीत हिंडलेल्या गीता साने, आणि गुन्हेगार वस्त्यांत प्रथम गेलेल्या मालतीबाई बेडेकर. आपल्या जीवनातल्या दुर्घट मुशाफरीतले नवनीत किती अलिप्तपणाने त्यांनी समाजापुढे ठेवले. कुशल गृहिणीने उत्तम रांधावे आणि पंक्तीच्या झगमगाटात अजिबात न मिरवता कुणाकरवी तरी पक्वान्ने पाठवून द्यावी. साहित्यसंमेलने, सत्कारसमारंभ, कशातही न मिरवता मराठी साहित्यात असामान्य अनुभवांची भर घालणाऱ्या ह्या पंचकन्या. एवढ्याने जर पुरुषांना आपल्या उणेपणाची जाणीव होत नसेल, तर लक्ष्मीबाई टिळक आणि बहिणाबाई चौधरी ही दोन नावे घ्यावी, म्हणजे उरलासुरला पुरुषी अहंकारही कापरासारखा जळून जाईल.

इरावतीबाईंच्या भावनेला शास्त्रकाट्याची कसोटी होती. शब्दाचे एकही नाणे बनावट नसे. शब्दाची जात, गुणधर्म, इतिहास नेमका होता. त्या स्वातंत्र्याच्या भोक्तया होत्या, उच्छृंखलपणात्सच्या नव्हे. स्पष्ट होत्या, पण अशिष्ट नव्हत्या. बहुजनसमाजाविषयी त्यांना जिव्हाळा होता तो भूतदयेपोटी येणारा "अयाई-अगाई ग!" स्वरूपाचा नव्हता. एक तर कर्वेकुटुंबातच प्रखर बुद्धिनिष्ठेवर जोर. रं० धों० कर्वे वारले त्या दिवशी शंभरीतल्या अण्णांच्या समाचाराला आलेल्या गृहस्थाला वृद्धाचा विलाप ऐकावा लागला नाही. अण्णा म्हणाले, त्याचे वय झालेले होते. प्रकृती बरी नव्हती. एक दिवस माणूस जायचेच. 'जैसी गोरुवें रुखाखालीं बैसलीं' असल्या वृत्तीने कुटुंबाकडे पाहणाऱ्या अण्णांची सून होणेही सोपे नव्हते. अण्णासाहेबांविषयी आपल्या 'आजोबा' ह्या मराठी भाषेतल्या अप्रतिम व्यक्तिचित्रात इरावतीबाईंनी म्हटले आहे, "केवढे माझे भाग्य की मी अशा माणसाची सून झाले! त्याहीपेक्षा केवढे महत्तर माझे भाग्य की, मी अशा माणसाची बायको झाले नाही!"

अशी सूनबाई होऊन संसारात कर्तव्ये करीत राहणाऱ्या इरावतीबाई आपल्या संसाराकडे किती अलिप्त दृष्टीने पाहू शकत. आपल्या कुटुंबीयांच्या गुणदोषांच्या चर्चा किती शास्त्रीय चिकित्सकाच्या भूमिकेवरून करू शकत आणि आपल्या मनातल्या असंख्य युद्धांच्या कथादेखील किती रम्य करून सांगत. कसले नितळ लिहिणे. विचारयंत्र कसे नेहमी तेलपाणी देऊन निर्दोष ठेवलेले. धाग्याधाग्याची वीण नुसती पाहत राहावी. स्वैपाकघरासारखाच लिखाणातही सुगणपणा. माझ्या भाग्याने मला त्यांच्या हातचा केकही खायला मिळाला होता. त्या संध्याकाळी चर्चेचा मुख्य विषय 'केक' हाच होता. त्या दिवशी वाटले, इरावतीबाईंची आणि आपली किती उशिरा ओळख झाली. मराठीतला एक लेखक म्हणून ओळख होण्याऐवजी अन्नब्रह्माचा

उपासक म्हणून जरा आधी ओळख झाली असती तर किती चांगले झाले असते. 'युगान्त' मधले लेख वाचायला मिळायला लागल्यावर वाटले, किती उशिरा सुरू झाले हे लेख. आणखी काही वर्षांपूर्वी का नाही इरावतीबाईंनी आमची बोटे धरून त्या महाभारतातून आम्हांला हिंडवून आणले? द्रौपदीचा वस्त्रहरणाच्या वेळचा टाहो कीर्तनकारांच्या तोंडून किंवा नाटकांतून ऐकताना डोळे पाणावले होते. पण 'युगान्त' मधले द्रौपदीचे शेवटला निःश्वास टाकतानाच्या वेळचे वाक्य ज्या क्षणी मी वाचले, तो क्षण, ते स्थळ आजही माझ्या मनात जिवंत होऊन राहिलेले आहे. "भीमाचे तोंड आपल्या तोंडाजवळ आणून आपल्या शेवटच्या श्वासाने ती म्हणाली, 'पुढल्या जन्मी पाचांतला थोरला भाऊ हो, भीमा! तुझ्या आसऱ्याखाली आम्ही सारी निर्भयपणे आनंदात राहू'" ह्या वाक्याच्या भाषाशरीराला तर 'द्रौपदीचेच सत्त्व' लाभलेले आहे.

एका अज्ञात स्त्रीची कवटीदेखील इरावतीबाईंशी बोलू शकत असे. व्यासप्रतिभेतून अवतरलेली द्रौपदी इरावतीबाईंशी किती बोलली असेल! इरावतीबाई बोलायला लागल्या की प्रश्न पडे, आज त्या अंतःसौंदर्याच्या विविध रूपांनी नटलेल्या कुठल्या इरावतीबाई बोलायला लागल्या आहेत. सगळीच स्वरूपे आकर्षक. अलीकडे त्या वैतागानेही बोलत. ज्ञानाच्या क्षेत्रातल्या अधर्माने वैतागलेल्या इरावतीबाई साऱ्या ज्ञानोपासकांच्या वेदनांची वेदी होऊन धगधगायला लागायच्या. दुर्गेच्या अनेक स्वरूपांसारखे त्यांचे हे असुरांच्या हननासाठी क्रुद्ध झालेले स्वरूप! तो संतापही देखणा. त्या संतापात त्यांनी म्हाताऱ्यांनी पन्नासावे वर्ष लागल्यावर मरून जावे, असे वैतागाचे उद्गार काढले होते. मला पन्नासावे वर्ष लागण्याच्या सुमारालाच हा लेख वाचायला मिळाल्यामुळे मी जरा हबकून गेलो होतो. पण इरावतीबाईंनी पासष्टीच्या घरात आल्यावर व्यासांकडून वाल्मीकीच्या काव्यकांतारात प्रवेश केलेला पाहिल्यावर वाटले, आपण स्वतः लिहिण्यासाठी नव्हे तर इरावतीबाईंचे हे लेख वाचण्यासाठी तरी जगले पाहिजे. महाभारत-रामायणांतल्या त्यांनी घडविलेल्या व्यक्तिदर्शनावर मतामतांचा गलबला झाला. एकदा असेच बोलता बोलता कुणीतरी त्यांना ह्याबद्दल डिवचले. आपल्या आर्जवी स्वरात त्या म्हणाल्या, "अरे, मला जसं दिसलं तसं मी लिहिलं. तुम्हांला जसं दिसतं तसं तुम्ही लिहा." खरेच आहे. तुकाराम-ज्ञानेश्वराला दिसला तसाच त्यांना 'विठ्ठल' तरी कुठे दिसला? त्या समचरणावर मस्तक ठेवल्यानंतर कपाळाला जाणवलेली शीतलता त्यांनी चंदनलेपासारखी वागवली.

असल्या शांततेची, शीतलतेची ओढ असणाऱ्या इरावतीबाई त्यांची ती इटालियन स्कूटर मात्र बेफाट वेगाने हाकायच्या. मला वाटते, इतक्या उच्चविद्याविभूषित असून पंढरीच्या वारीला जाणाऱ्या जशा त्या पहिल्या विदुषी, तशाच तितक्या वेगात ती इटालियन स्कूटर हाकणाऱ्याही त्या पहिल्याच विदुषी असाव्यात.

'मौजे' च्या श्री० पु० भागवतांना भर उन्हातून मागे पिनियनवर बसवून घेऊन कुठेशा सोडायला निघाल्या. श्री० पु० म्हणजे जलद वेगाने वाहन हाकणे किंवा त्यात बसणे सोडाच, पण कधी जलद बोललेसुद्धा नाहीत. कुलदैवताचे स्मरण करीत

स्कूटरच्या मागल्या सीटवर बसले होते. वर पुन्हा इरावतीबाई म्हणतात, "भीती नाही ना वाटत?" श्री० पुं० ची कुठल्याही विषयावर पटकन मत देण्याविषयी ख्याती नाही. तरीही म्हणाले, "थोडीशी वाटते."

"मग घट्ट खांदे पकडून धरा माझे," बाई म्हणाल्या.

"वास्तविक पुरुषांनी बायकांना लिफ्ट द्यायची-" श्री० पु० कुजबुजले.

"हट–शेवटी पुरुषच!" म्हणत इरावतीबाईंनी वेग वाढवला!

जीवनात सर्वांगाने समृद्ध होणाऱ्या पुरुषाविषयी आपल्या संस्कृतीत 'पुरुषोत्तम' अशी कल्पना आहे. श्रीकृष्णाला असा पूर्णपुरुष, पुरुषोत्तम म्हणतात. अशी सर्वांगाने समृद्ध व्यक्तिमत्त्वाची 'स्त्री' होऊच शकणार नाही, अशी ह्या प्राचीन ऋषींची कल्पना होती का? जागतिक कीर्तीची विद्वत्ता आणि कव्यांची आई ह्या दोन्ही भूमिकांतून सहजतेने वावरणाऱ्या इरावतीबाई. पावसाचे संगीत ऐकत बसणारे कविमन आणि हाडांचे सांगाडे तपासणे असली विसंवादी कर्तव्ये करणारी स्त्री यापूर्वी कोणच्या कल्पनेतही आली नसेल का? नसेल. नाही तर पुरुषोत्तमासारखी स्त्रीमधल्या पूर्णावतारासाठीही एखादी पदवी त्या त्रिकालज्ञ म्हणवणाऱ्या ऋषींनी शोधून ठेवली असती.

मानसन्मानांतून युक्तीने अलिप्त राहिलेल्या इरावतीबाईंचा 'युगान्त' पुस्तकाबद्दल साहित्य अकॅडेमीने जेव्हा गौरव केला, त्या वेळी दिलीत एका सत्कारसमारंभाला त्यांना तोंड द्यावे लागले. पाचदहा मिनिटांतच त्यांनी भाषण आवरले. असल्या वातावरणात त्या किती गुदमरून गेल्या असतील, त्याची मला कल्पना आली. कारण इरावतीबाईंनी आयुष्यात मला लिहिलेले आणि सर्टिफिकेटासारखे मी जतन करून ठेवलेले एक पत्र माझ्यापाशी आहे. 'पद्मश्री' झाल्यावर मला अभिनंदनाची बरीच पत्रे आली. काही संस्थांचीही पत्रे होती. त्यांत माझ्या सत्कारसमारंभाची इच्छा व्यक्त केली गेली होती. मी लगेच वर्तमानपत्रांतून जाहीर करून टाकले की,'पद्मश्री' मिळाली हाच सत्कार मोठा झाला. माझ्या कुठल्याही सार्वजनिक सत्कारसमारंभाला माझी परवानगी नाही.

दुसऱ्या दिवशीच्या डाकेने एक पत्र आले. त्यात इरावतीबाईंनी मला 'पद्मश्री' मिळाल्याबद्दल नव्हे, तर सार्वजनिक सत्कारसमारंभ करून घेणार नाही, ह्या माझ्या निश्चयाबद्दल माझे तोंड भरून कौतुक आणि अभिनंदन केले होते. ज्या आपुलकीने त्यांनी माझ्या विनोदी लेखनाचे कौतुक केले त्या आपुलकीच्या मनाला माझ्या गौरवाचा आनंद होता. पण केवळ अत्यंत आपुलकीलाच जाणवणारी "हे पोरगं मानसन्मानानं बिघडणार तर नाही ना?" ही भीती होती, ती त्यांची भीती दूर झाली होती.

वृक्षासारख्या नकळत सावल्या धरणारी ही माणसे. इरावतीबाईंना कुठल्या पदवीने भूषवावे? शुभ्र वस्त्राने आच्छादले ले, कृतज्ञतेच्या पोटी वाहिलेल्या पुण्यांनी मंडित असे त्यांचे अंत्यदर्शन घेताना जाणवत होते की, मृत्यूचा हातदेखील त्या देहावरून फार सौम्यपणाने फिरला. त्यांना हृदयविकार होता. पण रुग्ण होऊन पडणे त्या तेजस्विनीला मानवणारेच नव्हते. आपल्या उपासनेला त्यांनी अखेरपर्यंत दृढ चालवले होते.

नित्याप्रमाणे केल्या कामाचा निद्रादाम घेतानाच त्यांना चिरनिद्रा लागली. महाराष्ट्रापुरते बोलायचे, तर फुले, आगरकर आणि कर्वे ह्यांच्या तपश्चर्येला आलेले ते मधुर रसांनी भरलेले रसरशीत फळ होते. पण जगातल्या ज्ञानी लोकांना आणि जीवनभक्तांना आपण हेच सांगू की, ज्ञान, विज्ञान, कला, सुसंस्कार अशा अनेक दीपांनी उजळलेली इरावती ही अस्सल भारतीय संस्कृतीच्या शिल्पाने घडलेली, गार्गी-मैत्रेयींच्या कुळातली, साक्षात जीवनमंदिरापुढली एक दीपमाळच होती.

इरावतीबाई गेल्या. असे जाण्यासाठीच तर आपण सगळे इथे येतो. म्हणून शेवटचा दिवस गोड मानावा. पुण्यस्मरणासाठी वर्षगणनेने आपण निर्वाणदिन पाळतो. यापुढल्या वारीबरोबर सामान्यांच्या जोडीने विद्वान लेखक आणि साहित्यकारांनी चार पावले टाकावी. चित्रगुप्ताच्या हिशेबी पुण्याची काय जमा होईल ती होवो; पण इरावतीबाईंच्या आत्म्याला निश्चित वाटेल की, विदग्धांनी जनसामान्यांबरोबर चार पावले टाकावी, ह्यासाठी आपण केलेल्या अट्टाहासाला फळे धरायला लागली आहेत. अनंतातला तो आत्मा उत्सवातल्या दीपमाळेसारखा पुन्हा एकदा धन्यतेने उजळून येईल. न जाणो, हे दृश्य पाहून, इरावतीबाईंचा तो पंढरीतला बॉयफ्रेंड आपले कटीवरचे हात सोडून कमरेचा शेला डोळ्यांच्या भिजलेल्या कडांवरून चटकन फिरवीलही!

मंगल दिन आज

आठ एप्रिलला कुमारचा पन्नासावा वाढदिवस आप्तेष्टांच्या मेळाव्यात साजरा करण्याचा बेत वसुंधरेने पत्रातून कळवला होता. पन्नासावे वर्ष हे प्रतिभावंताच्या प्रतिमेला प्रौढत्वामुळे येणाऱ्या माधुर्याचे दान देऊन जाणारे वर्ष. जीवनातल्या आंबटगोडाविषयी बोलताना, आंबट काय भोगले ह्याच्यापेक्षा गोड काय लाभले हे सांगायला लावणारे वर्ष. पण कुमारच्या बाबतीत मात्र त्याच्यातल्या प्रौढत्वाचा आणि प्रगल्भ माधुर्याचा साक्षात्कार मला एकोणिसशे पस्तीस साली म्हणजे सुमारे एकोणचाळीस वर्षांपूर्वीच झाला. कुमारच्या वयाची त्या वेळी अवघी दहा वर्षे पुरी झाली होती. माझेही पंधरावे चालू होते.

पस्तीस साली पार्ल्याला कलबागांच्या दिवाणखान्यात मी त्याला प्रथम पाहिले. त्या काळात पेटीवादनाचे सोलो कार्यक्रम करणारा मीही एक बिलेवाला बालकलावंत असल्यामुळे गाण्याच्या मैफिलीत गावकरी मंडळी आम्हांलाही आग्रहाने पुढे बसवीत. कुमारच्या गाण्याबद्दल मला अतोनात उत्कंठा होती. कारण आठदहा दिवसांपूर्वीच मुंबईच्या जिना हॉलमध्ये भारतीय संगीताच्या क्षेत्रातल्या मी मी म्हणवणाऱ्यांना आपल्या गायनाने त्याने दिङमूढ केले होते. वर्तमानपत्रांतून त्या पराक्रमाची वर्णने आली होती. जुन्या मुंबईकरांच्या आठवणींतल्या काही महत्त्वाच्या गोष्टी होत्या. सी० के० नायडूच्या, एम० सी० सी० विरुद्ध अकरा सिक्सर्स. बालगंधर्वांचे संयुक्त मानापमान. त्यांतच आता एका नव्या घटनेची भर पडली होती. कुमार गंधर्व नावाच्या नऊदहा वर्षांच्या मुलाने जिंकलेली जिना हॉलमधली संगीत परिषद. भाविक श्रोता त्या मैफिलीतून बाहेर पडताना म्हणत गेला होता, "हा एक दैवी चमत्कार आहे!" बुद्धिनिष्ठ बुचकळ्यात पडले होते. कुणाला अष्टवर्षी चतुर्वेदी झालेल्याशंकराचार्यांची आठवण आली. लिंगायत पंथाच्या कुणा तपोधन गुरूंनी "हा कुमार, 'गंधर्व' आहे!" असे उद्गार काढले होते, तर एखाद्या संशयात्म्याने "असले बाल-कलावंत फाजील कौतुकानं मोठेपणी फुकट जातात," असाही शेरा मारून टाकला होता. असला हा 'चमत्कार' आज आपल्याला पाहायला आणि ऐकायला मिळणार, ह्या आनंदात मी होतो.

पाचाच्या सुमाराला बैठक सुरू झाली. तबले-तंबोरे जुळत होते. पेटीवाले बुवा सूर धरून बसले होते. गाणारा मुलगा आतल्या खोलीत होता. त्याच्या येण्याकडे डोळे लागले होते. आणि डौलदार शेरवानी, गळ्यात बिल्लांचा पट्टा, डोक्याला ऐटबाज टोपी, सुरवार चढवलेली, अशा थाटात सुमारे साडेतीन फूट उंचीच्या मूर्तीने जी एंट्री घेतली, तीतच त्या खचाखच भरलेल्या दिवाणखान्यातल्या श्रोत्यांना भरून पावल्यासारखे वाटले. तिथून पुढल्या दीडएक तासात बालसुलभ असा कसलाही

प्रकार नव्हता. फैय्याझखाँ, मजीखाँ यांच्यासारख्या, एंट्रीच्या डौलालाच पहिली दाद घेणाऱ्या मातबर उस्तादांनी कसल्यातरी जादूगिरीने बालरूप धारण करून यावे, असेच काहीसे त्या मैफिलीला वाटले. सगळ्या चेहर्यांवर आश्चर्य, उत्सुकता, कौतुक, "दृष्ट न लागो ग बाई पोराला!" हेच भाव उमटले होते. आता कुमारच्या गळ्यात बिल्लांचा पट्टा नसतो आणि शारीरिक उंचीही सुमारे दीड फुटाने वाढली आहे, पण त्याची मैफिलीतली एंट्री मला आजही त्याच एंट्रीची आठवण करून देते.

साथीदार चांगले प्रौढ होते. तबल्याला मेहबूबखाँसाररवा खलीफानुमा माणूस. पण त्या सगळ्या प्रौढ मेळाव्यात अब्दुल करीमखाँसाहेबांची गायकी पेश करणारी ही वामनमूर्तीच सगळ्यांत बुजुर्ग वाटत होती. खाँसाहेबांच्या रेकॉर्ड्‌स त्या काळी मलाही पाठ होत्या. पण हा मुलगा नुसत्या त्या रेकॉर्ड्‌स पाठ म्हणत नव्हता. हा आणखी गात होता. 'जमुनाके तीर' ह्या भैरवीने ती मैफिल संपली. "गोकुल धूंडी ब्रिंदावन धूंडी" मधल्या दुसऱ्या "धूं" वर जी उपज गेली, तिच्या तडफेला बालआवाजीतल्या टिपेची धार होती. ती धार काय लोकविलक्षण होती याचा पुरावा सुदैवाने कुमारच्या बालआवाजीत गायलेल्या रामकलीतल्या एका ध्वनिमुद्रिकेवर आजही ऐकायला मिळतो. बंदुकीची गोळी सुटली की म्हणे ती सूंऽसूंऽ करीत पुढले अंतर कापीत जात असताना विलक्षण वेगात स्वतःभोवतीही गिरक्या घेत असते. आजदेखील कुमारची तान समेकडे नुसता प्रवास न करता तशीच जाते. शरसंधानासारखे हे सूरसंधान कुमार बालवयातच करीत होता. त्याच्या शैशवातच संगीतातल्या प्रौढत्वाला जपल्याची साक्ष पटत होती. आठ एप्रिल एकोणिसशे चौऱ्याहत्तर ह्या दिवशी शिवपुत्र कोमकली ऊर्फ कुमारगंधर्व याला लागणारी पन्नाशी हा एक पंचांगातल्या गणिताचा हिशेब झाला. दहाव्या वर्षी मी ऐकलेल्या त्याच्या गायकीचे वय हे असल्या आकडेमोडीपलीकडले होते.

पण 'दैवी देणगी', 'गतजन्मीची तपश्चर्या', 'कुमार म्हणजे एक स्वतंत्र काम आहे' अशांसारखे शेरे मारून कुमारचा गौरव करणे किंवा कुमार हा विषय धूर्तपणाने डावलणे हा त्याच्यावर अन्याय आहे. साधेभोळेपणाने ज्याला जे म्हणायचे असेल त्याने ते अवश्य म्हणावे. पण कुमारचे मला माहिती असलेले गेल्या तीस-चाळीस वर्षांतले जीवन ही एक असामान्य जिद्द आणि डोळस परिश्रम यांची गाथा आहे. कुमारचे गाणे हे केवळ सहज नाही. त्याच्यासह त्याचे गाणे जन्माला आले हे खरे, पण त्या गाण्याचे कुमारने केलेले संगोपन, संशोधन आणि संवर्धन त्याला "मनुष्याणाम् सहस्त्रेषु" च्या श्रेणीत नेऊन बसवणारे आहे. ते गाणे तपःपूत आहे. ते केवळ प्रतिभावंताचे गाणे नाही, एका प्रज्ञावंताचे आहे. आमच्या गाणाऱ्यांच्या दुनियेत बहुतेकांचा प्रवास यात्रेच्या आखीव वाटांवरून जातो. आडरानात शिरायला माणसे भितात. कधी गुर्वाज्ञाभंगाच्या पापाला भितात, कधी हाती लागलेल्या यशातच गुरफटतात, कधी घराण्याच्या मोठेपणाच्या परप्रकाशात स्वतःला उजळण्यात धन्यता मानतात, तर कधी अत्यंत मनोभावाने गुरूने दाखवलेल्या वाटेनेच वाटचाल करतात. इथे माणसाच्या स्वभावाचा

भाग येतो. कुमार मात्र हा सारा प्रवास फार निराळ्या रीतीने करीत आला आहे.

ह्या प्रवासाचा त्याचा आरंभ जरी फार मोठ्या यशाने झाला, तरी त्याच्या वडिलांनी अगदी योग्य वेळी त्याला देवधरमास्तरांच्या ताब्यात दिला, आणि देवधरांनी जर सर्वांत उत्तम कुठली गोष्ट केली असेल, तर बालपणी लाभलेले ते यशोवलय त्याच्यापासून काढून घेतले, आणि संगीतातल्या सगळ्या कायद्यांच्या कडक शिस्तीची त्याला जाणीव दिली. असामान्य बालकांच्या असल्या सामान्यीकरणाची अत्यंत आवश्यकता असते. तरच अहंकारातून सुटका होते. त्यातून देवधर स्वतः परंपरा किंवा घराणी ह्यांतले सोने कुठले आणि हीण कुठले, हे उत्तम पारखणारे. त्यांनी कुमारला भारतीय संगीतातल्या नानाविध आविष्कारांना सामोरे करून ठेवले. म्हणूनच कुमारच्या गायनातली सारी नवता परंपरेतले ज्ञान, शहाणपण आणि वैभव पचवून आली आहे. ती नुसतीच तर्कीब बाजी किंवा स्टंट झाली नाही. सुरांच्याविषयी बोलताना तो जिवीच्या जिवलगांविषयी बोलावे तसे बोलतो.

दोनचार वर्षांपूर्वीची गोष्ट आहे. दादरच्या ब्राह्मण साहाय्यक संघाच्या हॉलमध्ये त्याची मैफिल होती. भूप चालला होता. भूप चालला होता म्हणजे अक्षरशः हत्ती-घोड्यांच्या आणि छत्री-अबदागिरीच्या वैभवानिशी चालल्यासारखा चालला होता. पाऊणएक तासानंतर शुद्ध मध्यमाचा एक बारीकसा कण त्या भूपाला लागला. मैफिल सुखावली, पण जराशी चमकलीही. कुमारने ते आश्चर्य टिपले. तंबोरेवाल्यांना आवाज हलका करायला लावले. तबल्यावरच्या वसंत आचरेकरांची बोटे नाक झाली. कुमार म्हणाला,

"भाई, काय करू? मघापासून हा शुद्ध मध्यम मला जरा आत घ्या, आत घ्या, म्हणून खिव्वेष्ट करायला लागलाय. भूपाच्या दरबारात त्याला प्रवेश नाही. पण फार गयावया करायला लागला. म्हटलं येऊ दे बिचाऱ्याला थोडा वेळ. किती वेळ बाहेर ठेवायचा? दोस्त आहे आपला!"

क्षणभरात त्याच्या गाण्यातले सप्तसूर आम्हा ऐकणाऱ्यांचेही आप्तस्वकीय होऊन गेले.

निरनिराळ्या रागांविषयी, सुरांविषयी कुमार फार मजेने बोलतो. बालगंधर्वांच्या गाण्यातल्या काही जागांना त्यांच्या गळ्यातले सुरांचे 'डूल' हलत असतात म्हणाला होता. स्वतः एकदा "मला मदन भासे" गाताना 'भा' वरून कोमल निषादाला अगदी हलका स्पर्श करून म्हणाला, "कोमल निषादाची बारीकशी तीट लावली." "शुद्ध मध्यम हा महाबदमाष आहे," हा एक असाच मजेदार उद्गार. एकदा रेडियोवरून कोणीतरी छायानटातली "झनन झनन" गात होता. राग आणि चीज दोन्हींच्या चिंध्या चालल्या होत्या. मी सहज म्हणालो, "काय सुंदर चीज आहे—हाल चालवले आहेत!"

"भाई, नुसते कपडे जरीचे असून चालत नाहीत; अंगाला यावे लागतात. डोक्याला न बसणारी जरीची टोपीसुद्धा कॉमिक दिसते आणि नीट बसणारी आठ आणेवाली गांधीटोपीसुद्धा मस्त वाटते. ह्या बिचाऱ्याची त्या बंदिशीबरोबर नीट 'वळक्' सुद्धा

झाली नाही आणि एकदम तिला मिरवायला घेऊन निघाला-"

एखाद्या प्रियकराची प्रेयसीशी प्रथम "पहिली वळख गोडिची" व्हावी, तशीच रागाच्या कुलमर्यादेत वाढलेल्या चिजेच्या अंतर्यामी जाऊन तिची ओळख करून घ्यावी लागते. मगच तिचे चालचलन कळते. सौंदर्याच्या नाना प्रकारांत दडलेल्या स्थानांचा शोध लागतो.

"चिजेची आधी सगळी फिगर दाखवायला पाहिजे. एखादी जागा सुंदर असते. म्हणजे काय पुन्हा पुन्हा तीच दाखवायची? बाईचं नाक सुंदर आहे म्हणून काय फक्त तिच्या नाकाचंच चित्र काढायचं? अरे, चेहऱ्याच्या प्रपोर्शनमुळे नाक सुंदर दिसतं! समज, डोळे तिरळे असले, तर कितीही चांगलं नाक असलं तर त्याचं इंप्रेशन राहील का? म्हणून चिजेची वळख फार चांगली पाहिजे."

कुमारच्या तोंडी ओळखीची अजूनही 'वळख' होते. नव्हे, बेळगावजवळच्या सुळेभावीसारख्या खेड्यातल्या बालपणातला कन्नड भाषेचा संस्कार त्याच्या उच्चारांत अजूनही टिकून आहे. 'ओ' चा'वो' होणे ही कानडीची देणगी! लाडिकपणासाठी मराठी संतांनीही येई 'हो' चे येई 'वो' केलेले आहे. लगबगीने बोलायची त्याला सवय आहे. हे त्याला ठाऊक आहे; त्यामुळे गाण्याच्या आधी आपण कुठला राग गाणार वगैरे अनाउन्समेंट स्वतः करताना तो जरा अधिकच सावकाश बोलतो—पण जरासा काही खुलासा असला की, वाक्य झटक्यात दुगणीत जाते. गाण्याच्या आधी रागाचे नाव चोरून ठेवणे वगैरे असंस्कृतपणा त्याने कधीच केला नाही. पुष्कळदा मैफिलीच्या रंगतीसाठी नाव सुरुवातीला न सांगता, समोरच्या चेहऱ्यांवरची उत्कंठा यथास्थित वाढलेली दिसली की, मग त्या 'स्टडीड' सावकाश ढंगात "ह्या रागाचं नाव अमुक-अमुक आहे" असे सांगतो आणि श्रोत्यांच्या चेहऱ्यावरचे समाधान पाहता पाहता मागे झमझमणाऱ्या दोन तंबोऱ्यांतून, मुळासकट काहीतरी उपसून काढावे तशी एखादी स्वरावली उपसून काढतो. कुमारच्या गाण्याचे मी एक वैशिष्ट्य अनुभवले आहे. त्याच्या गाण्यात तंबोरेदेखील 'परफॉर्मर्स' असतात. त्यांचे अस्तित्व तो पुन्हा पुन्हा दाखवून देत असतो. पुष्कळांना त्याचा सूर तुटल्यासारखा वाटत असतो, तिथे तो वास्तविक तंबोऱ्यांना नेऊन दिलेला असतो. कुमारचे गाणे 'कुणीकडून कुणीकडे' याचे उत्तर 'तंबोऱ्याकडून तंबोऱ्याकडे' असे द्यावेसे मला नेहमी वाटते. आपण गात असलेल्या रागांचे सूर तंबोरे पुन्हा आपल्याकडे फेकत असतात. पण जाणीवपूर्वक ह्या किमयेचा उपयोग फार थोडे गायक करतात. म्हणूनच कुमार जे हाती लागले ते तंबोरे घेऊन गायला, असे कधीही झाले नाही. वाद्यकारांच्या कारखान्यात बसून जसे हवे तसे तंबोरे करून घेण्याचा त्याने कधीही कंटाळा केला नाही. सुरांशी तडजोड होत नसते.

मी एकदा कुमारला म्हटले, "—कुमार, 'एक सुर साधे सब सुर साधे' म्हणजे काय?"

मी एक गंमत पाहिली आहे. कुमारच नाही, पण माझे मल्लिकार्जुन मन्सूर, वसंतराव देशपांडे यांच्यासारखे गायकमित्र शंकेचे समाधान खूप आस्थेने करतात. प्रश्न कितीही

अडाण्यासारखा असला तरी उडवून लावीत नाहीत.

"तुला सांगतो ऐक." कुमार समजावून देऊ लागला, "एकदा माई मला भैरवीतली (कुमारच्या उच्चारात 'भैर्वीतली'!) चीज शिकवत होत्या." (माई म्हणजे अंजनीबाई मालपेकर. ह्या थोर गायिकेचे कुमारवर खूप प्रेम. वैराग्याच्या एका क्षणी अंजनीबाईंनी आपले गाणे कृष्णार्पणमस्तु केले. पण कुमारला चिजा देण्यासाठी त्यांनी तो निश्चय बाजूला ठेवला होता.) "भैरवी सांगताना माई सारख्या म्हणायच्या, 'कुमार, अजून मला हवा तो मध्यम लागत नाही.' मला तर त्या मध्यमात कुठं काही कमजास्त वाटत नव्हतं. तीनचार दिवस असं चाललं होतं. आणि एके दिवशी माईंच्या गळ्यातून भैरवीचा असा काही अप्रतिम (हा कुमारचा आवडता शब्द.) मध्यम उमटला, की काही क्षण आम्ही दोघंही बेहोष होतो. अरे, राग म्हणजे सारीगमची नुसती बेरीज-वजाबाकी नाही. रागाला लागणारा प्रत्येक स्वर आपला स्वतःचा रंग घेऊन उभा असतो. मालकंसाच्या गंधाराचं टेक्सच्यर आणि पिलूच्या गंधाराचं टेक्सूचवर निराळं. त्याचा स्वभाव निराळा. त्याची बॉडी निराळी... शिवाय, एखाद्या सर्कलमध्ये तू कुठंही स्पर्श केलास, तरी तू म्हणतोस, मी सर्कलमधे आहे. पण त्या सर्कलच्या सेंटरमधे जाता यायला हवं! ती स्वयंभू जागा. असा सूर साधणं म्हणजे सब सूर साधणं. एरवी सुराचा पत्ता आपल्याला सापडलेला असतो—पण सूर सापडायचा म्हणजे सुराचं नुसतं घर सापडणं नव्हे. तो माणूस सापडला पाहिजे त्याचा स्वभाव सापडला पाहिजे."

उच्चारातल्या त्याच्या मध्यभारती हिंदी आणि जन्मजात कानडी हेलकाव्यांच्या ढंगामुळे त्याच्या मराठी, हिंदी आणि कानडी तिन्ही भाषांतल्या बोलण्याला भलताच मजेदार रंग आला आहे. आणि काही वेळा त्याने केलेल्या 'ओ' चा 'वो' आणि 'ए' चा 'ये' कॉमिकही वाटतो. पण निरनिराळी उदाहरणे, चपखल दृष्टांत, हजरजबाबीपणा आणि बुद्धिमत्तेची चमक यांमुळे त्याचे बोलणे आल्हाददायक असते, तसेच उद्बोधकही असते! अशा वेळीं त्याची प्रगल्भता खूप जाणवते.

मी देवधरांच्या क्लासातला कुमार पाहिला आहे. कुमार, बाबू रेळे, हर्डीकर, बसवण्णी बेंडिगिरी हे पोरवयातले, हळूच देवधरांची नजर चुकवून हॉटेलात घुसणारे टोळके आजही माझ्या डोळ्यांपुढे दिसते! प्रार्थनासमाजापुढल्या कुळकर्ण्यांच्या हॉटेलातली भजी खायला खिशातला एक आणा जागच्या जागी आहे की नाही हे चाचपत मी आणि माझे मित्रही तिथेच जात होतो. देवधरमास्तरांचा क्लास ब्राह्मणसभेजवळून सध्याच्या फ्रेंच पुलाखाली येईपर्यंतची सारी थारेपालट मी पाहिली आहे. मी त्या क्लासातला फी भरून शिकणारा विद्यार्थी नव्हतो; पण त्या क्लासात दर शनिवारी आमच्यासारख्यांना संगीताचे विनामूल्य अन्नछत्र असे. (तसेच एक दुसरे अन्नछत्र गिरगावातल्या ट्रिनिटी क्लबात होते.)

देवधरमास्तरांच्या क्लासातली ही मुले दर शनिवारी तिथे गायची. एखादा बुजुर्गही गाई. स्वतः देवधर एखादा अनवट राग मांडून समजावून देत. मी माझ्या आयुष्यातला पहिला रामदासी मल्हार तिथेच देवधरमास्तरांच्या विवरणासह ऐकला आहे. पुढे त्या

फडात पुरुषोत्तम सोळंकुरकर आला. स्टेजवर जाजमे पसरण्यापासून देवधरांच्या ह्या शिष्यांची धडपड चालू असायची. तशी ही सगळी टिल्लू कंपनीच होती. त्यांत सगळ्यांत टिल्लू पण जास्तीत जास्त छाती काढून ही सगळी कामे करणारा कुमार. देवधरमास्तरांचे आम्हांला कौतुक वाटे. इतर गायन-क्लासांतले विद्यार्थ्यांचे कार्यक्रम म्हणजे बहुधा घाबरत, दबत, तबलियावर एक डोळा ठेवून भीतभीत केलेली पाठ्यपुस्तकातल्या चिजांची उजळणी असायची. इथे म्हणजे दर शनिवारी मिनिकॉन्फरन्स! शिवाय ही केवळ अभिजात संगीतातल्या ब्रह्मवृंदाची पंगत नसे. इथे स्कूल ऑफ इंडियन म्युझिकचा ऑर्केस्ट्रा वाजायचा. कुणी मेंडोलिन वाजवून जाई. साऱ्या लहान-थोरांची अंगतपंगत असे. त्यात घटकेपूर्वी मित्रांबरोबर थट्टामस्करी करणारा, स्वयंसेवकासारखा धावपळ करणारा कुमार दोन तंबोऱ्यांत बसला, की एकदम निराळाच दिसायला लागायचा. ख्यालाची बढत करताना कमालीचा सुंदर अपेक्षाभंग करून समेवर येणारा कुमार, त्या गोंधळलेल्या श्रोत्यांकडून आश्चर्याची दाद मिळाल्यावर लोभस खट्याळपणाने डोळे बारीक करून हसत असे. आजही विलक्षण एकतान झालेला कुमार तसाच अनपेक्षित पण सुखद धक्का देतो. आणि पटकन त्या किमयेतून बाजूला होतो. म्हणूनच आमचे रामूभय्या दाते कुमारबद्दल "अरे, हा म्यूझिशियन नाही, मॅजिशियन आहे!" म्हणायचे. साहेबी हॅट ही काही ससा दडवायची टोपली नव्हे. पण त्या हटवून फार तर रंगीत हातरुमाल येईल, असे प्रेक्षकांना वाटत असताना जादूगार पांढरा गुबगुबीत ससा बाहेर काढतो आणि "कशी तुमची गंमत केली" अशा चेहऱ्याने प्रेक्षकांकडे पाहतो. कुमारला अशा अनपेक्षित स्वरावली काढून चटकन नामानिराळे व्हायची सुरेख किमया साधली आहे. गाण्यातल्या त्या क्षेत्रातून हा क्षेत्रज्ञ काय गमतीने निराळा होतो! जणू काय ती सुरावली फेकणारा दुसराच कुणीतरी होता. कुमारच्या गाण्यातले सारे नाट्य ह्यातून निर्माण होते. ही अनपेक्षित कलाटणीदेखील चांगली पूर्वनियोजित असते. ही काही अज्ञात प्रदेशात केलेली आंधळी मुशाफरी नव्हे.

सहज जरी एखाद्या चिजेचे तोंड म्हणून दाखव असे त्याला सांगितले, तरी तो क्षणभरात संपूर्ण मैफिल गायची असल्याइतका गंभीर होईल. आणि मैफिलीच्या आरंभी ज्या अवघेपणाने षड्‌जात घुसावे लागते तसाच घुसेल. नुसत्या गाण्याच्याच नव्हे तर जीवनातल्या प्रत्येक बाबतीतल्या नेमकेपणावर त्याचा कटाक्ष आहे. त्याच्या घरी, आमच्या घरी किंवा मुंबईला रामजी देशमुख, वामनराव देशपांडे यांच्या घरी अगदी अनौपचारिक मैफिलीतसुद्धा जाजमे बिछवण्यापासूनचा त्याचा कटाक्ष आम्ही मित्रांनी अनुभवलेला आहे. अव्यवस्थितपणा हे जणू काय कलावंताचे भूषण आहे, असा एक सार्वजनिक गैरसमज आहे. कुमारची ह्या बाबतीतली सावधानता फार मोठी आहे. मनावरचे सारे लगाम तो पक्के धरून आहे. ह्या माणसाला कधीही भीड पडू शकत नाही. त्याचे सारे निर्णय संपूर्णपणाने त्याचे स्वतःचे असतात, आणि म्हणूनच कुमारचा 'हो' कार आणि 'न' कार पक्का असतो. तबियत लागेल तसे गाऊ म्हणणारे तबियत लागेल तसे राहूही लागतात. याचा अर्थ कुमार आपल्या मित्रांना शिस्तीच्या धारेवर

धरून वागवतो असा नाही. किंबहुना, त्याच्या अगदी निकटच्या राहुल बारपुते किंवा चित्रकार चिंचाळकर गुरुजी ह्या मित्रांच्या हिंदी, इंग्रजी, मराठी कुठल्याही कोशात व्यवस्थितपणा नावाचा शब्दच नाही. राहुलजीं कुमारचे साहित्याचे प्रेम वाढीला लावले तर गुरुजींनी रंगरेषांच्या जगाचे दरवाजे त्याला उघडून दिले. गाण्याच्या क्षेत्रातला कुमार जीवनातल्या श्रेयस्कर गोष्टींचा अनेक ठिकाणांहून आनंद घेत असतो. प्रत्येक क्षण हा फार मोलाचा मानून जगत असतो. हे मोल त्याने आपल्या ऐन उमेदीच्या आयुष्यात फार फोर मोठी झुंज देऊन जाणून घेतले आहे.

चव्वेचाळीस-पंचेचाळीस सालची गोष्ट असेल. पुण्यातल्या भावे स्कूलच्या हॉलमध्ये कुमारचे गाणे झाले. त्या दिवशीची 'सुघर बर पायो' अप्रतिम जमली होती. त्याच मैफिलीत कुमारने "प्रेम केलें काय हा झाला गुन्हा" हे राजा बढ्यांचे भावगीत म्हटले होते. मैफिलीला भानुमती श्रोत्यांत होती."प्रेम केलें काय हा झाला गुन्हा" ही ओळ म्हटल्यावर श्रोत्यांत एक "आम्ही वळखलं गऽऽ" च्या चालीची खसखसही पिकली होती. त्या विलक्षण जमलेल्या मैफिलीचे सूर कानात घेऊन परतणाऱ्या लोकांच्या स्वप्नातही नव्हते की, पुढली पाचसहा वर्षे हे गाणे मूक होणार आहे! पुण्याची ती कुमारच्या आजारापूर्वीची शेवटली बैठक. अनपेक्षित रीतीने बातमी आली की, कलकत्त्याच्या कॉन्फरन्समधून गाऊन येताना सरदी-खोकला झाल्याचे निमित्त झाले, आणि तपासणीत ती व्याधी फार मोठी ठरली. त्यानंतरची पाचएक वर्षे कुमारने इंदूरदेवासच्या भागात रुग्णशय्येवर काढली. सत्तेचाळीस ते बावन्न, पाच वर्षे कुमारचा सूर आमच्या कानी पडला नव्हता.

त्रेपन्न साल उजाडले. पुण्याला 'गुळाचा गणपती' नावाच्या माझ्या चित्रपटाचे शूटिंग चालले होते. औटडोअर लोकेशन पाहायला मी देहू-आळंदीच्या दिशेला गेलो होतो. ज्ञानेश्वरांच्या समाधीच्या प्रथमदर्शनाने भारावून गेलो होतो. संध्याकाळी पाच-साडेपाचाच्या सुमाराला बादशाहीच्या बोळातल्या माझ्या बिऱ्हाडी परतताना नाक्यावर वामनराव देशपांडे मला भेटले.

"चला, असाल तसे चला–" वामनराव म्हणाले.

मी माझ्या आळंदीच्या अबीरबुक्यात होतो. मी म्हटले, "कुठं चला?"

"अहो, कुमार आलाय!"

"काय म्हणता काय? कुमार हिंडाफिरायला लागला?"

"अर्धा तास गायची परवानगी मिळालीय त्याला डॉक्टरची–गणूकाका कात्र्यांच्या क्लासात चला, फडक्यांच्या वाड्यात."

तसाच त्या दिशेने सुटलो. तीसचाळीस मंडळी होती. वसंत देशपांडे होता, अरविंद मंगरूळकर, वृद्ध मेहबूबरखाँसाहेब होते, मारुलकरबुवा, मूछकाका पटवर्धन, भास्करबुवा जोशी. सुरुवातीला गणूकाकांनी कुमारला पुष्पहार वगैरे दिला. मग थोडा वेळ वझेबुवांचे शिष्य भास्करबुवा जोशी गायले. मग वसंत देशपांडे गायला. मग हळूच कुणीतरी कुमारला सुचवले, "म्हणणार का काही?" त्याच्या चेहऱ्यावर एक मिस्किल

हास्य उमटले. स्वारी दोन तंबोऱ्यांत बसली. बसण्यातला तोच डौल. तंबोऱ्यांचे गुंजन सुरू झाले. समोर उतू जाणारा आनंद चेहऱ्यावर दाटलेली स्नेहीमंडळी आणि गेली पाचसहा वर्षे आम्ही ज्या षड्‌जासाठी आसुसलो होतो तो षड्ज लागला त्याच ताकदीचा. म्हातारे मेहबूबखाँ आजूबाजूचा शिष्टसमाज काय म्हणेल याची फिकीर न करता आपल्या त्या खास मुशेलमानी मऱ्हाटीत उद्गारले,

"वा! अवो, चड्डीत मुतायच्या उमरीचं होतं, तेव्हापासून पयल्या 'सा' ची हीच ताकद कि वोऽऽ! जियो–आमचं उमर ऊन जाईऽ!"

कुमारच्या चेहऱ्यावर आजाराचे कुठेच लक्षण नव्हते. पाच वर्षांपूर्वीचाच, कानांना 'आता अवधारिजो जी' असे जरासे बजावून सांगणारा तोच, तसाच षड्ज लागला आणि त्यापूर्वी कोणीही न ऐकलेल्या एका रागातल्या चिजेचा अदभुत मुखडा कानी पडला, "मारूजी भूलो ना म्हाने." अस्ताई म्हटल्यावर पुन्हा चिजेच्या तोंडाकडे येताना मारूजीमधल्या 'जी' वर कुमार कोमल रिषभावर दोनच सेकंद असेल पण अशा ताकदीने ठेहरला की त्या कोमल रिषभाचा तीर मैफिलीला आरपार भेदून गेला. त्या रिषभाची जखम आजही माझ्या मनात ओलीच आहे. कुमारने मग त्या रागाचे नाव सांगितले, 'सोहनीभटियार' आणि म्हणाला, "गेल्या काही वर्षांत असे काही नवे राग आणि नव्या चिजा झाल्या आहेत."

"राग झाले आहेत" हा शब्दप्रयोग मला महत्वाचा वाटला. माळव्यातल्या लोकगीतांचाही त्या दिवशी कुमारच्या बोलण्यात ओझरता उल्लेख आला होता. सोहनी भटियाराचाच नव्हे, तर ज्या ढंगाने कुमारने ती चीज मांडली होती तो साराच अनुभव अगदी निराळा होता. जुना कुमार तर तसाच होता; पण त्यात आणखी एक कसला तरी अद्वितीय रंग मिसळला होता. अर्ध्याच तासाची ती मैफिल. पण पाच वर्षे कुमारला गाण्याची बंदी त्याच्या डॉक्टरांनी घातली होती हे खरे वाटेना. त्या सुरांना तसाच कस होता. नव्हे, त्या लगावाला आणखी एक निराळे सामर्थ्य होते. तानेचे पीळ तेच होते. सट्ट्यांना तोच जोश होता. आणि वर म्हणत होता, "गेल्या काही वर्षांत नवीन राग झाले आहेत."

रूणशय्येवरच्या कुमारने संगीताची मौन साधना केली होती. त्या भयंकर आजाराचे त्याने तपाचरणाच्या कालात रूपांतर करून टाकले होते. भानुमतीला देवासच्या कन्याविद्यालयात मुख्याध्यापिकेची नोकरी मिळाली होती. रामूभय्या दाते, मामा मुझुमदार यांसारखी स्नेही मंडळी जिवाचे रान करीत होती. आजारात चढउतार असायचे. भोवती चिंतेचे वातावरण. पण कुमारचा उल्हास अभूतपूर्व होता. त्या अवस्थेत तो म्हणायला लागला, "आता मला गाणं आलं आहे!" ती रुग्णशय्या बोधिवृक्षाखालचे आसन झाली होती. सामान्य माणूस ज्या अवस्थेत निराशेने ग्रासून गेला असता, त्या अवस्थेत कुमारने नव्या चिजा बांधल्या होत्या. मौन साधनेने पक्क्या केल्या होत्या. त्याच्या 'अनूपरागविलासा' तल्या कितीतरी चिजा त्याला त्या काळात? 'दिसल्या' आहेत!

शेवटी कुणाच्या तरी हाताला यशाची गुरुकिल्ली लागली आणि कुमार त्या आजारातून उठला. रामूभय्यांनी तर साऱ्या इंदूरला गावजेवण घालायचे बाकी ठेवले होते. कुमारला सुरुवातीला फक्त पंधरा मिनिटे गाण्याची परवानगी मिळाली. भारतीय संगीताच्या नशिबी आलेले सावट दूर झाले. गणूकाका कात्र्यांच्या क्लासात त्या संध्याकाळी गाणे ऐकून मी आणि वसंत देशपांडे माझ्या घरी परतल्यावर मध्यरात्र उलटेपर्यंत त्या अनुभवाचा आनंद आठवीत, "ह्रष्यामि च पुनःपुनः" ह्या अवस्थेत बसलो होतो. त्या दिवशी आळंदीला ज्ञानेश्वरांच्या समाधीवरचा हार कुणीतरी मला प्रसाद म्हणून दिला होता. त्या हाराशी ज्ञानेश्वरांच्या समाधीचे दर्शन आणि कुमारची ही मैफिल निगडित झाली होती. त्या दिवसाची आठवण म्हणून तो हार मी कित्येक दिवस जपून ठेवला होता.

त्यानंतर लवकरच मला इंदूरला जाण्याचा योग आला आणि तिथे तर मला सुखाचे माहेर भेटले. कुमारच्या गायनाच्या स्नेहबंधनाच्या नात्याने एकत्र आलेल्या तिथल्या त्या गणगोतातला मीही एक आप्तस्वकीय झालो.

त्या काळी कुमारने देवासला मेंडकी रोडवर एक टुमदार बंगली भाड्याने घेतली होती. एका पावसाळ्यात कुमारने नेमकी वेळ साधून तिथेच मला त्या रस्त्याचे नाव सार्थ करणाऱ्या दर्दुराचार्यांचा खर्जांत चाललेला दर्दुरोपनिषदाचा घोष ऐकवला होता. रुग्णालयात पडल्या पडल्या कुमारने असंख्य नाद कानात साठवले होते. ज्या लोकगीतांनी तो इतका प्रभावित झाला, तीदेखील अशीच खिडकीतून तरंगत तरंगत दिवसाच्या, रात्रीच्या निरनिराळ्या प्रहरी त्याच्या कानी येत असत.

कुमारचे गाणे ऐकत बसलो की, मला न चुकता दुसऱ्या एका अनुभवाची आठवण येते. खूप वर्षांपूर्वी मी जयपूरला खासा कोठी नावाच्या प्रासादतुल्य हॉटेलात उतरलो होतो. पहिल्या मजल्यावर चांगली लांबरुंद खोली. समोर रुंद बरामदा. खाली विस्तीर्ण हिरवळ. त्यामागे एका हारीने उंच वृक्ष उभे. पोहोचलो त्या रात्री चांगलाच पाऊस झाला आणि हवा गार झाली. सकाळी दारावर ठकठक करीत माझा जोडीदार मला उठवीत होता,

"देशपांडेजी, जरा जल्दी बाहर आ जाइये–" मी लगबगीने उठून बाहेर आलो. रात्रीच्या पावसाने सारी दुनिया बदलून टाकली होती. पाणी पिऊन झाडे तृप्त झाली होती. हिरवळीच्या हिरवेपणाला तजेला आला होता आणि अहो आश्चर्यम्–चक्क तीन मोर सूत्रधार-पारिपार्श्वकांच्या थाटात उभे राहून, संपूर्ण पिसारा फुलवून, मस्तपणाने नाचत होते! अवाक होऊन ते दृश्य पाहताना माझ्या मनात प्रश्न उमटला, "कुठल्या जन्मीच्या पुण्याबद्दल मला हे बक्षीस मिळालं आहे?"

कुमारच्या स्वरांचे मयूरपंख फुलले की हाच प्रश्न माझ्यापुढे उभा राहतो. ह्या भाग्याचा धनी मी का झालो? हे धन मला देऊन गेलेल्या किती म्हणून कलावंतांचे स्मरण करावे! झोळी खूप भरलेली आहे. पण कुमारने भरभरून दिलेल्या सुवर्णक्षणांच्या मुठी मोजदादीपलीकडल्या आहेत.

चौपन्न सालच्या उन्हाळ्यात पुण्याला कुमार आणि भानुताई आमच्या घरी राहायला आली. "गतायुष्यातला एक महिना तुला पुन्हा जगायला देतो," असे जर मला कुण्या दैवी शक्तीने 'वरं ब्रूहि' च्या थाटात म्हटले तर मी म्हणेन, "भगवन्, चौपन्न सालचा तो एक महिना मला तस्साच परत जगायला द्या." गोपाळ गायन समाजाचा बोळ जिथे एस० पी० कॉलेजच्या दिशेला वळतो, त्या वळणावरच केतकरांच्या बंगल्यातल्या दुसऱ्या मजल्यावर आमचे बिऱ्हाड होते. चांगली पाचपन्नास माणसे बसतील, असा दिवाणखाना होता. हाकेच्या अंतरावर भीमसेन जोशी, जवळच वसंतराव देशपांडे. नागपूरच्या नाना जोगांचा आणि सिंधूताईचा मुक्काम आमच्याच घरी; रामूभय्या दाते पुण्यात तळ ठोकून. गोविंदराव टेंबे त्या वेळी पुण्यात होते. बालगंधर्व पुण्यात होते. रोज संध्याकाळी मैफिल. कुणीही यावे आणि कुमारचे गाणे ऐकून जावे. फक्त आमंत्रणाच्या उपचाराची वाट पाहणारे सोडले, तर सुरांचे सारे लोभी मोकळ्या मनाने पाच वाजल्यापासून जमायला लागत.

त्या वेळचे कितीतरी प्रसंग डोळ्यांपुढे येतात.

एकदा कुमारने "ध्यान अब दीजो" हा भूपातला ख्याल सुरू केला होता. श्रोते त्या भूपात हरवून गेले होते. आणि एकदम "या" म्हणत कुमार भर मैफिलीत उठून उभा राहिला. आमची दाराकडे पाठ होती. सगळ्यांनी चटकन मागे वळून पाहिले. दारात गोविंदराव टेंबे उभे होते. वृद्धापकाळातले ते सुंदर परिपक्व फळासारखे गोविंदरावांचे सुभग दर्शन, बैठकीतून उठून उभे राहून कुमारने केलेले ते अभिवादन आणि तिथून पुढे आणखी आणखी जमत गेलेला तो भूप. भूप संपल्यावर गोविंदराव म्हणाले होते, "गेल्या सात जन्मांतली तपश्चर्या ह्याही जन्मात आठवावी अशीच जिथं विधात्यानं योजना केली आहे तिथं कशाकशाला दाद द्यायची?" ह्याच मैफिलीत गोविंदरावांचे "नच पार नादनिधिला" हे भीमपलासातले पद म्हणताना, "ब्रह्मनाद नटवी गानकला" ह्यातल्या 'ब्रह्मनाद' ह्या शब्दावर कुमारने गमकांची असामान्य कामगत केली होती.

आमची ही रोजची मैफिल रात्री नऊ-दहाच्या सुमारास संपायची. त्यानंतर जेवणे आणि मध्यरात्र उलटेपर्यंत गप्पागोष्टी. असेच एकदा मध्यरात्र उलटल्यावर झोपलो होतो. आणि भल्या पहाटे कुमारची गडबड सुरू झाली.

"उठा, उठा–तंबुरे काढा, मारवा ऐकवितो."

"ह्या वेळी मारवा? संध्याकाळचा राग?"

"अरे, सकाळ हासुद्धा एक संधिकालच आहे. संध्याकाळचा मारवा आता रात्र येणार म्हणून काळजीत आहे. हा मारवा बघ आता उजाडणार आहे म्हणून काय मजेत आहे तो–"

आयुष्यातल्या एका पहाटेचे स्वागत त्या उत्साही मारव्याने झाले होते.

अशी किती गाणी. किती नवे-नवे राग. किती नव्या नव्या बंदिषी. आजारपणातल्या साधनेतली सारी सिद्धी कुमारने लोकांपुढे आणायला सुरुवात केली होती. ह्या बंदिषी संगीताच्या संदर्भात तर मोठ्या आहेतच, पण त्यांतली शब्दयोजनादेखील अतिशय

देखणी आहे. कित्येकदा वाटते की, कुमार गायक झाला नसता, तर चांगला कवी झाला असता.

अपार आनंदाच्या पाठीला पाठ लावून येणारे कारुण्य हा त्याच्या चिजांतून तंबोऱ्याच्या गंधारासारखा उमटणारा सूर आहे. त्याने ही रचना 'शोक' ह्या टोपणनावाने केली आहे. पण 'शोक' हे त्याच्या नावाचे केवळ एक टोपण नसून मर्मबंधात ठेवलेली त्याची ती एक भाववृत्ती आहे. वसंत देशपांडे एकदा म्हणाला होता, "सुरांना राग-लोभ काहीचे नसतं, असते ती फक्त आर्तता." त्यांना अर्थ, उत्साह वगैरे देतात शब्द आणि लय. कुमार आपल्या चिजांतून आनंद व्यक्त करता करता चटकन विरहाकडे येतो.

मिलनाच्या क्षणांपेक्षा विरहाच्या क्षणांनीच हे आयुष्य भरल्याची उदात्तकरुण जाणीव संतवाङ्मयात फार आढळते. तुलसी, मीरा, कबीर हे कुमारचे अत्यंत आवडते कवी. एरवी भावनांच्या आवेगावर कठोर संयम ठेवणारा कुमार. पण कबिराचे "उधो, करमनकी गत न्यारी" म्हणताना एकदम त्याला मी उचंबळून आलेले पाहिले आहे. अशा वेळी त्याचे गायन हा एक सारे रम्य आणि मधुर पाहत असताना मनाला पर्युत्सुक करणारा अनुभव होतो. गायन ही एक गळ्याने मांडायची कला न राहता प्राणांनी करायची मानसपूजा होते. त्या विराणीतला न भेटणारा प्रियकर आणि त्याला शोभणारी प्रेयसी लौकिकाच्यापासून फार दूर जातात. कुमारची बागेश्रीतली एक सुंदर चीज आहेः "टेसू बन फूले." हिंदीत पळसाला टेसूल–म्हणजे त्रिशूल–म्हणतात. उन्हाळ्याच्या दिवसांत ज्याने माळव्यातल्या पलाशवनात रंगोत्सव पाहिला आहे, त्यालाच "टेसूल बन फूले" ह्या तीन शब्दांच्या उद्गारात काय साठवलेय आणि त्या विरहिणीने काय काय सुचवलेय ते कळेल. त्या पलाशफुलांचा आस्वाद घेणाऱ्या त्या रसलोभी भ्रमराकडे पाहून कुमारच्या गीतातली ती विरहिणी म्हणते, "अरे रसलोभ्या, मला नको असं छळूस; माझा पिया दूर देशी गेलाय–आणि माझं मन इथं जळतं आहे. तू मात्र माझ्यापुढं मधभरा रस पीत फिरतो आहेस." बागेश्रीतली ती व्याकूळ आळवणी सुरू झाली की, मला न चुकता संतवाङ्मयातल्या विराण्यांची आठवण येते.

ह्या साऱ्या चिजा त्याने मालवी, ब्रज वगैरे हिंदी बोलींत बांधल्या आहेत. आमच्या संगीतातल्या बहुतेक चिजा अशा बोलीभाषेतच आहेत. ग्रामीण बोलीत भाषेचे मुग्ध स्वरूप असते. पिया, बालमवा, सैंया, वगैरेसारखे ओठांनी कुरवाळायचे शब्द सुरात सहज विरघळतात. विदग्ध भाषेला स्वतःचे मोठेपण मिरवीत अलिप्तपणाने वावरायची हौस असते. ग्रामीण जीवनात सुखदुःखाचे गीत सहजपणाने फुटते. ते रुसवेफुगवे, ती थट्टा, ते दुःख, साधेपणामुळे अधिक पटते. कुमारने 'बहार' रागात बांधलेल्या एका चिजेत नायिका म्हणते, "ऐसो कैसो आयो रीता रे"–हा असला कसला वसंतऋतू आला? आंब्याला मोहोर नाही, भुंगे गुंजारव करीत नाहीत, कोकिळेची फक्त वेदनाच वाढली आहे आणि फुलांवर रंगदेखील खुलले नाहीत! याचा अर्थ कुमार जीवनाच्या नानाविध रंगांत रंगून गात नाही असा कुणी करू नये. होळीच्या सणांच्या गाण्यांत त्याने आपल्या चिजा सुरशब्दांच्या अनेक रंगांत रंगवल्या आहेत. अडाणा रागातल्या त्याच्या

"कंचन पिचकारी" या चिजेच्या अंतऱ्यात "अररर येहो, डररर येहो" वर तानांची बरसात सुरू झाली की, तो सारी मैफिल त्या सप्तसुरांच्या सप्तरंगांनी रंगवून काढतो. मालकंसमधल्या "आनंद मना" मध्ये पिया भेटल्यानंतरची नायिकेची आनंदाने पागल झालेली अवस्था कुमार एकदा द्रुत एकतालात रंगवायला लागला की, ते आनंदनर्तन रवींद्रनाथांच्या "विश्वनाचेर केंद्रे जेमोन छंद जागे" चे स्मरण करून जाते.

वीस वर्षांपूर्वीच्या कुमारच्या मैफिली आणि हल्लीच्या मैफिली ह्यांतल्या श्रोतृसमुदायांतला फरक पाहताना मला फार गंमत वाटते. हे सारे नवीन आहे, निराळे आहे, चांगले आहे, पण... अशा गोंधळलेल्या अवस्थेत त्या काळी श्रोते असायचे. आता खुल्या दिलाने येतात. परंपरेच्या उथळ अर्थाबाहेर जाऊन कलानिर्मिती करणाऱ्याला भोगावे लागणारे भोग कुमारलाही भोगावे लागले आहेत. त्यालाच काय, त्याच्या गायनामुळे आनंदाचे नवे उद्यान गवसल्याच्या कृतज्ञतेने दिलेल्या पावतीसाठी आमच्यासारख्या त्याच्या श्रोत्यांनाही परस्पर चार रट्टे खावे लागले आहेत. "भारतीय संगीताच्या साचलेल्या पाण्याला प्रवाहित करायला आलेला हा कलावंत एखादे अवतारकार्य करायला आलेल्या महापुरुषासारखा मला वाटतो," असे मी सुरेश हळदणकरच्या क्लासमधल्या त्याच्या गाण्याच्या वेळी बोलल्याबद्दल काही बुजुर्ग मंडळींनी मला दोष दिला आहे. अजूनही देतात. दोष त्यांचा नाही. पिठाच्या दुधावर वाढलेल्या अश्वत्थाम्याला दुर्योधनाने खरे दूध प्यायला दिल्यावर त्याने ते थू थूः करून थुंकून टाकले होते, म्हणतात. ही टीका ऐकून मी आपला कुमारला "मुफ्त हुवे बदनाम तेरे लिये" हे ऐकवीत असतो. अशा वेळी मला कुठल्याच घराण्याचा टिळा लागला नाही, याची धन्यता वाटते. कुमारचे गाणे हा माझ्याजवळ साठलेला अमृतकुंभ आहे, म्हणून मल्लिकार्जुन मन्सूरांचे गायन माझ्या मनाचा ठाव घेत नाही, असे थोडेच आहे? अनेकांच्या गाण्याचा मझा पूर्वग्रहाची क्षुद्र झापडे काढून बसले की घेता येतो. ह्या विशाल जगात ज्याला जसे फुलावेसे वाटेल तसे फुलायला अमर्याद वाव आहे. अरिझोनाच्या वैराण वाळवंटात दगडाच्या शय्येवरून आळोखेपिळोखे देत उठलेल्या, अद्भुत सौंदर्याने नटलेल्या कॅक्टसच्या फुलराण्या मी पाहिल्या आहेत. आपल्यातल्या फुलाला दगडांतून मुकुरित करून जगाला दाखवीन ही जिद्द असावी लागते. भयानक रुग्णशय्येवर पडलेल्या अवस्थेत सारे गाणे मनात जिवंत ठेवून ती स्वरपुष्पे जगाला दाखवीनच दाखवीन, असली जिद्द घेऊन उठलेल्या कुमारवर आणि त्याच्या त्या तपःसिद्ध गायकीवर प्रेम करायलादेखील भाग्ययोग लागतो.

आहे त्यात समाधान मानणाऱ्यांनी अवश्य मानावे. आत्मसंतुष्टतेसारखे सुख नाही. पण संगीतातल्या परंपरागत धनाचे एवढे मोठे भांडार असलेला कुमार आजही मला जेव्हा भारतीय संगीतातली नवी नवी क्षेत्रे शोधण्याच्या धडपडीत दिसतो, तेव्हा तो मला जीवनाचा शोध घेणाऱ्या महान तत्त्ववेत्त्यांइतकाच मोठा वाटतो. आठआठ दिवस त्याने मला संगीतातल्या पूर्वसूरींनी रचलेल्या नुसत्या तोडीमधल्या चिजा ऐकवल्या आहेत.

एकदा मी त्याला वझेबुवांच्या गायकीतले मोठेपण विचारल्यावर, त्याने त्या

गायकीला घनतेतून सौंदर्याचा साक्षात्कार घडवणाऱ्या ग्रीक वास्तुकलेचा दृष्टांत देऊन, त्यांच्या गायकीतली महात्मता कशात होती ते गाऊन दाखवले होते. रुग्णशय्येवर पडलेल्या राजाभय्या पूछवाल्यांच्या चंद्रमौळी कुटिरात, त्यांच्या अंथरुणाशेजारी बैठक मांडून, कुमारने दोन तास त्यांना ग्वाल्हेर गायकीच्या अंगाने गाऊन समाधान दिल्याच्या प्रसंगाला मी हजर होतो. त्या वृद्ध डोळ्यांना पाण्याच्या धारा लागल्या होत्या. "कुमार, बेटा, आता आम्ही मरायला मोकळे झालो!" हे त्या संगीतातल्या भीष्माचार्यांचे उद्गार आजही मला स्मरतात.

घराण्याच्या पद्धतीने गाणे याचा अर्थ सगळे राग आणि ख्याल एकाच छापात रंगवणे नव्हे. हे म्हणजे एकच आकृती एकदा लाल रंगात, एकदा हिरव्या, तर एकदा पिवळ्या रंगात काढण्यासारखे आहे. ख्याल भरणे म्हणजे घराण्यात कुणीतरी कधीतरी एक आकार दिलेला तीनचार पात्री खाणावळीचा डबा भरणे नव्हे. आंधळ्या (आणि खूपदा धंद्याला सोयीच्या) गुरुभक्तिमुळे आपल्या देशात प्रश्न विचारणे थांबले, चिकित्सा थांबली, नवे संशोधन थांबले. "गुरुजींनी असं शिकवलं म्हणून मी हे असं गातो," हा अंधश्रद्धेचा किंवा पळवाटीचा प्रकार कुमारमध्ये अजिबात नाही. जे करायचे ते डोळसपणाने. म्हणूनच लोकसंगीतात तो का शिरला, बालगंधर्वांच्या गायकीचे त्याला एवढे मोल का वाटले; याची कल्पना गायनवादनाकडे केवळ करमणूक किंवा वेळ घालवायचे साधन म्हणून पाहणाऱ्यांना जशी येणार नाही, तशीच ती घराण्याच्या अहंकारावर जगणाऱ्या संगीतातल्या बुवांना आणि बायांनाही येणार नाही.

कुमारची स्फूर्तिस्थाने अनेक आहेत. हा कलावंत मत्स्यालयातल्या माशांच्या अवगाहनलीला एकाग्रतेने पाहून त्या सुरकांड्यांचे संगीतात रूपांतर करतो. एकदा महेश्वराहून आम्ही संध्याकाळी परतत होतो. कुमारने माझे लक्ष एका विस्तीर्ण माळापल्याड दिसणाऱ्या सूर्याकडे वेधून घेतले. आम्ही गाडी थांबवली. ते सुंदर, आणि संवेदनाशील माणसाला अंतर्मुख करणारे दृश्य पाहत आम्ही थांबलो. मूक. स्तब्ध.

"भाई," कुमारनेच त्या शांततेचा भंग केला, "अशाच एका सूर्यास्ताच्या वेळी माझी पूरियाधनाश्रीतली एक चीज झाली. हे पिक्चर लक्षात ठेव. कल शामको सुनायेंगे–"

दुसऱ्या दिवशी संध्याकाळी देवासला ती संध्याकाळ पुन्हा एकदा पूरियाधनाश्रीतल्या चिजेतून आम्ही पाहिली.

कुमार गाण्यातच नव्हे, तर एरवीही भावनावश होऊन बेलगाम होत नाही. किंबहुना, मनाने तो चारचौघांपेक्षा अधिक कणखरच आहे. त्याच्या भावना त्याच्यावर मात करू शकत नाहीत, हे आम्ही भानुमतीचे अकाली निधन झाले, त्या वेळी पाहिले. वज्राघातासारखी ती बातमी आली आणि आम्ही रातोरात प्रवास करून मुंबईहून इंदूरला पोहोचलो. तो आघात ज्या धैर्याने त्याने पेलला ते पाहून आम्ही हतबुद्ध झालो. 'अनूपरागविलासा' च्या अर्पणपत्रिकेत कुमारने लिहिले आहे,

"भानुमतीला...

जिने माझा प्रत्येक विचार व प्रत्येक कृती

पारखून घेतली आणि दुसऱ्या कुणापाशी जाऊन
पारख करवून घेण्याची गरज कधीच भासू दिली नाही...
जिने माझे विचार आपलेसे केले
आणि आपल्या विचारांनी माझ्यामध्ये साहस निर्माण करून
माझ्या विचारांना साकार केले...
जिचे स्मरण केल्याशिवाय
मी कधीच काही करू शकत नाही..."

त्यांचा संसार पाहणाऱ्या आम्हा मित्रांना ठाऊक आहे की, ह्या भावनेत कशाचीही अतिशयोक्ती नाही. अशी ही त्याची जोडीदारीण नियतीने त्याच्यापासून अचानक हिरावून नेली. आम्ही सारेजण कुमारचे काय झाले असेल ह्या विचाराने हादरून गेलो होतो. कुमारने ते सारे दुःख पराकोटीच्या संयमाने आपल्या मर्मबंधात ठेवले होते. बांध फुटल्य ाचे एक किंवा दोन प्रसंग. काही क्षण. लगेच त्या दुःखाला लगाम.

जी वृत्ती अतीव दुःखाच्या प्रसंगी तीच सुखाच्या. मैफिलीनंतर स्तुतीची फुले उधळली जात असतात. आणि कुमार आपल्या पानतंबाखूवाल्या दोस्तांसाठी सुपारी कातरीत विचारीत असतो, "ए, तुला बारीक पाहिजे की तुकडा?" जणू काय त्या तीनचार तासांच्या मैफिलीशी त्याचा काही संबंधच नव्हता. इतक्या वर्षांचा त्याचा आणि माझा परिचय. पण "अहाहा, गुरुजींच्या कृपेनं अमक्या अमक्या गावातलं गाणं काय जमलंय!" किंवा "ऐसा टेचून गायलो!" ही भाषा त्याच्या तोंडून मी एकदाही ऐकली नाही. आम्हीच विचारावे, "कुमार,परवाचं गाणं कसं झालं?" "गौडमल्हार ऐकवला... भजन ऐकवलं... टप्पा ऐकवला..." असला फक्त तपशील ऐकायला मिळतो. जणू काय आधीच घडवून ठेवलेल्या ह्या रागांच्या मूर्ती आपल्या त्या खांद्यावरच्या झोळीत घालून त्याने तिथे नेल्या होत्या आणि झोळीबाहेर काढून ठेवण्याचे काम तेवढे त्याने केले.

कुमारचे गाणे ऐकताना यापूर्वी कुणाची तरी ऐकलेली गायकी अधिक घासूनपुसून आली आहे, असे वाटत नाही. भारतीय संगीतातल्या असंख्य अशोधित ठिकाणांचे दर्शन झाल्यासारखे वाटते. अलीकडेच मी त्याचा नायकी कानडा ऐकला. नायकी कानड्याची सारी शास्त्रशुद्ध लक्षणे त्यात होती, पण त्या रागाला त्याने काय विलक्षण मनोहारित्व दिले होते! कुमारचे गाणे ऐकताना असा अनुभव आला म्हणजे मला केशवसुतांच्या "नांगरल्याविण भुई बरी / असे किति तरी / पण शेतकरी / सनदी, तेथें कोण वदा? / हजारांतुनी एखादा–" ह्या ओळी आठवतात. असली नांगरल्याविण पडलेली भुई शोधणारे नवकवी, नवचित्रकार, नवकथालेखक यांना म्हणूनच कुमारविषयी अधिक आपुलकी वाटते. कुमारच्या मैफिलीत, कलाजीवनात असली धडपड करणाऱ्या नव्या शिपायांची चांगली जाणवावी अशी उपस्थिती असते. ही केवळ षौकिनांची मैफिल नसते. कलेच्या आविष्कारांना जीवनात अग्रस्थान देणाऱ्या नव-निर्मितीच्या उपासकांची मांदियाळी इथे जमते. म्हणूनच प्रतिभावंत साहित्यकार,

स्थापत्यविशारद, नवचित्रकार, नव-नाट्यकार यांच्याशी त्याचा फार निकटचा स्नेह आहे. मुंबईला आल्यावर जहांगीर आर्ट गॅलरीत चक्कर मारून येणारा दुसरा गवई मी पाहिला नाही. आणि म्हणूनच त्याच्या बोलण्यातून नकळत एखादा उद्‌गार असा जातो की, आपण केवळ एका चतुर गायकाशीच नव्हे, तर एका मोठ्या 'जाणत्या' शी बोलतो आहोत हे ध्यानात येते. त्याच्या अखंड सावधान वृत्तीइतकेच त्याचे ते 'ज्ञात्याचे पाहणे' मनाला धक्का देऊन जाते.

एकदा त्याच्या गाण्याला आचार्य अत्रे आले होते. दुसऱ्या दिवशी त्यांनी आम्हांला आपल्या घरी बोलावले होते. अत्रे म्हणाले,

"कुमार, कालची तुमची 'अजब दुनिया' चीज अदभुत होती. कुठला राग हो तो?"

"हमीर," कुमार म्हणाला

"हमीर? मग माझ्या शेजारी तो कोण गायनमास्तर बसला होता त्यानं मला कसलासा कल्याण म्हणून सांगितलं."

त्या बिचाऱ्याला 'महामूर्ख' वगैरे म्हणून अत्रे मोकळे झाले.

"त्याची चुकी नाही, अत्रेसाहेब. ह्या लोकांना राग फक्त समोरून आला तर ओळखता येतो. मी काल 'हमीर' चं प्रोफाइल रंगवत होतो. वळख विसरले!"

"व्हट अ मॅग्निफिसंट आयडिया! रागाचं प्रोफाइल!"

त्यानंतरच्या आमच्या गप्पांत अत्रे पुन्हा पुन्हा त्या प्रोफाइलच्या कल्पनेवर येत होते.

कुमारने रागांची प्रोफाइल्सच नव्हेत, तर आपल्या आध्यात्मिक कल्पनेत ज्याला सूक्ष्म देह म्हणतात तेदेखील पाहिले. म्हणूनच लोकगीतांतल्या स्वरबीजांतून त्याने सहेली तोडी, मधसुरजा, संजारी, मालवती, मघवा यांसारख्या धुनउगम रागांचे वृक्ष फुलवले. वाढलेले झाड कोणीही ओळखील, पण उपेक्षेच्या कोपऱ्यातले बीज पाहून त्यातून कोणता आणि केवढा वृक्ष फुलवता येईल, हे ओळखायला जातिवंत आणि ज्ञाता वनस्पतिशास्त्रज्ञच हवा. कुमारला लोकसंगीताच्या पिंडात कोंदलेले रागसंगीताचे अपार ब्रह्मांड दिसले. ही लोकसंगीतातली बीजे त्याने फुलवली. त्या वनमाला (अक्षरश!) कंठी धारण केल्या, आणि त्यांना रागवैभवाची प्राप्ती करून दिली.

विद्या प्राणगत न करता नुसती पाठ करणारे घराणेदार दशग्रंथी ब्राह्मणांसारखे गायक आणि गायिका कुमारला 'मानीत' नाहीत. त्यांनी मानूही नये. त्यांच्या पायाखालची जमीनच सरकेल.

समाजजीवनाप्रमाणेच संगीतजीवनातही आपल्याकडे उच्चनीचतेच्या कल्पना जतन केलेल्या आहेत. कधी स्वार्थासाठी; कधी जन्मजात निर्बुद्धपणामुळे. यातूनच घराण्याचे अंधाभिमान येतात. सुरांतले सौंदर्य कुठून प्रकट झाले यापेक्षा कसे आणि किती प्रकट झाले, याकडे कुमारचे लक्ष अधिक असते. एकदा लताची एका सिनेमातली रेकॉर्ड ऐकताना मला म्हणाला, "क्या बात है–भाई, तंबोऱ्यातून निघणारा हा बघ स्वयंभू गंधार लताच्या गळ्यातून काय मुष्कील लागलाय!" 'तान कपतान' ह्या संगीतातल्या प्रातःस्मरणीय कलावंताच्या स्तोत्रासारख्या असलेल्या फिजेत फत्तेअली, महमदखां,

हद्दूहस्सूखाँ ह्यांच्या नामावलीत भास्करबुवा, अलादियाखांसाहेब आणि रजबलीखाँ साहेब यांची नावे स्वतः गोवून त्याने पुन्हा ती बंदीष तयार केली आहे. कुमार खूष होईल ह्या कल्पनेने "देवधरांनी तुम्हांला काय शिकवलं हो?" असा काहीसा कुत्सित प्रश्न विचारणाऱ्या एका माणसाला 'शिक्षक' म्हणून देवधर किती श्रेष्ठ आहेत हे त्याने जराशा सणसणीतच शब्दात ऐकवले आहे. कुमार फालतू उस्तादगिरीही करीत नाही. एका कॉन्फरन्समध्ये कुमारपेक्षा वयाने लहान असलेली एक गायिका अहंमन्यपणाने आपण सर्वांत शेवटी गाणार असा हट्ट धरून बसली. ही खरे तर 'बदतमीजी' होती. कुमारला कळल्यावर लगेच तो आपल्या लगबगीने बोलण्याच्या ढंगात म्हणाला, "त्यात काय झालं? आपण सुरुवातीला गाऊन घेऊ." हत्तीचा गल्लीतून चालायला विरोध नसतो. गल्लीने हट्ट धरू नये. तिच्या देहाच्या अरुंदपणाबरोबर त्यामुळे मनाचेही अरुंदपण दिसायचा धोका असतो, त्याची तिने काळजी घ्यावी! "तुम्ही केव्हा गायला बसणार, कुमारजी?" ह्या प्रश्नाला "तुम्ही सांगाल तेव्हा" हे त्याचे उत्तर असते. स्वतःच्या गाण्याला आपल्याला लागणारे गरम दूध आपल्या थर्मासात घरून भरून नेणारा हा सुसंस्कृत कलावंत आहे. आयत्या वेळी "चहा,चहा" करून सेक्रेटरीची तारांबळ उडवणे वगैरे भानगड नाही. मोठेपणाच्या ह्या अडाणी कल्पनांना तो कधीच बळी पडला नाही, त्याप्रमाणे हाती घेतलेल्या संगीतविषयक प्रयोगाच्या बाबतीत त्याने साऱ्या बऱ्यावाइटाची जबाबदारी स्वतःवर घेतली आहे. अभिजात संगीताच्या क्षेत्रात एवढे मानाचे स्थान मिळवणाऱ्या कुमारने बालगंधर्वांच्या गायकीत मोहकतेने वास करणाऱ्या अभिजात संगीताची महत्ता जाणली. त्यांच्याविषयीच्या अपरंपार आदरातून त्याचा 'मला उमजलेले बालगंधर्व' हा कार्यक्रम तयार झाला. अभिजात संगीतकारांच्या पंक्तीत बालगंधर्वांचे ताट "नाटकातली पदं म्हणणारे" म्हणून आडवे मांडले जावे, याचे शल्य त्याला बोचत होते. एकदा म्हणाला, "भास्करबुवांसारख्यांच्या गायकीचं वजन सांभाळायचं आणि खाडिलकरांसारख्या नाटककारांनी अंगावर घातलेला रुक्मिणीचा पदरही सांभाळायचा–म्हणजे काय मुष्कील जबाबदारी, भय्या–"

कुमार गंधर्वाच्या जीवनातला अत्यंत मोलाचा क्षण आणि बालगंधर्वांचे एक पद ह्यांचा एक फार महत्त्वाचा संबंध होता. कुमारचे वडील सिद्रामप्पा किराणा-पद्धतीचे गायक होते. कुमारच्या आईचाही गळा गोड. मोठा भाऊ बालवयात गाऊ लागल्यामुळे वडलांची सारी भिस्त त्याच्यावर. वयाच्या सातव्या-आठव्या वर्षापर्यंत हा शिवपुत्र (तेव्हा तो कुमार गंधर्व झाला नव्हता) कधी गाण्याच्या भानगडीत पडेल, असे कोणालाच वाटले नव्हते. सुळेभावीसारख्या बेळगावजवळच्या चिमुकल्या खेड्यात चार वांड कारट्यांबरोबर हुंदडणारा हा मुलगा. वडील थोरल्या मुलाला गाणे शिकवीत. बालगंधर्वांच्या प्लेटी ऐकवीत. एके दिवशी वडलांनी मोठ्या भावासाठी बालगंधर्वांची "तात करी दुहितविनाशा" ही रेकॉर्ड आणली होती. मोठ्या भावाचे ठिकठिकाणी होणारे कौतुक पाहून धाकट्याने बालसुलभ असूयेने "असा कोण लागून गेलाय हा दादा" या भावनेने आपणही काहीतरी करून दाखवावे तसें कुमारने ते पद गाऊन

दाखवायला सुरुवात केली. चारचौघांत गाऊन दाखवण्यासाठी त्याच्या कंठातून प्रथम फुटले ते बालगंधर्वांचे गाणे! त्यानंतर एकदा असाच देवासला त्या पूर्वीच्या घरी तिलककामोद चालला असताना गंधाराची हनुवटी कुरवाळीत रिषभ लावता लावता म्हणाला, "भाई, हा बालगंधर्वांचा रिषभ..." बालगंधर्वांचे गाणे हे माझ्या श्रद्धा, निष्ठा, प्रेम, अभिमान–जे काही म्हणावे त्याचे स्थान आहे, हे कुमारला माहिती असायचे. भीमपलासात धानी अंगाने जाताना "ही बालगंधर्वांची काँट्रिब्यूशन" असा उद्गार निघायचा. त्यानंतर काही वर्षांनी इंदूरला हार्मोनियमवादक बंडूभय्या चौगुल्यांच्या घरी एक अपूर्व योग आला. सकाळची मैफिल. सुरुवातीला अंबादासजींनी पखवाजांतून असामान्य रंग भरला. समोर नारायणराव बालगंधर्व. नारायणरावांनी गायचे कबूल केले होते. कुमार गाणार होता. नारायणराव कुमारला म्हणाले, "मी आपला गाऊन घेतो. देवाघरून आणलेलं गाणं बाप्पा तुमचं–"

मी रामूभय्या दात्यांना हळूच म्हणालो, "आज देवाघरून आलेली दोन गाणी आपल्याला ऐकायला मिळणार!"

कुमार नम्रपणाने म्हणाला, "नाना, लहानांनी मोठ्याच्या वर गायचं नसतं."

नारायणरावांची इजाजत घेऊन कुमार गायला. तोवर दुपार टळली होती. आणि मग नारायणरावांनी "सुरसंगत रागविद्या" सुरू केली. ऑर्गनच्या साथीला गोहरबाई, तबल्याला रामभाऊ भोरपकर. दुपारचे दोन वाजत आले होते आणि नारायणरावांच्या गळ्यातून ती आर्त पुकार आली, "मायबाप जोहार मायबाप जोहार–" त्या मैफिलीत जवळजवळ प्रत्येकाने नारायणरावांच्या पायावर डोके ठेवून निरोप घेतला होता. कुमारने ते गाणे 'टेप' केले होते. संध्याकाळी आम्ही देवासला गेलो. रात्र उलटत होती–आणि पुन्हा पुन्हा, पुन्हा पुन्हा कुमार टेपरेकॉर्डरवर ते 'जोहार मायबाप' लावीत होता. त्या रात्री बालगंधर्वांच्या गायकीविषयी कितीतरी वेळ आम्ही बोलत होतो. लयकारीच्या किती सूक्ष्म जागा कुमार ती टेपं थांबवून, मागे घेऊन, पुन्हा चालू करून, ऐकवीत होता.

पुन्हा काही वर्षे लोटली. मला सारखे वाटे की, बालगंधर्वांच्या गायकीत भास्करबुवा, अल्लादियाखाँसाहेब, गौहरजान, मलकाजान ह्यांच्या गायकींचे दिसणारे वैभव, किंवा कुमारच्या भाषेत 'मिनिएचर पेंटिंग' मध्ये दिसतो तसा असणारा आविष्कार, कुमारनेच बैठकीत कधीतरी त्यांचे एखादे गाणे म्हणून खोलून, विस्तारून दाखवावा. आणि आंधळ्याने एक डोळा मागितल्यावर देवाने दोन पाठवावे, तसे एके दिवशी मला कुमारचे पत्र आले. त्यात लिहिले होते की, केवळ बालगंधर्वांच्या पदांचा आपण कार्यक्रम करणार आहोत. मुंबईत पहिला कार्यक्रम होणार. त्याआधी दहाबारा दिवस माझ्या घरी मुक्काम राहील. देवासला जोरदार पूर्वतयारी चालली होती. आमच्या घरी आला, त्या दिवशी तर मी एक एक पद ऐकून थक्क होत होतो. किती तर्हेने त्याने नारायणरावांच्या त्या ताना उलगडल्या होत्या. मग रोज सकाळी नऊ ते दुपारी एक आणि संध्याकाळी पाच ते पुढे जितके वाजतील तितका वेळ रियाज चालायचा. गोविंदा पटवर्धन आणि वसंत आचरेकर सतत हजर. नारायणरावांची एक एक तान, उपज,

स्वरांची एक एक लड–त्या असामान्य लयकारीतल्या सूक्ष्मातिसूक्ष्म जागा पक्क्या करणे चालले होते. उत्तम गायकाच्या चोवीस लक्षणांतले एक प्रबंधगायकीचे लक्षण वगळून बाकीची सारी लक्षणे नारायणरावांना कशी लागू पडतात त्याचा शास्त्राधार त्याने शोधून आणला होता.

दादरच्या शिवाजीमंदिरात झालेल्या ह्या पहिल्या कार्यक्रमाच्या वेळी प्रास्ताविक भाषण मी केले होते. समोर बालगंधर्व आणि कुमार गंधर्व ह्या दोघांच्याही गायनाचे प्रेमी होते. कुमार बालगंधर्वगीत गाणार ह्यामुळे उत्साहित झालेले लोक होते. त्याबरोबरच काहींच्या मनात संशयही होता. ज्यांना कुमार ती 'गायकी' पेश करतो आहे हे उमजले, ते प्रसन्न झाले. ज्यांना 'डिट्टो बालगंधर्व' ह्या कल्पनेपलीकडे जाता येत नव्हते त्यांनी नाकेही मुरडली. "कशि या त्यजूं पदाला" तल्या 'सुभगशुभपदाला' वरच्या आकाराच्या मोहक हेलकाव्यांच्या उतरंडीवर समोरच्या खचाखच भरलेल्या प्रेक्षागाराची आनंदाने कोसळून गेल्यासारखी दाद मिळाली. पद संपल्यावर प्रेक्षकांनी गर्जना केली, "वन्स मोअर... वन्स मोअर..." फर्माइशीला सहसा न बधणाऱ्या कुमारने वन्समोअर गर्जनेला ते गाणे पुन्हा गाऊन मान तुकवली. मी त्या रात्री त्याला थट्टेने म्हणालो, "आज कसा घेतलास रे वन्समोअर?"

"तो माझा नव्हता-बालगंधर्वांचा होता." कुमार शांतपणाने म्हणाला.

त्याच वेळी त्याला मी विचारले होते, "कुमार, बालगंधर्वाचं मोठेपण कशात आहे रे?"

क्षणाचाही विलंब न लावता कुमार म्हणाला होता,"बालगंधर्वांच्या गाण्यातलं गाणेपण कधीही सुटत नव्हतं!"

कसलीही कृती करताना कुमार त्यात हातचे राखून ठेवत नाही. तो केवळ पदांच्या अक्षरांसाठी कबीर, तुलसी, मीरा ह्यांच्याकडे जात नाही. कुमारच्या घरात मी जसा ग्रंथसंग्रह पाहिला तसा कुठल्याही व्यावसायिक गवयाकडे पाहिला नाही. कबीर, मीरा आणि तुलसीदास हे त्याच्या अध्ययनाचे विषय आहेत. अनेक वर्षांपूर्वी त्याने मला तुलसीदासांचा 'रामचरितमानस' हा ग्रंथ भेट म्हणून दिला होता. सोलापूरला कन्नड कवी बेंद्रे यांच्या गौरव-समारंभाच्या वेळी कुमारने तुलसीदासांचे "मैं केहि कहैं बिपति अतिभारी" हे पद म्हटले होते. खुल्या पटांगणात मैफिल होती. उन्हाळ्याचे दिवस. मध्यरात्रीच्या प्रहराला एकाएकी "वासंतिक वात सूटला" आणि तुलसीदासांचे ते अतिव्याकुळ भजन सुरू झाले. त्यातल्या "मम हृदयभवन प्रभु तोरा तहँ बसे आइ बहुचोरा" ह्या ओळीतली तुलसीची असहायता सुरांच्या अशा काही आर्जवी आळवणीतून कुमार दाखवीत होता की, त्या उदात्त वेदनेला वासंतिक वाऱ्याची ती झुळूक फुंकर घालायला आल्यासारखी वाटली. थेट ख्यालगायकीच्या मैफिलीपासून ते टप्पा, ठुमरी, लोकगीते, भावगीते असले अनेक प्रकार मी त्याच्याकडून ऐकले आहेत. आणि प्रत्येक वेळेला त्याच्या प्रतिभेतल्या नित्यनूतनत्वाचा अनुभव मला लाभला आहे.

"टोपल्या टाकणं" ही एक आमच्या धंदेवाईक कलावंतांची आवडती फ्रेज आहे. "व्यवसायाचा अभिमान" (प्रोफेशनल प्राइड) नसल्याचे ते एक कोडगे लक्षण आहे.

'गायन' ही कुमारची जीवितसाधना आहे, तसेच चरितार्थाचे साधनही आहे. पण संपूर्ण बैठक असो किंवा समारंभपरत्वे एखादा तासच गायचे असो; त्या उत्कटतेत जरासुद्धा कमीपणा नाही, वेळ मारून नेणे नाही, की कसातरी प्रसंग साजरा करणे नाही. इथे त्याच्या वृत्तीतली अभिजातता आहे. म्हणूनच त्याचे पाच मिनिटांचे पददेखील 'अभिजात' दर्जाचे असते. त्याच्या इतक्या वर्षांच्या सहवासात मी त्याला उगीचच 'हाशहुश्श' करताना पाहिले नाही, की कधी 'बोअर' झाल्याची तक्रार ऐकली नाही. हात तर सतत कसले तरी काम करण्यात गुंतलेले. कुठे सुपाऱ्या कातरून बाटल्यांत भरून ठेवील. स्वतःची पिकदाणी इतर कुणीही साफ करणे त्याला आवडत नाही. प्रवासाचा बाडबिस्तरा स्वतः बांधणार. बैठकीत काय काय गायचे ते ढोबळ अक्षरात स्वच्छपणे लिहून तयार. सकाळी आपल्या बागेतल्या गुलाबांनी ताटे भरून ठेवणे, तंबोऱ्याच्या तारा घासूनपुसून लख्ख करणे आणि त्याच उत्साहाने घरातली मोरी साफ करणे...त्याला रिकामपण मानवतच नाही. त्याबरोबर ठराविक तासांच्या त्याच्या विश्रांतीआडही तो कोणाला येऊ देत नाही. विशिष्ट हंगामात कुठल्या फळांचे लोणचे तयार करायला हवे, डाळी वाळत घातल्या आहेत की नाही, थंडाई कशी वाटली पाहिजे, यांसारख्या स्वैंपाकघरातल्या गोष्टींतही त्याचे बारीक लक्ष असते. रोजचे जेवण हादेखील त्यातल्या भरमसाट श्रीमंती उधळपट्टीने नव्हे, तर चवदार युक्ताहाराने आनंददायक कार्यक्रम झाला पाहिजे. अंगावरचा पोशाख स्वच्छतेने आणि टापटिपीने वापरला पाहिजे, असले त्याने संस्कार करून घेतले आहेत. कलावंत कुमार, विचारवंत कुमार, गृहस्थ कुमार, मित्र कुमार आणि शिक्षक कुमार हे एक अखंड व्यक्तिमत्त्व आहे.

रूढ निकषांनी कुमारच्या गाण्याची ताळेबंदी करणाऱ्यांनी ती अवश्य करावी. कुमारच्या गायकीपेक्षा आपली फूटपट्टी मोठी मानावी. त्यात त्यांचीही चूक नाही. नाना प्रकारचे व्यावहारिक ऋणानुबंध असतात. ज्यांना गुरू मानले, त्यांच्या रोषाची भीती असते. चित्रापेक्षा चौकटी मोठ्या व्हाव्या, हा व्यावहारिक जगाचा नियम आहे. कलेचा आस्वादही निस्संग होऊन घेणे सोपे नाही. गाण्यातदेखील ठराविक सूरपलट्यांचा आणि लयकारीचा ठोकताळा जमला की, पसंतीची पावती फाडणाऱ्यांना कुमारचे गाणेच कशाला, कलेच्या क्षेत्रातल्या असामान्यांनी निर्माण केलेल्या शब्द, सूर, रंग, शिल्प ह्यांतल्या नव्या कृती तापच देत असतात. पण निर्मळ मनाने ऐकणाऱ्यांना सैगलचा सूर सिनेमातला म्हणून हीन वाटत नाही, बालगंधर्वांच्या गाण्याचे शील नाटकात जाऊन बिघडले असा विचार येत नाही, आणि कुमारच्या ख्यालाला कुठल्या घराण्याच्या चौकटीत नेऊन कोंबावे याचीही चिंता पडत नाही.

कुमार आपल्या मार्गाने चालतोच आहे. यशाने त्याला गाफील केले नाही, की दुःखाने त्याचा तोल गेला नाही. त्या दुष्ट आजाराने काही वर्षांपूर्वी पुन्हा त्याला घेरले होते, त्या वेळी डॉ० एम० डी० देशमुखांनी आपले वैद्यकीय ज्ञान पणाला लावून पुन्हा त्याला गाता केले. गाण्याच्या सृष्टीतला 'चमत्कार' म्हणून गोविंदराव टेंब्यांनी गौरवलेल्या कुमारला मधुमामा देशमुखांसारखे आंतरराष्ट्रीय कीर्तीचे भिषग्वर्य, त्याच्या गाण्यातली

तडफ पाहून, त्याच्या सुरातून दिसणारा तो फुप्फुसांचा लगाव पाहून त्याला असंख्य रुग्णांतलाही चमत्कार मानतात.

असा हा असामान्य कलावंत आपल्याला कुठून कुठून काय काय अमोल चिजा आणून ऐकवतोय, भेटतोय, बोलतोय... ही कल्पनाच मला वेळीअवेळी वाऱ्याच्या सुगंधी झुळकेसारखी सुखावून जाते. शास्त्रकाट्याच्या साऱ्या कसोट्या स्वीकारून स्वरलीला करणाऱ्या कुमारच्या व्यक्तिमत्त्वाचे वर्णन करायला रवींद्रनाथांचीच एक काव्यपंक्ती उसनी घ्यायला हवी. ते म्हणतात,

सीमार माझे असीम तुमि वाजाओ आपन सूर
सीमेत असून तू असीम आहेस, छेडतो आहेस आपले सूर...

कुमारच्या ह्या सीमेमधल्या असीमत्वाचा ज्यांना ज्यांना प्रत्यय आलाय, असे भारतातले हजारो रसिक मनाची पाटी कोरी ठेवून कुमारच्या मैफिलीला जात असतात. ह्या पन्नासाव्या वाढदिवसाच्याच प्रसंगी काय, पण-कुमारचे गाणे ऐकायला जाण्याच्या प्रत्येक दिवशी त्यांचे मन कुमारचीच बंदीश गात असते—"मंगल दिन आज..."